AF747307

ആണധികാരത്തിന്റെ ബലപ്രയോഗങ്ങൾ

anadhikarathinte balaprayogangal

•

editor
radhakrishnan cheruvalli

•

first edition
july 2013

•

typesetting
star communications, thiruvananthapuram

•

published
chintha publishers, thiruvananthapuram

•

•

cover
midas

•

വിതരണം

ദേശാഭിമാനി ബുക്ക് ഹൗസ്

H O തിരുവനന്തപുരം-695 035
phone: 0471-2303026, 6063026
www.chinthapublishers.com
chinthapublishers@gmail.com

ബ്രാഞ്ചുകൾ

ഹെഡ്ഡാഫീസ് ബ്രാഞ്ച് കുന്നുകുഴി • ഓവർബ്രിഡ്ജ് തിരുവനന്തപുരം • കെ എസ് ആർ ടി സി ബസ് സ്റ്റേഷൻ ആലപ്പുഴ • കെ എസ് ആർ ടി സി ബസ് സ്റ്റേഷൻ എറണാകുളം • മച്ചിങ്ങൽ ലെയ്ൻ തൃശൂർ • ഐ ജി റോഡ് കോഴിക്കോട് • മാവൂർ റോഡ് കോഴിക്കോട് • എൻ ജി ഒ യൂണിയൻ ബിൽഡിങ് കണ്ണൂർ • സെൻട്രൽ ബസ് ടെർമിനൽ കോംപ്ലക്സ് താവക്കര കണ്ണൂർ

CO - 1944 / 3299

ആണധികാരത്തിന്റെ ബലപ്രയോഗങ്ങൾ

പെണ്ണുടൽ, ബലാൽസംഗം, ലിംഗനീതി

രാഷ്ട്രീയ–സാമൂഹിക പഠനങ്ങൾ

എഡിറ്റർ:

രാധാകൃഷ്ണൻ ചെറുവല്ലി

ചിന്ത പബ്ലിഷേഴ്സ്
തിരുവനന്തപുരം–695 035

രാധാകൃഷ്ണൻ ചെറുവല്ലി

സ്വദേശം: തിരുവനന്തപുരം ജില്ലയിലെ ശ്രീകാര്യം. അമ്മ: എൽ രത്നമ്മ, അപ്പൻ: ആർ സദാശിവൻ.

കേരള സർവകലാശാലയിൽനിന്നും കൊമേഴ്സിൽ മാസ്റ്റർ ബിരുദം. സംസ്ഥാന സെക്രട്ടേറിയറ്റിൽനിന്നും അണ്ടർ സെക്രട്ടറിയായി വിരമിച്ചു. കേരള സെക്രട്ടേറിയറ്റ് എംപ്ലോയീസ് അസോസിയേഷന്റെ മുൻ പ്രസിഡന്റ്. ഇപ്പോൾ ചിന്ത പബ്ലിഷേഴ്സിൽ സബ് എഡിറ്റർ.

പ്രസിദ്ധീകരിച്ച കൃതികൾ: *ഒരേ വഞ്ചിയിലെ യാത്രക്കാർ, അമിനിദ്വീപിലെ വിശേഷങ്ങൾ, മധ്യദേശത്തെ ചരിത്രപഥങ്ങൾ* (യാത്രാവിവരണം).

ഭാര്യ	: ആർ ശോഭനകുമാരി
മക്കൾ	: ആർ ഉണ്ണികൃഷ്ണൻ, ആർ ഹരികൃഷ്ണൻ
മേൽവിലാസം	: ഗ്രീഷ്മ ജി ആർ എ – സി – 44 ചെറുവല്ലി ലെയ്ൻ I ഗാന്ധിപുരം, ശ്രീകാര്യം പി ഒ തിരുവനന്തപുരം 17.
ഫോൺ	: 9447010396, 0471–2597376
E-mail	: radhakrishnancheruvally@gmail.com

ഉള്ളടക്കം

ഭാഗം 4
ലിംഗനീതി, സ്വാതന്ത്ര്യം, പ്രത്യയശാസ്ത്രം

Nothing happened, as it always does in films!
No rains, no winds, nor a forest scene.
No moon in the sky to ignite, possionate frenzies.
No cascading spring, nor the sighs of a rustling river.
Nor music in the background to whip up a storm of feelings.
Nor was she a seductive goddess drenched in the rain.
Just a woman, weak, vulnerable.
Four men, only because they were men,
Pinned her against a wall and raped her!

- *Gulzar*

പ്രസാധകക്കുറിപ്പ്

വൈദിക പാരമ്പര്യത്തിന്റെ സവർണമൂല്യങ്ങളും മതാത്മകതയും പിതൃകേന്ദ്ര കുടുംബവ്യവസ്ഥയും ഇന്ത്യൻ സമൂഹത്തിൽ അധീശത്വം പുലർത്തുന്നു. സ്ത്രീകൾക്കുനേരെ നിരന്തരം നടക്കുന്ന കടന്നാക്രമണങ്ങളും ലൈംഗിക അതിക്രമങ്ങളും നമ്മുടെ സമൂഹത്തെ പിറകോട്ട് വലിക്കുന്നു. സ്ത്രീസ്വാതന്ത്ര്യവും ലിംഗനീതിയും കുടുംബങ്ങൾക്കുള്ള ജനാധിപത്യവുമൊക്കെ ചർച്ച ചെയ്യുമ്പോൾ പുരുഷാധിപത്യ മൂല്യങ്ങൾ തലപൊക്കുന്നു.

ഡൽഹിയിൽ ബലാൽസംഗവിധേയയായി മെഡിക്കൽ വിദ്യാർഥിനി കൊല്ലപ്പെട്ടപ്പോൾ ദേശവ്യാപകമായി അതിശക്തമായ പ്രക്ഷോഭം ഉയർന്നു. ഇന്ത്യയിലെ ധൈഷണിക സമൂഹം ഇതിനെതിരെ തീവ്രമായി പ്രതികരിച്ചു. ബലാൽക്കാരത്തിനു പിന്നിലെ സാമൂഹിക-രാഷ്ട്രീയകാരണങ്ങൾ അന്വേഷണവിധേയമാക്കി. പിതൃകേന്ദ്രീകൃത മൂല്യവ്യവസ്ഥയും വലതുപക്ഷ ചിന്താധാരയും എപ്രകാരമാണ് കൈകോർക്കുന്നതെന്ന് പരിശോധിക്കപ്പെട്ടു. ജനാധിപത്യമൂല്യങ്ങൾ, സ്ത്രീ-പുരുഷ തുല്യത, ലിംഗനീതി, സാംസ്കാരിക ഇടതുപക്ഷം, വർഗീയത എന്നിവ എങ്ങനെയാണ് നമ്മുടെ സമൂഹത്തിൽ സ്വാധീനം ചെലുത്തുന്നത് എന്ന് ചർച്ചകളിൽ ഉയർന്നുവന്നു.

പ്രധാന ദേശീയ പത്രങ്ങളിലും സമകാലികങ്ങളിലും കേരളത്തിലെ പത്രമാസികകളിലും പ്രത്യക്ഷപ്പെട്ട ലേഖനങ്ങളും നിരീക്ഷണങ്ങളും ക്രോഡീകരിക്കുകയാണ് ഈ പുസ്തകത്തിൽ. ഈ പുസ്തകത്തിൽ ചേർത്തിട്ടുള്ള ലേഖനങ്ങളിലെ ചില ആശയങ്ങളും നിലപാടുകളും ഞങ്ങളുടെ രാഷ്ട്രീയ-സാമൂഹിക വീക്ഷണങ്ങളുമായി യോജിക്കുന്നവയല്ല. എങ്കിലും ജനാധിപത്യപരമായ ചർച്ചകളിൽ വ്യത്യസ്ത അഭിപ്രാ

യങ്ങൾക്ക് പ്രസക്തിയുണ്ടെന്ന് ഞങ്ങൾ കരുതുന്നു. അതുകൊണ്ട് അത്തരം ലേഖനങ്ങളും ഉൾപ്പെടുത്തിയിട്ടുണ്ട്. എഴുത്തുകാർക്കും പ്രസിദ്ധീകരണങ്ങൾക്കും ഞങ്ങളുടെ നന്ദി രേഖപ്പെടുത്തുന്നു.

ഇംഗ്ലീഷ് ലേഖനങ്ങൾ വിവർത്തനം ചെയ്തതും പുസ്തകം എഡിറ്റ് ചെയ്തിട്ടുള്ളതും ഞങ്ങളുടെ സബ് എഡിറ്റർ കൂടിയായ ശ്രീ രാധാകൃഷ്ണൻ ചെറുവല്ലിയാണ്.

ഗൗരവമായ ചർച്ചകളും കൂടുതൽ ജാഗ്രത്തായ തുറന്ന സംവാദങ്ങളും ഈ പുസ്തകം സാധ്യമാക്കുമെന്ന പ്രതീക്ഷയോടെ വായനക്കാർക്കുമുന്നിൽ സമർപ്പിക്കുന്നു.

ചിന്ത പബ്ലിഷേഴ്സ്

എഡിറ്ററുടെ കുറിപ്പ്

വ്യവസ്ഥാപിത അധികാരം ഒഴിഞ്ഞുമാറുമ്പോൾ

ഡൽഹി ദയാരഹിതമായ ഒരു നഗരമാണ്. തണുപ്പുകാലം ഡൽഹിയിലെ ഏറ്റവും ക്രൂരമായ കാലവും. പാവപ്പെട്ടവർക്കും പണക്കാർക്കുമായി പങ്കുവയ്ക്കപ്പെട്ട വ്യത്യസ്ത ഡൽഹികളുണ്ട്. പണക്കാർക്കായി മാറ്റിവയ്ക്കപ്പെട്ട ഇടങ്ങളിൽ സാധാരണ മനുഷ്യർ കടന്നുകയറ്റക്കാരാണ്. സംശയത്തിന്റെ ദൃഷ്ടി അവർക്കുമേൽ സദാ പതിഞ്ഞുകൊണ്ടിരിക്കുന്നു.

2012 ഡിസംബർ 16 ഒരു പെൺകുട്ടിയുടെ ചോരകൊണ്ട് അടയാളപ്പെടുത്തപ്പെട്ട ഒരു ദിനമാണ്. അന്നാണ് 23 കാരിയായ ആ പാരാമെഡിക്കൽ വിദ്യാർഥിനി അവളുടെ സുഹൃത്തിനൊപ്പം *ലൈഫ് ഓഫ് പൈ* എന്ന സിനിമ കണ്ട് വീട്ടിലേക്കുമടങ്ങാൻ ബസ് കാത്തുനിന്നത്.

ദക്ഷിണ ഡൽഹിയിലെ സാകേതത്തിൽനിന്നും പാലം ഭാഗത്തേക്കായിരുന്നു അവർക്കു പോകേണ്ടിയിരുന്നത്. മുനീർക്ക റിങ് റോഡിൽ വാഹനം കാത്തുനിൽക്കുമ്പോഴാണ് ഒരു ചാർട്ടേഡ് ബസ് പാലം ഭാഗത്തേക്കു പോകുന്നുവെന്നു പറഞ്ഞ് ഇരുവരെയും അതിൽ കയറ്റിയത്. ബസിൽ ആറുപേരാണുണ്ടായിരുന്നത്. ബസിൽ കയറിയ ഉടൻതന്നെ ബസിലുണ്ടായിരുന്നവർ പെൺകുട്ടിയോട് മോശമായി പെരുമാറിത്തുടങ്ങി. ഇതിനെ ചെറുത്ത യുവാവിനെ ഇരുമ്പുദണ്ഡുകൊണ്ട് തലയ്ക്കടിച്ചുവീഴ്ത്തി. പെൺകുട്ടിയെ അതിക്രൂരമായി ബലാൽസംഗം ചെയ്തു. മഹിപൽപ്പൂരിൽ ഇരുവരെയും ബസിൽനിന്നും താഴേക്കിട്ടു. അർധനഗ്നരായിക്കിടന്ന ഇവരെ പൊലീസാണ് ആശുപത്രിയിൽ എത്തിച്ചത്. സഫ്ദർ ജാങ് ആശുപത്രിയിൽ അവളുടെ നില അതീവ ഗുരുതരമായി തുടർന്നു.

ഇന്ത്യ മരിച്ചിട്ടില്ല എന്ന് നമ്മെ ഓർമപ്പെടുത്തിക്കൊണ്ട് ന്യൂഡൽഹി എന്ന തലസ്ഥാനനഗരി ഉണർന്നു. ശീതക്കാറ്റിനെയും കോടമഞ്ഞിനെയും അവഗണിച്ച് പതിനായിരങ്ങൾ പ്രതിഷേധിക്കാനായി തെരുവിലിറങ്ങി.

ഇന്ത്യാഗേറ്റും ജന്തർമന്ദറും റെയ്സാനഹില്ലും പ്രക്ഷോഭകരാൽ നിറഞ്ഞു. ഇന്ത്യൻ യുവതയുടെ രോഷം അണപൊട്ടി. ഇടതുപക്ഷ പ്രസ്ഥാനങ്ങളും ട്രേഡ്യൂണിയനുകളും അരാഷ്ട്രീയ ഗ്രൂപ്പുകളും വ്യക്തികളും വനിതാ സംഘടനകളും ഈ പ്രക്ഷോഭത്തിൽ അണിനിരന്നു.

ഡൽഹിയിൽ സംഭവിച്ചതുപോലെയുള്ള പൈശാചികത ഇന്ത്യയിൽ പലയിടങ്ങളിലായി നിത്യേനയെന്നോണം സംഭവിച്ചുകൊണ്ടിരിക്കുന്നു. നടന്നതു ഡൽഹിയിലായതുകൊണ്ടും ഇരയായത് ഒരു മെഡിക്കൽ വിദ്യാർഥിനിയായതുകൊണ്ടും ഈ സംഭവം കൂരിരുട്ടിൽ ടോർച്ചു തെളിയിച്ചതുപോലെ വ്യവഹാരമണ്ഡലത്തിൽ തെളിഞ്ഞു. ഇന്ത്യൻ സമൂഹത്തെ ബാധിച്ചിരിക്കുന്ന രോഗാതുരതയുടെ ലക്ഷണമായി ഈ സംഭവത്തെ കാണാം. ആധുനിക മുതലാളിത്തത്തിന്റെ പ്രഭയിൽ വിളങ്ങുമ്പോഴും അതിന്റെ നിഴലിൽ പഴകിത്തുരുമ്പിച്ച ഫ്യൂഡൽ മൂല്യങ്ങൾ പതുങ്ങിക്കഴിയുന്നു എന്ന വസ്തുതയും നമുക്കു മുന്നിൽ കൺതുറിക്കുന്നു.

സുതാര്യമായ ആൺ-പെൺ ബന്ധം നിലനിന്നിരുന്ന ഗോത്രവ്യവസ്ഥയിൽനിന്നും സ്ത്രീവിരുദ്ധതയുടെയും ആൺകോയ്മയുടെയും മധ്യയുഗം പിന്നിട്ട് ആഗോളവൽക്കരണത്തിന്റെ ആധുനികതയിലേക്ക് എത്തിയപ്പോൾ നമ്മിൽ അവശേഷിപ്പിച്ചത് എന്തായിരുന്നു? സ്ത്രീജീവിതങ്ങളെ അപരവൽക്കരിക്കുക എന്ന ദുരന്തത്തിലേക്ക് നാം പതിച്ചു. അപരനോടുള്ള അസഹിഷ്ണുത നമ്മിൽ പെരുകിനിന്നു. ഒരു സമൂഹത്തിലെ തുല്യ പങ്കാളികൾ എന്ന നിലയിൽ വർത്തിക്കുന്നതിനുപകരം സമ്പത്തും അധികാരവും കൈയടക്കി ആൺകോയ്മ നൃശംസ നൃത്തമാടുകയാണ്. മുതലാളിത്തത്തിന്റെയും ബൂർഷ്വാ ജനാധിപത്യത്തിന്റെയും മൂല്യങ്ങൾ ആൺകോയ്മയെ തിരസ്കരിക്കുകയല്ല ആന്തരികവൽക്കരിക്കുകയാണ് ചെയ്തത്.

മറ്റെന്തിനെയുംപോലെ മുതലാളിത്തം സ്ത്രീയെയും ചരക്കുവൽക്കരിക്കുന്നുണ്ട്. ചരക്കുവൽക്കരിക്കപ്പെടാത്തതായി മുതലാളിത്തത്തിൽ എന്തുണ്ട് ബാക്കി? ചരക്കുവൽക്കരണം സ്ത്രീകൾക്കെതിരായ ആക്രമണത്തിന്റെ മൂല്യഹേതു എന്ന് സ്ഥാപിക്കാനാകുമോ? ഇത് പ്രശ്നവൽക്കരിക്കാവുന്നതാണ്. ലൈംഗികമായ അരക്ഷിതാവസ്ഥ ഇതിന് പങ്കുവഹിക്കുന്നുണ്ടോ? അഥവാ ഉണ്ടെങ്കിൽ ആണിനു മാത്രമായി ഒരു അരക്ഷിതാവസ്ഥ എന്ന വാദം എപ്രകാരം നിലനിൽക്കും? മാറിവരുന്ന കാലത്തിനിണങ്ങുംവിധം സ്ത്രീ-പുരുഷ ബന്ധത്തിൽ സ്വാഭാവികമായി ഉരുത്തിരിഞ്ഞുവരേണ്ട ജനാധിപത്യവൽക്കരണം എന്തുകൊണ്ട് ഇന്ത്യൻ പശ്ചാത്തലത്തിൽ ഉടലെടുക്കുന്നില്ല?

ആഗോളവൽക്കരണവുമായി ബന്ധപ്പെട്ട് മാധ്യമങ്ങളിലും മറ്റും പ്രത്യക്ഷപ്പെടുന്ന പാശ്ചാത്യവൽക്കരിക്കപ്പെട്ട സാംസ്കാരിക അടയാളങ്ങളും കാമാതുരയായി മാത്രം സ്ത്രീകളെ ചിത്രീകരിക്കുന്ന രീതിയും ആൺകാഴ്ചകളുടെ ആഘോഷപ്പെരുമകൾ നിറയുന്ന വെള്ളിത്തിരയും ആൺജീവിതത്തിരകളെ ഭീമാകാരവും ഭീതിദവുമാക്കുന്നുവോ? അത്തരത്തിലും ചിന്തിക്കാവുന്നതാണ്.

ബലാൽക്കാരങ്ങൾ ലൈംഗികതയുമായി കേവലമായി ബന്ധപ്പെട്ട തല്ല എന്നും അധികാരപ്രയോഗത്തിന്റെ ഭിന്നരൂപങ്ങളിലൊന്നായി വേണം കാണാനെന്നുമുള്ള വാദം പരക്കെ അംഗീകരിക്കപ്പെട്ടിട്ടുണ്ട്. ബലാൽക്കാരങ്ങൾ സംഭവിക്കുന്ന ഭൂമിക പരിശോധിക്കപ്പെടേണ്ടതാണ്. വ്യവസ്ഥാപിത അധികാരകേന്ദ്രങ്ങൾപോലും സ്ത്രീവിരുദ്ധമായ പ്രത്യയശാസ്ത്രത്തിന്റെ വാഹകരും പ്രയോക്താക്കളുമായി തീരുമ്പോൾ വ്യവസ്ഥാപിത അധികാരം ദുർബലമാവുകയോ തീർത്തും ഇല്ലാതാവുകയോ പിന്മാറുകയോ ചെയ്യുന്നിടങ്ങളിൽ സ്ത്രീകളുടെ സ്ഥിതി എന്തായിരിക്കും?

ആഗോളവൽക്കരണാനന്തരകാലഘട്ടത്തിൽ ഭരണകൂടം സ്വയം ദുർബലപ്പെടുത്തുകയാണ്. ആർത്തി മൂത്ത സ്വകാര്യവൽക്കരണം എല്ലാ മേഖലകളിൽനിന്നും വ്യവസ്ഥാപിത അധികാരത്തെ പുറംതള്ളുകയാണ്. സ്വകാര്യമേഖലയുടെ കടന്നുകയറ്റംവഴി സേവനത്തുറകളിൽ ഭരണകൂടത്തിനുള്ള മേൽക്കൈ നഷ്ടപ്പെടുന്നു. പഞ്ചനക്ഷത്ര ഹോട്ടലുകൾ മൾട്ടിസ്പെഷ്യാലിറ്റി ആശുപത്രികൾ, സമ്പന്നരുടെ ആവാസസ്ഥലങ്ങൾ പഞ്ചനക്ഷത്രഫ്ളാറ്റുകൾ, സ്പെഷ്യൽ ഇക്കണോമിക് സോണുകൾ ഇന്റർനാഷണൽ സ്കൂളുകൾ, സ്വകാര്യ യാത്രാ സംവിധാനങ്ങൾ ഒക്കെയും വ്യവസ്ഥാപിത അധികാരത്തിനു പുറത്താണ്. ഔപചാരികമായി എല്ലാം നിലവിലുള്ള നിയമത്തിന്റെ കീഴിലാണെങ്കിലും പ്രായോഗികമായി ഇവ പ്രവർത്തിക്കുന്നത് സ്വന്തം നിയമസംഹിതയ്ക്കുള്ളിൽ നിന്നാണ്. സമ്പന്നർക്കിടയിൽ മാത്രമല്ല തെരുവുകളിലും ചേരികളിലും അധോലോകത്തിനു കീഴ്പ്പെട്ട ഇടങ്ങളിലും വ്യവസ്ഥാപിത അധികാരത്തിനുമേൽ സമാന്തര അധികാരവ്യവസ്ഥ മേൽക്കോയ്മ നേടിയിരിക്കുന്നു.

ഇത്തരം സ്ഥലങ്ങളിൽ കാടൻ നീതിയാണ് കൊടികുത്തി വാഴുന്നത്. ഇവിടെ ദളിതർ, മതന്യൂനപക്ഷങ്ങൾ, സ്ത്രീകൾ, മറ്റു ദുർബലവിഭാഗങ്ങൾ തുടങ്ങിയവർ കൊടിയ പീഡനങ്ങൾക്ക് ഇരയാക്കപ്പെടുന്നു. ദില്ലിയിലെ പെൺകുട്ടി ബലാൽസംഗം ചെയ്യപ്പെട്ട ബസ്സും വ്യവസ്ഥാപിത അധികാരത്തിനു പുറത്തു നിൽക്കുന്ന ഒരു കള്ളവണ്ടിയായിരുന്നു എന്ന വസ്തുത കണക്കിലെടുക്കണം.

പുരുഷമേൽക്കോയ്മ നിലനിൽക്കുന്ന ഏതു വ്യവസ്ഥയ്ക്കു കീഴിലും സ്ത്രീകൾക്കെതിരായ അതിക്രമങ്ങൾക്ക് സാധ്യതയുണ്ടെങ്കിലും വ്യവസ്ഥാപിത അധികാരത്തെ കൂടുതൽകൂടുതൽ ദുർബലമാക്കുന്ന ആധുനിക മുതലാളിത്തം ബലാൽക്കാര സംസ്കാരത്തെ ശക്തിപ്പെടുത്തുന്നുണ്ട് എന്ന വസ്തുതയ്ക്കുനേരെ കണ്ണടയ്ക്കാനാവില്ല. ഫ്യൂഡൽ മൂല്യങ്ങൾ കടപുഴക്കിയെറിഞ്ഞ പാശ്ചാത്യരാജ്യങ്ങളും ബലാൽസംഗങ്ങളുടെ കാര്യത്തിൽ ഒട്ടും പിന്നിലല്ല എന്ന വസ്തുത നമ്മെ തുറിച്ചു നോക്കുന്നുണ്ട്.

ബലാൽസംഗങ്ങൾ എന്തുകൊണ്ടുണ്ടാവുന്നു? ബലാൽസംഗങ്ങളെ ന്യായീകരിക്കുന്ന പൊതുബോധം എങ്ങനെ രൂപപ്പെട്ടു? ബലാൽസം

ഗത്തെ എങ്ങനെയാണ് പൊതുമണ്ഡലത്തിൽ വ്യവഹരിക്കുന്നത്? ബലാൽസംഗത്തിന്റെ പ്രത്യയശാസ്ത്രപരവും സാമൂഹ്യശാസ്ത്രപരവുമായ അടിത്തറ ഏതാണ്? മറ്റു നാടുകളിൽ ബലാൽസംഗം എങ്ങനെ വീക്ഷിക്കപ്പെടുന്നു? ബലാൽസംഗത്തിന്റെ സാമ്പത്തികവും രാഷ്ട്രീയവും സാമൂഹ്യവുമായ അർഥതലങ്ങൾ ഏവ? തുടങ്ങിയ ചോദ്യങ്ങൾക്ക് ഉത്തരം കണ്ടെത്തേണ്ടതുണ്ട്.

ന്യൂഡൽഹിയിലെ സംഭവവും തുടർന്നുണ്ടായ പ്രക്ഷോഭങ്ങളും എങ്ങനെയാണ് നമ്മുടെ പൊതു മണ്ഡലത്തിൽ വ്യവഹരിക്കപ്പെട്ടത്? ദേശീയ പത്രങ്ങൾ, സമകാലികങ്ങൾ, ബ്ലോഗുകൾ തുടങ്ങിയവ പരതിയപ്പോൾ വിവിധങ്ങളായ അഭിപ്രായങ്ങൾ ശ്രദ്ധയിൽപ്പെട്ടു. ഒരു സംഭവത്തോടുള്ള ക്ഷണികമായ പ്രതികരണങ്ങൾ അക്കൂട്ടത്തിൽ ഉണ്ടായിരുന്നു. പലതും അൽപ്പായുസുക്കൾ മാത്രം. എന്നാൽ ഗൗരവബുദ്ധ്യാ പ്രശ്നത്തെ സമീപിച്ച നിരവധി എഴുത്തുകാരും സാമൂഹ്യ ശാസ്ത്രജ്ഞന്മാരും രാഷ്ട്ര നേതാക്കളും കൂട്ടത്തിൽ ഉണ്ടായിരുന്നു. ഒരു പ്രശ്നത്തിന്റെ മൂർത്തമായ അവസ്ഥയിൽ ഉയർന്നുവരുന്ന അഭിപ്രായങ്ങൾ വൈകാരികമായും പ്രകടനാത്മകമായും മുഴച്ചുനിൽക്കുവാൻ ഇടയുണ്ട്. ഇതിനിടയിലും തികഞ്ഞ ശാസ്ത്രീയ ബോധത്തോടെ പ്രത്യയശാസ്ത്ര സ്ഥൈര്യത്തോടെ വിഷയത്തെ സമീപിച്ചവരുമുണ്ട്. അതിൽനിന്നും തെരഞ്ഞെടുത്ത ഏതാനും റിപ്പോർട്ടുകളും ലേഖനങ്ങളും വിശകലനങ്ങളുമാണ് ഈ പുസ്തകത്തിൽ ഉൾപ്പെടുത്തിയിട്ടുള്ളത്.

സൗകര്യാർഥം ലേഖനങ്ങളെയും നിരീക്ഷണങ്ങളെയും (1) കാഴ്ച, (2) സ്ത്രീ, ചരക്ക്, കമ്പോളം, (3) ബലാൽസംഗം, നിയമം, പരിഹാരം, (4) ലിംഗനീതി, സ്വാതന്ത്ര്യം, പ്രത്യയശാസ്ത്രം എന്നീ ഭാഗങ്ങളായി തിരിച്ചിട്ടുണ്ട്.

ഡൽഹിയിൽ നടന്ന ബലാൽസംഗവും തുടർന്നുണ്ടായ സംഭവങ്ങളും വിശദീകരിക്കുന്ന റിപ്പോർട്ടുകളാണ് ആദ്യഭാഗത്തിൽ. പുതിയ കാലത്തിന്റെ പ്രതിഷേധരൂപങ്ങൾ ഡൽഹിയിൽ പ്രകടിതമായി. രോഷത്തോടെ പ്രകടനത്തിൽ പങ്കെടുക്കുമ്പോഴും പിതൃകേന്ദ്രീകൃത മൂല്യവ്യവസ്ഥ സൃഷ്ടിച്ച പൊതുബോധത്തിന്റെ നാലതിരുകൾക്കുള്ളിൽ നിന്നവരും ലിംഗനീതിക്കായുള്ള ദീർഘകാലപ്രതിബദ്ധതയായി ഈ പ്രതിഷേധത്തെ വളർത്തിയെടുക്കണമെന്നാഗ്രഹിച്ചവരും ഉണ്ടായിരുന്നു. സമാധാനപരമായി നടന്ന സമരത്തെ ഉള്ളിൽക്കയറി തകർക്കാൻ ചില വലതുപക്ഷ ശക്തികൾ നടത്തിയശ്രമവും ജനജീവിതമാകെ സ്തംഭിപ്പിക്കുമാറ് യാത്രാസംവിധാനങ്ങൾ മരവിപ്പിച്ച് യുദ്ധസന്നദ്ധതയോടെ നിലയുറപ്പിച്ച ക്രമസമാധാനപാലകരും ഫലത്തിൽ ഒരേ ധർമമാണ് നിറവേറ്റിയത്.

ഡൽഹി സംഭവത്തെ പലരും പല രീതിയിലാണ് നോക്കിയതും കണ്ടതും. സുഭാഷിണി അലി നിരീക്ഷിച്ചത് ഇങ്ങനെ:

പുരുഷ മേധാവിത്വത്തിന്റെ ഏറ്റവും നികൃഷ്ടവും നിന്ദ്യവുമായ സമീപനമാണ് പലപ്പോഴും അതിനിഷ്ഠുരമായ കൊലപാതകത്തിൽവരെ ചെന്നെത്തുന്ന ലൈംഗികാതിക്രമങ്ങൾക്ക് പശ്ചാത്തലമൊരുക്കുന്നതും സമൂഹത്തെ അതിനനുകൂലമായി പരുവപ്പെടുത്തിയെടുക്കുന്നതും.

പ്രശസ്ത മാധ്യമ നിരീക്ഷകനായ ശശികുമാർ 'ബലാൽക്കാരത്തിന്റെ വർണന' എന്ന ലേഖനത്തിൽ മാധ്യമങ്ങൾ ബലാൽസംഗങ്ങളെ റിപ്പോർട്ട് ചെയ്യുമ്പോൾ തങ്ങളിൽ ഉറച്ചുപോയ മുൻവിധികളുടെ തടവുകാരാവുന്നത് ചൂണ്ടിക്കാട്ടുന്നു:

> അച്ചടക്കത്തോടെയും വേദനയോടെയും നടത്തിയ പ്രകടനങ്ങളെ അതർഹിക്കുന്ന രീതിയിൽ സമചിത്തതയോടെ കൈകാര്യം ചെയ്യാൻ ടെലിവിഷൻ മാധ്യമങ്ങൾക്കായില്ല. ശശികുമാർ നിരീക്ഷിച്ചു.

സാറാ പ്രൊജൻസ്കിയുടെ നിരീക്ഷണം ശശികുമാർ എടുത്തുകാട്ടുന്നു:

> ലൈംഗികാതിക്രമങ്ങളുടെ പ്രതിനിധാനങ്ങൾ നമ്മുടെ സ്വകാര്യവും സാമൂഹ്യവുമായ ഇടങ്ങളെ വഷളാക്കുന്നു. നാം ശ്രദ്ധിക്കുകപോലും ചെയ്യാത്തത്ര സർവ സാധാരണമായ ഒന്നായാണ് ബലാൽക്കാരങ്ങളെ ചിത്രീകരിക്കുന്നത്. അത് ഉൽപ്പാദിപ്പിക്കുന്ന ബോധത്തിൽ നാം പങ്കുപറ്റുകയും സാമൂഹ്യജീവിതത്തിൽ ഇത് ഒഴിവാക്കാനാവാത്തതാണ് എന്നു സ്വാംശീകരിക്കുകയും ചെയ്യുന്നു.

സ്ത്രീയുടെ ചരക്കുവൽക്കരണവും കമ്പോളവൽക്കരണവും ലൈംഗികാതിക്രമങ്ങളിലേക്കു നയിക്കുന്നു എന്ന നിരീക്ഷണത്തെ പ്രശ്നവൽക്കരിക്കുകയാണ് ലൈംഗികാതിക്രമങ്ങൾ, ഉപഭോക്തൃ സംസ്കാരം, സ്ത്രീപക്ഷ രാഷ്ട്രീയം എന്ന ലേഖനത്തിൽ ശ്രീനന്ദി ബാനർജി:

> കൈമാറ്റം ചെയ്യുവാനായി മുതലാളിത്തം എന്തിനെയും അമൂർത്തവൽക്കരിക്കും. വിപണി എന്ന ലക്ഷ്യത്തിനുവേണ്ടി ബൂർഷ്വാസി എല്ലാത്തിനെയും ഒരുപോലെയാക്കിത്തീർക്കും എന്ന മാർക്സിസ്റ്റ് പരികൽപ്പനയെ അടിസ്ഥാനമാക്കിയാണ് 'വസ്തുവൽക്കരണം', 'ചരക്കുവൽക്കരണം' എന്നീ വാക്കുകൾ വ്യവഹരിക്കപ്പെടുന്നത്. വസ്തു എന്ന സങ്കൽപ്പം ഒരു പ്രത്യേകതരത്തിലുള്ള ബോധത്തെ മുൻകൂട്ടി നിശ്ചയിക്കുമെന്നതിനാൽ ഉടമകൾ ചേർന്നുള്ള ഒരു സാമൂഹ്യനിർമിതിയുടെ ലക്ഷണമെന്നനിലയിൽ വസ്തുവൽക്കരണം ആവശ്യവും നിർണായകവുമായ ഒന്നാണ്. അതിനാൽ ഇവിടെ 'അയാൾ' വിവേചനബുദ്ധിയുള്ള വ്യക്തിയാണ്. സ്വാഭാ

വിക അവകാശങ്ങൾ ഉള്ളവനും മറ്റുള്ളവരിൽനിന്നും വ്യത്യസ്തനും എന്നാൽ മറ്റുള്ളവർക്ക് തുല്യനുമാണയാൾ. അതിനാൽ ഈ സന്ദർഭത്തിൽ വസ്തുവൽക്കരണം നൽകുന്ന 'തുല്യത' പല പരമ്പരാഗത മാർക്സിസ്റ്റുകളും കാണുന്നതുപോലെ കപടാവബോധമല്ല. വസ്തുവൽക്കരണം സംബന്ധിച്ച അത്തരം വായന തെറ്റും അതിനാൽ വലതുപക്ഷ സദാചാരവാദികളുടെ 'പരിപൂർണതാ' വാദത്തിന്റെ വെറുമൊരു ഭാഗവുമായിത്തീരും.

അടഞ്ഞ സാമൂഹ്യ സാഹചര്യങ്ങളാണ് ബലാൽസംഗങ്ങൾക്കു കാരണമെന്ന വാദത്തെ 'ബലാൽസംഗം നമ്മുടേതും അവരുടേതും' എന്ന ലേഖനത്തിലൂടെ സസ്വത് പട്നായ്ക് തുറന്നുകാട്ടുന്നു:

> ബലാൽസംഗ സംസ്കാരം നിലനിൽക്കുന്നിടത്തു ബലാൽസംഗങ്ങൾ ഒരു കുലുക്കവും സൃഷ്ടിക്കുന്നില്ല. ഇന്ത്യയിൽ ബലാൽസംഗ കേസുകളുടെ ശിക്ഷാനിരക്ക് 26 ശതമാനം ആണെങ്കിൽ അമേരിക്കയിൽ പരിശോധനക്കായി കാത്തുകിടക്കുന്ന ബലാൽസംഗ കിറ്റുകൾ നാലുലക്ഷമാണ്. ഇതെല്ലാം തുറന്നു പരിശോധിക്കുമ്പോൾ നിയമ കാലയളവ് കഴിഞ്ഞിട്ടുണ്ടാവും. ബലാൽസംഗകേസിലെ പ്രതികൾ ചാർജു ചെയ്യപ്പെടാതെ ഇങ്ങനെ രക്ഷപ്പെടും. ബലാൽസംഗക്കുറ്റവാളികളിൽ 24 ശതമാനം പേർ മാത്രമെ അറസ്റ്റ് ചെയ്യപ്പെടൂ. ബ്രിട്ടണിലും ഇതുമായി ബന്ധപ്പെട്ട കണക്കുകൾ ആശാവഹമല്ല. ബ്രിട്ടീഷ് സർക്കാർതന്നെ പറയുന്നത് ബലാൽസംഗകേസുകളിൽ 95 ശതമാനവും പൊലീസിൽ റിപ്പോർട്ട് ചെയ്യാറില്ല. ശിക്ഷിക്കപ്പെട്ടതാകട്ടെ റിപ്പോർട്ട് ചെയ്യപ്പെട്ടതിന്റെ 6.5 ശതമാനം മാത്രവും.

ബലാൽസംഗത്തെ നേരിടുന്നതിനുള്ള നിയമങ്ങളെയും പരിഹാരങ്ങളെയും പറ്റിയുള്ള ചർച്ചയിൽ ജസ്റ്റിസ് വർമ്മകമ്മിറ്റി റിപ്പോർട്ട് ചർച്ച ചെയ്യപ്പെടുന്നു. ടി കെ രാജലക്ഷ്മി, അനൂപ് സുരേന്ദ്രനാഥ്, പി കൃഷ്ണനുണ്ണി, ജെ ദേവിക, അഡ്വ. സ്വപ്ന ജോർജ് എന്നിവർ പ്രശ്നത്തെ നിയമത്തിന്റെ ദൃഷ്ടിയിൽ വിലയിരുത്തുന്നു. പുരുഷന്മാർ ബലാൽസംഗം ചെയ്യുന്നത് എന്തുകൊണ്ട് എന്ന ലേഖനത്തിൽ ജീവൻ ജോബ് തോമസ് ബലാൽസംഗത്തിന്റെ അടിസ്ഥാന പ്രേരണകളെ വിശകലനം ചെയ്യുന്നു.

ആൺകോയ്മകളുടെ പ്രശ്നത്തെപ്പറ്റി ചർച്ച ചെയ്ത ലിംഗനീതി, സ്വാതന്ത്ര്യം പ്രത്യയശാസ്ത്രം എന്ന വിഭാഗത്തിൽ ഷോമ ചൗധരി, രത്ന കപൂർ, ഡോ. ടി എൻ സീമ, ജി പി രാമചന്ദ്രൻ, സയൻ ഭട്ടാചാര്യ, ഉർവശി ബൂട്ടാലിയ, ശുദ്ധബ്രത സെൻഗുപ്ത തുടങ്ങിയവർ പങ്കെടുക്കുന്നു.

> പുരുഷന്മാർമാത്രം വിഹരിച്ചിരുന്ന തൊഴിൽ മേഖലകളിലേക്കും മറ്റ് ഇടങ്ങളിലേക്കും സ്ത്രീകൾ സധൈര്യം കടന്നുവരുവാൻ തുടങ്ങിയപ്പോൾ പുരുഷാധിപത്യ സമൂഹത്തിന് ഒരു അരക്ഷിത

ബോധം ഉണ്ടായിത്തുടങ്ങിയിട്ടുണ്ട്. ഈ അക്രമങ്ങൾക്ക് കാരണക്കാർ പുരുഷന്മാർ മാത്രമാണെന്നു പറയുവാൻ കഴിയുകയില്ലെങ്കിലും ഇത്തരം അക്രമങ്ങളിൽ പങ്കെടുക്കുന്നവരിൽ ഒട്ടുമിക്കവരും യുവാക്കളാണെന്ന പ്രശ്നം അവശേഷിക്കുന്നു.

രത്നകപൂർ എടുത്തുപറഞ്ഞ ഇക്കാര്യം പ്രശ്നത്തിന്റെ കാതലിലേക്കാണ് വിരൽ ചൂണ്ടുന്നത്:

> പ്രത്യേക അവകാശങ്ങളുള്ളവരായി യുവാക്കളെ വളർത്തിയെടുക്കുന്ന മാതാപിതാക്കന്മാർ അവരിൽ പുരുഷന്മാരാണെന്ന അഹങ്കാരവും ദൃഢപ്പെടുത്തുന്നു. ആൺകുട്ടികൾക്ക് വീടുകളിൽ ലഭിക്കുന്ന പ്രത്യേക പരിഗണന പെൺകുട്ടികളോടുള്ള അവഗണനയായി മാറുന്നു. അവർ ആവശ്യമില്ലാത്തവരും കുടുംബത്തിനു ഭാരവുമായി ഗണിക്കപ്പെടുന്നു. അസമത്വം സ്ത്രീവിദ്വേഷത്തിന്റെ പരിസരമൊരുക്കുന്നു. സ്ത്രീകൾ പുരുഷനെ വണങ്ങാതിരിക്കുകയോ അവളുടെ വികാരം പ്രകടിപ്പിക്കുകയോ ചെയ്യുകയാണെങ്കിൽ ഉടനെതന്നെ അവൾക്കെതിരെ പുരുഷത്വം സടകുടഞ്ഞ് എഴുന്നേൽക്കുന്നതു കാണാം.

രത്നകപൂറിന്റെ ഈ നിരീക്ഷണവും ഭാരതീയ അന്തരീക്ഷത്തിൽ ശരിയായി മാറുന്നു.

ബലാൽസംഗങ്ങളും അതിന്റേതായ ചില വ്യവസ്ഥകൾക്കുള്ളിലാണ് സംഭവിക്കുന്നത് എന്ന് ശുദ്ധബ്രത സെൻഗുപ്ത നിരീക്ഷിക്കുന്നു

> അധികാരവ്യവസ്ഥയുടെ കേന്ദ്രം ലൈംഗികതയ്ക്കും സ്വാതന്ത്ര്യത്തിനും നേരെയുള്ള ബലപ്രയോഗമാണ്. സ്ത്രീയുടെ ലൈംഗികാവയവങ്ങൾക്കു നേരെയുള്ള നിയന്ത്രണം അവളുടെ പ്രത്യുൽപ്പാദന വീര്യത്തിനു നേരെയുള്ള നിയന്ത്രണമായി വീക്ഷിക്കാം. പിതൃ കേന്ദ്രീകൃത വ്യവസ്ഥ ലൈംഗികതയെപ്പറ്റി ഉൽക്കണ്ഠപ്പെടുന്നത് അതിലന്തർഭവിച്ച ഭോഗേച്ഛ കൊണ്ടല്ല; അതു വഴിയുണ്ടാകുന്ന പുരുഷ സന്താനങ്ങളുടെ ലബ്ധിയിലാണ്. തങ്ങളുടെ അവകാശങ്ങൾ തലമുറകളിലേക്ക് സംക്രമിപ്പിച്ചുകൊണ്ടാണ് പിതൃകേന്ദ്രവ്യവസ്ഥ നിലനിൽക്കുന്നത്. ഈ വ്യവസ്ഥയുടെ മേൽക്കോയ്മ നിലനിൽക്കുന്നത് പിതാക്കന്മാരും പുത്രന്മാരും തമ്മിലുള്ള ആശയവിനിമയത്തിലൂടെയാണ്... അമ്മമാർ, സഹോദരിമാർ, മക്കൾ തുടങ്ങിയവരെ സാധാരണഗതിയിൽ ഒരാൾ ബലാൽസംഗങ്ങളിൽനിന്നും ഒഴിവാക്കാറുണ്ട്. സ്വന്തം അമ്മമാരിലും സഹോദരിമാരിലും മക്കളിലും സന്താനോൽപ്പാദനം നടത്തുന്നത് നിഷിദ്ധമായി കരുതുന്നതുകൊണ്ടാണിത്. അതുകൊണ്ടാണ് പിതൃകേന്ദ്രീകൃത സംസ്കാരത്തിൽ അമ്മമാരെ പൂജിക്കുന്നതും സഹോദരിമാരെയും പെൺമക്കളെയും വിൽക്കുന്നതും. മറ്റുള്ള സ്ത്രീകൾക്കു

മേൽ എന്തുമാകാം. ബന്ധുക്കളല്ലാത്ത എല്ലാ സ്ത്രീകളെയും അമ്മമാരും സഹോദരിമാരുമായി കരുതണം എന്ന അഭ്യർഥന എല്ലാ സ്ത്രീകളെയും അപമാനിക്കുന്നതാണ്.

വ്യവസ്ഥിതിക്കുള്ളിൽനിന്നുകൊണ്ട് പ്രശ്നത്തിനു പരിഹാരം കാണാനാണ് ലേഖകരിൽ പലരും ശ്രമിച്ചിരിക്കുന്നത്. വ്യവസ്ഥിതി മാറ്റാനുള്ള ശ്രമങ്ങൾക്കുള്ളിൽ അന്തർലീനമാണ് വ്യവസ്ഥിതിക്കുള്ളിൽ നിന്നുള്ള പരിഹാരംതേടലും. ഉള്ളിൽ നിന്നുകൊണ്ടുള്ള പരിഹാരം തേടലിന്റെ നിഷ്ഫലത പ്രായോഗിക പ്രവർത്തനങ്ങളിലൂടെ മാത്രം തിരിച്ചറിയപ്പെടുന്ന ഒന്നാണ്. ഒട്ടുമിക്ക ലേഖകരും യോജിക്കുന്നത് പിതൃകേന്ദ്രീകൃത സാമൂഹ്യാവസ്ഥ നിലനിർത്തുന്ന പുരുഷമേധാവിത്വമാണ് ബലാൽസംഗ സംസ്കാരത്തിന്റെ ഉറവിടം എന്ന കാര്യത്തിലാണ്. എന്നാൽ എവിടെയാണ് പിതൃകേന്ദ്രീകൃത സാമൂഹ്യാവസ്ഥ ഊനം തട്ടാതെ നിലനിൽക്കുന്നത്? മാതാധിഷ്ഠിതവും ഫ്യൂഡലുമായ സാമൂഹ്യക്രമത്തിലും ഉദാരവൽക്കൃതമുതലാളിത്ത സാമൂഹ്യക്രമത്തിലുമാണ് പിതൃകേന്ദ്ര അധികാര ഘടനയ്ക്ക് നിലനിൽക്കുവാൻ കഴിയുന്നത്. കാലഹരണപ്പെട്ട ആശയം എന്ന് അധിക്ഷേപിക്കപ്പെട്ടാലും മുതലാളിത്തത്തെ കടപുഴക്കിക്കൊണ്ടല്ലാതെ ബലാൽസംഗസംസ്കാരത്തെ പൂർണമായി ഒഴിവാക്കാനാവില്ല, ആ വസ്തുത മൂടിവയ്ക്കാനാവില്ല. സ്ത്രീകൾക്കെതിരായ യുദ്ധം ഇന്നത്തെ കാലഘട്ടത്തിന്റെ ക്രമമായിത്തീർന്നിരിക്കുന്നു. പഴയ മൂല്യങ്ങളെപ്പറ്റിയുള്ള ഗൃഹാതുരതയിൽ അഭിരമിച്ചതുകൊണ്ടു കാര്യമില്ല. മുതലാളിത്ത ഫ്യൂഡൽ ശക്തികളെ പൊളിക്കാനുള്ള ശ്രമങ്ങളിൽ ഏർപ്പെടുകയാണു വേണ്ടത്. സ്ത്രീപീഡനകേസുകൾ കൂടുതൽകൂടുതൽ രജിസ്റ്റർ ചെയ്യപ്പെടുന്നതിൽ ഖേദിക്കാനൊന്നുമില്ല. ഏതു വ്യവസ്ഥിതിക്കുള്ളിൽ നിന്നാണോ നാം പരിഹാരത്തിനു ശ്രമിക്കുന്നത് ആ വ്യവസ്ഥിതി എത്രമാത്രം ജീർണമാണെന്നു മനസിലാക്കാൻ അതിടം നൽകും. ലൈംഗികവും ജാതിപരവും വംശീയവുമായ വിവേചനങ്ങളെ തുറന്നു കാട്ടാൻ അതു വഴിവയ്ക്കും.

ഇപ്പോഴുണ്ടായ പ്രതിഷേധങ്ങൾ സ്ഥായിയായി നിലനിൽക്കണമെന്നില്ല. അമേരിക്കയിലെ 'വാൾസ്ട്രീറ്റ് പിടിച്ചടക്കൽ' പ്രസ്ഥാനം അവസരവാദികളായ ഉദാരജനാധിപത്യവാദികൾ ഹൈജാക് ചെയ്തതുപോലെ ഇവിടെ രൂപപ്പെട്ട പ്രതിഷേധം വലതുപക്ഷ സദാചാരവാദികൾ അവരുടെ ധന-മാധ്യമ ശക്തി ഉപയോഗിച്ച് തട്ടിയെടുത്തേക്കാം. എന്നാൽ എത്ര ചെറുതാണെങ്കിലും ഈ പ്രതിഷേധങ്ങൾ നിസ്സഹകരണത്തിന്റെതോ നിയമലംഘനത്തിന്റെതോ ആയ പരിസരം ഒരുക്കും. പ്രസിദ്ധ ചരിത്രകാരനായ ഹവാർഡ് സിൻ ചൂണ്ടിക്കാട്ടിയതുപോലെ 'സമൂഹത്തിൽ ക്രമാനുഗതമായി ഉണ്ടാകുന്ന മാറ്റങ്ങൾ സംഭവിക്കുന്നത് നല്ല നിയമങ്ങൾ കൊണ്ടുവന്നതുകൊണ്ടല്ല മറിച്ച് എതിർപ്പുമായി രംഗത്തെത്തുന്ന ജനങ്ങളുടെ പ്രതിഷേധംകൊണ്ടാണ്.' കൂടുതൽ കൂടുതൽ ആളുകൾ ലോകത്തെമ്പാടും നവമാധ്യമങ്ങൾ ഉൾപ്പെടെ ഉപയോഗപ്പെടുത്തി

ക്കൊണ്ട് നിലനിൽക്കുന്ന വ്യവസ്ഥിതിക്കെതിരെ രംഗത്തെത്തുന്നുണ്ട്. ലോകത്തെ ഭൂരിപക്ഷംപേരും ഇപ്പോഴും ദരിദ്രരും തൊഴിൽരഹിതരും കുറഞ്ഞ കൂലിക്ക് പണിയെടുക്കുന്നവരുമാണ്. അതുകൊണ്ടാണ് പല ചരിത്രസന്ദർഭങ്ങളിലും ലോകത്ത് പുരോഗമന പ്രസ്ഥാനങ്ങളുടെ മുന്നേറ്റം സാധിതമായിട്ടുള്ളത്.

സ്ത്രീകൾക്കെതിരായ അതിക്രമങ്ങളും ഒരു രാഷ്ട്രീയപ്രശ്നമായി കണക്കാക്കപ്പെടണം. സാമൂഹ്യമാറ്റവുമായി ബന്ധപ്പെടുത്തി ഇതിനെ പരിശോധിക്കണം. സങ്കീർണമായ നിരവധി ഘടകങ്ങളുടെ ഉൽപ്പന്നമാണ് ബലാൽസംഗസംസ്കാരം. ഇതെല്ലാംതന്നെ രാഷ്ട്രീയ ബാഹ്യമല്ല. വർഗ സമരത്തിനു പുറത്തുമല്ല. അത്തരമൊരു വ്യവഹാരമണ്ഡലത്തിലേക്ക് ഇപ്പോഴത്തെ സംഭവങ്ങൾ ഉയർത്തിയെടുക്കുകയാണ് വേണ്ടത്. ആശയമണ്ഡലത്തിൽ നടക്കുന്ന സമരത്തിൽ ധൈഷണികരായ വ്യക്തിത്വങ്ങളുടെ സംഭാവനകൾക്ക് വലിയ സ്ഥാനമാണുള്ളത്.

ആണധികാരത്തിന്റെ ബലപ്രയോഗങ്ങൾ എന്ന ഈ സമാഹാരം ഒരു സംഭവത്തിന്റെ അടയാളപ്പെടുത്തൽ മാത്രമായി ചുരുക്കാനല്ല രാഷ്ട്രീയ-സാമൂഹിക പഠനങ്ങൾകൂടിയായി വിപുലപ്പെടുത്തണമെന്നാണ് ആഗ്രഹിക്കുന്നത്. ഈ പുസ്തകത്തിലേക്ക് രചനകൾ നൽകിയ എഴുത്തുകാർക്കും സമകാലിക പ്രസിദ്ധീകരണങ്ങൾക്കും ദിനപ്പത്രങ്ങൾക്കും ഈ പുസ്തകം പ്രസിദ്ധീകരിക്കുന്ന ചിന്ത പബ്ലിഷേഴ്സിനും അകമഴിഞ്ഞ നന്ദി.

രാധാകൃഷ്ണൻ ചെറുവല്ലി

ഭാഗം 1

കാഴ്ച

ബലാൽസംഗത്തിന്റെ വർണന

ശശികുമാർ

***ലൈ**ഫ് ഓഫ് പൈ* എന്ന സിനിമ കണ്ടതിനുശേഷം ഡൽഹിയുടെ തെക്കുപടിഞ്ഞാറ് ഭാഗത്തുള്ള മുനിർകയിൽനിന്നും ദ്വാരകയിലുള്ള വീട്ടിലേക്കു പോകാൻ അവൾ ബസിൽ കയറി. ആ യാത്രയ്ക്കിടയിൽ ബസിലുണ്ടായിരുന്ന ആറുപേർ അവളോടു ചെയ്തത് എന്തായിരുന്നു? ഒരുവശത്ത് പറയാനാവാത്തവിധം ഭീകരവും മറുവശത്ത് ക്രൂരമെന്നു വിശേഷിപ്പിച്ചാൽ മതിയാവാത്തതുമാണ്. കപ്പൽഛേദത്തെ തുടർന്ന് കടലിലകപ്പെട്ട പൈ എന്ന കുട്ടിക്ക് അഭിമുഖീകരിക്കേണ്ടിവന്ന ക്രൂരാനുഭവങ്ങൾ *ലൈഫ് ഓഫ് പൈ* എന്ന യാൻ മാർട്ടെലിന്റെ കെട്ടുകഥയിൽ നിന്നും കലാവൈഭവത്തോടെ ചിത്രീകരിച്ചത് കണ്ടിറങ്ങിയ അവൾക്ക് നേരിടേണ്ടിവന്ന അഗ്നിപരീക്ഷണം സ്ക്രീനിൽ കണ്ടതിന്റെ പൈശാചികമായ ദൃഷ്ടാന്തമായി പരിണമിച്ചു. ഈ ഭീകരമായ പ്രവൃത്തിയെ മനസിലാക്കണമെങ്കിൽ അവളുടെ ശരീരത്തിൽ ചെയ്തകാര്യങ്ങൾ കാണുവാൻ പ്രാപ്തമാവുംവിധം നമ്മുടെ മനസിനെ മരവിപ്പിച്ചു നിർത്തേണ്ടതുണ്ട്.

കേവലമായൊരു സ്ഥിതിവിവരം എന്നതിനപ്പുറത്തേക്ക് ഈ ബലാൽക്കാരം നിമിഷം കൊണ്ടുതന്നെ മാറുന്നത് അതിലടങ്ങിയ പൈശാചികതകൊണ്ടാണ്. ഡൽഹി തെരുവുകളിൽ രൂപംകൊണ്ട രോഷത്തോടൊപ്പം ഈ 23 കാരിയുടെ ജീവൻ 13 ദിവസം തുലാസിലാടി. ചില രാഷ്ട്രീയക്കാരിൽനിന്നും ഉയർന്ന ഹൃദയശൂന്യമായ പരാമർശങ്ങൾ നൈരാശ്യം നിറഞ്ഞ അന്വേഷണത്തിനും നിസ്സഹായാവസ്ഥയ്ക്കും ഇട നൽകി. ആ സംഭവത്തിന്റെ പൈശാചികതയ്ക്കുതകുന്നതരത്തിലുള്ള ഒരു വിവരണം നൽകുന്നതിലും എളുപ്പം ആ പ്രവൃത്തി എന്തല്ല എന്നു പറയുകയാണ്. ഒരു ടെലിവിഷൻ അവതാരക ഇതിനെ മൃഗീയം എന്നു വിശേഷിപ്പിച്ചു കണ്ടു. ഇത് മൃഗങ്ങൾക്ക് അപമാനകരമാണ്. ഭീകര

സിനിമകളിൽ സൃഷ്ടിക്കപ്പെട്ടവയല്ലാതെ യഥാർഥ മൃഗങ്ങൾ ഇത്തരം ക്രൂരത കാട്ടാറില്ല. 'ബലാൽസംഗമെന്നോ' കൂട്ടബലാൽസംഗമെന്നോ ഉള്ള വാക്കുകൾ അപര്യാപ്തവും ലഘൂകരിക്കപ്പെട്ടതുമാണ്. ഈ വാക്കുകൾക്ക് ഇര ശാരീരികവും മാനസികവുമായി അനുഭവിച്ച നിഷ്ഠുരതയുടെയും അക്രമത്തിന്റെയും സങ്കീർണതകൾ മുഴുവൻ ഉൾക്കൊള്ളാനാവില്ല. ഇതിനു കാരണം ബലാൽസംഗങ്ങൾ നഗരത്തിലും ഇതരഭാഗങ്ങളിലും നിത്യേനയെന്നോണം ഈ കാലയളവിൽത്തന്നെ സംഭവിച്ചുകൊണ്ടിരിക്കുന്നു എന്നതുകൊണ്ടുകൂടിയാണ്.

അതിനാൽ ചടങ്ങായിമാറുന്ന പ്രതികരണങ്ങൾക്കും കുറ്റപ്പെടുത്തലുകൾക്കും പാപപരിഹാരത്തിനായുള്ള മുറവിളികൾക്കും ഒപ്പം ദുഃഖത്തിന്റേതായ കനത്ത മൂടൽമഞ്ഞ് ജനമനസുകളിലും മാധ്യമങ്ങളിലും നിറഞ്ഞുനിൽക്കുന്നു.

ആ സാധ്യത ആൾക്കൂട്ടസൃഷ്ടിയിൽ വ്യാപൃതരായ ചില ടെലിവിഷൻ ചാനലുകൾക്ക് അപ്രതിരോധ്യമായി കാണപ്പെട്ടു. കുന്തമുനയുള്ള വാചാടോപങ്ങൾ നിറച്ച ചോദ്യങ്ങൾക്ക് ബലാൽസംഗക്കാരെ കഴുവേറ്റണമെന്നോ ഷണ്ഡീകരിക്കണമെന്നോ ഉള്ള മുറവിളികളെ ശക്തിപ്പെടുത്തുന്നതിനല്ലാതെ പ്രശ്നത്തിലേക്ക് ഇറങ്ങിച്ചെല്ലാൻ ആയില്ല. അതിവേഗ കോടതികൾ വേണമെന്നകാര്യത്തിൽ പൊതുസമ്മതിയുണ്ടായി. ചില പ്രതികരണങ്ങൾ സൗദിമോഡൽ ഉടനടി ശിക്ഷയ്ക്കായിട്ടായിരുന്നു. പെൺകുട്ടി അനുഭവിച്ചപോലെ ബലാൽക്കാരക്കാർക്ക് വധശിക്ഷയ്ക്കു മുമ്പ് നീണ്ടുനിൽക്കുന്ന വേദനയും ദുരിതവും നൽകണമെന്നാണ് ഒരു ചെറുപ്പക്കാരൻ വാദിച്ചത്. ഇതെല്ലാം പൊതുജനങ്ങളുടെ അപ്പോഴപ്പോഴുള്ള പ്രതികരണം കാണിക്കാനുള്ള സ്റ്റുഡിയോ ചർച്ചകളുടെയോ നേരിട്ടുള്ള അഭിപ്രായപ്രകടനങ്ങളുടെയോ ഭാഗമാണ്. ആ ചർച്ചകളിൽ ആരും ബുദ്ധിപൂർവം നിയമം നിയമത്തിന്റെ വഴിക്കുപോകും എന്ന അഭിപ്രായം പറഞ്ഞില്ല. അപ്പോഴത്തെ അവസ്ഥവച്ച് ബലാൽസംഗം നടത്തിയവരെ ഒരു പൊലീസ് ഏറ്റുമുട്ടലിൽ കൊന്നാൽപ്പോലും അതിന് തന്ത്രപരമായ അംഗീകാരം ലഭിക്കുമായിരുന്നു.

ഉറച്ചുപോയ സമീപനം

പൊതുതാൽപ്പര്യാർഥം ടെലിവിഷൻ ചാനലുകൾ ഇത്തരം വിഷയങ്ങളിലേക്ക് എടുത്തു ചാടുന്നതിൽ അവരെ കുറ്റപ്പെടുത്തേണ്ടതില്ല. ഈ കേസിൽ എന്നപോലെ നിയമനടപടികളെയും സംവിധാനങ്ങളെയുംപറ്റി പുനരാലോചന നടത്താനും കാലതാമസമുണ്ടാക്കാതെ നീതി നിർവഹിക്കപ്പെടുന്നുവെന്നുറപ്പാക്കാനും അവർ കാണിക്കുന്ന ജാഗ്രതയെപ്പറ്റിയും സംശയമില്ല. പ്രശ്നം സജീവമായി നിർത്തുന്നതിൽ അവർ വഹിച്ച പങ്കും പ്രധാനം തന്നെ. അധികാരികളുടെ ശ്രദ്ധ ഇതിൽനിന്നും പിന്തിരിയാതിരിക്കാൻ അതു സഹായിച്ചു. എന്നാൽ ഇതിനെ ഒരു ക്രമസമാധാന പ്രശ്നമായും കുറ്റത്തിന്റെയും ശിക്ഷയുടെയും മാത്രം പ്രശ്നമായും ചുരുക്കി

യതിനാൽ എന്തുകൊണ്ട് നിരന്തരം ബലാൽസംഗങ്ങൾ ഉണ്ടാകുന്നു എന്ന സാംസ്കാരികവും സാമൂഹ്യവുമായ ചോദ്യങ്ങളിൽനിന്നും ആളുകൾ അകന്നുനിൽക്കാൻ ഇടവരുത്തി. റിപ്പോർട്ടു ചെയ്യപ്പെടുന്ന ബലാൽക്കാരക്കേസുകൾതന്നെ (അത് യഥാർഥ സംഭവങ്ങളുടെ ഒരു ഭാഗം മാത്രമേ വരൂ എന്നറിയുമ്പോൾത്തന്നെ) ചുരുങ്ങിയത് ഓരോ അര മണിക്കൂറിലും ഒന്ന് എന്ന രീതിയിൽ സംഭവിക്കുന്നു എന്നാണ് കണക്ക്. ടെലിവിഷൻ ചർച്ചയിലെ വാചാടോപങ്ങളിൽ ഇതിന് വേണ്ടത്ര ശ്രദ്ധ കിട്ടുന്നില്ല. ചാനൽ ചർച്ചയുടെ പേരിൽ അവിടെ നടക്കുന്നത് വാഗ്വിലാസങ്ങളുടെ പ്രകടനവും ഒച്ചവയ്ക്കലും മാത്രമാണ്. തെരുവിലേത് എന്നപോലെ സ്റ്റുഡിയോയിലും സംഘർഷവും ആകാംക്ഷയും മുറ്റിനിൽക്കുന്നു. എല്ലായിടത്തും ചോരയ്ക്കുവേണ്ടിയുള്ള മുറവിളി ഉയർന്നുകേൾക്കുന്നു. തെരുവിലെ പ്രക്ഷോഭങ്ങളെ ശരിയായ രീതിയിലല്ല റിപ്പോർട്ട് ചെയ്തത് എന്ന കാര്യവും ഉന്നയിക്കാവുന്നതാണ്. യഥാർഥത്തിൽ അച്ചടക്കത്തോടെയും വേദനയോടെയും നടത്തിയ പ്രകടനങ്ങളെ അതർഹിക്കുന്ന രീതിയിൽ സമചിത്തതയോടെ കൈകാര്യം ചെയ്യാൻ ടെലിവിഷൻ മാധ്യമങ്ങൾക്കായില്ല.

തീർച്ചയായും വൈകാരിതയുടെയും പ്രബുദ്ധതയുടെയും നിമിഷങ്ങളും അവിടെയുണ്ടായി. അത്തരമൊരു ചർച്ചയിൽ, പതിനഞ്ചാം വയസിൽ കൂട്ടബലാൽസംഗത്തിനിരയായി രക്ഷപ്പെട്ടവൾ, ഉറച്ച സ്ഥൈര്യത്തോടെ താൻ കടന്നുപോയ ഭീകരമായ മാനസികാവസ്ഥകളെപ്പറ്റി പറയുന്നതും കേട്ടു. അവളുടെ ഉദാഹരണം സാമൂഹ്യസ്വീകാര്യതകളെപ്പറ്റിയുള്ള പരിഹാസ്യമായ കാപട്യത്തെ തുറന്നുകാട്ടി. ആരെങ്കിലും ലജ്ജിച്ച് ഒളിക്കണമെങ്കിൽ അതു ബലാൽസംഗക്കാരായിരിക്കണമെന്നവൾ പറഞ്ഞു. എന്നാൽ നമ്മുടെ സമൂഹസദാചാരനിർമിതി ഇരയുടെ സാന്നിധ്യത്തെ അവഗണിക്കുന്ന രീതിയിലുള്ളതാണ്.

സ്ത്രീകൾക്കെതിരെയുള്ള ലൈംഗികത ബലപ്രയോഗങ്ങളും അതിക്രമങ്ങളും നമ്മുടെ സാമൂഹ്യഘടനയിലെന്നപോലെ മാധ്യമങ്ങളിലും ജനപ്രിയ സംസ്കാരത്തിലും അന്തർലീനമാണ്. സാറാ പ്രൊജൻസ്കി എഴുതിയ അമേരിക്കയിലെ (*Watching Rape: Film and Televison in post Feminist Culture* എന്ന അവരുടെ ഗ്രന്ഥത്തിൽ) അനുഭവങ്ങൾ ഇന്നത്തെ സാഹചര്യത്തിലും പ്രയോഗിക്കാവുന്നതാണ്.

> ലൈംഗികാതിക്രമങ്ങളുടെ പ്രതിനിധാനങ്ങൾ നമ്മുടെ സ്വകാര്യവും സാമൂഹ്യവുമായ ഇടങ്ങളെ വഷളാക്കുന്നു. നാം ശ്രദ്ധിക്കുകപോലും ചെയ്യാത്തത്ര സർവസാധാരണമായ ഒന്നായാണ് ബലാൽക്കാരങ്ങളെ ചിത്രീകരിക്കുന്നത്. അത് ഉൽപ്പാദിപ്പിക്കുന്ന ബോധത്തിൽ നാം പങ്കുപറ്റുകയും സാമൂഹ്യജീവിതത്തിൽ ഇത് ഒഴിവാക്കാനാവാത്തതാണ് എന്ന് സ്വാംശീകരിക്കുകയും ചെയ്യുന്നു.

ഇന്ത്യയിലെ മുഖ്യധാരാ ചലച്ചിത്രങ്ങളിൽ ലൈംഗികാതിക്രമങ്ങളും ബലാൽക്കാരങ്ങളും ഇക്കിളിപ്പെടുത്തലിനും സസ്പെൻസിനുമായി വ്യാപകമായി ഉപയോഗിച്ചുവരുന്നു. ഒരാളെ രോഷപ്പെടുത്താനല്ല താദാത്മ്യപ്പെടാനാണ് ഇതു സഹായിക്കുന്നത്. സെൻസർ ബോർഡിന്റെ കണ്ണുവെട്ടിക്കാനുള്ള കൗശലങ്ങൾ പ്രയോഗിച്ച് ഐറ്റം നമ്പരും മറ്റും ഉൾപ്പെടുത്തി വ്യംഗ്യാർഥത്തിൽ ലൈംഗികതയെ ചിത്രീകരിക്കുന്നു. സാമൂഹ്യ അടിച്ചമർത്തലുകളുടെ സിനിമാ വ്യാഖ്യാനങ്ങൾക്ക് യഥാർഥജീവിതത്തിൽ സ്വീകാര്യത ലഭിക്കുകയും അതിനെ യാഥാർഥജീവിതത്തിലേക്ക് തുന്നിച്ചേർത്ത് കടുതൽ അപകടകരമാക്കുകയും ചെയ്യുന്നു. തമിഴ് സിനിമകളിൽ 'കട്ടപഞ്ചായത്തുകൾ' അങ്ങേയറ്റത്തെ ജനപിന്തുണയുള്ള ഗ്രാമീണ സ്ഥാപനമായും ആളുടെ ജീവനും സ്വത്തും അഭിമാനവുമെല്ലാം സംരക്ഷിക്കുന്നതും സാമൂഹ്യമൂല്യങ്ങൾ തകിടംമറിയാതെ സൂക്ഷിക്കുന്നതുമായ (ആൺകോയ്മ) ഇടങ്ങളായുമാണ് ചിത്രീകരിക്കപ്പെടുന്നത്. എന്നാൽ യഥാർഥത്തിൽ വടക്കേ ഇന്ത്യയിലെ (കാപ്പ്) ജാതിപഞ്ചായത്തുകൾപോലെ ഇതും ജനങ്ങളുടെ ഭരണഘടനാദത്തമായ അവകാശങ്ങളെ അടിച്ചമർത്തുന്ന ജനാധിപത്യവിരുദ്ധവും അമിതാധികാര സ്വഭാവമുള്ളതുമായ നിയമവിധേയമല്ലാത്ത സംവിധാനങ്ങളാണ്, ജാതീയവും ലിംഗപരവുമായ അടിച്ചമർത്തൽ കേന്ദ്രങ്ങളാണ് ഇവ.

സ്ത്രീകളെ ലൈംഗികമായി ഉപയോഗിക്കുന്നത് നമ്മുടെ സംസ്കാരത്തിലോ മാധ്യമപ്രാതിനിധ്യത്തിലോ പ്രതിരോധിക്കേണ്ട ഒന്നാണെന്ന ധാരണയല്ല പരത്തുന്നത്. ശക്തമായി എതിർക്കുകയോ ചെറുക്കുകയോ ചെയ്യുമ്പോൾ മാത്രമാണ് ഇതിലേക്ക് ശ്രദ്ധ വരുന്നത്. എന്നാൽ പാശ്ചാത്യരാജ്യങ്ങളിലെ പ്രത്യേകിച്ച് ഗ്രീക്ക് പുരാണങ്ങളിലേതുപോലെ ബലാൽക്കാരത്തിന്റെ അടയാളങ്ങൾക്ക് ദൈവികപദവി നൽകുന്ന സംസ്കാരം നമുക്ക് അന്യവുമാണ്.

ബൗദ്ധികപ്രാതിനിധ്യങ്ങൾ

സ്ത്രീകൾക്കെതിരായ അതിക്രമങ്ങൾക്കും ലൈംഗിക ചൂഷണങ്ങൾക്കും എതിരായ സാമൂഹ്യ-നിയമ-സാംസ്കാരിക പ്രാതിനിധ്യ പ്രതികരണങ്ങൾ വളരെ വ്യത്യസ്തവും അവസരങ്ങൾക്കനുസരിച്ച് വ്യതിചലിക്കുന്നവയുമാണ്. പിതൃകേന്ദ്രീകൃത സാമൂഹ്യവ്യവസ്ഥയുടെ ആദിരൂപങ്ങൾക്കെതിരെ ഈ ഘടകങ്ങളെ യോജിപ്പിക്കുന്നതിലാണ് യഥാർഥ വെല്ലുവിളി കുടികൊള്ളുന്നത്. സൂസൻ ബ്രൗൺമില്ലർ തന്റെ *Against our will; Men, women, and rape* എന്ന പുസ്തകത്തിൽ ചൂണ്ടിക്കാട്ടിയപോലെ "തീയുടെ കണ്ടുപിടുത്തംപോലെയും കൈക്കോടാലിയുടെ കണ്ടുപിടുത്തംപോലെയും ചരിത്രാതീതകാലംമുതൽക്കെയുള്ള കണ്ടുപിടുത്തമാണ് പുരുഷന്റെ ലിംഗം സ്ത്രീകളെ ഭയപ്പെടുത്താനുള്ള ആയുധമായി ഉപയോഗിക്കാമെന്നത്." ബൗദ്ധികപ്രാതിനിധ്യങ്ങളിലും ബലാൽക്കാരത്തിൽ അന്തർഭവിച്ചിട്ടുള്ള അക്രമത്തെപ്പറ്റി ഭിന്നാഭിപ്രായ

ങ്ങൾ ഉണ്ട്. സൂസൻ ബ്രൗൺമില്ലർ പറയുന്നത് ബലാൽക്കാരം ഒരു ലൈംഗികപ്രവർത്തിയല്ല അക്രമമാണ് എന്നാണ്. ഈ അഭിപ്രായം സ്ത്രീവാദികളും സ്ത്രീവാദാനന്തര എഴുത്തുകാരും ശരിവയ്ക്കുന്നില്ല.

മിഷേൽ ഫൂക്കോയും ഇതേപോലുള്ള ഒരഭിപ്രായം പറഞ്ഞ് വിവാദ കൊടുങ്കാറ്റുണ്ടായിട്ടുണ്ട്. ശിക്ഷയായി പരിഗണിക്കുമ്പോൾ ബലാൽ സംഗത്തിൽനിന്നും ലൈംഗികതയെ വേറിട്ടു നിർത്തണമെന്നാണദ്ദേഹം വാദിച്ചത്:"

> എന്തായാലും ലൈംഗികത ഒരിക്കലും ശിക്ഷയ്ക്കുള്ള വസ്തുവായി മാറരുത്. ബലാൽക്കാരത്തിനെ ശിക്ഷിക്കുമ്പോൾ ശാരീരിക ആക്രമണത്തെ മാത്രമാവണം ശിക്ഷിക്കേണ്ടത്. ഒരാൾ മുഷ്ടി ചുരുട്ടി മറ്റൊരാളുടെ മുഖത്തടിക്കുന്നതും ലിംഗമുപയോഗിച്ച് ലൈംഗികതയിൽ ഏർപ്പെടുന്നതും ഒരുപോലെതന്നെയാണ്.. കൈമുറുക്കി മുഖത്തടിക്കുന്നതിനെക്കാൾ ഗുരുതരമാണ് ബലാൽക്കാരമെന്നു പറയുന്നതിൽ പ്രശ്നമുണ്ട്. അപ്പോൾ നാം പറയുന്നത് ഇങ്ങനെയായിരിക്കും. ശരീരത്തിൽ ലൈംഗികതയ്ക്ക് പ്രാമുഖ്യമുണ്ട്. ലൈംഗികാവയവം കൈയോ കാലോ മുടിയോ മൂക്കോ പോലുള്ളതല്ല. അത് പ്രത്യേക സംരക്ഷണം അർഹിക്കുന്നു. ശരീരത്തിന്റെ മറ്റ് ഭാഗങ്ങൾക്കില്ലാത്ത നിയമപരമായ സംരക്ഷണം ആവശ്യമാണോ? ഇത് ലൈംഗികതയുടെ പ്രശ്നമല്ല. ശാരീരികമായുണ്ടാകുന്ന ആക്രമണത്തെയാണ് ശിക്ഷിക്കേണ്ടത്. ലൈംഗികത അതിൽ ഉൾപ്പെട്ടിരുന്നോ എന്ന കാര്യം പരിഗണിക്കേണ്ടതില്ല.

ലിംഗപ്രവേശനത്തെയും മുഖത്ത് ഏൽക്കുന്ന മർദനത്തെയും ഒരുപോലെ കാണണമെന്ന വാദത്തിന്റെ സവിശേഷതയ്ക്കപ്പുറം ബലാൽക്കാരത്തിൽ സ്ത്രൈണതയ്ക്കേറ്റ അപമാനമെന്ന നിർമിതിയെ ഈ വാദം അഭിസംബോധനചെയ്യുന്നില്ല എന്ന ദൗർബല്യത്തെ കാണാതിരുന്നുകൂടാ.

ഫൂക്കോയുടെ വാദത്തെ എതിർത്ത് ആൻകാഹിൽ എഴുതി:

> മുൻകൂട്ടി നിശ്ചയിച്ചുറപ്പിച്ചല്ലാതെ നടക്കുന്ന ബലാൽക്കാരങ്ങൾ സ്ത്രീയുടെ ശരീരവുമായി ബന്ധപ്പെട്ടതാകയാൽ ബലാൽക്കാരത്തിന് ശാരീരികവും ലൈംഗികവുമായ കൂടുതൽ അർഥതലങ്ങളുണ്ട്.

ആഗോളവൽക്കൃത ഉപഭോക്തൃ സംസ്കൃതിയിൽ സ്ത്രീവാദാനന്തര സ്പഷ്ടതകളോടെ സ്ത്രീത്വത്തിന്റെയും അവളുടെ ശരീരത്തിന്റെയും കാര്യങ്ങൾ ചർച്ച ചെയ്യുന്നത് തുടരാവുന്നതാണ്. അത് ആൺനോട്ടങ്ങളെ മനസിലാക്കുന്നതുമായി ബന്ധപ്പെട്ട പൊതുധാരണകൾക്കും സഹജാവ

ബോധത്തിനും എതിരാണ്. ഇ എം ജയിംസിന്റെ *Fifty shades of grey*യും മറ്റു Fifty സീരീസുകളും വൻ വിജയമായിരുന്നു. ആ നോവൽ ക്രൂരമായ, ആത്മവികൃതീകരണപരമായ ലൈംഗികതയ്ക്കും അശ്ലീലത്തിനും ഇടയിലൂടെയാണ് സഞ്ചരിക്കുന്നത് എന്നതും അതെഴുതിയയാളും അത് വായിക്കുന്നവരും മുപ്പതുവയസിനു മുകളിലുള്ള സ്ത്രീകളാണെന്നുള്ളതും ലൈംഗികതയെ കുറ്റബോധമില്ലാത്ത സുഖാനുഭൂതിയായി അനുഭവിക്കാനുള്ള വർധിച്ചുവരുന്ന പ്രവണതയെ സൂചിപ്പിക്കുന്നു. സ്ത്രീശരീരത്തിന്റെ ഉൽപ്പന്നവൽക്കരണത്തെ ആത്മരതികൊണ്ടു നേരിടുന്നതായി കാണുന്നു. സാറാ പ്രൊജൻസ്കി ഇതിനെ "ഇത്തരം സ്ത്രീവാദാനന്തര വാദങ്ങൾക്കുപിന്നിൽ സ്ത്രീസ്വാതന്ത്ര്യം ആഘോഷിക്കൂ എന്ന പ്രചാരണവും കമ്പോളത്തിലെന്നപോലെ ലഭ്യമാകുന്ന തെരഞ്ഞെടുക്കാനുള്ള സ്വാതന്ത്ര്യവുമാണ്" എന്നു വിശേഷിപ്പിക്കുന്നു.

"ഈ പുതിയ അവബോധത്തിൽ പരസ്യം ധാരാളിത്തം നിറഞ്ഞ ലോകത്തിന്റെ പാരിസ്ഥിതിക വിവസ്ത്രീകരണമാണ്." എന്നാണ് മാർഷൽ മാക്‌ലുഹൻ നിരീക്ഷിച്ചത്. "സ്വതന്ത്രവും ധീരവുമായ ആത്മപ്രകാശനത്തിന് സാധ്യതയുള്ള ഈ പുതിയ ലോകത്തിൽ ആഴത്തിലുള്ള സന്ദേശങ്ങൾക്ക് കുറഞ്ഞ ഫലമേ ഉണ്ടാവുകയുള്ളൂ." എന്ന് വിൽസൺ ബ്രിയാൻ കീ തന്റെ *Subliminal seduction calls* എന്ന പുസ്തകത്തിൽ ചൂണ്ടിക്കാട്ടിയതുപോലെ നാം ഇനി എല്ലാ ഉൽപ്പന്നങ്ങളെയും ലൈംഗികതയിൽ മുക്കാനും ഓരോ കുപ്പിയും സിഗരറ്റ് പാക്കറ്റും കാമോദ്ദീപകമാക്കാനുമുള്ള പരസ്യക്കാരന്റെ പ്രേരണയോർത്ത് ഉൽക്കണ്ഠപ്പെടേണ്ടതില്ല.

പൗരന്മാർ സംഘടിച്ചപ്പോൾ

സാഗ്നിക് ദത്ത

പ്രതികരിക്കാത്ത നഗരം എന്ന ദുഷ്പേര് ഡൽഹിക്കുണ്ട്. അതിനെ തള്ളി രോഷാകുലരായ ജനങ്ങൾ ഡൽഹി തെരുവുകളിൽ നിറഞ്ഞത് ശ്രദ്ധേയമാണ്. കൂട്ടബലാൽസംഗത്തെ തുടർന്ന് ഡൽഹിയിലും പരിസരത്തുമുള്ളവർ സ്വമനസാലെ തെരുവുകളിലേക്കിറങ്ങുകയായിരുന്നു. ഇന്ത്യാഗേറ്റ് ജന്തർമന്ദർ തുടങ്ങി അറിയപ്പെടുന്ന പൊതുസ്ഥലങ്ങളിലും നഗരത്തിലെ തെരുവുകളിലും അവർ നിറഞ്ഞു. മെഴുകുതിരികളേന്തിയും തെരുവുനാടകങ്ങൾ കളിച്ചും മൗനമായി നടന്നും അവർ പ്രതിഷേധിച്ചു. അധികാരശക്തികളുടെ നിർവികാരതയ്ക്കെതിരെ രൂപപ്പെട്ടുവരുന്ന ചലനാത്മകമായ പൗരപ്രതിഷേധത്തിന്റെ ഉദയത്തെയാണിതു കുറിക്കുന്നത്. സ്ത്രീകൾക്കെതിരായ കുറ്റകൃത്യങ്ങൾ ചെറുക്കാനുള്ള ഭരണകൂടത്തിന്റെ കഴിവില്ലായ്മയ്ക്കെതിരായ ശബ്ദങ്ങളാണ് നാമിവിടെ കേട്ടത്.

ഒരു കേന്ദ്രനേതൃത്വത്തിനുകീഴിലോ മുൻകൂട്ടി നിശ്ചയിക്കപ്പെട്ട മുദ്രാവാക്യങ്ങൾക്കു കീഴിലോ ആയിരുന്നില്ല പ്രതിഷേധം. പ്രതിഷേധത്തിന് ബഹുസ്വരതയുണ്ടായിരുന്നു. ചില ഘട്ടങ്ങളിലെങ്കിലും അരാജകത്വത്തിന്റെ വക്കോളമെത്തിയ പ്രതിഷേധത്തിന്റെ ചലനാത്മകത മനസിലാക്കാൻ ശ്രമിക്കുമ്പോൾ, ഉയർന്നുകേട്ട മുദ്രാവാക്യങ്ങളുടെ വിവക്ഷയും ഇത്രയും വലിയൊരു പൗരാവലി ഒത്തുചേർന്നതിന്റെ കാരണങ്ങളെയും വ്യവച്ഛേദിച്ച് കാണേണ്ടതുണ്ട്. പ്രധാന പ്രതിഷേധ കേന്ദ്രമായ ജന്തർമന്ദറിൽനിന്നുതന്നെ സ്ത്രീകൾക്കെതിരായ ലൈംഗികാതിക്രമങ്ങളെപ്പറ്റിയും അതു നേരിടാനുള്ള മാർഗങ്ങളെപ്പറ്റിയും വിഭിന്നങ്ങളായ അഭിപ്രായങ്ങൾ പുറത്തു വന്നിരുന്നു.

പ്രതിഷേധരൂപങ്ങൾ

സംഭവം ശ്രദ്ധയിൽ വന്നയുടൻതന്നെ ഇന്ത്യാഗേറ്റിൽനിന്നും പ്രതി

ഷേധം തുടങ്ങിക്കഴിഞ്ഞിരുന്നു. പ്രതിഷേധക്കാരും പൊലീസും ഏറ്റുമുട്ടിയതിനെത്തുടർന്ന് പ്രതിഷേധം ജന്തർമന്ദറിലേക്കു മാറ്റി. ഡിസംബർ 29 ന് ആ പെൺകുട്ടി മരണമടഞ്ഞപ്പോൾ പ്രതിഷേധം ആളിക്കത്തി. സമൂഹത്തിന്റെ എല്ലാത്തുറകളിൽനിന്നുമുള്ള, വർഗവ്യത്യാസങ്ങൾ പരിഗണിക്കാതെ, നൂറുകണക്കിനാളുകൾ തെരുവിലിറങ്ങി. അവരുടെ ജാഥകൾ സമാധാനപരമായിരുന്നു. അണ്ണാഹസാരെ അഴിമതിക്കെതിരായ പ്രക്ഷോഭങ്ങൾക്ക് ഘടകവിരുദ്ധമായി മധ്യവർഗത്തിൽപ്പെട്ടവർ മാത്രമല്ല തൊഴിലാളിവർഗത്തിൽപ്പെട്ടവരുടെ വൻപങ്കാളിത്തവും ശ്രദ്ധേയമായിരുന്നു.

ഞാൻ സംസാരിച്ച നിരവധിപേർ സാധാരണ തൊഴിലാളികളായിരുന്നു. തങ്ങളുടെ പുതുവൽസര പരിപാടികൾ മാറ്റിവച്ച് പ്രതിഷേധത്തിനെത്തിയ വിദ്യാർഥികളുണ്ടായിരുന്നു. സ്വന്തം വീടുപോലും സുരക്ഷിതമല്ലെന്ന് അനുഭവം കൊണ്ടറിഞ്ഞ വീട്ടമ്മമാരുണ്ടായിരുന്നു.

ജന്തർമന്ദറിലെ പ്രതിഷേധത്തിന് പ്രതികാരത്തിന്റെ സ്വരമായിരുന്നു. അവിടെനിന്നും വധശിക്ഷയും ഷണ്ഡീകരണവും വേണമെന്ന ആവശ്യമുയർന്നു. പൊലീസിന്റെയും ഭരണസംവിധാനത്തിന്റെയും വീഴ്ചയായി പ്രശ്നത്തെ ചുരുക്കിക്കണ്ടവരാണേറെയും. അവരാണ് അതിവേഗത്തിലുള്ള പരിഹാരത്തിനായി മുറവിളികൂട്ടിയത്.

പിതൃകേന്ദ്രീകൃത വ്യവസ്ഥയുടെ സങ്കൽപ്പനങ്ങൾ

പ്രതിഷേധത്തിൽ പങ്കെടുക്കവേതന്നെ പലരും പരിഹാരത്തെക്കുറിച്ചു പറയുമ്പോൾ തങ്ങളുടെ പിതൃകേന്ദ്രീകൃത സങ്കൽപ്പങ്ങൾ മറച്ചുപിടിച്ചില്ല. പാതിരാത്രികഴിഞ്ഞും നേർത്ത വസ്ത്രങ്ങൾ ധരിച്ച പെൺകുട്ടികൾ താൻ പണിയെടുക്കുന്ന ഹോട്ടലിൽ ഡിസ്കോയ്ക്കെത്തുന്നത് കണ്ട് അത്ഭുതപ്പെടാറുണ്ടെന്ന് പ്രകടനത്തിനെത്തിയ ഹോട്ടൽ തൊഴിലാളിയായ ഒരു യുവാവു പറഞ്ഞു. പാശ്ചാത്യസ്വാധീനത്തെ വരിച്ചതിനെയും ഇന്ത്യൻ സംസ്കാരം ത്യജിച്ചതിനെയും കുറ്റപ്പെടുത്തുന്നവർ പ്രതിഷേധക്കാരിൽത്തന്നെയുണ്ടായിരുന്നു. ഒരു പെൺകുട്ടിയെ കൂടെ കൂട്ടാൻ അധികമൊന്നും അധ്വാനിക്കേണ്ടതില്ലെന്നാണ് എഞ്ചിനീയറായ ഒരു യുവാവ് പറഞ്ഞത്. ഇവരെല്ലാം സ്ത്രീ ഒരു സ്വതന്ത്ര അസ്തിത്വമാണെന്നകാര്യം വിസ്മരിക്കുന്നു. സ്ത്രീകൾക്ക് സംരക്ഷണം ഏർപ്പെടുത്തണമെന്നാണ്; മേധാവിത്വം ചെലുത്തുന്ന സാമൂഹ്യരീതികൾ മാറ്റണമെന്നല്ല അവരെല്ലാം ആവശ്യപ്പെടുന്നത്.

ദില്ലിയിലെ തെരുവുകളിൽ രോഷം ജ്വലിക്കുന്നുണ്ട്. എന്നാൽ ഈ രോഷത്തെ ലിംഗനീതിയെന്ന ആവശ്യത്തിലേക്കു നയിക്കുക എന്നതാണ് മുഖ്യവെല്ലുവിളി. ഈ അവസരത്തെ തങ്ങൾക്കനുകൂലമായി മാറ്റിയെടുക്കാൻ വലതുപക്ഷ-പിന്തിരിപ്പൻ ശക്തികൾ ശ്രമിക്കുമെന്ന അപകടത്തെയും നാം കാണണം. വിമർശിക്കപ്പെടേണ്ട ആശയപരിസരത്തുതന്നെ പ്രതിഷേധത്തെ തളച്ചിടാനാണവർ ശ്രമിക്കുന്നത്.

ഷീലാ ദീക്ഷിത്തിനെതിരെ ലൈംഗിക പരാമർശങ്ങൾ ചില പ്രതിഷേധക്കാർ വിളിച്ചുകൂവുന്നതും കേട്ടു. പൊലീസിനെതിരായ രോഷവും പ്രകടിപ്പിക്കപ്പെട്ടത് ലൈംഗികച്ചുവയുള്ളതും സ്ത്രീവിദ്വേഷപരവുമായ രീതിയിലാണ്. പൊലീസ് ബാരിക്കേഡുകളെ വിമർശിച്ച സ്കൂൾകുട്ടികൾ പോലും സ്ത്രീവിദ്വേഷപരമായ ഭാഷയാണ് ഉപയോഗിച്ചത് എന്ന കാര്യം എന്നെ അത്ഭുതപ്പെടുത്തി.

എതിർ ആഖ്യാനങ്ങൾ

വിവേകപൂർവമായ പ്രതികരണങ്ങളും പ്രകടനങ്ങൾക്കിടെ കേട്ടു. സ്ത്രീകൾക്കെതിരായ മേധാവിത്വ പ്രവണതകളെ മാറ്റിമറിക്കാൻ ശക്തമായ സാമൂഹ്യ ഇടപെടലുകൾ ആവശ്യമാണെന്ന് അവർ പറഞ്ഞു. ജന്തർമന്ദറിൽ ഒത്തുചേർന്ന് യുവാക്കളായ പ്രൊഫഷണലുകൾ തങ്ങൾ വധശിക്ഷ നൽകുന്നതിനും ഷണ്ഡീകരണത്തിനും എതിരാണെന്നു പറഞ്ഞു. സ്കൂൾ ക്ലാസുകൾ മുതൽ ലൈംഗികവിദ്യാഭ്യാസം നൽകണമെന്നും ബോധവൽക്കരണം നൽകണമെന്നും ഇരയ്ക്ക് നീതി ലഭിക്കുന്നതിനൊപ്പംതന്നെ ഇക്കാര്യങ്ങൾ നടപ്പിലാക്കുന്നത് പ്രധാനമാണെന്നും അവർക്ക് അഭിപ്രായമുണ്ട്.

ഡൽഹി സർവകലാശാലയിലെ വിദ്യാർഥിനിയായ പല്ലവി പറഞ്ഞത് അവൾ പ്രതിഷേധങ്ങളിൽ പങ്കുകൊള്ളുന്നതിൽ മാതാപിതാക്കൾക്ക് ഉൽക്കണ്ഠയുണ്ട് എന്നാണ്. അവളുടെ അഭിപ്രായത്തിൽ സാമൂഹ്യമാറ്റം ഒരു പ്രക്രിയയാണ്, വിപ്ലവമല്ല. ഇനി മുതൽ സ്ത്രീകൾക്കുനേരെ ലൈംഗിക ചൂഷക കമന്റുകൾ പറയുകയില്ലെന്ന് എന്തുകൊണ്ടാരും പ്രതിജ്ഞയെടുക്കുന്നില്ല? സമൂഹമെന്നനിലയിൽ നാം ഉത്തരവാദിത്വം ഏറ്റെടുക്കേണ്ടതുണ്ട്.

വിദ്യാർഥികൾ നടത്തിയ മൗനജാഥകൾ, സംഗീതപരിപാടികൾ, തെരവുനാടകങ്ങൾ എന്നിവ ബോധവൽക്കരണത്തിൽ ഊന്നിയുള്ളതായിരുന്നു. ജവഹർലാൽ നെഹ്റു സർവകലാശാല വിദ്യാർഥികൾ മുനിർക ബസ്സ്റ്റാന്റു മുതൽ ഡി ഡി എ ഗ്രൗണ്ടുവരെ നടത്തിയ പ്രതിഷേധ മാർച്ചിൽ കുടുംബിനികളും കുട്ടികളും അയൽക്കാരുമുൾപ്പെടെ വൻ ജനാവലി പങ്കെടുത്തു. മരണമടഞ്ഞ പെൺകുട്ടിക്ക് ആദരാഞ്ജലികൾ അർപ്പിക്കാൻ കലാകാരന്മാരുടെയും കലാസംഘങ്ങളുടെയും വലിയൊരു നിര തന്നെയുണ്ടായിരുന്നു.

അഭിഭാഷകയും മനുഷ്യാവകാശ പ്രവർത്തകയുമായ വൃന്ദ ഗ്രോവർ പറഞ്ഞത്:

> പ്രതിഷേധങ്ങളുടെ വൈവിധ്യത്തിൽ ഞാൻ സന്തുഷ്ടയാണ്. പ്രൊഫഷണലുകൾ, വീട്ടമ്മമാർ വിദ്യാർഥികൾ തൊഴിലാളികൾ... ഒരു വൃദ്ധൻ കയ്യിലേന്തിയ പ്ലക്കാർഡിൽ ഞാനിങ്ങനെ കണ്ടു, “അവൾ മരിച്ചു. ഞാൻ കരഞ്ഞു.” ചലനാത്മകമായ ഒരു ജനാവ

ലിയെയാണ് ഞാൻ കാണുന്നത്. ഈ രോഷത്തെ സുവ്യക്തമായ ആവശ്യങ്ങളാക്കി മാറ്റുകയാണു വേണ്ടത്. അടിയന്തരാവശ്യത്തിനു മാത്രമുള്ള പ്രക്ഷോഭം സ്വയം പരാജയപ്പെടുത്തുന്നതായി മാറും. കാരണം വ്യവസ്ഥിതിയുടെ മാറ്റത്തിനായുള്ള ആവശ്യത്തെ അവഗണിക്കാൻ സർക്കാരിന് അതിടനൽകും.

ചലച്ചിത്രകാരൻ അമർ കാൻവാറിന്റെ അഭിപ്രായത്തിൽ:

ഈ പ്രക്ഷോഭം ലിംഗനീതിക്കുള്ള ദീർഘകാല പ്രതിബദ്ധതയായി മാറണം. പ്രകടനങ്ങൾ നിയന്ത്രണാതീതമാകാൻ സാധ്യതയുണ്ട്. ഒരു മാറ്റം ഞാൻ കാണുന്നു. മാറ്റം ഒരു വിപ്ലവമല്ല. എഴുപതുകാരിയായ ഒരു വൃദ്ധ റോഡിലേക്കിറങ്ങിവന്നു പറയുന്നത് ഞാൻ കേട്ടു, "ഇത്രയും കാലം റോഡിലുണ്ടാകുന്ന ശല്യങ്ങളെ സഹിച്ചു. ഇനി അതിനെക്കുറിച്ച് സംസാരിക്കാൻ സമയമായി."

പ്രതിഷേധത്തിൽനിന്ന് ശാക്തീകരണത്തിലേക്ക്

സുഭാഷിണി അലി

ഇങ്ങനെ സംഭവിക്കാനിടയില്ല എന്ന് ഒരു ചിന്ത; ഒരു പ്രതീക്ഷ. പക്ഷേ, ഇങ്ങനെതന്നെ സംഭവിച്ചിരിക്കുന്നു. നടുക്കത്തിന്റെയും ദുഃഖത്തിന്റെയും രോഷത്തിന്റെയും പൊട്ടിത്തെറികൾക്കിടയിലാണ് ആ വിനാശകരമായ എന്നാൽ സർവസാധാരണമായ അഭിപ്രായപ്രകടനം ഉണ്ടായത്. ഡൽഹിയിൽ ഒരു ബസിൽ യാത്ര ചെയ്യുകയായിരുന്ന യുവതി അതിനിഷ്ഠുരമായി ആക്രമിക്കപ്പെട്ടതിനെതിരെ പ്രതിഷേധ പ്രകടനം നടത്തുന്ന നിരവധി സംഘങ്ങളിൽ ഒന്നിനരികിൽ നിന്ന ഒരു പൊലീസുകാരൻ ഇങ്ങനെ പറയുന്നത് കേട്ടു: "അവൾ അവളുടെ കൂട്ടുകാരനുമായി എന്തെങ്കിലും സംഗതിയിൽ ഏർപ്പെട്ടിട്ടുണ്ടായിരിക്കും. അതായിരിക്കും ആ ചെറുപ്പക്കാരെ പ്രകോപിപ്പിച്ചത്."

ലൈംഗികാതിക്രമവും കടന്നാക്രമണവും എന്ന കുറ്റകൃത്യത്തിന്റെ ഉത്തരവാദിത്വം പുരുഷ കുറ്റവാളികളിൽനിന്ന് ഇരയായ സ്ത്രീയിലേക്ക് മാറ്റുന്ന പ്രവണത തന്നെയാണ് സ്ത്രീകൾക്കും പെൺകുട്ടികൾക്കുമെതിരായി നിത്യേന ഒരറുതിയുമില്ലാതെ വർധിച്ചുകൊണ്ടേയിരിക്കുന്ന അക്രമങ്ങളിൽ പ്രതിഫലിക്കുന്നതും.

പുരുഷമേധാവിത്വത്തിന്റെ ഏറ്റവും നികൃഷ്ടവും നിന്ദ്യവുമായ ഈ സമീപനമാണ് പലപ്പോഴും അതിനിഷ്ഠുരമായ കൊലപാതകത്തിൽവരെ ചെന്നെത്തുന്ന സ്ത്രീകൾക്കെതിരായ ലൈംഗികാതിക്രമണത്തിന് പശ്ചാത്തലമൊരുക്കുന്നതിനും സമൂഹത്തെ തന്നെ അതിനനുകൂലമായി പരുവപ്പെടുത്തിയെടുക്കുന്നതിനും സഹായിക്കുന്നത്. ഈ ബോധം എല്ലാ തലങ്ങളിലേക്കും പടർന്നുപിടിക്കുകയാണ്. മന്ത്രിമാർ, രാഷ്ട്രീയക്കാർ, ഭരണാധികാരികൾ, പൊലീസുകാർ, ജുഡീഷ്യൽ അധികാരികൾ എന്നീ വിഭാഗങ്ങൾക്കിടയിലെല്ലാം ഏറ്റക്കുറച്ചിലുകളോടെ ഈ ചിന്താഗതി നിലനിൽക്കുന്നു.

ചിരപുരാതനവും എന്നാൽ ശക്തമായി വേരുറപ്പിച്ചിട്ടുള്ളതുമായ പരമ്പരാഗത വിശ്വാസങ്ങളും കാലഹരണപ്പെട്ട ഫ്യൂഡൽ സമീപനങ്ങളുമാണ് ഈ പരുവപ്പെടുത്തലിനു പിന്നിലെന്നാണ് പൊതുവെ കരുതപ്പെടുന്നത്. എന്നാൽ ഇന്നാകട്ടെ, സാമൂഹ്യ പ്രശ്നങ്ങളിൽ തീർപ്പുകൽപ്പിക്കുന്ന ഏറ്റവും പ്രധാന ശക്തികേന്ദ്രം കമ്പോളം തന്നെയാണ്. നിരന്തരം നാനാവിധത്തിൽ സ്ത്രീകളുടെയും പെൺകുട്ടികളുടെയും വിലയിടിക്കുകയും അവരെ ചരക്കുവൽക്കരിക്കുകയും ചെയ്യുന്നത്, കൊള്ളലാഭമടിക്കാനുള്ള മുതലാളിത്തത്തിന്റെ അത്യാർത്തിയാണ് ഇതിനു കാരണം. അറുപിന്തിരിപ്പൻ പുരുഷമേധാവിത്വ സമീപനത്തെ അത് നിഗൂഢമായി ശക്തിപ്പെടുത്തുകയും പുതിയ രൂപത്തിൽ അവതരിപ്പിക്കുകയും ചെയ്യുന്നത് സർവവും തട്ടിയെടുത്ത് സ്വന്തം വളർച്ചയ്ക്കായി ഉപയോഗിക്കുകയെന്ന മുതലാളിത്തത്തിന്റെ ആവശ്യത്തിന് അനിവാര്യമായവിധം സ്ത്രീയുടെ കീഴടങ്ങൽ തുടർന്നും ഉറപ്പാക്കുന്നു.

തെഹൽക്ക വാരിക അടുത്തകാലത്ത് ഒരു അഭിമുഖ സംഭാഷണ പരമ്പര പ്രസിദ്ധീകരിക്കുകയുണ്ടായി. ദേശീയ തലസ്ഥാന മേഖലയിലെ വിവിധ തലങ്ങളിലുള്ള പൊലീസ് ഉദ്യോഗസ്ഥരുമായി വാരികയുടെ പ്രതിനിധികൾ നടത്തിയ അഭിമുഖങ്ങളുടെ റിപ്പോർട്ടാണിത്. രണ്ടു പേരൊഴികെ അവരെല്ലാവരും ഒരേപോലെ പറഞ്ഞത്, ബലാൽസംഗം സംബന്ധിച്ചപരാതി തന്നിട്ടുള്ള സ്ത്രീകളും പെൺകുട്ടികളുമെല്ലാം അസാന്മാർഗികളോ മറ്റുള്ളവരെ ബ്ലാക്ക് മെയിൽ ചെയ്യുന്നവരോ സ്വഭാവ ശുദ്ധിയില്ലാത്തവരോ വേശ്യകളോ ആണെന്നാണ്. ഈ ദേശീയ തലസ്ഥാനമേഖല (National Capital Region) ഇന്ന് നിസ്സംശയം ദേശീയ ബലാൽസംഗ തലസ്ഥാനമായി മാറിയിരിക്കുകയാണ്.

ഈ വർഷം മാത്രം ഡൽഹിയിൽ 600 ൽ അധികം ബലാൽസംഗ ക്കേസുകൾ രജിസ്റ്റർ ചെയ്യപ്പെട്ടിട്ടുണ്ട്. രണ്ട് കൂട്ടബലാൽസംഗങ്ങൾ, മെട്രോ സ്റ്റേഷനിൽവെച്ച് ഒരു സ്ത്രീയെ ചില മൈനർ പിള്ളേർ ആക്രമിച്ചത്, മുഴുക്കുടിയനായ ഒരച്ഛൻ തന്റെ ആറ് വയസുള്ള മകളെ ബലാൽസംഗം ചെയ്തത് എന്നിവയെല്ലാം കഴിഞ്ഞ നാല് ദിവസത്തിനകം രാജ്യത്തെയാകെ ഞെട്ടിച്ച ബസിനുള്ളിലെ കൂട്ടബലാൽസംഗം നടന്നതിനു ശേഷം റിപ്പോർട്ട് ചെയ്യപ്പെട്ടിരിക്കുന്നു.

ഈ മേഖലയിൽ റിപ്പോർട്ട് ചെയ്യപ്പെടുന്ന ബലാൽസംഗക്കേസുകളിലെ ഇരകൾ അധികവും ചെറിയ പെൺകുട്ടികളും ദിവസക്കൂലി വേല ചെയ്യുന്ന ദരിദ്രരായ സ്ത്രീകളും വീട്ടുവേലക്കാരായ സ്ത്രീകളുമാണ്. എന്നാൽ വസ്തുതകൾ ഇതൊക്കെയായിട്ടും സ്ത്രീകളുടെയും കുട്ടികളുടെയും സുരക്ഷ ഉറപ്പാക്കാൻ ബാധ്യതപ്പെട്ടവർക്ക് ഈ ആക്രമണങ്ങൾ തടയാനോ കുറ്റക്കാരെ നിയമത്തിനുമുന്നിൽ കൊണ്ടുവരാനോ കഴിയുന്നില്ല. എന്നാൽ ആക്രമണവിധേയരായ സ്ത്രീകൾ തന്നെയാണ് ആ ആക്രമണങ്ങൾക്ക് ഉത്തരവാദി എന്ന മുൻവിധിയോടെയുള്ള കാഴ്ചപ്പാട്

ശക്തമായി ഇപ്പോഴും അവർ തുടരുകയാണ്. സുരക്ഷിതത്വമില്ലായ്മയും അക്രമസംഭവങ്ങളും വർധിപ്പിക്കുന്നതിനു മാത്രമേ ഇത് സഹായകമാകൂ.

പുതിയ നിയമനിർമാണം

ഈ അസഹനീയമായ സാഹചര്യത്തിന് അടിയന്തരമായ പരിഹാര നടപടികൾ അനിവാര്യമായിരിക്കുന്നു. ഇതിൽ നിയമപാലന ഏജൻസികളുടെയും ജുഡീഷ്യൽ സംവിധാനത്തിന്റെയും പങ്ക് നിർണായകമാണ്. ഈ കാര്യത്തിൽ കൂടുതൽ ശ്രദ്ധ ചെലുത്താൻ ആരംഭിക്കുമ്പോൾത്തന്നെ ഈ അവസ്ഥയിൽ അഭിവൃദ്ധി ഉണ്ടാകും. നിശ്ചയമായും പുതിയ നിയമനിർമാണത്തിന്റെ ആവശ്യമുണ്ട്. ലൈംഗികാക്രമണങ്ങൾ സംബന്ധിച്ച് ബില്ല് ഇനിയും നിയമമാക്കേണ്ടതുണ്ട്. തൊഴിലിടങ്ങളിലെ ലൈംഗിക അക്രമങ്ങൾക്കെതിരായ അൽപ്പവും തൃപ്തികരമല്ലാത്ത ബില്ല് രാജ്യസഭ അത് പാസാക്കുന്നതിനുമുമ്പുതന്നെ ഭേദഗതി ചെയ്യേണ്ടത് ആവശ്യമാണ്. ബലാൽസംഗത്തിനെതിരായ നിലവിലുള്ള നിയമം ഇരകളോട് കൂടുതൽഅനുഭാവം പുലർത്തുന്നതും കുറ്റവാളികൾക്ക് ശിക്ഷ ഉറപ്പാക്കുന്നതുമായ വിധത്തിൽ മാറ്റം വരുത്തേണ്ടതും ആവശ്യമായിരിക്കുന്നു. അതേസമയംതന്നെ അടിയന്തരമായി ചില കാര്യങ്ങൾ ചെയ്യേണ്ടതുണ്ട്. സ്ത്രീകൾക്കെതിരായ കുറ്റകൃത്യങ്ങൾ തടയേണ്ടത് നിയമപാലകരുടെയും നീതിന്യായവ്യവസ്ഥയുടെയും മുൻഗണനയായി പരിഗണിക്കപ്പെടേണ്ടതുണ്ട്. അധികാരവും ഉത്തരവാദിത്വവുമുള്ള എല്ലാപേരും ഇത് ഉറപ്പാക്കേണ്ടതാണ്.

സ്ത്രീകളെ സംബന്ധിച്ചിടത്തോളം വീടും പൊതുസ്ഥലങ്ങളുമെല്ലാം സുരക്ഷിതമായിരിക്കുമെന്ന് ഉറപ്പുവരുത്താൻ സാധ്യമായതെല്ലാം ചെയ്യേണ്ടതാണ്. ഇത് യാഥാർഥ്യമാകണമെങ്കിൽ നിയമങ്ങൾ പക്ഷപാതരഹിതമായി നടപ്പാക്കപ്പെടണം.

പൊലീസിന്റെ ഗുണനിലവാരം മെച്ചപ്പെടുത്തിക്കൊണ്ട് ഇതിന് തുടക്കംകുറിക്കേണ്ടതാണ്. ഡൽഹിയിൽ ജനസംഖ്യയും പൊലീസും തമ്മിലുള്ള അനുപാതം 500:1 ലക്ഷം ആണ്. അയൽസംസ്ഥാനമായ യു പിയിൽ (ഇതിലെ പല ജില്ലകളിലും ദേശീയ തലസ്ഥാനമായ മേഖലയിൽ ഉൾപ്പെടുന്നുണ്ട്) ഇത് 170:1 ലക്ഷം മാത്രമാണ്. ഡൽഹിയിൽ പൊലീസുകാരുടെ എണ്ണം തൃപ്തികരമാണെന്ന് തോന്നാമെങ്കിലും അത് ക്ലാർക്കുമാരുൾപ്പെടെയുള്ള എല്ലാ പൊലീസുകാരും ചേർന്ന എണ്ണമാണ്. അവരാകട്ടെ, എട്ടുമണിക്കൂർ മാത്രമേ ഡ്യൂട്ടിയിലുമുണ്ടാകൂ. ഇതിൽത്തന്നെ 10 ശതമാനത്തിലധികംപേരെയും വി ഐ പികളുടെ സംരക്ഷണത്തിനായി നിയോഗിച്ചിരിക്കുകയാണ്. ഈ വി ഐ പികൾക്കുള്ള ഭീഷണി വർധിക്കുമ്പോൾ സുരക്ഷാ ചുമതലയുള്ള പൊലീസുകാരുടെ എണ്ണം പിന്നെയും വർധിക്കും. പൊതുയിടങ്ങളിൽ സ്ത്രീകൾക്ക് സുരക്ഷ ഉറപ്പാക്കുന്നതിൽ കാര്യമായ മുൻഗണന നൽകാതിരിക്കെ ഈ പ്രശ്നങ്ങൾ സംഗതി കൂടുതൽ വഷളാക്കുന്നു. ബസിലെ കൂട്ടബലാൽസംഗം നടന്ന

തിന്റെ രണ്ടു ദിവസത്തിനുശേഷം ഒരു കേന്ദ്രമന്ത്രി ഡൽഹിയിൽ രാത്രിയിൽ ഒരു ബസ് യാത്ര നടത്തിയപ്പോൾ വഴിയിൽ ഒരിടത്തും ഒരൊറ്റ പൊലീസുകാരനെപ്പോലും കാണാനായില്ല. ഇതാണ് ഇന്നത്തെ അവസ്ഥ.

അൽപ്പവും കാലതാമസം വരുത്താതെ എഫ് ഐ ആർ രജിസ്റ്റർ ചെയ്യുകയും കൃത്യമായി അറസ്റ്റുണ്ടാവുകയും ചാർജ് ഷീറ്റ് ഫയൽ ചെയ്യുകയുമാണ് സ്ത്രീകളുടെ സുരക്ഷ ഉറപ്പാക്കുന്നതിന് മുൻഗണന നൽകുന്നതിലും പൊലീസ് നടപടികൾ മെച്ചപ്പെടുത്തുന്നതിനും വേണ്ട നടപടികൾ. ഇതിനോടൊപ്പം തുടർച്ചയായി കോടതി വിചാരണയും എല്ലാ ദിവസവും ഉണ്ടാകണം. ആറു മാസത്തിനകം വിചാരണ പൂർത്തിയാക്കി കർക്കശമായ ശിക്ഷ വിധിക്കാൻ കഴിയണം. നമ്മുടെ രാജ്യത്ത് ഇന്ന് നിലനിൽക്കുന്ന ബലാൽസംഗക്കേസുകളുടെ വിചാരണ പ്രക്രിയ ആ കേസുകളിലെ ഇരകളെ ഏറ്റവും ഭീകരമായവിധം ശിക്ഷിക്കുന്ന തരത്തിലുള്ളതാണ്. ദീർഘകാലം നീണ്ടുനിൽക്കുന്ന വേദനാജനകമായ ഒരനുഭവമായിരിക്കും അത്. പലപ്പോഴും കേസിനുത്തരവാദികളായവരുടെ സാന്നിധ്യവും ഉണ്ടായിരിക്കും. നീതി നീണ്ടുപോകുകയും നിഷേധിക്കപ്പെടുകയുമായിരിക്കും ഫലം; അതിനു നൽകേണ്ട വിലയാകട്ടെ അസഹനീയവും.

ബസിലെ കൂട്ടബലാൽസംഗത്തിലെ ഇര ഒരു ധീരവനിതയാണ്. തന്നെ ആക്രമിച്ചവർക്കെതിരെ അവൾ തന്റെ സുഹൃത്തിനൊപ്പം പൊരുതിനിന്നു. ഇന്ന് അവൾ തന്റെ ജീവൻ നിലനിർത്താനുള്ള പോരാട്ടത്തിലാണ്. അവൾക്ക് ഇപ്പോഴും സംസാരിക്കാനുള്ള ശേഷി തിരിച്ചുകിട്ടിയിട്ടില്ല. എന്നാൽ ഒരു കടലാസിൽ അവൾ ചില വാക്കുകൾ കുറിച്ചിട്ടു, "അവരെയെല്ലാം പിടിച്ചോ?" എന്നാണ് അവൾ ആരാഞ്ഞത്. അവരെല്ലാം അറസ്റ്റു ചെയ്യപ്പെട്ടാൽ മാത്രം പോരാ. അവൾ സുഖംപ്രാപിച്ചു കഴിയുന്നതിനകം അവരെല്ലാം ശിക്ഷിക്കപ്പെട്ടിരിക്കുകയുംവേണം എന്നതായിരിക്കണം അവളുടെ ആവശ്യം.

അന്നത്തെ ആൾക്കൂട്ടം പിരിഞ്ഞുപോയി

ഡോ. ടി ടി ശ്രീകുമാർ

ആഹ്വാനവും നേതൃത്വവുമില്ലാത്ത സമരങ്ങളുടെ കാലമായെന്നും വ്യവസ്ഥാപിത രാഷ്ട്രീയത്തിന് മരണമണി മുഴങ്ങിക്കഴിഞ്ഞെന്നുമൊക്കെ പലരും പറയാൻ ശ്രമിക്കുന്നുണ്ടിപ്പോൾ. സൈബർ കണ്ണികളിലെ പ്രതിഷേധങ്ങളും അഭിപ്രായരൂപവൽക്കരണങ്ങളും തെരുവിലെ കൂടിച്ചേരലുകളിലേക്കുകൂടി നയിക്കുന്ന പ്രവണത തുടങ്ങിയിട്ട് കുറച്ചുകാലമേ ആയുള്ളൂവെങ്കിലും അതിന്റെ നൈസർഗികതയും തൽക്ഷണതയും ആൾക്കൂട്ടങ്ങളുടെ രാഷ്ട്രീയത്തെക്കുറിച്ചുള്ള പുനർവിചാരണകൾക്ക് കാരണമായിട്ടുണ്ട്. ഡൽഹിയിൽ കഴിഞ്ഞ ദിവസങ്ങളിൽ നടന്ന പ്രതിഷേധസമരത്തിന്റെ ഒരു സവിശേഷത അതിൽ പങ്കെടുക്കാൻ എത്തിയവർ ഏതെങ്കിലും ഒരു രാഷ്ട്രീയ പാർട്ടിയുടെയോ ഗ്രൂപ്പിന്റെയോ നിർദേശപ്രകാരം എത്തിച്ചേർന്നവരായിരുന്നില്ല എന്നതാണ്. ബി ജെ പി, സി പി ഐ (എം) തുടങ്ങി വലുതും ചെറുതുമായ പല രാഷ്ട്രീയ പ്രസ്ഥാനങ്ങളും പിന്നീട് സമരത്തിന് പിന്തുണ പ്രഖ്യാപിക്കുകയും സമരനിരയിൽ അണിചേരുകയും ഒക്കെ ചെയ്തെങ്കിലും പ്രക്ഷോഭത്തിന്റെ – അങ്ങനെ അതിനെ വിളിക്കാമെങ്കിൽ – തുടക്കം അദൃശ്യമായ ഏതോ സൈബർ ചർച്ചയിൽ നിന്നായിരുന്നു. സാധാരണ അത്തരം കൂടിച്ചേരലുകളിൽ കാണാനിടയില്ലാത്ത സമരവീര്യവും ചെറുത്തുനിൽപ്പും അവരുടെ ഭാഗത്തുനിന്നുണ്ടായി എന്നതും ശ്രദ്ധേയമായിരുന്നു.

കാതലായ ചില ചോദ്യങ്ങൾ പൊതുസമൂഹത്തിനു മുന്നിൽ ഉന്നയിക്കാൻ ശ്രമിച്ച അരുന്ധതി റോയിക്കൊപ്പം ചേരാൻ പലരും വിസമ്മതിച്ചതിന്റെ ഒരു കാരണം ഈ ആൾക്കൂട്ടത്തിന്റെ നൈസർഗികതയോടും സമരവീര്യത്തോടുമുള്ള പ്രതിപത്തിയും അതിൽ ദർശിച്ച ഭാവി പ്രതിരോധ സാധ്യതകളെക്കുറിച്ചുള്ള പ്രതീക്ഷകളുംകൂടി ആയിരുന്നു എന്നു

ഞാൻ വിചാരിക്കുന്നു. അതിവൈകാരികതയുടേതായ ഒരു രാഷ്ട്രീയാന്തരീക്ഷം ഇത്തരം ആൾക്കൂട്ടങ്ങൾ സൃഷ്ടിക്കുമെന്നതും ഒരു കാരണമാണ്. തന്ത്രപ്രധാനമായ സുരക്ഷിതത്വ ആശങ്കകൾ ഉയർത്തുന്ന നഗരഭാഗത്താണ് സമരം നടന്നത് എന്നത് അതിനെതിരെ ബലപ്രയോഗത്തിന് മുതിരാൻ സർക്കാരിനെ നിർബന്ധിതമാക്കുകയും ചെയ്തു. ചൈനയിലെ ടിയാനൻ മെൻ ചത്വരത്തിലെപ്പോലെ കൂട്ടക്കൊലയൊന്നും നടന്നില്ലെങ്കിലും സമരത്തിൽ പങ്കെടുത്ത വിദ്യാർഥികൾക്കും മറ്റനവധിപേർക്കും ലാത്തിച്ചാർജിൽ പരിക്ക് പറ്റുകയും സമരത്തെ ദുർബലപ്പെടുത്താൻ നിരന്തരം പൊലീസിനെ ഉപയോഗിച്ചുകൊണ്ട് സർക്കാർ സമ്മർദങ്ങൾ സൃഷ്ടിച്ചതിന്റെ ഫലമായി നിരവധി ശാരീരികവും മാനസികവുമായ പീഡനങ്ങൾ ഏൽക്കേണ്ടിവരികയും ചെയ്തു. ഇതും സമരത്തോടുള്ള പൊതു സഹഭാവത്തെ ശക്തിപ്പെടുത്തുകയുണ്ടായി.

മതജീവിതത്തിന്റെ അടിസ്ഥാനരൂപങ്ങൾ എന്ന കൃതിയിൽ ദർഖീം വിവരിക്കുന്ന തരത്തിലുള്ള ഒരാൾക്കൂട്ടമായിരുന്നു അത് (*The Elementary Forms of Religious Life: Durkheim 1912*). ആൾക്കൂട്ടങ്ങൾ ഒരുതരം വൈദ്യുതി സൃഷ്ടിക്കുകയും അതിന്റെ പ്രസരണത്തിൽ പ്രകടിപ്പിക്കപ്പെടുന്ന ഓരോ വികാരവും യാതൊരു പ്രതിരോധവുമില്ലാതെ മറ്റു മനസുകളിലേക്കുകൂടി വ്യാപിക്കുകയും ചെയ്യുന്നു എന്ന ദർഖീം വിലയിരുത്തിയിട്ടുണ്ട്. “And as such active passions so free from all control could not fail to burst out, on every side one sees nothing but violent gestures, cries, varitable howls, and deafening noises of every sort, which aid in intensifying still more the state of mind which they manifest” എന്നാണ് ദർഖീം പറഞ്ഞത്. എന്നാൽ ഇത്തരം കൂടിച്ചേരലുകൾ വൈകാരിക പ്രകടനങ്ങൾ, കേവലം പ്രതിഷേധത്തിന്റെ നൈസർഗികതയാൽ മാത്രം രൂപംകൊള്ളുന്നവയാണോ? അവയ്ക്ക് പിന്നിലെ ചരിത്രപരവും ഘടനാപരവുമായ കാരണങ്ങൾ തീർത്തും അപ്രധാനമാണോ? സാഹചര്യങ്ങളുടെ ചരിത്രപരത പൂർണമായും വിസ്മരിക്കപ്പെടേണ്ടതാണോ? ഒരുപക്ഷേ, അരുന്ധതിയുടെതന്നെ ആശങ്കകൾ മനസിലാക്കുന്നതിനു കുറേക്കൂടി അവധാനതയോടെ ഈ പ്രശ്നത്തെ സമീപിക്കേണ്ടത് ആവശ്യമാണെന്ന് തോന്നുന്നു.

ആൾക്കൂട്ടങ്ങളും അധികാരവും എന്ന പുസ്തകം ഏലിയാസ് കാനെറ്റി എഴുതുന്നത് 1960 ലാണ്. ഈ പുസ്തകത്തിന്റെ പ്രകാശനത്തെ തുടർന്ന് തിയദർ അഡോർണോ കാനെറ്റിയുമായി ഒരു സുദീർഘ സംഭാഷണത്തിൽ ഏർപ്പെടുന്നുണ്ട്. തങ്ങളുടെ സമീപനങ്ങൾ തമ്മിലുള്ള സമാനതകളെക്കുറിച്ച് സൂചിപ്പിച്ചുകൊണ്ട് തുടങ്ങുന്ന ആ ചർച്ചയിൽ കാനെറ്റി ഉയർത്തിയ വലിയ ചിന്താസമസ്യകളെ സ്വന്തം വിശ്ലേഷണ ചാതുര്യം കൊണ്ട് വികസിപ്പിക്കാനും നിരവധി ഉപരിചിന്തകളിലേക്ക് ചർച്ച വികസിപ്പിക്കാനും അഡോർണോ മുതിരുന്നതായി കാണാം. ആൾക്കൂട്ടങ്ങളെക്കുറിച്ച് മനഃശാസ്ത്രപരമായും നരവംശശാസ്ത്രപരമായും ഉള്ള

ഗഹനമായ നിരീക്ഷണങ്ങളാണ് കാനെറ്റി നടത്തുന്നത്. നിയതമായ ലക്ഷ്യങ്ങളുള്ള ജനാവലികളെ മാത്രമല്ല. മനുഷ്യസാന്നിധ്യമില്ലാത്ത കാടുകൾ, ധാന്യക്കൂമ്പാരങ്ങൾ, കടൽ, നിധികൾ തുടങ്ങി മനുഷ്യമനസുകളിൽ സൂചകങ്ങളാകുന്ന കൂട്ടങ്ങളെക്കുറിച്ചും, ആദിമ മനുഷ്യർക്കിടയിലും മതത്തിന്റെ അനുഷ്ഠാനപരതയിലും നിലനിൽക്കുന്ന ജീനുകളുടെയും മാലാഖമാരുടെയും (മുപ്പത്തിമുക്കോടി ബ്രാഹ്മണ ദൈവങ്ങളുടെയും എന്നും ചേർക്കാം) പിശാചുക്കളുടെയും ഒക്കെ അദൃശ്യമായ കൂട്ടങ്ങളെക്കുറിച്ചും കാനെറ്റി ചർച്ച ചെയ്യുന്നുണ്ട് തന്റെ പുസ്തകത്തിൽ. അതുകൊണ്ടുതന്നെ അഡോർണോ ഈ പ്രശ്നം ഉന്നയിച്ചുകൊണ്ട് യഥാർഥ ജനാവലികളിൽനിന്ന് ഇത്തരം പ്രതീകാത്മക കൂട്ടങ്ങളെയും അദൃശ്യജനക്കൂട്ടത്തെയും വേർതിരിച്ചു കാണേണ്ടതിന്റെ ആവശ്യകതയെക്കുറിച്ച് സൂചിപ്പിക്കുമ്പോൾത്തന്നെ കാനെറ്റി ചൂണ്ടിക്കാട്ടുന്നത് ആൾക്കൂട്ടത്തിന്റെ അദൃശ്യവും പ്രതീകാത്മകവുമായ വശങ്ങൾ താൻ പരാമർശിച്ചു എന്നതുകൊണ്ട് യഥാർഥ ജനക്കൂട്ടത്തിന്റെ പ്രായോഗിക മൂല്യത്തെ കുറച്ചുകാട്ടുന്നു എന്ന് അർഥമാക്കേണ്ടതില്ലെന്നാണ്. എന്നാൽ ഈ പ്രതീകങ്ങളും അദൃശ്യരൂപികളുടെ കൂട്ടങ്ങളും എല്ലാം ആൾക്കൂട്ടങ്ങളെ അപഗ്രഥിക്കുമ്പോൾ ഒഴിവാക്കാനാവാത്ത ഘടകങ്ങളാണ്. ഏകാധിപത്യത്തിന്റെ വളർച്ച പരിശോധിച്ചാൽ അതെപ്പോഴും യഥാർഥ ആൾക്കൂട്ടങ്ങളെ ആശ്രയിച്ചാണ് നിലകൊണ്ടിട്ടുള്ളതെന്നു കാണാമെന്ന് കാനെറ്റി മറുപടിയായി പറയുന്നുണ്ട്.

ആൾക്കൂട്ടങ്ങളുടെയും അധികാരത്തിന്റെയും പ്രശ്നം അതീവ ഗഹനമായി കാനെറ്റി തന്റെ പുസ്തകത്തിൽ ഉന്നയിക്കുകയും അവയിൽ പലതും അഡോർണോ സമഗ്രമായ വിശദീകരണങ്ങൾക്ക് കാനെറ്റിയെ നിർബന്ധിച്ചുകൊണ്ട് വിപുലീകരിക്കുകയും ചെയ്യുന്നുണ്ടെങ്കിലും മാക്യവല്ലിയും ഹോബ്സും സ്പിനോസയും ഫ്രോയിഡും ടാർദേയും ഒടുവിൽ ഹാർഡ്ട്ടും നെഗ്രിയും വരെയുള്ള ചിന്തകർ ജനാവലി എന്ന സങ്കൽപ്പനത്തിലൂടെ ഉയർത്തിക്കൊണ്ടുവരാൻ ശ്രമിക്കുന്ന ആശയത്തെ അത് ശക്തിയായി സ്പർശിക്കുന്നുണ്ടോ എന്നു സംശയമാണ്. സ്പിനോസയെ പിന്തുടർന്നുകൊണ്ട് ദെല്യൂസ് ആൾക്കൂട്ടങ്ങളെ ഓരോതരം പ്രകാശനങ്ങൾ മാത്രമായി വിവക്ഷിക്കുന്നുണ്ട്. ഒരർഥത്തിൽ ഡൽഹിയിലെ ആൾക്കൂട്ടവും ഒരു പ്രകാശനം മാത്രമായിരുന്നു. അതിനപ്പുറമുള്ള അർഥങ്ങളും വ്യാഖ്യാനങ്ങളും ആ കൂടിച്ചേരലിന്റെ ചരിത്രസന്ദർഭത്തെയോ അതിന്റെ പിന്നിലുള്ള ഒട്ടനവധി കാരണതകളെയോ (Causalities) കണക്കിലെടുക്കുന്നില്ല. ഹാർഡ്ട്ടും നെഗ്രിയും സൂചിപ്പിക്കുന്ന, സ്പിനോസയിൽനിന്നുതന്നെ കടംകൊണ്ട, പുതിയ കാലത്തിലെ കമ്യൂണിസ്റ്റ് ഏജൻസിയും ഇതിൽ കണ്ടെത്താൻ കഴിയും എന്നു തോന്നുന്നില്ല.

പരസ്പരം സ്പർശിക്കാൻ ആൾക്കൂട്ടങ്ങൾക്ക് ഭയമാണെങ്കിലും ഒരു ആൾക്കൂട്ടത്തിനുള്ളിൽ വളരെവേഗം ഈ സ്പർശന ഭയം അപ്രത്യക്ഷമാകുന്നുവെന്നു കാനെറ്റി പറയുന്നു. ആൾക്കൂട്ടങ്ങളുടെ മറ്റൊരു

പ്രത്യേകത അവ കൂടുതൽ വലുതാകാൻ ശ്രമിക്കും എന്നുള്ളതാണ്. അനുക്ഷണവികസ്വരതയാണ് ആൾക്കൂട്ടങ്ങളിൽ കാണുവാൻ കഴിയുക. ഉപരാഷ്ട്രീയത്തിന്റെ ഒരു സമരമുഖം ഈ പ്രക്ഷോഭത്തിൽ തെളിയുന്നുണ്ട് എന്നത് സത്യമാണ്. എന്നാൽ ഉപരാഷ്ട്രീയം തീർത്തും വൈകാരിക ക്ഷോഭങ്ങളുടെ മാത്രം ഉൽപ്പന്നമല്ല. അതിന്റെ പിന്നിൽ നവ സാമൂഹിക പ്രസ്ഥാനങ്ങൾ ഉയർത്തിക്കൊണ്ടുവന്ന സിവിൽ സമൂഹ രാഷ്ട്രീയത്തിന്റെ നൈതിക-ജനാധിപത്യ വിചാരങ്ങളുടെ പാരമ്പര്യമുണ്ട്. ഈ സമരത്തിനു വ്യക്തമായ ലക്ഷ്യങ്ങൾപോലും ഉണ്ടായിരുന്നില്ല. സി പി ഐ (എം) നോ ബി ജെ പിക്കോ എന്തിനു കോൺഗ്രസിനു തന്നെയോ പിടിച്ചെടുക്കാനും തങ്ങളുടെ അജണ്ടകളിലേക്ക് ആവാഹിക്കാനും കഴിയുന്ന ഉൾക്കരുത്തേ അതിനുണ്ടായിരുന്നുള്ളൂ. എത്ര പെട്ടെന്നാണ് വധശിക്ഷയുടെ അജണ്ട സമരത്തിന്റെ ഉപോൽപ്പന്നമായി മാധ്യമങ്ങൾ അവതരിപ്പിച്ചത് എന്നതോർക്കുമ്പോൾ ഇത്തരം ആൾക്കൂട്ടങ്ങൾ ജനാധിപത്യത്തെ ഏതു വിധത്തിലാണ് നവീകരിക്കുന്നത് എന്നതിനെക്കുറിച്ച് കൂടുതൽ ആഴത്തിലുള്ള അന്വേഷണങ്ങൾ ആവശ്യമാണെന്ന് തോന്നുന്നു. അതുകൊണ്ടുതന്നെ എല്ലാ തർക്കങ്ങളെയുംപോലെ ഡൽഹിയിലെ സമരവും അതിനാസ്പദമായ ദാരുണ സംഭവവും സ്വത്വ-വർഗ വിചാരത്തിന്റെ വിലയിരുത്തലുകളിലേക്ക് കടക്കുകയാണ്. ചില സമരങ്ങൾ ശ്രദ്ധിക്കപ്പെടുന്നത് അത് നഗരങ്ങളിൽ, വിശേഷിച്ച് തലസ്ഥാനനഗരങ്ങളിൽ നടക്കുന്നതുകൊണ്ടാണ്. ഭരണകൂടങ്ങളുടെ പ്രതീകാത്മക ശക്തികേന്ദ്രങ്ങൾക്ക് മുന്നിൽ ചെയ്യുന്ന സമരങ്ങൾ മാധ്യമസഹായത്തോടെ ചിലപ്പോൾ യഥാർഥത്തിൽ സമാഹരിക്കുന്നതിനെക്കാൾ കൂടുതൽ കരുത്തുള്ളവ എന്ന പ്രതീതി ജനിപ്പിക്കാറുണ്ട്. ചിലപ്പോൾ ഇത്തരം സമരങ്ങൾ അതിലെ പങ്കാളികളുടെ വർണ-വർഗ പശ്ചാത്തലം മാധ്യമങ്ങൾക്ക് താൽപ്പര്യമുള്ളതുകൊണ്ട് കൂടുതൽ ശ്രദ്ധിക്കപ്പെടാം. ഡൽഹിയിലെ സമരം അതിന്റെ നൈസർഗികത്വം കൊണ്ടുകൂടിയാണ് ശ്രദ്ധിക്കപ്പെട്ടത് എന്നതിനെ നിരാകരിക്കുന്നില്ല. മാത്രമല്ല, അപൂർവം എന്ന് ഒരിക്കലും പറയാനാവില്ലെങ്കിലും അതിനിഷ്ഠുരമായിത്തന്നെയാണ് പെൺകുട്ടി ആക്രമിക്കപ്പെട്ടത്. ഒരു ലൈംഗികാക്രമണം അതിലുപരിയായ ശാരീരിക പീഡനം അതിലുണ്ടായി. കൂടാതെ, സാധാരണഗതിയിൽ അത്തരം നീചമായ ആക്രമണങ്ങൾ ചെയ്യുന്നത് ഭരണകൂടത്തിന്റെ പിന്തുണയോടെ പൊലീസോ പട്ടാളമോ ആയിരിക്കും. അല്ലെങ്കിൽ ഏതെങ്കിലും ഗ്രാമത്തിലെയോ ചെറു നഗരത്തിലെയോ സവർണർ ആയിരിക്കും. അപ്പോൾ പലരും മൗനം പാലിക്കുകയോ സത്യാവസ്ഥ തങ്ങൾക്കറിയില്ലെന്ന് നടിക്കുകയോ ചെയ്യും. അതിനുള്ള സാധ്യത ഇവിടെ കുറവായിരുന്നു. ഇന്ത്യയിലെ സാമൂഹികാവസ്ഥയിൽ വർണ, വർഗ, രാഷ്ട്രീയ അധീശത്വത്തിന്റെ ഇരയാവാൻ സ്വാഭാവിക സാധ്യതയുള്ള ഒരു പെൺകുട്ടി ആയിരുന്നില്ല ആക്രമണത്തിന് ഇരയായത്. മറിച്ച് അതിൽനിന്നെല്ലാം സുരക്ഷിതയായ ഒരു മധ്യവർഗ വിദ്യാർഥിനിയാണ് ഇവിടെ തന്റെ സുഹൃത്തിനോടൊപ്പം

സുരക്ഷിതയായി സഞ്ചരിക്കുമ്പോൾ തികച്ചും ആകസ്മികമായി ആക്രമണത്തിൽപ്പെട്ടത്. ആക്രമിച്ചവരാകട്ടെ, 'അല്ലെന്നു തെളിയിക്കുന്നതുവരെ' എപ്പോഴും സമൂഹത്തിൽ 'കുറ്റവാളികൾ' എന്ന് പൊതുവെ സംശയിക്കപ്പെടുന്ന ദരിദ്ര തൊഴിലാളികളും. തലസ്ഥാനത്ത് ഒരു സാധാരണ മധ്യവർഗയുവതിയുടെമേൽ ദരിദ്രതൊഴിലാളികൾ നടത്തിയ കുറ്റകൃത്യം എന്ന നിലയിലുള്ള രാഷ്ട്രീയ പ്രാധാന്യം മാധ്യമങ്ങളെ സംബന്ധിച്ചിടത്തോളം ഈ ആക്രമണത്തിനുണ്ടായിരുന്നു. ആശയപരമായ ഒരു പ്രാധാന്യം, ഉപരിമധ്യവർഗങ്ങളുടെ സമ്പന്നരായ സവർണരുടെ, എക്കാലത്തെയും വലിയ അരക്ഷിതത്വമായ വർഗ/വർണ പ്രതികാരഭീതി ഊട്ടിയുറപ്പിക്കുന്ന ഒരു മാനം ഈ സംഭവത്തിനുണ്ടായിരുന്നു എന്നത് ശ്രദ്ധേയമാണ്. പുലപ്പേടി, മണ്ണാപ്പേടി എന്നൊക്കെ വ്യവഹരിച്ചിരുന്ന പഴയ ചരിത്രമാതൃകകൾ നിർവഹിച്ചിരുന്ന നിരവധി രാഷ്ട്രീയ ധർമങ്ങളിൽ ഒന്ന് കീഴാളവിഭാഗങ്ങളുടെ പ്രതികാര ഭീതി വരേണ്യബോധത്തിൽ ശക്തമായി നിക്ഷേപിക്കുക എന്നതായിരുന്നു. അത്തരമൊരു സമീപനം ഇക്കാര്യത്തിൽ മാധ്യമങ്ങൾ സ്വീകരിച്ചു കാണാറുണ്ട്.

മറ്റൊന്ന് കോൺഗ്രസ് ഭരണത്തിന് ഇതിനകം സംഭവിച്ചിട്ടുള്ള ലെജിറ്റിമേഷൻ പ്രതിസന്ധി ആണ്. പ്രതിപക്ഷം എന്ന രീതിയിൽ ഹിന്ദുത്വശക്തികൾക്ക് ഉണ്ടായിട്ടുള്ള മേൽക്കൈ കേവലം സംഘടനാപരമല്ല. ഉദാരീകരണം മധ്യവർഗത്തെ പലപ്പോഴും ഭരണകൂടവിരുദ്ധ നിലപാടുകളിലേക്ക് എത്തിക്കാറുണ്ടെങ്കിലും അതൊരു സ്ഥായിയായ വൈരുധ്യമല്ല. എന്നാൽ അഴിമതികളും രാഷ്ട്രീയ നേതൃത്വത്തിന്റെ ധൂർത്തുകളും മധ്യവർഗത്തെ ചൊടിപ്പിക്കുകയും അത് പ്രതിപക്ഷത്തെ തിരഞ്ഞെടുപ്പുകളിൽ തുണയ്ക്കുകയും ചെയ്യുന്നത് സാധാരണയാണ്. ഹസാരെ പ്രക്ഷോഭത്തിനും മറ്റുമുണ്ടായ സ്വീകാര്യതയും പിന്തുണയും ഇതിന്റെ പേരിലായിരുന്നു. നിരവധി പ്രശ്നങ്ങളിലൂടെ കടന്നുപോകുന്ന കോൺഗ്രസ് സർക്കാർ ഗുരുതരമായ ഒരു ലെജിറ്റിമേഷൻ പ്രതിസന്ധി നേരിടുന്നുണ്ട്. അതിന്റെ ഭാഗമായി സർക്കാർവിരുദ്ധ സമീപനം പൊതുവിൽ നഗരങ്ങളിലെ മധ്യവർഗത്തിനിടയിൽ ശക്തമായിട്ടുണ്ട്. ആത്യന്തികമായി ഹിന്ദുത്വശക്തികളാണ് ഈ കോൺഗ്രസ് വിരുദ്ധതയിൽനിന്ന് മുതലെടുക്കാൻ പോകുന്നതെങ്കിലും ബി ജെ പിയെ മറ്റൊരു പ്രതിപക്ഷപാർട്ടി എന്ന നിലയിൽ മാത്രമാണ് ഹിന്ദുത്വ അജൻഡയുടെ അവിഭാജ്യ ഘടകം എന്ന നിലയിലല്ല പല വോട്ടർമാരും കാണുന്നത് എന്നത് മറക്കാനാവില്ല. അതുകൊണ്ടുതന്നെ സർക്കാർവിരുദ്ധ വികാരങ്ങൾ ഉണർന്നുനിൽക്കുന്ന ഒരു രാഷ്ട്രീയ അന്തരീക്ഷം ചെറിയ സംഭവങ്ങളെപ്പോലും മധ്യവർഗത്തെ പെട്ടെന്ന് സമരബദ്ധരാകാൻ നിർബന്ധിക്കാറുണ്ട്. അത്തരമൊരു സന്ദർഭം ഇപ്പോൾ ഇന്ത്യയിൽ ഉണ്ട് എന്നതും ഇതുമായി ബന്ധപ്പെട്ട് ശ്രദ്ധിക്കേണ്ട വസ്തുതയാണ്. ബി ജെ പിയെ കൂടാതെ ദേശീയ തലത്തിൽക്കൂടി പ്രവർത്തിക്കുന്ന ചെറിയ പാർട്ടികളായ സി പി ഐ യും സി പി എമ്മും മറ്റും സർക്കാരിന്റെ നിലപാടുകളെ നിരന്തരം വിമർശിച്ച് അവർക്ക് ശക്തി

യുള്ള സ്ഥലങ്ങളിൽ സർക്കാർവിരുദ്ധ സമരങ്ങൾ സംഘടിപ്പിച്ചിട്ടുണ്ട്. ഇവരോട് ആഭിമുഖ്യമുള്ള ഒരുവിഭാഗം ഇടത്തരക്കാർ സർക്കാരിന്റെ സമീപനത്തോട് എതിർപ്പുള്ളവരാണ്. എല്ലാറ്റിലുമുപരി കഴിഞ്ഞ മൂന്ന് പതിറ്റാണ്ടിനിടയിൽ ശക്തമായ ഒരു സിവിൽ സമൂഹം ഇവിടെ ഉയർന്നുവന്നിട്ടുണ്ട്. കോൺഗ്രസ് സർക്കാരിന്റെ മാത്രമല്ല, ബി ജെ പിയുടെയും സി പി എമ്മിന്റെയുമൊക്കെ ജനവിരുദ്ധ നിലപാടുകളെ കർശനമായി നേരിടുന്ന ഒരു പാർലമെന്റിതര പ്രതിപക്ഷമായി സിവിൽ സമൂഹ ശക്തികൾ ഇന്ത്യയിൽ ശക്തിപ്രാപിച്ചിട്ടുണ്ട്. സിവിൽ സമൂഹ സമരങ്ങളിൽ ഉയർന്നുവന്നിട്ടുള്ള മുദ്രാവാക്യങ്ങൾ ഒരു വലിയ വിഭാഗം ഇടത്തരക്കാർക്കും തൊഴിലാളികൾക്കും സ്വീകാര്യമായിട്ടുമുണ്ട്. കോൺഗ്രസ് സർക്കാരിന്റെ പ്രതിസന്ധി എന്നതിൽനിന്ന് ഭരണകൂടത്തിന്റെ തന്നെ വിശ്വാസ്യതയെ ഇത് പ്രതിസന്ധിയിൽ ആക്കിയിട്ടുണ്ട്.

ഇത്തരത്തിൽ ഡൽഹി സംഭവത്തിന്റെ സവിശേഷതകൾക്കപ്പുറം നിലവിലുള്ള രാഷ്ട്രീയ അന്തരീക്ഷത്തിന്റെ സന്ദിഗ്ധതകളും ഭാവി രാഷ്ട്രീയത്തെക്കുറിച്ചുള്ള ഉൽക്കണ്ഠകളും സൃഷ്ടിക്കുന്ന ഒരു അരക്ഷിതത്വത്തിന്റെ പശ്ചാത്തലത്തിൽക്കൂടിയാണ് ഡൽഹിയിലെ ആൾക്കൂട്ടത്തെ നാം വിലയിരുത്തേണ്ടത്. എന്നാൽ അതേസമയംതന്നെ ഒരു റൂറലിസ്റ്റ് ഭരണസംവിധാനം നിലനിർത്തുന്ന ചില ജനാധിപത്യധാരണകൾ ഉണ്ട്. പ്രാതിനിധ്യവ്യവസ്ഥയിൽ ഭരണമാറ്റത്തിന് അടുത്ത തിരഞ്ഞെടുപ്പുവരെ കാത്തിരിക്കുക എന്നതാണത്. ഏകാധിപത്യ; സൈനിക, സമഗ്രാധിപത്യ ഭരണവ്യവസ്ഥകളിൽ അത്തരം കാത്തിരിപ്പുകൾക്ക് സാധുതയില്ല. ഒരു സമരത്തിന്റെ സ്ഫുലിംഗത്തെ അതിന്റെ യുക്തിപരമായ പരിസമാപ്തിയിലേക്ക്, ഭരണ സംവിധാനത്തിന്റെ നിഷ്കാസനത്തിലേക്ക്, എത്തിക്കാൻ കെൽപ്പുള്ള തീക്കടലാക്കുക എന്നത് അവിടെ ഒരു പ്രതീക്ഷ ആയിരിക്കും. ബർലിൻ മതിൽ തകർത്തവരും ടിയാനെൻമെൻ ചത്വരത്തിൽ പിടഞ്ഞുവീണു മരിച്ച കുട്ടികളും എസ്ട്രോഡയ്ക്കെതിരെ മനിലയിൽ പ്രസിഡൻഷ്യൽ കൊട്ടാരത്തിനു മുന്നിൽ അണിനിരന്നവരും താഹ്രിർ ചത്വരത്തിൽ കുതിച്ചെത്തിയവരും എല്ലാം ഇത്തരത്തിൽ ഒരന്ത്യപ്രതീക്ഷയുടെ വക്താക്കളായിരുന്നു. ജയിക്കുക അല്ലെങ്കിൽ മരിക്കുക എന്നത് അവരുടെ ആത്യന്തികമായ മുദ്രാവാക്യമായിരിക്കും. അത്തരം ആൾക്കൂട്ടങ്ങളെ സൃഷ്ടിക്കാൻ മാത്രം ഇന്ത്യൻ ഭരണകൂടം വിശ്വാസ്യതയിൽ തകർന്നിട്ടില്ല എന്നത് ശ്രദ്ധേയമാണ്.

അഡോർണോ മറ്റൊരു വിധത്തിൽ ഈ പ്രശ്നം കാനെറ്റിയുമായുള്ള ചർച്ചയിൽ ഉന്നയിക്കുന്നുണ്ട്. അങ്ങേയറ്റത്തെ ഫാസിസ്റ്റ് ഭരണകൂടങ്ങളും പ്രസ്ഥാനങ്ങളുംപോലും എല്ലാ ജനാധിപത്യാവകാശങ്ങളും ഇല്ലായ്മ ചെയ്തതിനുശേഷമാണെങ്കിലും ജനതതിയുടെ ചില താൽപ്പര്യങ്ങളെ അനുഭാവപൂർവം സമീപിക്കുന്നു എന്നതാണത്. വില്യം റീഹിന്റെ അപഗ്രഥനത്തിലും ജനങ്ങൾ എങ്ങനെയാണ് ഫാസിസത്തിന്റെ പ്രത്യയശാസ്ത്രത്തിൽ ആകൃഷ്ടരാവുന്നത് എന്ന ചോദ്യം ഉന്നയിക്കു

ന്നുണ്ട്. ജനാവലി ഫാസിസത്താൽ ചതിക്കപ്പെടുന്നില്ല. അവർ അതിനെ ആഗ്രഹിച്ച് സ്വീകരിക്കുകയാണെന്ന് അദ്ദേഹം വിലയിരുത്തി എന്നത് മറക്കാൻ കാലമായിട്ടില്ല നമുക്ക്. ഇതിന് അടിവര ഇട്ടുകൊണ്ടാണ് ദേല്യൂസ് ഇച്ഛയുടെ ഒരു പെർവേഷനിലേക്കാണ് ഫാസിസം ജനാവലികളെ നയിക്കുന്നതെന്നും ഇച്ഛകളെയാണ് അവ ചൂഷണം ചെയ്യുന്നതെന്നും വിശദീകരിച്ചത്. ഇന്നത്തെ ഇന്ത്യയിൽ ബൂർഷ്വാദേശീയത, ഭൂരിപക്ഷ മതാധികാരം, വികസനം, ഉപഭോഗസംസ്കാരം എന്നീ അധിവ്യവഹാരങ്ങളാൽ ഒന്നിച്ചുചേർക്കപ്പെട്ട ഒരു രാഷ്ട്രബോധം വർഗ, വർണ, മതവൈരുധ്യങ്ങളെ ദമിതമാക്കുകയും ഭരണകൂടത്തിന്റെ നൈരന്തര്യത്തിന്റെ ആവശ്യകത ഒരു ജനഹിതമാക്കി നിർമിച്ചെടുക്കുകയും ചെയ്യുന്നുണ്ട് എന്നതാണ് യാഥാർഥ്യം. അതുകൊണ്ടുതന്നെ ജനാവലികൾ രൂപംകൊള്ളുകയും വൻ തിരയിളക്കങ്ങൾ സൃഷ്ടിച്ചശേഷം അപ്രത്യക്ഷമാവുകയും ചെയ്യുന്നു. ജനാവലികളുടെ കൂടിച്ചേരലുകൾക്ക് കാരണമാവുന്ന സംഭവങ്ങൾപോലും പരിഹരിക്കപ്പെടുന്നതിനുള്ള കാലയളവുവരെ പോലും ഇവ ഐക്യദാർഢ്യത്തോടെ നിലകൊള്ളുന്നില്ല. ഗ്രാമങ്ങളിലെ ജനതതികളുടെ നിലനിൽപ്പിനായുള്ള ജീവൽ സമരങ്ങളിലെന്നതുപോലെയുള്ള ദീർഘമായ ചെറുത്തുനിൽപ്പുകളോ സഹനങ്ങളോ ഇന്ത്യൻ ജനാവലികൾ കാണിക്കാറില്ല. പ്രാതിനിധ്യ ജനാധിപത്യത്തിന്റെ സംവേദനക്ഷമതയും സ്വീകാര്യതയുമാണ് ഇതിനുള്ള മുഖ്യ കാരണം. എന്നാൽ കീഴാള, ആദിവാസി, ഗ്രാമസമുദായ സമരങ്ങളിൽ സ്ഥിതി ഇതല്ല. അവിടെ ഭരണകൂടത്തിന്റെയും ഭൂരിപക്ഷ മുഖ്യധാരയുടെയും നിലപാടുകൾക്ക് എതിരാണ് അടിസ്ഥാനപരമായി ഇവരുടെ സമരങ്ങൾ ഉയർത്തുന്ന മുദ്രാവാക്യങ്ങൾ. ബി ജെ പി കോൺഗ്രസ്, സി പി ഐ (എം) തുടങ്ങി പ്രാദേശിക പാർട്ടികൾ വരെയുള്ള പാർലമെന്ററി പ്രസ്ഥാനങ്ങളെപ്പോലെ അധികാരത്തിലേക്കുള്ള കുറുക്കുവഴിയായി മാത്രം സമരങ്ങളെ കാണുകയോ അധികാരം കിട്ടുന്നതോടെ സമരങ്ങളുടെ യവനിക താഴ്ത്തുകയോ ചെയ്യാൻ കഴിയുന്നതല്ല. പാർശ്വവൽക്കരിക്കപ്പെട്ടവരുടെ പ്രശ്നങ്ങൾ അതുകൊണ്ടുതന്നെ അവ ഭരണമാറ്റങ്ങളെ അതിജീവിക്കുകയും എല്ലാ സർക്കാരുകളാലും അടിച്ചമർത്തപ്പെടുമ്പോഴും ആ ചോര മണ്ണിൽത്തന്നെ വീണ്ടും വീണ്ടും മുളച്ചു പൊന്തുകയും ചെയ്യുന്നു.

സമകാല ഇന്ത്യൻ അവസ്ഥയിൽ അടുത്ത തിരഞ്ഞെടുപ്പുവരെ ഡൽഹിമാതൃകയിലുള്ള സമരങ്ങൾ കൂടുതൽ ഉണ്ടാവാനുള്ള രാഷ്ട്രീയ സാഹചര്യമാണുള്ളത്. അത്തരം സമരങ്ങൾക്ക് കിട്ടുന്ന മാധ്യമ സഹഭാവം കൂടംകുളം പ്രക്ഷോഭത്തിനോ ആദിവാസി ദളിത് വിഭാഗങ്ങളുടെ അതിജീവന സമരങ്ങൾക്കോ കിട്ടുകയില്ല എന്നത് തീർച്ചയാണ്. വികസനത്തിന്റെ ഇരകൾ, ഇന്ത്യൻ ദേശീയതയുടെയും ഭൂരിപക്ഷ മതാധിപത്യത്തിന്റെയും ശത്രുപക്ഷത്താണ്. എന്നാൽ ഡൽഹിയിലെ സമരത്തിന് അത്തരമൊരു വൈരുധ്യം ഭരണകൂടവുമായോ അതിന്റെ ബൃഹദാഖ്യായികകളോടോ ഇല്ല. ഡൽഹിയിലെ നിഷ്ഠുരമായ ലൈംഗികാക്രമണം

സൃഷ്ടിച്ച ഞെട്ടലിൽനിന്ന് രൂപംകൊണ്ട സമരം, എന്നാൽ വെറുതെ ആകാശത്തിൽനിന്ന് പൊട്ടിവീണതല്ല. അത്തരം സമരങ്ങൾ രൂപംകൊള്ളാൻ സഹായകമായ ഒരു രാഷ്ട്രീയാന്തരീക്ഷം ഇന്ന് നിലനിൽക്കുന്നുണ്ട്. എന്നാൽ ഈ സമരം എന്ത് ചോദ്യമാണ് ഉയർത്തുന്നതെന്ന്, ഏത് ഉത്തരമാണ് തേടുന്നത് എന്നതിനെക്കുറിച്ച് ഇപ്പോൾ നിഗമനങ്ങളിൽ എത്താൻ സാധിക്കില്ല എന്നതാണ് യാഥാർഥ്യം.

രാഷ്ട്രീയവും പ്രത്യയശാസ്ത്രപരവുമായ ഈ ശൂന്യതയിൽ മസ്കുലിനിറ്റിയെ (ആണത്തം) കുറിച്ചുള്ള നിരവധി പോപ്പ് ആശയങ്ങൾ സൈബർ ലോകത്ത് സ്റ്റാറ്റസ് മെസേജുകളായി വന്നു. വളരെയധികം പേർ വധശിക്ഷയെക്കുറിച്ചും വന്ധ്യംകരണത്തെക്കുറിച്ചും അത്യന്തം ലഘുവായി സംസാരിക്കുകയും അങ്ങനെ അറുപിന്തിരിപ്പൻ 'വിപ്ലവവീര്യം' പ്രകടമാക്കുകയും ചെയ്തു. ഫെമിനിസ്റ്റ് രാഷ്ട്രീയം വിശേഷിച്ചും സിവിൽസമൂഹ രാഷ്ട്രീയം പൊതുവിലും നേടിയിട്ടുള്ള സൈദ്ധാന്തിക പ്രത്യയശാസ്ത്ര മേൽക്കൈ തകരരുത് എന്ന അടിസ്ഥാന ധാരണയിൽ വളരെ കുറച്ച് ഇടപെടലുകളേ ഉണ്ടായുള്ളൂ. അരുന്ധതിയുടേത് അത്തരത്തിലൊന്നായിരുന്നു. 1895 ൽ ലെബോൺ *ജനക്കൂട്ടം: ജനകീയ മനസിന്റെ പഠനം (The Crowd: A study of the Popular Mind* Le Bon G) എന്ന പുസ്തകത്തിൽ ആൾക്കൂട്ടങ്ങൾക്ക് വൈകാരികത സൃഷ്ടിക്കാൻ കഴിയുമെങ്കിലും ബൗദ്ധിക നിലവാരം ഉണ്ടാവണമെന്നില്ല എന്നൊരു നിരീക്ഷണം നടത്തുന്നുണ്ട്. അതിന്റെ അടിസ്ഥാനം എന്തായാലും ഏത് ഫാസിസ്റ്റ് ശക്തികൾക്കും കൈവശപ്പെടുത്താനും തങ്ങളുടെ രാഷ്ട്രീയ അജണ്ടകൾക്ക് മാത്രമായി ഉപയോഗിക്കാനും കഴിയുന്ന ഒരു ആൾക്കൂട്ടരാഷ്ട്രീയത്തെക്കുറിച്ച് ജാഗ്രതപാലിക്കാൻ സിവിൽസമൂഹത്തിന് ബാധ്യതയുണ്ട്. ഹസാരെയും കെജ്രിവാളും ഉണ്ടെങ്കിലും ഇല്ലെങ്കിലും ഓടിക്കൂടുന്ന ഈ ആൾക്കൂട്ടത്തിനെ നിരാകരിക്കാൻ നമുക്കാവില്ല. അത് ഇന്ന് ഉയർന്നുവരുന്ന പുതിയ രാഷ്ട്രീയ യാഥാർഥ്യമാണ്. പക്ഷേ, അതിന്റെ സാധ്യതകളെക്കുറിച്ച് അമിത പ്രതീക്ഷകൾ വെച്ചുപുലർത്തുകയും അതിൽ ഇതുവരെ ഉണ്ടായിട്ടുള്ള ജനാധിപത്യ സമരങ്ങളുടെ നേർ പാരമ്പര്യം കണ്ടെത്തുകയും ചെയ്യുക എന്നത് അലസമായ സമീപനമാണ്.

മുഖ്യധാരാ രാഷ്ട്രീയത്തിൽനിന്ന് വ്യത്യസ്തമായി വികസിക്കുന്ന ഉപരാഷ്ട്രീയം കൂടുതൽ ശക്തിപ്പെടേണ്ടതുണ്ട്. പക്ഷേ, അതിന് ക്ഷമാപൂർവമായ ശാക്തിക സമാഹരണവും സൈദ്ധാന്തികാടിത്തറയുടെ നിരന്തരമായ വിപുലീകരണവും ആവശ്യമാണ്. നേതൃത്വവും ആഹ്വാനവുമില്ലാതെ ഓടിക്കൂടുന്ന ആൾക്കൂട്ടങ്ങളെക്കുറിച്ചുള്ള കാൽപ്പനികമോഹങ്ങൾ ആ രാഷ്ട്രീയത്തെ ഒട്ടും വിശകലനാത്മകമായി സഹായിക്കുന്നില്ല. ഡൽഹിയിലെ സമരത്തിന്റെ നേർക്കുനോക്കി അരുന്ധതി നടത്തിയ വെല്ലുവിളി ചരിത്രത്തിൽ വലിയ പ്രാധാന്യമുള്ളതായി ഞാൻ കരുതുന്നു. ഒടുവിൽ മരിച്ച പെൺകുട്ടിക്കുവേണ്ടി മെഴുകുതിരി കൊളുത്തി ആ ആൾക്കൂട്ടം പിരിഞ്ഞുപോവുമ്പോൾ സോണി സോറിയും ഇറോം ശർമി

ളയും ഉയർത്തുന്ന പ്രശ്നങ്ങളും മറ്റനവധി മനുഷ്യാവകാശ ലംഘനങ്ങളും ദളിത് ആദിവാസി പീഡനങ്ങളും അവരെ സ്പർശിക്കുന്നില്ലെന്ന് നാം തിരിച്ചറിയുന്നു. ഈ സമരത്തെ അതിന്റെ തുടക്കത്തിൽത്തന്നെ വിമർശിക്കാൻ കഴിഞ്ഞു എന്നത് നിസ്സാര കാര്യമല്ല. പുതിയ ജനാധിപത്യ രാഷ്ട്രീയത്തെ ഏകപക്ഷീയമായി നിർവചിച്ചെടുക്കാൻ ശ്രമിക്കുന്ന ഹസാരെമാർക്കും കെജ്രിവാൾമാർക്കും ഉള്ള താക്കീതാണത്. ഒപ്പം ഇത്തരം ആൾക്കൂട്ടങ്ങളിൽ സ്വന്തം അജൻഡകളും ഫാസിസ്റ്റ് സമഗ്രാധിപത്യ രാഷ്ട്രീയവും എങ്ങനെ കൊണ്ടെത്തിക്കും എന്ന് കാത്തിരിക്കുന്ന വ്യവസ്ഥാപിത രാഷ്ട്രീയ പ്രസ്ഥാനങ്ങൾക്കും ഈ സമരം ഇപ്പോൾ കോൺഗ്രസ് സർക്കാർ നേരിടുന്ന പ്രതിപക്ഷ വെല്ലുവിളിയുടെ പശ്ചാത്തലത്തിൽ അതിന്റെ ലെജിറ്റിമേഷൻ പ്രതിസന്ധിയെ തീക്ഷ്ണമാക്കി എന്നത് സത്യമാണ്. എന്നാൽ ഇന്ത്യൻ ഭരണകൂടത്തിന്റെ ജനാധിപത്യ വിരുദ്ധമായ സമീപനത്തിന് അത് കൂടുതൽ ശക്തിപകരുകയാണ് ചെയ്തത്. ഇതാകട്ടെ, ഈ വ്യവസ്ഥാപിത പ്രസ്ഥാനങ്ങൾക്കും ആഹ്ലാദകരമായ വാർത്തയാണ്. ഈ സമരത്തെ തള്ളിപ്പറയുകയോ സ്വീകരിക്കുകയോ ചെയ്യുന്നുണ്ടോ എന്നതല്ല മുഖ്യപ്രശ്നം. കാരണം ഈ ആൾക്കൂട്ടവും അതിന്റെ രാഷ്ട്രീയ മിച്ചമൂല്യവും ഏത് സാമൂഹിക മൂലധനത്തിന്റേതാണ് എന്നത് നാം കാണാനിരിക്കുന്നതേയുള്ളൂ.

പ്രതിഷേധത്തിന്റെ നാനാർഥങ്ങൾ

വി ജയിൻ

ഡൽഹിയിൽ കഴിഞ്ഞ ഒരാഴ്ച സംഘർഷത്തിന്റേതും ആശങ്കകളുടേതുമായിരുന്നു. 23 കാരിയായ മെഡിക്കൽ വിദ്യാർഥിയെ ബസിൽ കൂട്ട ബലാൽസംഗം ചെയ്ത സംഭവത്തിൽ അണപൊട്ടിയ ജനരോഷം ഭരണാധികാരികളെ ഞെട്ടിച്ചു. ഭരണകേന്ദ്രമായ റെയ്സിന കുന്നിനെ പിടിച്ചുകുലുക്കി. ഇതുവരെയില്ലാത്ത പ്രതിഷേധമാണ് ഡൽഹി കണ്ടത്. നിരവധി മഹാസമരങ്ങൾക്കും ജനമുന്നേറ്റങ്ങൾക്കും ഡൽഹി സാക്ഷ്യം വഹിച്ചിട്ടുണ്ട്. എന്നാൽ ജനങ്ങൾ ആഹ്വാനമൊന്നുമില്ലാതെ സ്വമേധയാ രംഗത്തിറങ്ങി ഭരണസിരാകേന്ദ്രത്തിന്റെ തൊട്ടടുത്തുവരെയെത്തി ശക്തമായി പ്രതിഷേധിച്ചത് ആദ്യമായാണ്.

സ്ത്രീകൾക്കെതിരെയുള്ള അതിക്രമം ദിനംപ്രതി വർധിച്ചുവരുന്നു. ബലാൽസംഗം, തട്ടിക്കൊണ്ടുപോകൽ, സ്ത്രീകൾക്കെതിരായ മറ്റ് പലവിധ ആക്രമണങ്ങൾ എന്നിവയുടെ വാർത്തകളില്ലാതെ ഒരു ദിവസവും കടന്നുപോകുന്നില്ല. ഡൽഹിയിൽ കണ്ട പ്രതിഷേധം ഡൽഹിയിലെ ഒരു പ്രത്യേകസംഭവത്തിൽ മാത്രം പ്രതിഷേധിച്ചല്ല; രാജ്യമെമ്പാടും സ്ത്രീകൾക്കെതിരായി നടക്കുന്ന അതിക്രമങ്ങളിൽ പ്രതിഷേധിച്ചാണ്.

എല്ലാ സുഖങ്ങളെയും വിലയ്ക്കുവാങ്ങാൻ ശ്രമിക്കുന്ന കമ്പോള സംസ്കാരത്തിൽ വിലയ്ക്കുവാങ്ങാൻ പറ്റാത്തവയെ ബലമായി പിടിച്ചുപറിക്കാൻ ശ്രമിക്കുന്നു. മനുഷ്യൻ മനുഷ്യന്റെമേൽ നടത്തുന്ന ബലപ്രയോഗങ്ങൾ എല്ലാ കാലത്തും ഉണ്ടായിരുന്നെങ്കിലും ആഗോളവൽക്കരണം സൃഷ്ടിച്ച കമ്പോള സംസ്കാരം ഇത്തരം ബലപ്രയോഗങ്ങളെ പതിന്മടങ്ങാക്കിയിരിക്കുന്നു.

2002 ൽ സ്ത്രീകൾക്കെതിരായ അക്രമങ്ങൾ രാജ്യത്താകെ രജിസ്റ്റർ ചെയ്യപ്പെട്ടത് 1,31,036 ആണ്. 2011 ൽ ഇത് 2,19,062 ആയി ഉയർന്നു.

67 ശതമാനത്തിന്റെ വർധന. 2002 ൽ രജിസ്റ്റർ ചെയ്യപ്പെട്ട ബലാൽസംഗ കേസുകൾ 16,373 ആണ്. 2011 ൽ ഇത് 24,206 ആയി വർധിച്ചു. ഇതും 67 ശതമാനത്തിന്റെ വർധനയാണ്. 2002 ൽ ഒരുലക്ഷം ജനസംഖ്യയ്ക്ക് 12.74 ആയിരുന്നു സ്ത്രീകൾക്കെതിരായ അക്രമങ്ങൾ. ഇത് 2011 ൽ 18.10 ആയി വർധിച്ചു.

സമൂഹത്തിലെ മറ്റ് തിന്മകൾക്കൊപ്പം സ്ത്രീകൾക്കെതിരായ അക്രമങ്ങളും വർധിച്ചുവരുന്നതായാണ് കാണുന്നത്. ഇതിനെ പലപ്രദമായി നേരിടാനുള്ള നിയമ–നിയമപാലന സംവിധാനങ്ങളില്ലാത്തത് ജനങ്ങളുടെ രോഷം വർധിപ്പിക്കുകയാണ്. സ്ത്രീകൾക്കെതിരായ അതിക്രമങ്ങൾ പ്രത്യേകിച്ച് ബലാൽസംഗങ്ങൾ ഉണ്ടാകുമ്പോൾ അതിന്റെ എഫ് ഐ ആർ തയാറാക്കൽ മുതൽ വിചാരണവരെയുള്ള ഘട്ടങ്ങളിൽ തികഞ്ഞ സ്ത്രീവിരുദ്ധതയാണ് പൊതുവിൽ നിലനിൽക്കുന്നത്. ഇരകൾക്ക് പൂർണമായ സുരക്ഷിതത്വവും നീതിയും ലഭ്യമാക്കുന്നവിധം നടപടിക്രമങ്ങളിൽ മാറ്റം വരുത്തേണ്ടതുണ്ട്. ഇതിനായി പാർലമെന്റിന്റെ പരിഗണനയിലുള്ളബില്ല് നിയമമാക്കുന്നതിൽ അസാധാരണമായ കാലതാമസമാണ് കാണുന്നത്.

രജിസ്റ്റർ ചെയ്യുന്നതിന്റെ പല മടങ്ങായിരിക്കും യഥാർഥത്തിൽ സ്ത്രീകൾക്കും പെൺകുട്ടികൾക്കുമെതിരെ നടക്കുന്ന അതിക്രമങ്ങൾ. വീടുകളിൽ, വളരെയടുത്ത ബന്ധുക്കൾ പെൺകുട്ടികളെ പീഡിപ്പിക്കുന്ന സംഭവങ്ങൾ അടുത്ത കാലത്തായി വൻതോതിൽ വർധിച്ചിട്ടുണ്ട്. ഇത്തരം സംഭവങ്ങളെക്കുറിച്ചുള്ള വാർത്തകൾ വായിച്ചും രക്ഷിതാക്കളടക്കമുള്ള ജനങ്ങൾ രോഷാകുലരാണ്. പെൺകുട്ടികൾക്കും സ്ത്രീകൾക്കും വീടുകളിൽനിന്ന് പുറത്തുപോയാൽ സുരക്ഷിതരായി തിരിച്ചെത്താൻ കഴിയുമോ എന്ന ആശങ്ക അനുദിനം വർധിച്ചുവരികയാണ്. ഈ ആശങ്കയാണ് ഡൽഹിയിലെ പ്രതിഷേധം ഇത്ര കടുത്തതാക്കിയത്.

ഡൽഹിയിൽ ഡിസംബർ 16നാണ് 23 കാരിയെ ബസിൽ കൂട്ടബലാൽസംഗത്തനിരയാക്കിയത്. ദക്ഷിണ ഡൽഹിയിലെ സാകേതത്തിൽനിന്ന് സുഹൃത്തിനൊപ്പം പാലം ഭാഗത്തേക്ക് പോകാനായി ബസിൽ കയറിയ പെൺകുട്ടിക്കാണ് ദുരനുഭവം നേരിട്ടത്. മുനീർക്കയിൽ റിങ് റോഡിൽ വാഹനം കാത്തുനിൽക്കുമ്പോണ് ഒരു ചാർട്ടേഡ് ബസ് പാലം ഭാഗത്തേക്ക് പോകുന്നെന്നു പറഞ്ഞ് ഇരുവരെയും ബസിൽകയറ്റിയത്. ബസിൽ ആകെ ആറുപേർ മാത്രമേ ഉണ്ടായിരുന്നുള്ളൂ. ബസിൽ കയറിയ ഉടൻതന്നെ അവർ പെൺകുട്ടിയോട് മോശമായി പെരുമാറി തുടങ്ങി. ഇതിനെ ചെറുത്ത ആൺകുട്ടിയെ ഇരുമ്പുദണ്ഡുകൊണ്ട് തലയ്ക്കടിച്ചു വീഴ്ത്തി. തുടർന്ന് പെൺകുട്ടിയെ ബസിലിട്ട് മാറിമാറി പീഡിപ്പിച്ചു. മഹിപൽപൂരിൽ ഇരുവരെയും ബസിൽനിന്ന് താഴേക്കിട്ടു. അർധനഗ്നരായി കിടന്ന ഇവരെ പൊലീസാണ് ആശുപത്രിയിലെത്തിച്ചത്. അതീവ ഗുരുതരാവസ്ഥയിൽ സഫ്ദർജങ് ആശുപത്രിയിലാണ് പെൺകുട്ടി. സംഭവത്തിൽ ഉൾപ്പെട്ട ആറുപേരെയും പൊലീസ് അറസ്റ്റുചെയ്തു. മുനീർക്ക

യിൽനിന്ന് മഹിപൽപൂർ വരെ 40 മിനിറ്റോളം ഈ ബസ് ഒരു പരിശോധ നയും കൂടാതെ ഓടിയെന്നതാണ് എല്ലാവരെയും അത്ഭുതപ്പെടുത്തിയ ത്. കർട്ടനിട്ട് മറച്ചാണ് ബസ് ഓടിയത്. പകൽ ചാർട്ടേഡ് ബസായി സ്കൂൾവിദ്യാർഥികളെയും ജീവനക്കാരെയും കൊണ്ടുപോകാൻ ഉപയോ ഗിക്കുന്ന ബസാണ് നിയമം ലംഘിച്ച് രാത്രി യാത്രക്കാരെ കയറ്റുകയും അവരെ പീഡിപ്പിക്കുകയും ചെയ്തത്. ദേശീയ തലസ്ഥാനത്ത് ഇത്തര മൊരു അനുഭവമുണ്ടായത് വലിയ പ്രതിഷേധത്തിന് കാരണമായി.

വനിതാ സംഘടനകളാണ് ഡൽഹിയിലെ പ്രതിഷേധത്തിന് തിരി കൊളുത്തിയത്. അഖിലേന്ത്യാ ജനാധിപത്യ മഹിളാ അസോസിയേഷ നടക്കം 11 വനിതാ സംഘടനകൾ ഡൽഹി പൊലീസ് ആസ്ഥാനം സ്ഥിതി ചെയ്യുന്ന ഐ ടി ഒ ജംഗ്ഷനിൽ വഴിതടഞ്ഞുകൊണ്ടാണ് പ്രക്ഷോഭ ത്തിന് തുടക്കംകുറിച്ചത്. രാജ്യസഭാംഗങ്ങളായ ജയാ ബച്ചൻ, ഡോ. ടി എൻ സീമ, ഝർണാ ദാസ് എന്നിവർ ഡൽഹി പൊലീസ് കമ്മീഷണറു മായി കൂടിക്കാഴ്ച നടത്തി. ശക്തമായ നടപടികളെടുത്ത് കുറ്റവാളികളെ നിയമത്തിനുമുന്നിൽ കൊണ്ടുവരണമെന്നും തലസ്ഥാനത്ത് സ്ത്രീകൾക്ക് സുരക്ഷ ഉറപ്പാക്കാൻ ആവശ്യമായ നടപടികൾ സ്വീകരിക്കണമെന്നും ആവശ്യപ്പെട്ടു. ജവഹർ ലാൽ നെഹ്റു സർവകലാശാല, ഡൽഹി സർവ കലാശാല എന്നിവിടങ്ങളിൽനിന്നുള്ള വിദ്യാർഥികളും ഈ പ്രതിഷേധ ത്തിൽ പങ്കെടുത്തു.

ഡിസംബർ 21 ന് വനിതാ സംഘടനകൾ നടത്തിയ സമരമാണ് ഡൽഹിയിലെ പ്രതിഷേധത്തിൽ വഴിത്തിരിവായത്. കൃഷിഭവനു സമീപം ഒത്തുചേർന്ന വനിതകൾ രാഷ്ട്രപതിഭവനിലേക്ക് നീങ്ങി. പലതവണ ബാരിക്കേഡുകൾ മുന്നിൽ വച്ച് തടയാൻ ശ്രമിച്ചെങ്കിലും സ്ത്രീകളുടെ രോഷത്തെ തടയാൻ കഴിഞ്ഞില്ല. വനിതാ പൊലീസുകാർ ഇല്ലാതിരു ന്നതും പൊലീസിന് ബുദ്ധിമുട്ട് സൃഷ്ടിച്ചു. കേന്ദ്ര സർക്കാരിന്റെ ആസ്ഥാ നമായ സൗത്ത് ബ്ലോക്ക്, നോർത്ത് ബ്ലോക്ക് എന്നിവയ്ക്കിടയിലൂടെ രാഷ്ട്ര പതി ഭവനിലേക്ക് നീങ്ങിയ വനിതകളുടെ പ്രകടനം കേന്ദ്ര സർക്കാരിനെ അക്ഷരാർഥത്തിൽ ഞെട്ടിച്ചു. അതീവസുരക്ഷാ മേഖലയായ റെയ്സിന കുന്നിലേക്ക് ജനങ്ങളുടെ പ്രതിഷേധം ആർത്തിരമ്പിയെത്തിയപ്പോൾ പൊലീസിന് കാഴ്ചക്കാരായി നിൽക്കേണ്ടിവന്നു. രാഷ്ട്രപതിഭവനു മുന്നിൽശക്തമായ ഗേറ്റുകൾ അടഞ്ഞു കിടന്നതുകൊണ്ടു മാത്രം വനി തകളുടെ പ്രതിഷേധം അവിടെവരെയേ എത്തിയുള്ളു. പക്ഷേ, ഡൽഹി യുടെ പ്രതിഷേധങ്ങളുടെ ചരിത്രത്തിൽ അതൊരു പുതിയ അധ്യായം രചിച്ചു. രാജ്യത്തെമ്പാടും സ്ത്രീകൾ ആക്രമിക്കപ്പെടുമ്പോൾ ഒന്നുമറി യാതെ ഉറങ്ങുന്ന ഭരണാധികാരികളെ ഉണർത്താൻ ഈ പ്രതിഷേധ ത്തിനായി. ഈ പ്രതിഷേധത്തിൽ ഒരു തരത്തിലുള്ള അക്രമവും ഉണ്ടാ യില്ല.

ഡിസംബർ 21 ന്റെ വനിതകളുടെ പ്രതിഷേധമാണ് ഡിസംബർ 22 ന്റെ വൻ പ്രതിഷേധമാർച്ചിന് പ്രചോദനമായത്. ഡൽഹിയിലെ വിവിധ

സർവകലാശാലകളിലെ വിദ്യാർഥികളും വനിതകളുമാണ് ഡിസംബർ 22 ന് ഒത്തുചേർന്നത്. രാവിലെ പത്തുമണിയായതോടെ രാഷ്ട്രപതി ഭവനു മുന്നിലുള്ള വിജയ് ചൗക്ക് മുതൽ ഇന്ത്യാ ഗേറ്റുവരെ മനുഷ്യസാഗരം തന്നെ സൃഷ്ടിക്കപ്പെട്ടു. വലിയ ബാരിക്കേഡുകളും ജലപീരങ്കികളും സജ്ജമാക്കി ആയിരക്കണക്കിന് പൊലീസുകാർ ജനങ്ങളെ നേരിടാനെത്തി. പലതവണ പൊലീസ് ജനക്കൂട്ടത്തെ നേരിട്ടു. കണ്ണീർവാതക പ്രയോഗവും ഗ്രനേഡ് പ്രയോഗവും ലാത്തിച്ചാർജും പലതവണ നടന്നു. പൊലീസിന്റെ ആക്രമണത്തെ നേരിട്ട് ജനങ്ങൾ തങ്ങളുടെ പ്രതിഷേധം അറിയിക്കുകതന്നെ ചെയ്തു. വിജയ് ചൗക്ക് മുതൽ ഇന്ത്യാ ഗേറ്റ് വരെയുള്ള ഭാഗം സംഘർഷഭരിതമായി. രാത്രിവരെ ജനക്കൂട്ടം പ്രതിഷേധവുമായി നിലയുറപ്പിച്ചു. സി പി ഐ (എം) പോളിറ്റ് ബ്യൂറോ അംഗം ബൃന്ദ കാരാട്ട്, രാജ്യസഭാംഗം കെ എൻ ബാലഗോപാൽ എന്നിവർ ജനങ്ങളുടെ പ്രതിഷേധത്തിൽ പങ്കെടുക്കാനെത്തി.

ജനങ്ങളുടെ പ്രതിഷേധത്തെ നേരിടാൻ ലക്ഷക്കണക്കിന് യാത്രക്കാരെ ദ്രോഹിക്കുന്ന നടപടികളാണ് കേന്ദ്രസർക്കാർ സ്വീകരിച്ചത്. രാഷ്ട്രപതി ഭവൻ, സൗത്ത് ബ്ലോക്ക്, നോർത്ത് ബ്ലോക്ക് എന്നിവയുൾപ്പെടെ ഡൽഹിയിലെ പ്രധാന ഓഫീസുകളും സ്ഥാപനങ്ങളും സ്ഥിതിചെയ്യുന്ന ന്യൂഡൽഹി മേഖലയിലെ എട്ട് മെട്രോ റെയിൽവെ സ്റ്റേഷനുകൾ അടച്ചിട്ടാണ് സർക്കാർ പ്രതികാരം ചെയ്തത്. ഇതുമൂലം ലക്ഷക്കണക്കിന് യാത്രക്കാർ ബുദ്ധിമുട്ടി. ഡൽഹിയുടെ ഹൃദയഭാഗമായ കോണാട്ട് പ്ലേസിലെ മെട്രോ സ്റ്റേഷനായ രാജീവ് ചൗക്കിലൂടെ ആറ് ലക്ഷം യാത്രക്കാരാണ് ദിവസവും കടന്നുപോകുന്നത്. ഇത്രയും യാത്രക്കാർ ഗവൺമെന്റിന്റെ നടപടിമൂലം ഏറെ കഷ്ടം സഹിച്ചു. ഡിസംബർ 22 ന്റെ സമരത്തിൽ പൊലീസ് ജനങ്ങളെ നേരിടാൻ നടത്തിയ അക്രമമല്ലാതെ മറ്റ് അക്രമമൊന്നുമുണ്ടായില്ല.

എന്നാൽ ഡിസംബർ 23 ന് സമരത്തിന്റെ സ്വഭാവം മാറി. സമരകേന്ദ്രം ഇന്ത്യാ ഗേറ്റിലേക്ക് മാറി. വിജയ് ചൗക്കിലേക്ക് ജനങ്ങൾ പ്രവേശിക്കുന്നത് പൊലീസ് തടഞ്ഞു. ബാബാ രാംദേവിന്റെ അനുയായികളടക്കം പല ഗ്രൂപ്പുകൾ പ്രതിഷേധത്തിലേക്ക് നുഴഞ്ഞുകയറി. ഡിസംബർ 23 ന് ഉച്ചയ്ക്കുശേഷം ഇന്ത്യാ ഗേറ്റ് പരിസരം അഴിഞ്ഞാട്ടക്കാരുടെ കേന്ദ്രമായി മാറി. റിപ്പബ്ലിക്ദിന പരേഡ് കാണുന്നതിന് ജനങ്ങൾക്ക് ഇരിക്കാനായി തയാറാക്കിക്കൊണ്ടിരുന്ന ഗാലറികൾ തകർത്ത് അതിലെ മരക്കഷണങ്ങൾ കൂട്ടിയിട്ട് തീകത്തിക്കുകയും വാഹനങ്ങൾ നശിപ്പിക്കുകയും ചെയ്തു. സുഭാഷ് ചന്ദ് തൊമാർ എന്ന പൊലീസ് കോൺസ്റ്റബിൾ ബഹളത്തിനിടയിൽ മരിച്ചു. കുഴഞ്ഞുവീണാണ് മരിച്ചതെന്ന് പ്രക്ഷോഭകരും അക്രമത്തിൽ പരിക്കേറ്റ് മരിച്ചതാണെന്ന് പൊലീസും പറയുന്നു.

ഡിസംബർ 27 ന് വിജയ് ചൗക്കിലെ പ്രക്ഷോഭകർ ആവശ്യപ്പെട്ടത് ഗവൺമെന്റ് പ്രതികരിക്കണമെന്നും പ്രധാനമന്ത്രി സംസാരിക്കണമെന്നുമാണ്. എന്നാൽ പ്രധാനമന്ത്രി പതിവുപോലെ നിർണായകഘട്ടത്തിൽ

മൗനം പാലിച്ചു. ഗവൺമെന്റ് സ്വീകരിക്കാനുദ്ദേശിക്കുന്ന നടപടികൾ സംബന്ധിച്ച് പ്രധാനമന്ത്രി അന്ന് വിശദീകരിച്ചിരുന്നെങ്കിൽ പ്രക്ഷോഭം അവസാനിക്കുമായിരുന്നു. പിന്നീട് കൈവിട്ടുപോയ പ്രക്ഷോഭം ഒരു പൊലീസുകാരന്റെ മരണത്തിനിടയാക്കിയ ശേഷമാണ് ഗവൺമെന്റ് പ്രതികരിച്ചത്.

ഡൽഹിയിൽ നടന്ന കൂട്ടബലാൽസംഗം നാടിനെയാകെ നടുക്കിയെന്നും അതിൽ ഗവൺമെന്റിനും ഖേദമുണ്ടെന്നും ആഭ്യന്തരമന്ത്രി സുശീൽകുമാർ ഷിൻഡെ പറഞ്ഞു. സ്ത്രീകൾക്കും കുട്ടികൾക്കും സുരക്ഷ ഏർപ്പെടുത്താൻ ആവശ്യമായ നടപടികളെടുക്കുമെന്നും മന്ത്രി പറഞ്ഞു. ഡിസംബർ 24ന് പ്രധാനമന്ത്രി പ്രതികരിച്ചു. മൂന്ന് പെൺമക്കളുടെ അച്ഛനായ തനിക്ക് ഈ സംഭവത്തിൽ ദുഃഖമുണ്ടെന്നും സ്ത്രീകളുടെ സുരക്ഷയ്ക്ക് ആവശ്യമായ നടപടികളെടുക്കുമെന്നും രാഷ്ട്രത്തോടായി നടത്തിയ പ്രക്ഷേപണത്തിൽ പ്രധാനമന്ത്രി പറഞ്ഞു. പ്രതിഷേധത്തെ ന്യായീകരിച്ച പ്രധാനമന്ത്രി അക്രമം അപലപനീയമാണെന്നും പറഞ്ഞു. ഈ നടപടികൾ ഉചിതമായ സമയത്ത് പ്രഖ്യാപിച്ചിരുന്നെങ്കിൽ ഡൽഹിയിലെ പ്രക്ഷോഭവും അനിഷ്ട സംഭവങ്ങളും ഒഴിവാക്കാമായിരുന്നു.

ബസ് സഞ്ചരിച്ച റൂട്ടിൽ രാത്രി പട്രോളിങ്ങിന് ചുമതലപ്പെട്ട പൊലീസ് ഓഫീസർമാരെ സസ്പെന്റ് ചെയ്യുകയും പെൺകുട്ടിക്ക് മികച്ച ചികിത്സ ലഭ്യമാക്കാൻ സൗകര്യമൊരുക്കുകയും ചെയ്തു. മുൻ സുപ്രീം കോടതി ചീഫ് ജസ്റ്റിസ് ജെ എസ് വർമ്മയുടെ നേതൃത്വത്തിൽ സ്ത്രീകൾക്കും കുട്ടികൾക്കുമെതിരെയുള്ള അതിക്രമങ്ങൾ തടയാനും കുറ്റവാളികൾക്ക് കൂടുതൽ ശിക്ഷ നൽകുന്നതിനുമുള്ള നിയമ ഭേദഗതികൾക്ക് ആവശ്യമായ നിർദേശങ്ങൾ സമർപ്പിക്കാനാണ് ഈ കമ്മീഷനോട് ആവശ്യപ്പെട്ടത്.

ഡിസംബർ 26ന് ചേർന്ന കേന്ദ്ര മന്ത്രിസഭാ യോഗം ഡൽഹി സംഭവങ്ങൾവിശദമായി ചർച്ച ചെയ്തു. രാജ്യത്തെമ്പാടുമുള്ള പ്രത്യേകിച്ച് ഡൽഹിയിൽ സ്ത്രീകൾക്ക് സുരക്ഷ നൽകാൻ ആവശ്യമായ നടപടികളെടുക്കാൻ കേന്ദ്ര മന്ത്രിസഭ തീരുമാനിച്ചു. ഡൽഹിയിലെ കൂട്ടബലാൽസംഗം സംബന്ധിച്ച് വിശദമായ അന്വേഷണം നടത്താൻ ഡൽഹി ഹൈക്കോടതി മുൻജഡ്ജിയായ ഉഷാ മെഹ്റയെ അന്വേഷണ കമ്മീഷനായി നിയമിച്ചു. സംഭവവുമായി ബന്ധപ്പെട്ട് പൊലീസ്, മറ്റ് ഗവൺമെന്റ് ഏജൻസികൾ എന്നിവയുടെ ഭാഗത്തുനിന്നുണ്ടായ വീഴ്ചകളും സംഭവത്തിന്റെ വിശദാംശങ്ങളും കമ്മീഷൻ അന്വേഷിച്ച് മൂന്ന് മാസത്തിനകം റിപ്പോർട്ട് സമർപ്പിക്കണമെന്നാണ് ആവശ്യപ്പെട്ടിട്ടുള്ളത്.

ഡൽഹി സംഭവത്തെയും പ്രതിഷേധത്തെയും ഗൗരവമായി കണക്കിലെടുക്കുന്നുവെന്ന് കേന്ദ്ര ധനമന്ത്രി പി ചിദംബരം പറഞ്ഞു. ജനങ്ങളുടെ ശക്തമായ പ്രതിഷേധം ഈ വഴിക്ക് തിരിയുമെന്ന തിരിച്ചറിവും തങ്ങൾക്കുണ്ടായെന്ന് അദ്ദേഹം പറഞ്ഞു.

സ്ത്രീകൾക്കെതിരെ രാജ്യത്തെമ്പാടും വർധിച്ചുവരുന്ന അക്രമങ്ങൾ

ഒരു ദേശീയ പ്രശ്നമായി മാറാൻ ഡൽഹിയിലെ ദാരുണമായ സംഭവവും ജനങ്ങളുടെ പ്രതിഷേധവും ഇടയാക്കി. ചില നടപടികളെടുക്കാൻ ഗവൺമെന്റ് നിർബന്ധിതമാവുകയും ചെയ്തു. സമഗ്രമായ നിയമ ഭേദ ഗതിയിലൂടെ സ്ത്രീകൾക്കെതിരായ അക്രമങ്ങൾക്ക് കഠിനമായ ശിക്ഷ നൽകുന്നതിലൂടെയും കേസ് നടപടികൾ വേഗത്തിലാക്കുന്നതിലൂടെയും അതിക്രമങ്ങൾ കുറയ്ക്കാൻ കഴിയും. ഇതിനുള്ള അടിയന്തര നടപടിക ളാണ് ആവശ്യം.

ഭാഗം 2

സ്ത്രീ, ചരക്ക്, കമ്പോളം

ലൈംഗികാതിക്രമങ്ങൾ, ഉപഭോക്തൃ സംസ്കാരം, സ്ത്രീപക്ഷ രാഷ്ട്രീയം

ശ്രീനന്ദി ബാനർജി

ഡിസംബർ 16ന് ഡൽഹിയിൽ നടന്ന കൂട്ടബലാൽസംഗത്തെപ്പറ്റി അരുന്ധതിറോയി ബ്രിട്ടീഷ് മീഡിയഹൗസിന്റെ ചാനൽ 4ന് നൽകിയ അഭിമുഖത്തിൽനിന്ന് തുടങ്ങാം. അവരുടെ അഭിപ്രായം കൂട്ടിച്ചേർക്കലുകളോ വെട്ടിച്ചുരുക്കലോ ഇല്ലാതെ കൊടുക്കാനാണ് ഞാൻ ശ്രമിക്കുന്നത്.

വളരെയേറെ പ്രത്യേകതകൾ നിറഞ്ഞ ഒരു സംഭവത്തിന്റെ വളരെ സാധാരണമായ ആഖ്യാനങ്ങളാണ് നടന്നുകൊണ്ടിരിക്കുന്നത്. ഇടത്തരം കുടുംബത്തിൽപ്പെട്ട ഒരു പെൺകുട്ടിയെ പച്ചക്കറി വിൽപ്പനക്കാരനും ജിംപരിശീലകനും ബസ് ഡ്രൈവറും ഒക്കെ ആയ ദരിദ്രവിഭാഗത്തിൽപ്പെട്ട കുറ്റവാളികൾ ആക്രമിച്ചതുകൊണ്ടാണ് ഈ പ്രതിഷേധമൊക്കെ ഉയരുന്നത് എന്നിടത്താണ് പ്രശ്നം. എന്നാൽ പട്ടാളക്കാരോ പൊലീസുകാരോ മേൽജാതിക്കാരോ മേൽക്കോയ്മയ്ക്കുള്ള ഒരു മാർഗമായി ബലാൽസംഗം ചെയ്യുമ്പോൾ ശിക്ഷിക്കപ്പെടുന്നില്ല.

ആധുനിക ഇന്ത്യ ഇപ്രകാരമല്ല ആയിരിക്കേണ്ടത് എന്ന് നമ്മുടെ രാഷ്ട്രീയ നേതൃത്വത്തെ ചിന്തിപ്പിക്കുന്നതരത്തിലുള്ള മൗലികമാറ്റങ്ങൾക്ക് ഈ പ്രതിഷേധങ്ങൾ വഴിയൊരുക്കുമെന്ന് താങ്കൾ കരുതുന്നുണ്ടോ?

> കൂടുതൽ സുരക്ഷാ നടപടികളും ചില നിയമനിർമാണങ്ങളുമൊക്കെ വന്നേക്കാം. പക്ഷേ, അതെല്ലാം ഇടത്തരക്കാരായ സ്ത്രീകളെ സംരക്ഷിക്കാനുള്ളവയായിരിക്കും.

ബോംബെ ചലച്ചിത്ര വ്യവസായം വരച്ചുകാട്ടുന്ന 'വികസിത ഇന്ത്യ' എന്ന കാഴ്ചപ്പാടിന് എതിരാണല്ലോ ഈ അഭിപ്രായം. പരസ്പരം പോരടിക്കുന്ന

വ്യത്യസ്ത ഇന്ത്യകളല്ലേ ഇന്ന് നിലവിലുള്ളത്? ഈ പുതിയ ഇന്ത്യയാണ് സ്ത്രീകളെ അവമതിക്കുന്ന തരത്തിലുള്ള സംഭവങ്ങൾക്ക് ഇന്ധനം പകരുന്നതെന്ന് താങ്കൾ കരുതുന്നുവോ?

> സ്ത്രീകളെ അവമതിക്കുന്നതിന്റെയും ആക്രമിക്കുന്നതിന്റെയും പാരമ്പര്യവും ചരിത്രവുമാണ് ഇന്ത്യയ്ക്കുള്ളത്. വിഭജനകാലത്തെ അനുഭവങ്ങളും ദളിത് സ്ത്രീകളോട് ചെയ്ത കാര്യങ്ങളും ഇത് വ്യക്തമാക്കും. ഇപ്പോൾ ഒരുതരം മനോവിഭ്രാന്തി സൃഷ്ടിക്കപ്പെട്ടിരിക്കുകയാണ്. ചത്തീസ്ഗഢ്, കാശ്മീർ, മണിപ്പൂർ തുടങ്ങിയ ഇടങ്ങളിൽ പട്ടാളവും പൊലീസും ബലാൽക്കാരത്തെ ജനങ്ങൾക്കെതിരായ ആയുധമായി ഉപയോഗിക്കുന്നു. അതുപോലെ ഉള്ളവരും ഇല്ലാത്തവരും തമ്മിലുള്ള അന്തരം വർധിക്കുന്നു. സമ്പന്നർ ഇന്നു ചെയ്യുന്നതരത്തിലുള്ള കാര്യങ്ങൾ മുമ്പ് വകതിരിവോടെ മാത്രമെ ചെയ്തിരുന്നുള്ളൂ. ഇന്ന് നാം ടെലിവിഷനിലൂടെ എല്ലാം കാണുന്നു. അനിയന്ത്രിതമായ ഉപഭോഗ തൃഷ്ണ, രോഷം, വളർന്നുവരുന്ന മനോവിഭ്രാന്തി എല്ലാം. എല്ലാതട്ടുകളിലുമുള്ള സ്ത്രീകളായിരിക്കും ഇതിനു വില നൽകേണ്ടി വരുന്നത്. ഒരുപക്ഷേ, ഏറ്റവും മുകളിലുള്ളവർക്ക് ഇതത്രമേൽ ബാധിക്കുകയില്ലായിരിക്കാം. എന്നാൽ താഴെത്തട്ടിൽ ദളിത് സ്ത്രീകൾ നിരന്തരമായി അക്രമങ്ങൾക്ക് വിധേയരാകുന്നു. ഈ വിഭ്രാന്തമായ രോഷത്തിന് വേഗത്തിൽ ഇരയാകുന്നത് ഡൽഹിയിലെ പെൺകുട്ടികളെപ്പോലുള്ള നഗര യുവതികളായിരിക്കും. ഇന്ത്യൻ ജനാധിപത്യ വ്യവസ്ഥയെപ്പറ്റി മനസിലാക്കാനും എങ്ങനെയാണ് സമൂഹത്തിലെ ചില പ്രത്യേക വിഭാഗങ്ങൾക്കു മാത്രമായി അക്രമങ്ങൾക്കെതിരായ സംരക്ഷണം നൽകാൻ ഭരണകൂടം തയാറാകുന്നത് എന്നതിനെപ്പറ്റിയും വ്യക്തമാക്കാനാണ് ഈ കൂടിക്കാഴ്ച എന്നു ഞാൻ കരുതുന്നു. എങ്കിലും ഭൂഗോളത്തിന്റെ തെക്ക് (Global south) ഭാഗത്ത് പൊതുവെ ദൃശ്യമാകുന്ന സാംസ്കാരിക രാഷ്ട്രീയത്തിന്റെ ഈ പ്രഹേളികയിലേക്ക് ഈ അഭിമുഖത്തിൽ നിങ്ങൾ എന്നോടൊപ്പം ചേരണമെന്ന് ഞാൻ പറയുന്നു.

ഇവിടെ അവതാരകൻ തന്റെ പൗരസ്ത്യ ദേശത്തെ 'സംസ്കാര സമ്പന്നമാക്കുന്ന'തായി നടിക്കുന്ന പാശ്ചാത്യ ബോധത്തോടെ 'പുതിയതും' ആധുനികവുമായ ഇന്ത്യയെപ്പറ്റി പറഞ്ഞുകൊണ്ട് ഇടപെടുന്നു. ആധുനികമായ ഒരു ലോകത്തിൽ എങ്ങനെയാണ് ഇത്തരം സ്ത്രീവിരുദ്ധത നിലനിൽക്കുന്നത് എന്ന് അത്ഭുതപ്പെട്ട് സാമുവൽ ഹണ്ടിങ്ടൺന്റെ 'സംസ്കാരങ്ങളുടെ സംഘട്ടനത്തിലേക്ക്' വിരൽ ചൂണ്ടി.

– സംസ്കാരഹീനമായ ഒരു പാരമ്പര്യത്തിൽനിന്നും പരിണമിച്ച്

പഴയ കറകൾ കഴുകിക്കളഞ്ഞ് 'തകർന്ന സംസ്കാരം' എന്ന പദവിയിൽപ്പെടാതെ രക്ഷപ്പെട്ട രാജ്യം എന്ന രീതിയിലാണിന്നവർ ഇന്ത്യയെ കാണുന്നത്.

അവതാരകന്റെ അമ്പരപ്പിൽ അത്ഭുതമില്ല. കാരണം ഡിസംബർ 16 ലെ സംഭവത്തിനുശേഷം, ത്വരിതഗതിയിലുള്ള പാശ്ചാത്യവൽക്കരണത്തിന്റെയും ആഗോളവൽക്കരണത്തിന്റെയും പ്രക്രിയകളായി പൊരുത്തപ്പെടാനാവാത്ത ദരിദ്ര ഇന്ത്യൻ പുരുഷന്മാർ ആധുനികരും പരിഷ്കൃതരുമായ നഗരത്തിലെ വനിതകളെ ബലാൽസംഗം ചെയ്യുന്നു എന്ന രീതിയിൽ പ്രചരിപ്പിച്ചുവരുന്നുണ്ട്.

ഈ ചോദ്യങ്ങളോടുള്ള അരുന്ധതിയുടെ പ്രതികരണങ്ങൾ രസകരമാണ്. പ്രത്യേകിച്ചും അനിയന്ത്രിതമായ ഉപഭോക്തൃ തൃഷ്ണ നഗരയുവാക്കളെ രോഷാകുലരും മനോവിഭ്രാന്തിയുള്ളവരും ആക്കിത്തീർക്കുന്നുവെന്നും മുതലാളിത്തത്തിന്റെ അശ്ലീല വിലോഭനങ്ങളിൽ ഉള്ളവരും ഇല്ലാത്തവരും തമ്മിലുള്ള ഭീമവും നിന്ദ്യവുമായ വിടവുകൾക്ക് സ്ത്രീകൾ വില നൽകേണ്ടിവരുന്നുവെന്നുള്ള സങ്കൽപ്പനങ്ങൾ.

പാശ്ചാത്യവൽക്കരണവുമായി ബന്ധപ്പെടുത്തി സ്ത്രീസുരക്ഷയെപ്പറ്റി ചർച്ച ചെയ്യുന്നത് വ്യാപകമാവുന്നുണ്ട്. ആർ എസ് എസ് തലവൻ മോഹൻ ഭഗവത് മുതൽ ജസ്റ്റിസ് വർമ്മാ കമ്മീഷന്റെ പരാമർശ വിഷയമായ സുപ്രീംകോടതി വിധിവരെ ഇതിനുദാഹരണം. ഇന്ത്യയിലെ സ്ത്രീകൾ തങ്ങൾ ബലാൽസംഗത്തിന് ഇരയായി എന്ന് വെറുതെ പറയുകയില്ല. ലൈംഗികത ഇവിടെ വിൽപ്പനചരക്കല്ല. അതിനാൽ ഇവിടത്തെ സ്ത്രീകൾ ലൈംഗിക പരിശുദ്ധി കാത്തുസൂക്ഷിക്കുന്നു. എന്നാൽ പാശ്ചാത്യരാകട്ടെ ലൈംഗികതയെ ആനന്ദത്തിനായും സാമ്പത്തിക നേട്ടത്തിനായും ഉപയോഗിക്കുന്നു. തൃണമൂൽ കോൺഗ്രസിലെ കകോളി ഘോഷ് ദാസ്തിദാർ എന്ന മഹിളാ കോൺഗ്രസ് നേതാവ് കൊൽക്കത്തയിലെ പാർക്ക് സ്ട്രീറ്റിലെ പബ്ബിൽ പോകുന്ന സ്ത്രീ ബലാൽസംഗം ചെയ്യപ്പെട്ടതും ഡൽഹിയിലെ പെൺകുട്ടി ബസിൽവച്ച് ബലാൽസംഗം ചെയ്യപ്പെട്ടതും തമ്മിൽ വ്യത്യാസമുണ്ടെന്നു പറഞ്ഞു. ആദ്യത്തേത് ഒരു വേശ്യയും അവളുടെ ഇടപാടുകാരും തമ്മിൽ തുടങ്ങിയ പിടിവലിയെത്തുടർന്നുള്ള 'കള്ളക്കേസാ'ണെങ്കിൽ ബസിൽ നടന്നത് സത്യസന്ധമായ കേസാണെന്നും അവർ കൂട്ടിച്ചേർത്തിരുന്നു.

അതുപോലെ, 'ചുളിവുവീണ് ചായം പൂശി ബുദ്ധിജീവി ചമയുന്ന' ഉപഭോഗ തൃഷ്ണയ്ക്കടിപ്പെട്ട സ്ത്രീകൾ നടത്തിയതാണ് ഡൽഹിയിലെ പ്രതിഷേധം എന്ന് അഭിജിത് മുഖർജി പറഞ്ഞതും വ്യത്യസ്ത വീക്ഷണ കോണുകളിൽ നിന്നുള്ളതാണെങ്കിലും ഓരോ ദിശയിലുള്ളതാണ്. മുതലാളിത്തത്തിന്റെ ബീഭത്സപ്രഭാവവും അതിന്റെ സഹജമായ ചരക്കുവൽക്കരണവും സ്ത്രീകളിൽ ചെലുത്തുന്ന സ്വാധീനത്തിന്റെ ഫലമായാണ് ഇതെല്ലാം ഉണ്ടാകുന്നതെന്നാണ് ഊന്നൽ.

ഹിന്ദു പത്രത്തിൽ വന്ന ഒരു ലേഖനവും അൽപ്പസ്വൽപ്പ വ്യത്യാസത്തോടെ അരുന്ധതി നടത്തിയ വിശകലനവും വിരൽ ചൂണ്ടുന്നത് ഒരിടത്തേക്കാണ്. തൊഴിലിനും മറ്റുമായി പൊതു ഇടങ്ങളിൽ എത്തപ്പെടുന്ന സ്ത്രീകൾക്കെതിരെ ഉപഭോക്തൃ തൃഷ്ണയ്ക്കടിപ്പെട്ട പുരുഷന്മാർ തിരിയുന്നുവെന്നാണ് ഇവിടെ നിഗമനം. ലക്ഷ്മണരേഖയ്ക്കുള്ളിൽ നിൽക്കുന്ന സ്ത്രീകളല്ല തന്നിഷ്ടക്കാരികളാണ് അക്രമത്തിനിരയാകുന്നതെന്ന ഭഗവത്-ദാസ്തിദാർ പ്രഭൃതികളുടെ വാദത്തിന് ഇത് എതിരാണ്.

വരച്ചവരയിൽ നിൽക്കാത്ത സ്ത്രീകളോടുള്ള ഭയം മുതലാളിത്തത്തിനും മുമ്പേയുണ്ട്.

അരുന്ധതി റോയി ആരെന്ന് നന്നായി അറിയാം. ഭരണകൂടത്തിന്റെ അറിവോടും മൗനാനുവാദത്തോടും സ്ത്രീകൾക്കെതിരെ നടക്കുന്ന ലൈംഗികാതിക്രമങ്ങളും സവർണ-സമ്പന്ന വിഭാഗങ്ങളിൽപ്പെട്ടവർ ദളിത്-ആദിവാസി സ്ത്രീകൾക്കെതിരെ നടത്തുന്ന ലൈംഗികാതിക്രമങ്ങളും പൊതു മണ്ഡലത്തിൽ ചർച്ച ചെയ്യുന്നത് തടയാൻ അടുത്തകാലത്തായി മൂലധന ശക്തികൾ നടത്തുന്ന ഹീനശ്രമങ്ങൾക്കെതിരെ അരുന്ധതിക്കുള്ള ഉൽക്കണ്ഠകളും എനിക്കറിയാം.

എന്നിരിക്കുമ്പോഴും സമ്പന്നവർഗം സമ്പന്നതയുടെ അശ്ലീലതയിൽ അഭിരമിക്കുന്നതിന് സ്ത്രീകൾ വില നൽകുകയാണെന്ന പ്രഖ്യാപനം പ്രശ്നവൽക്കരിക്കേണ്ടതു തന്നെയാണെന്ന് ഞാൻ കരുതുന്നു. സ്ത്രീവിരുദ്ധത മുതലാളിത്തത്തിനും മുമ്പേയുണ്ടായതാണെന്നു സ്ഥാപിക്കാനല്ല എന്റെ ശ്രമം. പ്രശ്നത്തിന്റെ ഉള്ളുതൊട്ടേക്കാവുന്ന ഒരു പ്രത്യേക സംഭവം ഞാൻ ചൂണ്ടിക്കാട്ടട്ടെ. അതോടൊപ്പം അരുന്ധതിയെപ്പോലുള്ള സാമൂഹ്യ വിമർശകരോട് എനിക്കുള്ള സൈദ്ധാന്തികമായ വിയോജിപ്പ് വ്യക്തമാക്കുകയും ചെയ്യാം. അവരുടെയെല്ലാം അഭിപ്രായത്തിൽ ഇടത്തരക്കാരായ സ്ത്രീകൾക്കുനേരെ നടക്കുന്ന ലൈംഗികാതിക്രമങ്ങൾക്കു കാരണം സമ്പന്നതയുടെ കെട്ടുകാഴ്ചകളിൽ അഭിരമിക്കുന്നതുമൂലം ഉണ്ടാകുന്നതാണ്. അതെ; ഭീകരമായി ബലാൽസംഗം ചെയ്യപ്പെട്ടും കുടൽമാല വലിച്ചു പുറത്തിടപ്പെട്ടും അവർ വില നൽകിക്കൊണ്ടിരിക്കുക തന്നെയാണ്! ഇതിനെല്ലാം കാരണം ആഗോളമൂലധനത്തിന്റെ വ്യാപനവും! ഇത് ബലാൽക്കാര സംസ്കാരം എന്നു നാം കരുതുന്നതിന്റെ ലക്ഷണമൊത്ത ന്യായീകരണമായി ഞാൻ കരുതുന്നു.

ഇവിടെ പുരുഷ ആകാംക്ഷ എന്ന സങ്കൽപ്പനത്തെ കൂടുതൽ പരിശോധനയ്ക്കു വിധേയമാക്കണം. സ്ത്രീവിരുദ്ധമായ അവകാശവാദങ്ങൾകൊണ്ട് പൊതുബോധത്തിൽ വാഴ്ത്തപ്പെട്ട കാര്യങ്ങൾ മനുസ്മൃതിയിൽ കാണാം. പൊതു ബോധത്തിന്റെ നിർവചനത്തെക്കുറിച്ച് വ്യത്യസ്തതയുണ്ടാകാം. എന്നാലും സ്ത്രീകളെ വ്യാഖ്യാനിക്കുമ്പോൾ

മനുവിന്റെ പ്രസ്താവങ്ങളെ മൂഢമായി ലഘൂകരിച്ചു കാണുന്നതിൽനിന്ന് ഏവരും പിന്തിരിയേണ്ടതു തന്നെയാണ്. മനുസ്മൃതി 9–ാം അധ്യായം ഇങ്ങനെ പറയുന്നു:

> സ്ത്രീകൾക്ക് സൗന്ദര്യമോ യുവത്വമോ പരിഗണനാ വിഷയമല്ല. ഒരു പുരുഷൻ! അവനുമായി ആസ്വാദ്യതയോടെ അവൾ രമിക്കും. അവൻ സൗന്ദര്യമുള്ളവനോ അല്ലാത്തവനോ ആകട്ടെ അതവൾക്കു പ്രശ്നമല്ല. ചപലയായ വേശ്യയെപ്പോലെ പുരുഷനു പിന്നാലെ പായും. എത്ര നിഷ്ഠയോടെ സംരക്ഷിച്ചാലും അവരുടെ സഹജമായ സ്നേഹരാഹിത്യത്താൽ സ്ത്രീകൾ ഭർത്താക്കന്മാരെ വഞ്ചിക്കും. അവർക്ക് മനോനിയന്ത്രണമില്ല...

ഇവിടെ മനു മനുവിന് എതിരാകുന്നു. സ്ത്രീകൾ സ്വാഭാവികമായും നിർവികാരകളും ദുർബലകളുമാണെന്ന് കരുതുന്നതിനാൽ അവരുടെ ലൈംഗികതയെ നിയന്ത്രിക്കേണ്ടതായി മനു കരുതുന്നില്ല എന്നു കാണുന്നത് രസകരമാണ്. യഥാർഥത്തിൽ സ്ത്രീകളെ നിയന്ത്രിക്കണമെന്ന് ആഗ്രഹം ജനിക്കുന്നത് അവർ വഞ്ചകരായതിനാലോ സ്നേഹരഹിതരായതിനാലോ അല്ല.

മറ്റൊരു രീതിയിൽ വായിച്ചാൽ നമുക്ക് മനസിലാക്കാൻ കഴിയുന്നത് സ്ത്രീയുടെ ലൈംഗിക ശക്തിയെപ്പറ്റിയുള്ള പുരുഷന്റെ ഉൽക്കണ്ഠയുടെ അടിത്തറ കുടികൊള്ളുന്നത് അവൾ മറ്റു ബന്ധങ്ങളിൽ ഏർപ്പെട്ടേക്കുമോ എന്ന ഭയത്തിലാണ്. സ്വയം മുഖംമൂടി ധരിക്കുകയാണ് പുരുഷമേൽക്കോയ്മ ഇവിടെ. മുഖംമൂടി ധരിക്കാനോ അനുകരിക്കാനോ ഉള്ള ഒരാളുടെ കഴിവ് വ്യക്തമാക്കുന്നത് ആ മുഖംമൂടിക്കു പിന്നിലുള്ളത് ഒരു യഥാർഥ വ്യക്തിത്വം അല്ലെന്നാണ്.

ചരക്കുവൽക്കരണവും വസ്തുവൽക്കരണവും യഥാർഥത്തിൽ സ്ത്രീവാദത്തിനെതിരാണോ?

പലരോടും ലൈംഗികബന്ധം പുലർത്തുന്ന സ്ത്രീ വേശ്യയാണെന്നും അവർ വികാരരഹിതകളും വിശ്വസിക്കാൻ കൊള്ളാത്തവരും അതിനാൽ അവരുടെ ലൈംഗികതയെ നിയന്ത്രിക്കണമെന്നുമുള്ള ആവശ്യം മുതലാളിത്ത രൂപീകരണത്തിനു മുമ്പേ നിലനിന്നിരുന്നു. മുതലാളിത്തത്തിന്റെ പിറവിയോടെ പുതിയ തരത്തിലുള്ള പുരുഷകേന്ദ്രീകൃതമായ അധികാരഘടന നിലവിൽ വന്നു. ഈ അധികാര ഘടനയ്ക്കു കീഴിൽ ഗാർഹിക ജോലിക്ക് സാമൂഹ്യ അംഗീകാരവും മാന്യതയും നിഷേധിക്കപ്പെട്ടു. പുറം ജോലികളിൽ വ്യാപൃതരായ സ്ത്രീകൾക്കു പുരുഷനെക്കാൾ കുറഞ്ഞ കൂലി മാത്രം നൽകി.

'വിശ്വസിക്കാൻ കൊള്ളാത്തവരും,' 'കൈമാറ്റം ചെയ്യപ്പെടാവുന്ന'വരുമായ സ്ത്രീകൾക്കു നേരെയുള്ള ഭയവും ഉൽക്കണ്ഠകളും വ്യാപകമാ

യി. ഇത് നിലവിലുണ്ടായിരുന്ന സ്ത്രീവിരുദ്ധ സംസ്കാരത്തെ രൂഢമൂലമാക്കി. സ്ത്രീയെ മറ്റെന്തുംപോലെ പ്രലോഭനകരവും കൈമാറ്റം ചെയ്യാവുന്നതുമായ വസ്തുവാക്കി മുതലാളിത്തം മാറ്റി.

കൈമാറ്റം ചെയ്യാനായി മുതലാളിത്തം എന്തിനെയും അമൂർത്തവൽക്കരിക്കും. വിപണി എന്ന ലക്ഷ്യത്തിനുവേണ്ടി ബൂർഷ്വാസി എല്ലാത്തിനെയും ഒരുപോലെയാക്കിത്തീർക്കും എന്ന മാർക്സിസ്റ്റ് പരികൽപ്പനയെ അടിസ്ഥാനമാക്കിയാണ് 'വസ്തുവൽക്കരണം,' 'ചരക്കുവൽക്കരണം' എന്നീ വാക്കുകൾ വ്യവഹരിക്കപ്പെടുന്നത്. 'വസ്തു' എന്ന സങ്കൽപ്പം പ്രത്യേക തരത്തിലുള്ള ഒരു ബോധത്തെ മുൻകൂട്ടി നിശ്ചയിക്കുമെന്നതിനാൽ ഉടമകൾ ചേർന്നുള്ള ഒരു സാമൂഹ്യനിർമിതിയുടെ ലക്ഷണമെന്നനിലയിൽ വസ്തുവൽക്കരണം ആവശ്യവും നിർണായകവുമായ ഒന്നാണ്. അതിനാൽ ഇവിടെ 'അയാൾ' വിവേചന ബുദ്ധിയുള്ള വ്യക്തിയാണ്. സ്വാഭാവിക അവകാശങ്ങൾ ഉള്ളവനും മറ്റുള്ളവരിൽ നിന്നും വ്യത്യസ്തനും എന്നാൽ മറ്റുള്ളവർക്കു തുല്യനുമാണയാൾ. അതിനാൽ ഈ സന്ദർഭത്തിൽ വസ്തുവൽക്കരണം നൽകുന്ന 'തുല്യത' പല പരമ്പരാഗത മാർക്സിസ്റ്റുകളും കാണുമ്പോലെ കപടാവബോധമല്ല. വസ്തുവൽക്കരണം സംബന്ധിച്ച അത്തരം വായന തെറ്റും അതിനാൽ അത് വലതുപക്ഷ സദാചാരവാദികളുടെ 'പരിപൂർണതാ'വാദത്തിന്റെ വെറും ഒരു ഭാഗമായിത്തീരുകയും ചെയ്യും.

ഇന്ത്യയിലെ സ്ത്രീവാദികൾക്കിടയിൽ 'വസ്തുവൽക്കരണം' 'ചരക്കുവൽക്കരണം' 'അന്യവൽക്കരണം' എന്നീ വാക്കുകളുടെ അർഥതലങ്ങളെ അവഹേളനപരമായാണ് കാണുന്നത്. ഇവിടെ ഉപഭോഗത്വരയോ ആഗ്രഹങ്ങളോ ഇല്ലാത്ത അവ്യക്ത അഭിപ്രായങ്ങളും നിർഗുണവും വിരക്തവുമായ രാഷ്ട്രീയ പ്രവർത്തനമായാണ് സ്ത്രീവാദത്തെ കണക്കാക്കുന്നത്. പാശ്ചാത്യവൽക്കരിക്കാത്ത സ്ത്രീകളുടെ ആഗ്രഹങ്ങളെ സ്വാഭാവികവും ധാർമികവും അതിനാൽ ജനാധിപത്യപരവുമായി കാണുമ്പോൾ പാശ്ചാത്യവൽക്കരിക്കപ്പെട്ടവരുടെ ആഗ്രഹങ്ങളെ നേരെ തിരിച്ചാണ് കാണുന്നത്. ഈ ഒരു സാഹചര്യത്തിൽ സ്ത്രീകളുടെ വസ്തുവൽക്കരണം എന്ന വിമർശനം പൊളിയുന്നു; ഒപ്പം അനിയന്ത്രിതമായ ഉപഭോക്തൃതൃഷ്ണയാണ് സ്ത്രീകൾക്കെതിരായ ലൈംഗികാതിക്രമങ്ങൾക്ക് കാരണം എന്ന വാദവും.

> ജസ്റ്റിസ് വർമ്മയുടെ റിപ്പോർട്ടിൽ ഏറെ സ്വാഗതാർഹമായ നിർദേശങ്ങളാണുള്ളത്. എന്നാൽ "നഗരങ്ങളിലെ പുരുഷന്മാരുടെ വൻതോതിലുള്ള ദുർബലപ്പെടൽ നിലവിലുള്ള ലൈംഗികാതിക്രമ സംസ്കാരത്തെ ശക്തമാക്കാൻ ഇടയാക്കുന്നുണ്ട്" എന്ന വാദം അംഗീകരിക്കുന്നുമുണ്ട്.

ലൈംഗികാതിക്രമങ്ങളെപ്പറ്റിയുള്ള വിലയിരുത്തലുകൾ വസ്തുനിഷ്ഠമാകണം. നവ ഉദാരവൽക്കരണം സാമൂഹ്യ അസമത്വം വർധിപ്പി

ക്കുന്നുവെന്ന പ്രചാരണം നിലനിൽക്കുമ്പോൾത്തന്നെ ആളുകളെ ചരക്കുവൽക്കരിക്കാനുള്ള ശ്രമത്തിനിടയിൽ അവരെ വിശ്വസിക്കാൻ കൊള്ളാത്തവരുമാക്കുന്നുണ്ട്. മനുവും അദ്ദേഹത്തിന്റെ അഭിപ്രായമുള്ള പുരുഷകേന്ദ്രീകൃതവ്യവസ്ഥയിലെ ചിന്തകരും ഈ വിശ്വസിക്കാൻ കൊള്ളായ്മയെയാണ് ഏറെ ഭയപ്പെട്ടിരുന്നതും.

സ്വയം വസ്തുവൽക്കരിക്കുകയും ചരക്കുവൽക്കരിക്കുകയും ചെയ്യുന്ന 'വിശ്വസിക്കാൻ കൊള്ളാത്ത'വളുമായ സ്ത്രീക്കു നേരെയുള്ള ഭയത്തിന്റെ അടിത്തറയിൽനിന്നാണ് 'ഒരുമ്പെട്ടവൾ'മാരെ ഒരു പാഠം പഠിപ്പിക്കണമെന്ന ചിന്ത രൂപംകൊള്ളുന്നത്. സ്വയം തെരഞ്ഞെടുക്കാനുള്ള സ്ത്രീകളുടെ ഈ സ്വാതന്ത്ര്യത്തെ മാനിക്കണം. അതിനെ തെറ്റായ അവബോധമെന്നു പറഞ്ഞ് തള്ളിക്കളയരുത്. സ്ത്രീയുടെ ചരക്കുവൽക്കരണം ഏതു സാഹചര്യത്തിലാണ് ഏറ്റവും മോശമായ വസ്തുവൽക്കരണമായിത്തീരുന്നതെന്ന് നാം ചോദ്യം ചോദിക്കണം.

സമ്പദ് വ്യവസ്ഥയ്ക്ക് എതിരായ യഥാർഥ വിമർശം വെറും സദാചാര വിമർശനമായി ചുരുങ്ങിപ്പോകരുത്. നമ്മുടെ ആത്മനിഷ്ഠബോധത്തെ നിയന്ത്രിക്കുന്ന വസ്തുവൽക്കരണം പ്രക്രിയയുടെ സാധ്യതകളെപ്പറ്റിക്കൂടി പരാമർശിച്ചില്ലെങ്കിൽ മുതലാളിത്തത്തിനെതിരായ വിമർശനം നിഷ്ഫലമാകും. മറ്റൊരുതരത്തിൽ പറഞ്ഞാൽ ആഗോളമൂലധനത്തിനെതിരായ വിമർശനം, ദേശത്തിന്റെ മഹത്തായ മൂല്യങ്ങൾക്കുമേൽ മുതലാളിത്ത ജീർണത അടിച്ചേൽപ്പിക്കുന്നു എന്ന സംരക്ഷണ മുറവിളിയായി ചുരുക്കി വെറും വലതുപക്ഷവാദമായി പരിമിതപ്പെട്ടുപോകാനിടയുണ്ട്. ഇവിടെ രാജ്യം എന്നത് ആഗോളവൽക്കരണത്തിന്റെ വിനാശങ്ങൾക്കെതിരായി സംരക്ഷണവും വീണ്ടെടുക്കലും ആവശ്യമായ മഹത്തായ ഒരു ആശയമായി ചിത്രീകരിക്കപ്പെടുന്നു.

ജസ്റ്റിസ് വർമ്മ കമ്മിറ്റി റിപ്പോർട്ട് ബലാൽസംഗത്തെ ആനന്ദത്തിനുവേണ്ടിയുള്ള കുറ്റകൃത്യമായല്ല അധികാരപ്രകടനമായാണ് നിരീക്ഷിക്കുന്നത്. പല ഉപസംസ്കാരങ്ങളും എങ്ങനെയാണ് തങ്ങളുടെ പൊതുവായ സ്വത്വത്തെ സംരക്ഷിക്കാൻ ബലാൽസംഗത്തെ ഒരു ആയുധമായി ഉപയോഗിക്കുന്നത് എന്നും റിപ്പോർട്ട് വ്യക്തമാക്കുന്നുണ്ട്. ഇതെല്ലാം യാഥാർഥ്യത്തിന്റെ ചിത്രീകരണങ്ങൾ എന്ന നിലയിൽ കടന്നുപോകും. എന്നാൽ *ഹിന്ദു* പത്രത്തിൽ വന്ന ലേഖനത്തിൽ ലൈംഗികാതിക്രമങ്ങൾക്കുള്ള അടിസ്ഥാന കാരണമായി 'ഉപഭോഗ ധാരാളിത്തവും,' 'പൊങ്ങച്ചവും' അടിവരയിടുന്നത് ഉൽക്കണ്ഠപ്പെടുത്തുന്നു. 'ധിക്കാരപരമായ ചരക്കുവൽക്കരണത്തിന്' വിധേയരാകുന്ന 'സ്ത്രീകളെ ഒരു പാഠം പഠിപ്പിക്കാനും വിലനൽകാനും പ്രേരിപ്പിക്കുന്ന തരത്തിൽ ഇപ്പോഴത്തെ അന്തരീക്ഷത്തിൽ ഈ വാക്കുകൾ മാറുന്നു.

അസംബന്ധഭരിതമായ ആധുനികതയ്ക്കും ലൈംഗികാതിക്രമങ്ങൾക്കുമിടയിൽ അവിച്ഛിന്നത നിർമിക്കണമെങ്കിൽ ഇവ തമ്മിലുള്ള അതിർത്തി ഏതാണെന്ന് നാമെങ്ങനെ നിശ്ചയിക്കും എന്ന പ്രശ്നം

ഉയർന്നുവരും. പാശ്ചാത്യവൽക്കരിച്ച സ്ത്രീകളാണ് ലൈംഗികാതിക്രമങ്ങൾക്ക് ഇരയാകുന്നതെന്ന മോഹൻ ഭഗവത്തിന്റെ അഭിപ്രായത്തെയും നഗരത്തിലെ വനിതകൾ അക്രമങ്ങൾക്ക് ഇരയാകുന്നത് മുതലാളിത്തത്തിന്റെ അനന്തരഫലമാണെന്ന അരുന്ധതിറോയിയെപ്പോലുള്ള ചിന്തകരുടെയും അഭിപ്രായങ്ങളെ എങ്ങനെയാണ് ബൗദ്ധികമായി നാം വേർതിരിച്ചു കാണുന്നത്? നഗരപൊങ്ങച്ചങ്ങളും അങ്ങേയറ്റത്തെ വ്യക്തി മാത്രവാദവുമാണ് ലൈംഗികാതിക്രമങ്ങൾ വർധിക്കുന്നതിനു പിന്നിലെന്ന് പ്രശസ്ത സാമൂഹ്യശാസ്ത്രജ്ഞനായ അഷീഫ്നന്ദി പറയുകയും ചെയ്തു.

> ഇക്കാലത്ത് സ്ത്രീകൾ ഏറെയും പരിഷ്കാരികളാണ്; പൊങ്ങച്ച പ്രകടനവും ഏറുന്നുണ്ട്. ബലാൽസംഗം ഒഴിവാക്കാൻ ഇവർ വേശ്യകളെപ്പോലെ അണിഞ്ഞൊരുങ്ങുന്നത് അവസാനിപ്പിക്കേണ്ടിയിരിക്കുന്നു.

എന്ന ടൊറോന്റോവിലെ പൊലീസ് ഉദ്യോഗസ്ഥന്റെ അഭിപ്രായം അനുസ്മരിപ്പിക്കുന്നതാണ് ഈ അഭിപ്രായങ്ങളും. അഭിജിത് മുഖർജിയുടെ 'ചുളിവു വീണതും ചായം തേച്ചതുമായ സ്ത്രീകൾ' പകൽ പ്രതിഷേധക്കാരും രാത്രി ഡിസ്കോക്കാരുമായി മാറുന്നു എന്ന പരാമർശവും ഇതിനോടു ചേർത്തുവായിക്കാവുന്നതാണ്.

ബലാൽസംഗം, അപമാനം, ഉപഭോഗം

ലൈംഗികാതിക്രമങ്ങൾ ഘടനാപരമായ ഒരു വിഷയമായും വഴിപിഴച്ച ചില വ്യക്തികളുടെ പ്രവർത്തനമായിട്ടുമാണ് വർമ്മ കമ്മീഷൻ നിരീക്ഷിക്കുന്നത്. ബലാൽസംഗത്തോടൊപ്പം ചേർത്തു പറയുന്ന 'ദുരഭിമാനം,' 'അപമാനം' തുടങ്ങിയ പദങ്ങളെ അതിൽനിന്നും വേർപെടുത്തണമെന്ന് വർമ്മാകമ്മീഷൻ പറയുന്നു. മുതലാളിത്തം കുടിയേറ്റക്കാരായ പുരുഷന്മാരുടെ മാനസികോല്ലാസങ്ങളെ നിയന്ത്രിക്കുന്നുവെന്നും അതിനാൽ 'ഭാവിയില്ലാത്ത' ഇവർ ഇവരുടെ അസ്വസ്ഥതകളാൽ പബ്ബുകളിലും ഡിസ്കോകളിലും പങ്കെടുക്കുന്ന സ്ത്രീകളെ ലൈംഗികമായി കടന്നാക്രമിക്കുന്നു എന്ന നിഗമനം പ്രശ്നവൽക്കരിക്കേണ്ടതാണ്. ഈ വാദം കുറ്റവാളികൾക്കുമേൽ അനുകമ്പയുടെ ഒരു പരിവേഷം നൽകുന്നു. എല്ലാം നിഷേധിക്കപ്പെടുന്ന പാവപ്പെട്ട മനുഷ്യൻ ബൂർഷ്വാധാരാളിത്തത്തിന്റെ ലമ്പടത്വത്തിൽപ്പെട്ട് മനോനില നഷ്ടപ്പെട്ട് സ്വന്തം വ്യക്തിത്വം നിലനിർത്താൻ കൂട്ടബലാൽസംഗംപോലുള്ള കുറ്റകൃത്യങ്ങളിൽ ഏർപ്പെടുന്നു എന്ന് അതർഥമാക്കുന്നു. ഉപഭോക്തൃകാമനകൾക്കു ചുറ്റുമാണ് ബലാൽക്കാരങ്ങൾ സംഭവിക്കുന്നതെന്ന ബുദ്ധിപരവും ഭാഷാപരവും സദാചാരപരവുമായ വാദത്തിന് ഇത് ബലം പകരുന്നു. സമ്പന്നരുടെ അനിയന്ത്രിതമായ ഉപഭോക്തൃപരതയാണ് ബലാൽസംഗത്തിനുള്ള

പരോക്ഷ കാരണമായി കണ്ടെത്തിയിട്ടുള്ളത്! ബലാൽസംഗത്തിന് ഇരയായവൾ ഈ കുറ്റത്തിന് കാരണക്കാരിയായി വിധിക്കപ്പെടുന്നു. അതിനാൽ അവൾ അവളുടെ ഉപഭോക്തൃ തൃഷ്ണയെപ്പറ്റി ഓർത്ത് ലജ്ജിക്കണമെന്നാണ് പ്രതീക്ഷിക്കുന്നത്. താഴെ തട്ടിലുള്ള പുരുഷന്മാരുടെ മൗലിക അവകാശങ്ങൾ അറുത്തുമാറ്റി ബലാൽസംഗക്കാരെ സൃഷ്ടിക്കുന്ന ഘടനയെപ്പറ്റി അവർ ക്ഷമാപണം ചെയ്യുന്നവരായിരിക്കണമെന്നും പ്രതീക്ഷിക്കപ്പെടുന്നു. ഈ യുക്തി ബോളിവുഡ് ചിത്രങ്ങളിലെ പുരുഷ വശീകരണകളായ സ്ത്രീകൾ ഒടുവിൽ 'ഇനി ഞാൻ അങ്ങനെയൊന്നും ചെയ്യില്ല' എന്നു വിലപിക്കുന്ന വർഷങ്ങൾ പഴക്കം ചെന്ന യുക്തിയെ ഓർമിപ്പിക്കുന്നു.

മുതലാളിത്തത്തിന്റെ ഒഴിച്ചുനിർത്തൽ സ്വഭാവമാണ് നഗരങ്ങളിൽ ബലാൽസംഗത്തിന് ഇടവരുത്തുന്നതെന്ന ഒരന്തരീക്ഷം സൃഷ്ടിക്കപ്പെട്ടാൽ അയഞ്ഞ സ്വഭാവക്കാരായ സ്ത്രീകളുടെ പ്രവൃത്തി കാരണം മുതലാളിത്തത്തിനുകീഴിൽ യുവാക്കൾ അനുഭവിക്കുന്ന അന്യവൽക്കരണം കൂടുതൽ തീവ്രതരമാക്കും എന്ന വാദവും അംഗീകരിക്കേണ്ടിവരും (അവൾക്കതുവരണം എന്ന യുക്തി ദൃഢപ്പെടും). അതിനാൽ സമ്പന്നരുടെ ഉപഭോഗശീലംവഴി പാവപ്പെട്ടവർ മാറ്റിനിർത്തപ്പെടുകയും അതിന്റെ തിരിച്ചടിയെന്നോണം കുടിയേറ്റക്കാർ ബലാൽസംഗം ചെയ്യുന്നു എന്ന വാദം അവസാനിപ്പിക്കേണ്ടതുണ്ട്. ബലാൽസംഗത്തിൽനിന്നും അതോടൊപ്പം സൃഷ്ടിക്കപ്പെടുന്ന അപമാനത്തെ നമുക്ക് മാറ്റിനിർത്താനാവില്ല. പ്രത്യേകിച്ചും ഒരിടത്തരക്കാരിയായ വനിത ബലാൽസംഗം ചെയ്യപ്പെടുമ്പോൾ. ബലാൽക്കാരത്തിനിരയായവളെ വേശ്യയായി ചിത്രീകരിക്കുകയും കുറ്റപ്പെടുത്തുകയും ചെയ്യുന്ന ശീലമാണ് നമുക്കുള്ളത്; പരസ്യമായി കുറ്റപ്പെടുത്തിയില്ലെങ്കിൽ രഹസ്യമായെങ്കിലും. നഗരം സൃഷ്ടിക്കുന്ന അജ്ഞാതത്വ സംസ്കാരം (ജാതിയും മതവും കുലവും നോക്കാതെ) ഉയർന്ന വർഗങ്ങളിലെ സ്ത്രീകൾക്കെതിരായ ലൈംഗികാതിക്രമങ്ങളെ വർധിപ്പിക്കുമെന്ന് പലരും കരുതുന്നു. ആധുനികവൽക്കരണത്തെയും നഗരവൽക്കരണത്തെയും ബലാൽസംഗത്തിനു കാരണമായി നിരീക്ഷിക്കുന്നത് രാഷ്ട്രീയ പ്രേരിതമാണ്. സമ്പന്നരുടെ ഉപഭോഗതൃഷ്ണയോ (ഇടതുപക്ഷം പറയുംപോലെ) സ്ത്രീകളുടെ ഉപഭോഗതൃഷ്ണയോ (വലതുപക്ഷം പറയുംപോലെ) ബലാൽസംഗത്തിനുള്ള കാരണമാണെന്നു സ്ഥാപിക്കുകയാണെങ്കിലും ബലാൽസംഗത്തോടൊപ്പം ചേർക്കപ്പെട്ട 'അപമാനം' ഒഴിയുകയില്ല എന്നു തന്നെയാണ് ഞാൻ പറയാൻ ആഗ്രഹിക്കുന്നത്. സ്ത്രീകൾക്കെതിരായ വെറുപ്പു വച്ചു പുലർത്തുന്ന സംസ്കാരമാണ് ബലാൽക്കാരം സൃഷ്ടിക്കുന്നത് എന്ന് മനസിലാകാത്തവർ സ്ത്രീകളെ "ഇരുത്തേണ്ടിടത്തിരുത്താൻ" ശ്രമിക്കുന്നു. നവ ഉദാരവൽക്കരണത്തിന്റെ ഒഴിവാക്കൽ രീതികളാണ് ബലാൽസംഗത്തിനു കാര

ണമെന്നു പറയുന്നത്; വസ്ത്രം ധരിക്കുന്നതാണ് ഇതിനു കാരണം എന്നു പറയും പോലെയാണ്. മൂലകാരണം വിശകലനം ചെയ്തുചെയ്ത് ബലാൽസംഗത്തെ ന്യായീകരിക്കുന്നതിലേക്ക് ഒരിക്കലും എത്താൻ പാടില്ല. പാവപ്പെട്ടവരായ 'കുറ്റവാളികളെ പച്ചക്കറികച്ചവടക്കാരെ' പിശാചുക്കളായി ചിത്രീകരിക്കുന്നിടത്തോളം പബ്ബിൽ പോയി മദ്യലഹരിയിലായ സ്ത്രീകൾ വലതുപക്ഷപ്രതികാരത്തിനും ഇടതുപക്ഷ പരിഹാസത്തിനും ഇരകളായിത്തീരും. മുതലാളിത്ത വ്യവസ്ഥയിൻകീഴിൽ വിനോദപ്രവൃത്തികളില്ലാതെ കെട്ടിക്കിടക്കുന്ന പുരുഷ ആകാംക്ഷയെ 'ചില സ്ത്രീകൾ' പ്രകോപിപ്പിക്കുകയോ അല്ലെങ്കിൽ ജ്വലിപ്പിക്കുകയോ ചെയ്യുമെന്നും അതുവഴി ഒരുതരം തൊഴിലാളിവർഗ അസൂയ ജനിപ്പിക്കുകയും അതിന്റെ യുക്തിസഹവും ഒഴിവാക്കാനാവാത്തതുമായ അങ്ങേയറ്റത്തെ മനോവിഭ്രാന്തിയിൽ അവരെ പെടുത്തുകയും ഒടുവിൽ ബലാൽസംഗത്തിൽ കലാശിക്കുകയും ചെയ്യും എന്ന നിലനിൽക്കുന്ന അഭിപ്രായത്തെ അതുറപ്പിക്കും. വിമർശകരും വഴിതെറ്റിക്കുന്നവരും രാഷ്ട്രീയ ലാഭേച്ഛയാൽ ചുറ്റിനും നിൽക്കുമ്പോൾ ഇത് വനിതാ പ്രസ്ഥാനങ്ങൾക്ക് ആത്മഹത്യാപരമാകും. ബസിലുണ്ടായിരുന്ന ബലാൽസംഗക്കാർ ഒരുപക്ഷേ, വിചാരിച്ചിട്ടുണ്ടാവുക ഈ സ്ത്രീയും ലൈംഗിക ഉദാരവതിയും ഉപഭോഗതൃഷ്ണയുള്ളവളും ആയതിനാൽ ശിക്ഷ നൽകി അവളെ അപമാനിക്കാം എന്നായിരിക്കുമോ? ചുരുക്കത്തിൽ, നമുക്ക് ഈ ബലാൽക്കാര സംസ്കാരത്തെ മോടിപിടിപ്പിക്കാതിരിക്കാം. ഇത്തരം ഹീന സംഭവങ്ങളുടെ മൂലകാരണത്തെ വിശകലനം ചെയ്ത് ചെയ്ത് ന്യായീകരണങ്ങൾ കണ്ടെത്താതിരിക്കാം.

ഹൈന്ദവവലതുപക്ഷത്തിന്റെ അഭിപ്രായങ്ങളും വിമർശനാത്മക ഇടതുപക്ഷത്തിന്റെ അഭിപ്രായങ്ങളും സ്ത്രീ ലൈംഗികതയുടെ കാര്യത്തിൽ ഒന്നായിത്തീരുന്നോ?

വിമർശനാത്മക ഇടതുപക്ഷം കൂടുതൽ ജാഗ്രത പാലിക്കണം എന്നാണ് ഈ ലേഖനത്തിന്റെ രാഷ്ട്രീയ വിവക്ഷ. അനിയന്ത്രിതമായ ഉപഭോഗതൃഷ്ണ, അതിന്റെ അനന്തരഫലങ്ങളുടെ സാർവജനീയത തുടങ്ങിയ കാര്യങ്ങളെ കുറേക്കൂടി സ്വാഭാവികമായും വിമർശനാത്മകമായും ഇടതുപക്ഷം കാണണം. ഹൈന്ദവ വലതുപക്ഷം ഉപഭോഗസംസ്കാരത്തിനെതിരെ നടത്തുന്ന സാംസ്കാരിക വിമർശനവുമായും അതിന്റെ ദേശീയതാ രാഷ്ട്രീയവുമായും ഇടതുപക്ഷത്തിന്റെ സൈദ്ധാന്തിക നിലപാടുകൾ വേറിട്ടു നിൽക്കുകതന്നെ വേണം. ഹൈന്ദവ വലതുപക്ഷത്തിന്റെയും മതേതര ഇടതുപക്ഷത്തിന്റെയും നിലപാടിൽ ദൃശ്യമാകുന്ന സമാനതകളെപ്പറ്റി റൂത്ത് വനിത (Ruth Vanita) 2002 ൽ ചൂണ്ടിക്കാട്ടിയിട്ടുണ്ട്. സൈദ്ധാന്തികമായും രാഷ്ട്രീയമായും വിരുദ്ധ തലങ്ങളിൽ നിൽക്കു

മ്പോൾത്തന്നെ കോളനിയാനന്തര ഇന്ത്യയിൽ ലൈംഗികതയുമായി ബന്ധപ്പെട്ട സാംസ്കാരിക ചർച്ചകളിൽ എടുക്കുന്ന നിലപാടുകളിലാണ് ഈ സമാനതകൾ. ഉദാഹരണത്തിന് ലോക സുന്ദരിപ്പട്ടത്തിനായി നടന്ന മത്സരത്തെ, ഇടതുപക്ഷ-വലതുപക്ഷ സ്ത്രീസംഘടനകൾ ഭിന്നമായ ഭാഷകളിലാണെങ്കിലും സാംസ്കാരികച്യുതി എന്ന നിലയിൽ കാണുകയും സൗന്ദര്യമത്സരം നിരോധിക്കണമെന്ന് ആവശ്യപ്പെടുകയും ചെയ്തു.

ചുളിവുവീണവരുടെയും ചായം തേച്ചവരുടെയും പ്രതിരോധത്തിന്: ചരക്കുകൾക്ക് പൗരാവകാശങ്ങൾ തേടാനാകുമോ?

ലൈംഗികാതിക്രമങ്ങൾക്കെതിരായി മനുഷ്യാവകാശങ്ങൾ നേടാൻ സ്ത്രീകൾ, ഉപഭോഗതൃഷ്ണയുള്ളവർ എന്ന നിലയ്ക്കുള്ള രാഷ്ട്രീയ വ്യക്തിത്വം തേടണം എന്നത് സമകാലിക പ്രസക്തിയുള്ള നിലപാടാണ്. ലൈംഗികാതിക്രമങ്ങൾക്ക് അടിത്തറയായിവർത്തിക്കുന്നത് സാമൂഹ്യ അസമത്വമാണെന്ന ഇടതുപക്ഷ പരിഹാസം കേൾക്കുമ്പോൾ ലൈംഗികത വിപണനവസ്തുവായി പരസ്യമായി പ്രദർശിപ്പിച്ചിരിക്കുകയാണോയെന്നു സംശയം തോന്നും. വേശ്യകളെന്നും മറ്റും വിളിച്ച് അധിക്ഷേപിക്കുമ്പോൾ സ്വന്തം ശരീരം സംരക്ഷിക്കാനുള്ള അവകാശം ഈ സ്ത്രീകൾക്ക് ഇല്ലേ? 'മാന്യതയെ' പലപ്പോഴും തെറ്റായി വ്യാഖ്യാനിച്ച് 'ചരക്കുവൽക്കരിക്കാത്ത പരിശുദ്ധയാക്കി മാറ്റും. ഈ പരിശുദ്ധിയെയും വിപണിക്ക് ഉപയോഗിക്കാമെന്ന കാര്യം ശ്രദ്ധേയമാണ്. ഉദാഹരണത്തിന് മൈക്രോഫിനാൻസുകാർ സ്ത്രീകൾക്ക് വായ്പ നൽകാൻ കൂടുതൽ ഇഷ്ടപ്പെടുന്നു. കാരണം അവർ പുരുഷന്മാരെക്കാൾ കൂടുതൽ 'പരിശുദ്ധരും' 'വിശ്വസ്തരും' ആണ്!

സ്ത്രീയുടെ കാര്യം വരുമ്പോൾ 'കോളനിയനന്തരവും' ദേശീയതയും ഒന്നായിത്തീരുന്നോ?

പ്രശസ്ത കീഴാള ചരിത്രകാരനായ ദീപേഷ് ചക്രവർത്തിപോലും സ്ത്രീകളെ ആക്രമിച്ച ശ്രീറാം സേനയ്ക്കെതിരെ സ്ത്രീകൾ നടത്തിയ പിങ്ക് ഛഢി (Pink chaddi) കാമ്പയിൻ അപരിഷ്കൃതമായിട്ടാണ് കണ്ടത്. സ്ത്രീശാക്തീകരണത്തിന്റെ പേരിൽ നടക്കുന്ന ഇത്തരം വൃത്തികേടുകൾ അംഗീകരിക്കാനാവില്ല എന്നാണദ്ദേഹം പറഞ്ഞത്. അദ്ദേഹവും വലതുപക്ഷത്തിന്റെ അതേ സാംസ്കാരിക പരിസരത്താണ് നിൽക്കുന്നത്. സാമ്പത്തിക ഉദാരവൽക്കരണം സ്ത്രീകളെ അഴിഞ്ഞാട്ടക്കാരികളാക്കിയെന്നാണ് പറഞ്ഞുവയ്ക്കുന്നത്. അതിനാൽ ആഗോളവൽക്കരണത്തിന്റെ അധീശത്വത്തെ ചെറുക്കാൻ ബലാൽക്കാരത്തിലേർപ്പെടുന്ന കീഴാളവിഭാഗങ്ങളും വർഗീയവാദികളുമാണോ പര്യാപ്തം? അദ്ദേഹം വ്യക്തമാക്കണം.

പലർക്കും രണ്ടുതരം സ്ത്രീകളെപ്പറ്റിയേ അറിയാവൂ. ഷോപ്പിങ്ങിനിറങ്ങിയവളും വെറുതെ തെരുവിലൂടെ കറങ്ങിനടക്കുന്നവളും (സെക്സ് വർക്കർ?). ആഗോളനഗരത്തിൽ ഷോപ്പിങ് മഹത്വവൽക്കരിക്കപ്പെട്ട പ്രക്രിയയാണ്; വെറുതെ തെരുവിലൂടെ കറങ്ങിനടക്കുന്നവൾ ക്ഷണിക്കപ്പെടാത്തവളും അവിഹിതയും. എന്റെ വാദം സ്ഥാപിക്കാനായി ഞാൻ മറ്റൊരുതരം സ്ത്രീയെ അവതരിപ്പിക്കുകയാണ്. അവൾ ഉപഭോക്താവ് എന്ന നിലയിൽ തെരുവിലൂടെ വെറുതെ കറങ്ങിനടക്കുന്നവളെപ്പോലെ തന്നെ പലപ്പോഴും പെരുമാറുന്നവളുമാണ്. ഇവൾ പിങ്ക് ചഢികാമ്പയിനിൽ ഏർപ്പെടുമ്പോഴോ വേശ്യയെപ്പോലെ നടക്കുമ്പോഴോ ലൈംഗിക അതിക്രമങ്ങൾക്കെതിരെ സംരക്ഷണം ആവശ്യപ്പെട്ട് തെരുവിലിറങ്ങുന്ന ചുളിവുവീണ മുഖത്ത് ചായം തേച്ചവളോ ആയ സ്ത്രീവാദി ആകുമ്പോൾ എന്താണ് സംഭവിക്കുക? 'സാർവലൗകിക സഹോദരി പദവി' എന്ന പൊള്ളയായ വാചാടോപത്തിൽ വീഴാത്തവളും വർഗപരമായി ബഹുമാന്യകളും ഉപഭോഗത്തിന്റെ എല്ലാ തലങ്ങളിലും എത്താൻ കഴിയുന്നവളും എന്നാൽ ലിബറൽ വർത്തമാനങ്ങളിൽ ഏർപ്പെടുന്നവളുമായതിനാൽ ബഹുമാനിക്കപ്പെടാത്തവളുമായവൾ ഉപഭോഗത്തിന്റെ മാനദണ്ഡംവച്ച് സ്ത്രീത്വത്തിന്റെ ബൂർഷ്വാ അടയാളങ്ങളെ ഉല്ലംഘിക്കുമോ? ഇത്തരം സ്ത്രീകളുടെ പ്രവൃത്തികളെ ആഗോളമൂലധനത്തിനെ സ്വാംശീകരിക്കൽ എന്നോ സ്വാംശീകരണത്തിലേക്കുള്ള ഒരു ജനാധിപത്യപരമായ അടവ് എന്ന നിലയ്ക്കോ വായിക്കപ്പെടേണ്ടത്? ഇതിനെല്ലാം പുറമെ വർഗ മുദ്രകളുള്ള എല്ലാ അവകാശവാദങ്ങളും യഥാർഥത്തിൽ വർഗപരമാണോ? വിധ്വംസകമായ ബഹുമാനമില്ലായ്മയും അനൗചിത്യത്തിന്റെ യുക്തിയും ഉപഭോഗ നിയന്ത്രിത ബഹുമാന്യതയും ഔചിത്യവും ഇതുവഴി സ്ഥാപിക്കപ്പെടുകയാണെന്ന വാദം കൗതുകകരമാണ്. ഇത്തരം പ്രതിഷേധങ്ങളെ അനിയന്ത്രിതമായ ഉപഭോഗ തൃഷ്ണയുടെ അനന്തരഫലങ്ങളെന്ന് മുദ്രകുത്തിക്കൊണ്ട് നമുക്ക് ആരോഗ്യകരമായ ഒരു പരിശോധനയും നടത്താനാവില്ല. ഞാൻ കരുതുന്നത്, ഇത്തരം സ്ത്രീകൾ 'സ്ത്രീ' എന്ന വാർപ്പുമാതൃക നിശ്ചയിച്ചിട്ടുള്ള എല്ലാ പരിധികളെയും മറികടക്കുന്ന 'ഭൂത'ങ്ങളായി പരിണമിക്കുന്നുവെന്നാണ്. കുലീന സ്ത്രീ എന്ന സങ്കൽപ്പത്തിൽനിന്ന് അവർ വിടുതൽ തേടുന്നു. കുലീന സ്ത്രീ എന്ന സങ്കൽപ്പം വിക്ടോറിയൻ കാലഘട്ടത്തിന്റെയും ബ്രാഹ്മണിക്കൽ മൂല്യങ്ങളുടെ നിർമിതിയാണ്. ഇടത്തരക്കാരിയായ സ്ത്രീ എന്നു പറഞ്ഞ് ഒഴിവാക്കിക്കളയുന്ന വിഭാഗത്തെ ആ സങ്കുചിതകളിൽനിന്നും മോചിപ്പിക്കാനും ഇത്തരം ഭൂതങ്ങൾക്കാകുന്നു. പൂർണതയിലേക്ക് സംയോജിപ്പിക്കപ്പെടുന്ന സ്വാംശീകരണത്തിന്റെയും ഓർമപ്പെടുത്തലിന്റെയും രാഷ്ട്രീയത്തെ ഇവർ നിരാകരിക്കുന്നു.

ഉപഭോഗാത്മക സാമ്രാജ്യത്വത്തോടുള്ള സ്തുതിയായി സ്ത്രീവാദത്തെ അവതരിപ്പിക്കുന്നതിനുനേരെയുള്ള വിമർശനത്തിന് ചരക്കുവൽക്ക

രണം എന്നും സ്ത്രീകളെ അവരുടെ പരമ്പരാഗത മൂല്യങ്ങളിൽ നിന്നും മാറ്റുന്നത് ശാപമാണ് എന്ന രീതിയിലുമുള്ള ഭാഷ പ്രയോഗിക്കുന്നത് ശരിയല്ല. ഉപഭോഗപരതയില്ലാത്ത ജീവിതശൈലി എന്ന പിന്തിരിപ്പൻ പരികൽപ്പനകളുടെ ഗൃഹാതുരതയിൽ അഭിരമിക്കുന്നതും വിമർശനവിധേയമാക്കാതെ ദേശീയവും പ്രാദേശികവും തൊഴിലാളിവർഗത്തിന്റേതുമായ സംസ്കാരം കേമവുമായിരിക്കും എന്നു സങ്കൽപ്പിക്കുന്നതും പാശ്ചാത്യവൽക്കരിക്കപ്പെട്ട വനിതകൾ കലർപ്പുള്ളവരും അതിനാൽ അപലപിക്കപ്പെടേണ്ടവരും ആണെന്ന പൊതുബോധത്തെ ശക്തിപ്പെടുത്തുവാനേ ഉപകരിക്കൂ.

സ്വാഗതാർഹയായ ഭൂതം

സ്ത്രീവാദത്തിലേക്കു നയിക്കുന്ന മുതലാളിത്തത്തിന്റെ പൊള്ളത്തരങ്ങളും ആധികാരികതയില്ലായ്മയും മാറ്റിയെടുക്കാൻ നമുക്കു കഴിയുമോ എന്നതാണ് പ്രധാന ചോദ്യം. മൂലധനത്തിൽ ചരക്കുകളെ വിശദീകരിക്കാൻ മാർക്സ് ഉപയോഗിച്ച പദമാണ് ഭൂതം. ചരക്കുവൽക്കരിക്കപ്പെട്ട ഒരു സ്ത്രീ ഇവിടെ കലർപ്പുള്ളവളായി ചിത്രീകരിക്കപ്പെടുന്നു. എല്ലാ രാഷ്ട്രീയ നിലപാടുകളിൽനിന്നും അവൾ എതിർക്കപ്പെടുന്നു. ഈ അവസരത്തെ ഇപ്പോഴത്തെ സ്ത്രീവാദരാഷ്ട്രീയത്തെ, നാം പ്രതിരോധിക്കണം. ഈ "ഭൂതവൽക്കരണത്തെ' പിതൃകേന്ദ്രീകൃത സാമൂഹ്യവ്യവസ്ഥയ്ക്കെതിരായ പോരാട്ടമായി വികസിപ്പിക്കണം. ഈ പ്രേതരൂപികൾ നമ്മെ ഭയപ്പെടുത്തുകയും വേട്ടയാടുകയും ചെയ്യുമെങ്കിലും എങ്ങനെയാണ് കൊടിയ അക്രമങ്ങളും അവഗണനയും ഭൂതങ്ങളെ സൃഷ്ടിക്കുന്നതെന്ന് നാമറിയുന്നില്ല. ഈ ഭൂതത്തിന്റെ സാന്നിധ്യം സ്ത്രീവാദരാഷ്ട്രീയത്തിന്റെ നിലനിൽപ്പിന് അനിവാര്യമാണ്. അവരിൽ വിശ്വസിക്കേണ്ടത് പ്രായോഗികമായ ആവശ്യം കൂടിയാണ്. ചരക്കുവൽക്കരണം ഇവിടെ അതിന്റെ സ്വാഭാവിക പരിധിയിലേക്ക് മാറ്റപ്പെടുന്നു. ചിന്തകളെ അതിന്റെ പാരമ്യത്തിലേക്ക് തള്ളിവിടണമെന്ന അൽത്തൂസറിന്റെ വാക്കുകൾ ഇവിടെ ഓർക്കുന്നു.

ഇടത്തരക്കാരിയെന്നോ സമ്പന്നയെന്നോ പറഞ്ഞ് ഒഴിവാക്കിക്കളയാതെ ഈ 'അശുദ്ധകളും' 'ചരക്കുവൽക്കരിക്കപ്പെട്ടവളും' 'അന്യവൽക്കരിക്കപ്പെട്ടവളുമായി' നിന്ന് അവകാശങ്ങൾക്കായി സ്ത്രീകൾ പോരാടുന്ന ഈ നിമിഷത്തെ അംഗീകരിക്കുകയാണു വേണ്ടത്. എന്തുകൊണ്ടെന്നാൽ ഇപ്പോഴത്തെ വൈകാരികപ്രകടനം ദില്ലിയിലെ സംഭവത്തിൽനിന്നും കേവലമായി ഉത്ഭൂതമായതല്ലെന്നും ക്ഷമയുടെ നെല്ലിപ്പലക കണ്ടിരിക്കുന്നു എന്ന വികാരത്തിൽനിന്നും ഉരുവം കൊണ്ടതാണെന്നും നാം മനസിലാക്കണം. ഇതിന് ബൗദ്ധികമായ ഒരു അടിയൊഴുക്കു കൂടിയുണ്ട്. പറയപ്പെടാത്ത ഒരു ഉപപാഠം. ഉപഭോഗമൂലധനത്തിന്റെ ഭൂതം സൃഷ്ടിച്ച ഈ ആധികാരികതയില്ലായ്മ അതിന്റെ പരിധിയിലേക്ക് എത്തപ്പെട്ടിരിക്കുന്നു.

അല്ലെങ്കിൽ സ്ത്രീത്വത്തിന്റെ ബഹുമാന്യതയെന്ന ഉപഭോഗ മൂലധനത്തിന്റെതന്നെ സൃഷ്ടി തകർക്കപ്പെടുന്നു എന്നതിന്റെ ആഘോഷവുമാകാം. ഇത് വ്യക്തിത്വം, മനുഷ്യത്വം തുടങ്ങിയ പദങ്ങളുടെ അർഥതലങ്ങളെ പരിവർത്തനോന്മുഖമാക്കും. മറ്റൊരു വാക്കിൽ പറഞ്ഞാൽ ഏതുതരം സ്ത്രീകൾക്കാണ് മനുഷ്യാവകാശങ്ങളും ലൈംഗികാതിക്രമങ്ങൾക്കുമെതിരായ ഭരണകൂടസംരക്ഷണവും ആവശ്യം എന്നതിന്റെ അർഥങ്ങളെത്തന്നെ മാറ്റിമറിക്കും.

ബലാൽസംഗം: നമ്മുടേതും അവരുടേതും

സസ്വത് പട്നായ്ക്

ബലാൽസംഗത്തിന്റെ ഭാഷ മാറ്റേണ്ട ആവശ്യമുണ്ട്. വെറും ബലാൽസംഗം എന്നു പറയാതെ പുരുഷൻ നടത്തുന്ന ബലാൽസംഗം എന്നു തന്നെ പറയണം. ഒരു ദളിത സ്ത്രീ ബലാൽസംഗം ചെയ്യപ്പെട്ടു എന്നു മാത്രം പറഞ്ഞാൽ പോരാ ഒരു ദളിത സ്ത്രീയെ സവർണ ഹിന്ദുവായ ഒരു പുരുഷൻ ബലാൽസംഗം ചെയ്തു എന്ന് എടുത്തു പറയണം. ഒരു സ്ത്രീയെ കൂട്ടബലാൽസംഗം ചെയ്തുവെന്നു മാത്രം പറയാതെ ആറു പുരുഷന്മാർ ഓരോരുത്തരോരുത്തരായി.. ഒരു സ്ത്രീയെ ബലാൽസംഗം ചെയ്തു എന്നു പറയുകതന്നെ വേണം. സ്ത്രീകൾക്കെതിരായ അതിക്രമങ്ങൾ എന്നു മാത്രം പറയാതെ സ്ത്രീകൾക്കെതിരായ പുരുഷാതിക്രമങ്ങൾ എന്നു തന്നെ പറയണം.

സ്ത്രീകൾക്കെതിരായി വിവേചനവും ലൈംഗികതയും സംബന്ധിച്ച നിയമം എന്നല്ല പുരുഷന്മാർ സ്ത്രീകൾക്കെതിരായി നടത്തുന്ന വിവേചനവും പുരുഷ ലൈംഗികാക്രമികളെ ഉത്തരവാദികളാക്കുന്ന നിയമം എന്നാണു പറയേണ്ടത്. 'അതിജീവിച്ചവൾ' എന്നോ 'ഇര' എന്നോ? മാത്രം പറയാതെ പുരുഷൻ ചെയ്ത കുറ്റത്തെ അതിജീവിച്ചവൾ/കുറ്റത്തിന് ഇരയായവൾ എന്നു പറയണം.

തീർച്ചയായും ഇത്തരം ഒരു ഭാഷാപ്രയോഗം പരമ്പരാഗത എഡിറ്റിങ് രീതിയിൽ കത്രിക പ്രയോഗത്തിന് ഇരയായിത്തീരും. ഇവിടെ ചുരുക്കിപ്പറയൽ/എഴുതൽ ഒരു അത്യാഹിതമായിത്തീരുമ്പോൾ ഒന്നിനെ/ഒരു സംഭവത്തെ അതിന്റെ യഥാർഥ പേരിൽ വിളിക്കുകയും അതിനു സഹായകരമായ സ്ഥിതിവിവരക്കണക്കുകൾ നൽകുകയും ചെയ്യുക എന്ന സാമൂഹ്യ മാനദണ്ഡം പാലിക്കാതിരിക്കുന്നത് അതിലും വലിയ അത്യാഹിതമായിത്തീരുന്നു.

പട്ടാളത്തിന്റെ ബലാൽസംഗം, ന്യൂനപക്ഷങ്ങളെ ബലാൽസംഗം ചെയ്യൽ, തൊഴിലിടങ്ങളിലെ ബലാൽസംഗം, വൈവാഹിക ജീവിതത്തിലെ ബലാൽസംഗം ഇങ്ങനെ പലതരം ബലാൽസംഗങ്ങൾ. നമ്മുടെ ബലാൽസംഗവും പിന്നെ അവരുടെ ബലാൽസംഗവുമുണ്ട്. സ്ത്രീകൾക്കെതിരായ എല്ലാത്തരം അതിക്രമങ്ങളും അവസാനിപ്പിക്കണമെന്നാണെങ്കിൽ മേൽചൊന്ന തരംതിരിവുകളുടെ ആവശ്യമുണ്ടോ? എന്നാൽ ആദർശരൂപത്തിലുള്ള സാഹചര്യങ്ങളല്ല നിലനിൽക്കുന്നതെന്നതിനാൽ ഇത്തരം തരംതിരിവുകൾ ആവശ്യമാണ്. വയസ്സ്, വംശം, ജാതി, മതം, ലിംഗം വർഗം, ദേശം, ലൈംഗികാഭിമുഖ്യം, കഴിവ് തുടങ്ങിയ ബലാൽസംഗ സംസ്കാരത്തെ നിലനിർത്താൻ നൂറ്റാണ്ടുകളായി സഹായിച്ചുവരുന്ന ഘടകങ്ങളാണ്. ഈ സാമൂഹ്യഘടകങ്ങളെ അവഗണിക്കുന്നതാണ് ബലാൽസംഗം നിലനിൽക്കാൻ പാടില്ലാത്ത ഒന്നായി പുരുഷന്മാർ മനസിലാക്കാതിരിക്കാൻ കാരണം. സത്യം പറഞ്ഞാൽ ബലാൽക്കാര സംസ്കാരം നിലനിൽക്കാൻ കാരണം ബലാൽസംഗം ക്രൂരവും നീചവുമായ ഒരു പ്രവൃത്തി കണക്കാക്കാത്തതുകൊണ്ടല്ല. പിന്നെയോ പലതരം അടിച്ചമർത്തൽ രൂപങ്ങളുടെ കടന്നുപിടുത്തത്തിൽ അത് സാമൂഹ്യമായി അനുവദനീയമായതിനാലാണ്.

കോടതിക്കു മുമ്പിലെത്തുന്ന ബലാൽസംഗക്കേസുകൾ ശിക്ഷിക്കപ്പെടുന്ന തോത് ലോകത്തിലെ ഏറ്റവും കുറഞ്ഞതാണ്. ഇതിനു കാരണം ബലാൽസംഗം എന്നതുകൊണ്ട് 'നമ്മൾ' എന്താണ് മനസിലാക്കുന്നത് എന്നത് 'അവർ' മനസിലാക്കുന്നതും തമ്മിലുള്ള അന്തരമാണ്. വയസ്സ് പരിഗണനന എന്ന പ്രതിഭാസം വച്ചുനോക്കിയാൽ മുതിർന്ന സ്ത്രീകളെക്കാൾ കൂടുതൽ ഇരകളാക്കപ്പെടുന്നത് യുവതികളാണെന്നു കാണാം. ആ ഒരു യുക്തിയുടെ തുടർച്ചയാണ് രണ്ടുവിരൽ പ്രയോഗത്തിലൂടെയുള്ള പരിശോധന. ലിംഗപരമായി നോക്കിയാൽ പുരുഷന്മാർ ബലാൽസംഗത്തിന്റെ ഇരകളായി മാറുന്നത് അപൂർവസന്ദർഭങ്ങളിലാണെന്നു കാണാം (അവർ കുറ്റത്തിന്റെ ഉപജ്ഞാതാക്കളായി മാറുന്നതാണധികവും).

സ്ത്രൈണതയുള്ളവരെന്ന് അധിക്ഷേപിക്കപ്പെടുമെന്നതിനാൽ ബലാൽസംഗത്തിനിരയായ പുരുഷൻ നിയമ പരിഹാരത്തിനു മുതിരാറില്ല. മറിച്ച് ബലാൽക്കാരത്തിന്റെ നിർവചനത്തിൽ പുരുഷനെ സാധ്യതയുള്ള ഒരു ഇരയായി പരിഗണിക്കപ്പെടുന്നുമില്ല. 'വർഗം' എന്നത് സാമ്പത്തിക പരികൽപ്പനയായതിനാൽ ഒരു സാംസ്കാരിക നിർമിതിയെന്ന നിലയിൽ പരിഗണിക്കപ്പെടാത്തത് നീതി നിർവഹണത്തിൽ തടസങ്ങൾ സൃഷ്ടിക്കുന്നുണ്ട്. 'താണവർഗ'ത്തിൽപ്പെട്ട സ്ത്രീകൾ ബലാൽസംഗത്തിന് ഇരയാക്കപ്പെടുമ്പോൾ കുറ്റവാളികൾ ശിക്ഷിക്കപ്പെടുന്നില്ലെന്നു മാത്രമല്ല അവരുടെ കേസുകൾ നിയമപരിശോധനയ്ക്കു വിധേയമാക്കുക പോലും ചെയ്യുന്നില്ല. ഇതിഹാസങ്ങളുടെയും 'ലോകത്തിലെ ഏറ്റവും ആദ്യത്തെ തൊഴിലിന്റെയും തുടക്കം മുതൽക്കുതന്നെ നല്ല സ്ത്രീകൾ മാത്രമെ' ബലാൽസംഗത്തിന് ഇരയാക്കൂ എന്നാണ് കരുതപ്പെടുന്നത്.

ഒരു സ്ത്രീയുടെ ദേശീയത പലപ്പോഴും അവൾക്കെതിരാകാറുണ്ട്. ഒരു ബംഗ്ലാദേശി അഭയാർഥിയോ കാശ്മീർ പോലുള്ള തർക്കഭൂമിയിൽ നിന്നുള്ളവരോ വടക്കുകിഴക്കൻ പ്രദേശത്തെ സ്വാതന്ത്ര്യ പോരാളിയോ ലോകത്തെവിടെയുമുള്ള യുദ്ധത്തടവുകാരിയോ ആവുന്നത് അപകടസാധ്യത വർധിപ്പിക്കുന്നു. ലൈംഗികതയുടെ സമരം അഭിവിന്യാസമുള്ളവർക്കു നേരെ ബലാൽസംഗങ്ങൾ തീവ്രതരമാകും. സ്വവർഗാനുരാഗികളുടെ പ്രശ്നങ്ങളിൽ മുദ്രകുത്താൻ ഒരു പടികൂടി മുകളിലാവും. ജാതിയും വംശവും നിർണായകമാണെന്ന് കണക്കുകൾ സൂചിപ്പിക്കുന്നു. ദളിതുകളും മുസ്ലീങ്ങളും സ്വവർഗരതിക്കാരോ ഇന്ത്യയിൽ കൂടുതലായി ലൈംഗികാതിക്രമങ്ങൾക്ക് ഇരയാകുന്നു. ഏറ്റവും നിരന്തരം അതിക്രമിക്കപ്പെടുന്ന ഇത്തരം വിഭാഗങ്ങളുടെ സംരക്ഷണമെന്നതിനായി പ്രത്യേക നിയമങ്ങൾ നിലവിലില്ലെന്നു മാത്രമല്ല വംശീയ, ജാതീയ വിദ്വേഷപരമായ അക്രമമായി ഇത്തരക്കാർക്കുനേരെയുള്ള അക്രമത്തെ പരിഗണിക്കാറു പോലുമില്ല.

ഇത്തരം ഹീനമായ നിർവികാരികത ഏതെങ്കിലും ഔദാര്യത്തിന്റെ മാത്രം പ്രത്യേകതയല്ല. ദില്ലിയിലെ കൂട്ടബലാൽസംഗത്തിന് മുമ്പെങ്ങുമില്ലാത്തവിധം മാധ്യമശ്രദ്ധ പിടിച്ചുപറ്റിയപ്പോൾ ഇന്ത്യയിലെ രാഷ്ട്രീയക്കാർ അത് ഇന്ത്യൻ സംസ്കാരത്തെ ചോദ്യം ചെയ്യാനുള്ള അവസരമാക്കി. ചിലർ കണ്ടുപിടിച്ചത് പാശ്ചാത്യ സ്വാധീനത്താൽ ദുഷിച്ചുപോയ സംസ്കാരമാണ് സ്ത്രീകൾക്കെതിരായ അതിക്രമങ്ങൾക്ക് കാരണമെന്നാണ്. മറ്റു ചിലർക്ക് ഇന്ത്യൻ സംസ്കാരത്തിൽ അന്തർലീനമായ അതിലൈംഗികതയും സ്ത്രീവിദ്വേഷവുമാണ് ഇതിനെല്ലാം കാരണം. ദില്ലിയിലേക്കുമാത്രം ശ്രദ്ധ കേന്ദ്രീകരിക്കാതെ, ഹിന്ദു, സ്ത്രീകളിൽമാത്രം ശ്രദ്ധ കൊടുക്കാതെ എല്ലാമതങ്ങളിൽപ്പെട്ട സ്ത്രീകളിലേക്കും എല്ലാ പ്രദേശങ്ങളിലും വർഗങ്ങളിലും വംശങ്ങളിലുംപ്പെട്ട സ്ത്രീകൾക്കെതിരായ അതിക്രമങ്ങളിലേക്കും ശ്രദ്ധപതിക്കണമെന്ന ആവശ്യവും ഉയർന്നുവന്നു. ഇതെല്ലാം ഏറെ വൈകിപ്പോയിരിക്കുന്നു. ഈ ആവശ്യങ്ങളെല്ലാം നേരിട്ടോ നേരിട്ടല്ലാതെയോ ദേശീയ പ്രതിഛായയെ മാറ്റത്തക്കതാണ്. സ്ത്രീകൾക്ക് ആവശ്യമായ പരിരക്ഷ നൽകി ഇതിഹാസങ്ങളിലും കരുത്തരായ സ്ത്രീകളെപ്പോലെ നമ്മുടെ രാജ്യം ലോകത്തിനു മുന്നിൽ പ്രത്യക്ഷമാകണം. അഭിപ്രായങ്ങളും ഉയർന്നുവന്നു. ഇത്തരം ദേശീയതകളുമായി കൂട്ടിക്കുഴച്ച കാൽപ്പനികാഭിപ്രായങ്ങൾ ദില്ലി സംഭവത്തിന്റെ വെളിച്ചത്തിൽ സ്ത്രീകൾക്കുനേരെയുള്ള പരിഹാരങ്ങൾകൂടിയാണ്; ബലാൽസംഗങ്ങൾക്കു പിന്നിലുള്ള രാഷ്ട്രീയ-സാമ്പത്തിക കാരണങ്ങളെ നിസ്സാരവൽക്കരിക്കൽ കൂടിയാണ്.

അവരുടെ ബലാൽസംഗങ്ങൾ

ബലാൽസംഗ സംസ്കാരം നിലനിൽക്കുന്നിടത്ത് ബലാൽസംഗങ്ങൾ ഒരു കുലുക്കവും സൃഷ്ടിക്കുന്നില്ല. ഇന്ത്യയിൽ ബലാൽസംഗക്കേ

സുകളുടെ ശിക്ഷാനിരക്ക് 26 ശതമാനം ആണെങ്കിൽ അമേരിക്കയിൽ പരിശോധനയ്ക്കായി കാത്തുകിടക്കുന്ന ബലാൽസംഗ കിറ്റുകൾ 4 ലക്ഷമാണ്. ഇതെല്ലാം തുറന്ന് പരിശോധിക്കപ്പെടുമ്പോൾ നിയമകാലയളവ് കഴിഞ്ഞിട്ടുണ്ടാവും. ബലാൽസംഗക്കേസിലെ പ്രതികൾ ചാർജ് ചെയ്യപ്പെടാതെ ഇങ്ങനെ രക്ഷപ്പെടും. ബലാൽസംഗകുറ്റവാളികളിൽ 24 ശതമാനം പേർ മാത്രമെ അറസ്റ്റ് ചെയ്യപ്പെടാറുള്ളു. ബ്രിട്ടണിലും ഇതുമായി ബന്ധപ്പെട്ട കണക്കുകൾ ആശാവഹമല്ല. ബ്രിട്ടീഷ് സർക്കാർതന്നെ പറയുന്നത് ബലാൽസംഗക്കേസുകളിൽ 95 ശതമാനം പൊലീസിൽ റിപ്പോർട്ട് ചെയ്യപ്പെടാറില്ല, ശിക്ഷിക്കപ്പെടുന്നതാകട്ടെ റിപ്പോർട്ട് ചെയ്യപ്പെട്ടതിന്റെ 6.5 ശതമാനം മാത്രവും. ന്യൂയോർക്ക് സിറ്റിയിൽ 1092 ഉം ലോസ് ആഞ്ചലസിൽ 923 ഉം ഫിലാഡൽഫിയയിൽ 945 ഉം ബലാൽസംഗകേസുകൾ റിപ്പോർട്ട് ചെയ്യപ്പെടുമ്പോൾ സ്ത്രീപീഡനകാര്യത്തിൽ ഒന്നാം ലോകവും മൂന്നാം ലോകവും തമ്മിലുള്ള അന്തരം മാഞ്ഞുപോകുന്നു എന്ന കാര്യം വ്യക്തമാകുന്നു. അമേരിക്കയിലെ ഫെഡറൽ ബ്യൂറോ ഓഫ് ഇൻവെസ്റ്റിഗേഷൻ റിപ്പോർട്ട് പ്രകാരം ഓരോ 25.3 സെക്കന്റിൽ ഒരു അക്രമവും ഓരോ 62 മിനിറ്റിലും കൊലപാതകവും അവിടെ നടക്കുന്നു. സാന്താ ബാർബറ ബലാൽസംഗ പ്രശ്നപരിഹാര കേന്ദ്രം (Santa Barbara Rape cirsis centre) റിപ്പോർട്ട് ചെയ്തത് ഓരോ മിനിറ്റിലും 78 സ്ത്രീകൾ എന്ന തോതിൽ അമേരിക്കയിൽ ബലാൽക്കാരത്തിന് ഇരയാകുന്നുവെന്നാണ് (ഒരു ദിവസം 1871 ഉം ഒരു വർഷം 6,87,000 ഉം!). സ്വവർഗാനുരാഗികളും ബഹുലിംഗരതിക്കാരുമായ വനിതകളിൽ 26 ശതമാനം പേർ ബലാൽസംഗത്തിനിരയാകുമ്പോൾ അത്തരക്കാരായ പുരുഷന്മാർ 6 ശതമാനം മാത്രമാണ് ലൈംഗികാതിക്രമങ്ങൾക്ക് ഇരയാകുന്നത്. വളർച്ചാ വൈകല്യമുള്ള സ്ത്രീകളിൽ 83 ശതമാനം പേരും പുരുഷന്മാരിൽ 22 ശതമാനം പേരും ലൈംഗികാതിക്രമങ്ങൾക്ക് ഇരയാവുന്നു.

അമേരിക്കയിൽ ലൈംഗികാതിക്രമങ്ങൾക്കായി പ്രത്യേക നിയമമില്ല. വംശീയവും മറ്റുമായ വെറുപ്പിന്റെ ഭാഗമായുള്ള കൊലപാതകങ്ങൾക്ക് ഇരട്ടിയാണ് അതേപേരിലുള്ള ബലാൽക്കാരങ്ങൾ. ഒരു വർഷം റിപ്പോർട്ട് ചെയ്യപ്പെടുന്ന 90,000 ബലാൽക്കാരക്കേസുകളിൽ 20,000 പേർ മാത്രമാണ് പ്രതികൾ തിരിച്ചറിയുകപോലും ചെയ്യുന്നത്. നിർബന്ധിച്ചുള്ള വദനസുരതം, ഗുദഭോഗം തുടങ്ങിയ അതിക്രമങ്ങൾ അവിടെ ബലാൽസംഗത്തിന്റെ നിർവനചത്തിൽ വരുന്നുമില്ല. അതുപോലെ യോനിയിലേക്കോ ഗുദത്തിലേക്കോ മറ്റ് വസ്തുക്കളോ ശരീരഭാഗങ്ങൾ കയറ്റുന്നത് പുരുഷനെ ബലാൽസംഗം ചെയ്യുന്നതും, ഒരു സ്ത്രീ മറ്റൊരുവളെ ബലാൽസംഗം ചെയ്യുന്നതും ബലപ്രയോഗമില്ലാതെയും എന്നാൽ സമ്മതത്തോടെയല്ലാത്തതുമായ ബലാൽസംഗങ്ങൾ ലഹരി അവസ്ഥയിൽ നടത്തുന്ന ബലാൽസംഗങ്ങൾ, തുടങ്ങിയവയെല്ലാം ബലാൽസംഗത്തിന്റെ നിർവചനത്തിൽനിന്നും ഒഴിവാക്കപ്പെട്ടിരിക്കുന്നു.

അമേരിക്കയിലും ഇന്ത്യയിലും നിലനിൽക്കുന്ന ബലാൽസംഗ

സംസ്കാരത്തിലെ 'സംസ്കാരങ്ങൾ' തമ്മിലുള്ള അസാധാരണമായ സാമ്യം അവസ്ഥാപരമാണ് എന്നാൽ അടിസ്ഥാനപരമല്ല. രാഷ്ട്രീയ സമ്പദ്‌വ്യവസ്ഥ-ഫ്യൂഡലിസത്തിന്റെയും മുതലാളിത്തത്തിന്റെയും വ്യത്യസ്ത വളർച്ചാ ഘട്ടങ്ങൾ - ബലാൽസംഗങ്ങൾക്കായുള്ള അടിസ്ഥാനഘടകങ്ങൾ ഒരേപോലെ പ്രദാനം ചെയ്യുന്നു. ഒരു പരിധിവരെ ബലാൽസംഗം ദേശീയമല്ല ആഗോളമാണെന്നു പറയാം. സ്ത്രീകൾക്കെതിരായ അതിക്രമങ്ങൾ നടത്തുന്നതിന് ലോകത്തെല്ലാമുള്ള എല്ലാ സംസ്കാരങ്ങളും അനുമതി നൽകുന്നു എന്ന പ്രതിഭാസം നിലനിൽക്കുന്നു!

നമ്മുടെ ബലാൽക്കാരങ്ങൾ

നാളിതുവരെ കടുത്ത ദേശീയവാദത്തിന്റെ സ്വരത്തിൽ മുഖസ്തുതിയോടെ മാത്രം സംസാരിച്ചിരുന്ന ദില്ലിയിൽ അനാവൃതമായ നാടകീയ സംഭവങ്ങൾ അവിശ്വസനീയതയോടും നിറകണ്ണുകളുമായിട്ടാണ് ആളുകൾ സ്വീകരിച്ചത്. അതിനുമപ്പുറം ചെറുതോ വലുതോ ആയതോ നഗരത്തിലോ കുഗ്രാമത്തിലോ ഉള്ളതുമായ സ്ത്രീവാദസംഘടനകൾ ചോദ്യം ചെയ്യാനാവാത്ത ഐക്യദാർഢ്യം അർഹിക്കുന്നു. ദില്ലിയിലെ പ്രതിഷേധ ഇന്ത്യൻ സംസ്കാരം (അതൊരു പിന്തിരിപ്പൻ കെട്ടുകഥയാണുതാനും) തിരിച്ചു പിടിക്കാനുള്ളതായാണ് വ്യാഖ്യാനിക്കപ്പെട്ടത്. ഇന്ത്യ പരിഷ്കാരത്തിന്റെ പാതയിലാണെന്ന് ആവർത്തിക്കാനാണ് ആഗോള മാധ്യമങ്ങൾ തയാറായത്. അന്താരാഷ്ട്രതലത്തിൽ അതു സൃഷ്ടിച്ചേക്കാവുന്ന മാറ്റത്തിന്റെ സാധ്യത അവർ തിരിച്ചറിഞ്ഞതുമില്ല.

ദില്ലിയിലെ പ്രക്ഷോഭകർ എല്ലാംതന്നെ ബലാൽക്കാരത്തിന് വധശിക്ഷ നൽകണമെന്ന് ആവശ്യപ്പെട്ടവരല്ല. അതുപോലെ അവരെല്ലാം ജമ്മുകാശ്മീർ, മണിപ്പൂർ, ഗുജറാത്ത് സംസ്ഥാനങ്ങളിൽ സ്ത്രീകൾ ആക്രമിക്കപ്പെട്ടപ്പോൾ നിശ്ശബ്ദരായവരുമല്ല. പകരം നമ്മളുടെ ചോദ്യം ലോകത്തെമ്പാടും അനീതികൾക്കെതിരെ പോരാടുന്നവർ ദില്ലി സംഭവത്തിൽ പ്രതിഷേധിക്കുന്നവർക്കൊപ്പം ചേരുമോ എന്നാണ്. ഇന്ത്യയിൽ സാധാരണ പ്രകടിപ്പിക്കപ്പെടുന്ന യാഥാസ്ഥിതിക തുടരൽവാദങ്ങളെ ഭേദിച്ച് വൻതോതിൽ പുറത്തുവന്ന ഇന്ത്യയിലെ പുരോഗമനശക്തികളുടെ ഊർജം പ്രക്ഷോഭകരിൽ ചിലർ രാജ്യദ്രോഹികളോ ഇന്ത്യയുടെ ആഭ്യന്തര സുരക്ഷയ്ക്ക് അപകടം ചെയ്യുന്നവരോ ആണെന്ന പ്രധാനമന്ത്രിയുടെ പ്രസ്താവനയോടെ ഒരു യാഥാർഥ്യമാണെന്നു ബോധ്യമായി. ഭരണകൂടത്തിന്റെ ഈ തുറന്ന സമ്മതത്തെ അവഗണിക്കുന്നത് ഇന്ത്യയിലെ സമ്പന്നർക്ക് മുമ്പെ ആരുമില്ലാത്ത അസ്വസ്ഥത പകരുന്നതുതന്നെയാണ്. മാവോയിസ്റ്റുകൾക്കും ട്രൈബൽ മേഖലകളിലെ ആദിവാസി പ്രക്ഷോഭങ്ങൾക്കും ലഭിക്കുന്ന വർധിച്ച ജനപിന്തുണ വ്യക്തമാക്കുന്നത് ഇവർക്ക് ദേശവിരുദ്ധ ശക്തികളുടെ പിന്തുണ ലഭിക്കുന്നു എന്നാണ്. സ്ഥിതിവിവരക്കണക്കുകൾക്കനുസരിച്ച് അത് വലിയൊരു സംഖ്യ ആകണമെന്നില്ല. എന്നാൽ ഇവർ ഇന്ത്യയിലെ ഭാവി വിപ്ലവശക്തികളാണെന്ന്

കൂടുതൽ പേർ തിരിച്ചറിയുകയും അക്കാര്യത്തിൽ ഒരു പൊതു സമ്മതി ഉണ്ടാകുകയും ചെയ്യുകയാണ്. ഈ ഗ്രൂപ്പുകൾ തുടർച്ചയായി വിട്ടുവീഴ്ചയില്ലാതെ പുരുഷ മേധാവിത്വത്തെയും സ്ത്രീവിരുദ്ധ പ്രവണതകളെയും എതിർത്തുവരുന്നവരാണ്. ദില്ലിയിൽ ഈ പ്രശ്നമുണ്ടായപ്പോൾ അത്തരം പ്രതിഷേധങ്ങൾക്കും അവർ തയാറായി.

കാശ്മീരിലോ ഗുജറാത്തിലോ ഇന്ത്യയുടെ ഇതരഭാഗങ്ങളിലോ ഉള്ള ദളിതർക്കും മുസ്ലീം സ്ത്രീകൾക്കും മറ്റ് സ്ത്രീശക്തിക്കുമെതിരെയുണ്ടാകുന്ന അതിക്രമങ്ങളെപ്പറ്റി പറയുന്നത് ശരിതന്നെയാണ്. ഇക്കാര്യം റിപ്പോർട്ട് ചെയ്യാൻ ദേശീയ മാധ്യമങ്ങൾ വിമുഖമായിരുന്നു. എന്ന കാര്യവും ശരിതന്നെയാണ്. അതുമായി ബന്ധപ്പെട്ട് വടക്കുകിഴക്കൻ ദേശത്ത് ഒഡീഷയിലും നടക്കുന്ന പ്രതിഷേധങ്ങളും അവഗണിക്കപ്പെടുന്നു. ഇന്ത്യൻ ഭരണകൂട സംവിധാനങ്ങൾ നടത്തുന്ന അടിച്ചമർത്തലുകൾക്കെതിരെ ഇന്ത്യയിൽ ആരും പ്രതികരിച്ചില്ല എന്നു പറയുന്നതും ശരിയല്ല. വ്യത്യസ്ത അഭിപ്രായങ്ങൾ ഉള്ളവരെയും അതു പ്രകടിപ്പിക്കുന്നവരെയും അപമാനിക്കുകയും ചെയ്യുന്നത് ഇന്ത്യയിൽ നിരന്തരം നടക്കുന്നതാണ്. ഇത് പ്രതിഷേധങ്ങളെ തടയിടാൻ ഉദ്ദേശിച്ചുള്ളതുമാണ്.

എന്തുകൊണ്ട് ദില്ലി സംഭവം ഇത്ര സവിശേഷമായി? എന്തുകൊണ്ട് ഇത്രയുമധികം ഇടത്തരക്കാർ പ്രതിഷേധിക്കാനെത്തി. ഈ ചോദ്യങ്ങൾ പല പുരോഗമനകാരികളിൽനിന്നും ഉയരുന്നു. സ്ത്രീകൾക്കെതിരായ അതിക്രമങ്ങൾ ഏറ്റവും കൂടുതലുണ്ടാകുന്നത് ഈ ഇടത്തരക്കാരിൽ നിന്നു തന്നെയല്ലേ എന്നും അവർ ചോദിക്കുന്നു. ഉത്തരം ഇതാണ്: കോർപ്പറേറ്റ് മാധ്യമങ്ങളുടെ സാംസ്കാരിക തടവറയിലായ ഇന്ത്യയിലെ ബൂർഷ്വാസമൂഹം ബ്രേക്കിങ് ന്യൂസിലും ഫോക്കിങ് ന്യൂസിലും മാത്രമേ ഉണ്ടാകൂ. അതുകൊണ്ട് ഇവിടെ പ്രകടിപ്പിക്കപ്പെട്ട ഉൽക്കണ്ഠ ശരിയാണ്. ഈ സംഭവത്തിൽനിന്നും മാധ്യമശ്രദ്ധ അകലുന്നതോടെ പ്രതിഷേധക്കാരായ ഇടത്തരക്കാർ അപ്രത്യക്ഷമാകും എന്ന നിരീക്ഷണത്തിലും ശരിയുണ്ട്. പിന്നെ, ഇക്കൂട്ടർക്ക് മണിപ്പൂർ, ഗുജറാത്ത് സംഭവങ്ങളിലും രോഷം തോന്നിയില്ല എന്നതിന്റെ കാര്യം സുവ്യക്തമാണ്. എന്നിരുന്നാലും തങ്ങളുടെ പരമ്പരാഗത ശത്രുക്കളോടൊപ്പം രണ്ട് ഇന്ത്യൻ ഭരണകൂടാധികാരത്തിലെ പല തലങ്ങളിലുമുള്ള വീഴ്ചകൾ ചൂണ്ടിക്കാട്ടാൻ തയാറായത് ഇന്ത്യൻ മനസ്സാക്ഷിയെ കൂടുതൽ ഉണർത്താൻ സഹായകരമായിട്ടുണ്ട്. ഇതുപോലുള്ള ഏതവസരവും കൂടുതൽ കൂടുതൽ ജനവിഭാഗങ്ങൾ തമ്മിൽ ഐക്യപ്പെടാൻ അവസരം ഒരുക്കും. വിപ്ലവ നിമിഷങ്ങളിൽ ചരിത്രം ത്രസിച്ചു നിൽക്കുന്ന അവസരങ്ങളുണ്ടാകും. അതു ജ്വലിപ്പിക്കുന്നതിന് ചെറിയ തീപ്പൊരി തന്നെ മതിയാവും.

വിവിധ സാമൂഹ്യ വിഭാഗങ്ങൾ സംഘടിതരായി രംഗത്തിറങ്ങേണ്ട ആവശ്യകത ഈ കാലഘട്ടം മുന്നോട്ടുവയ്ക്കുന്നു. ചലനാത്മകമെന്നവർ വിശേഷിപ്പിക്കുന്ന മുതലാളിത്തവ്യവസ്ഥയുടെ വക്താക്കൾ മുന്നോട്ടുവയ്ക്കുന്ന ആഖ്യാനങ്ങളെ എതിരിടാൻ അത്യാവശ്യമാണ്. വളർന്നു വരുന്ന

എതിർപ്പുകളെ നിസ്സാരവൽക്കരിച്ച് ഇക്കൂട്ടരുടെ പിന്തിരിപ്പൻ ന്യായങ്ങൾക്കു ശക്തിപകരുകയല്ല വേണ്ടത്. ദേശസ്നേഹത്തിന് എതിരെന്നു കരുതി ഇതുവരെ നടപ്പിലാക്കാൻ വിസമ്മതിച്ചിരുന്ന ധീരമായ അഭിപ്രായങ്ങൾ പ്രാവർത്തികമാക്കാൻ ഭരണവർഗത്തെ നിർബന്ധിതമാക്കണം.

സമൂഹത്തെ സമഗ്രമായി മാറ്റിത്തീർക്കുകയാണു ലക്ഷ്യമെങ്കിൽ സഹവർത്തിത്വത്തിലെ വൈവിധ്യത്തെയും വൈവിധ്യത്തിലെ വിപ്ലവാത്മകതയെയും കണക്കിലെടുക്കണം. വ്യത്യസ്താഭിപ്രായങ്ങളെ അംഗീകരിക്കണം; പൊതുലക്ഷ്യത്തെ ആഘോഷപൂർവം ഉയർത്തിപ്പിടിക്കുകയും വേണം. പരിശുദ്ധിപാളികളിൽനിന്നും ഏകശിലാരൂപത്തിലുള്ള ആ ഇന്ത്യൻ സംസ്കാരത്തെ തിരിച്ചുപിടിക്കലാവണം നമ്മുടെ ലക്ഷ്യം. നാമെല്ലാം സജീവമായി പങ്കുകൊള്ളുന്ന നമ്മുടേതായ ഒരു വനിതാ പ്രസ്ഥാനമാണ് നമുക്കാവശ്യം. തുടർച്ചയായ മാധ്യമപിന്തുണയോ രാഷ്ട്രീയ ഇച്ഛാശക്തിയോ ലഭിച്ചാലും ഇല്ലെങ്കിലും നാമതിൽ പ്രതിജ്ഞാബദ്ധരാകണം. ലോകത്തിൽ എല്ലായിടത്തും രാത്രിയെ നമുക്ക് തിരിച്ചുപിടിക്കണം.

വാൾസ്ട്രീറ്റ് പിടിച്ചെടുക്കൽ സമരത്തെക്കുറിച്ച് ... അബ്ദുജമാലിനോട് വിമർശനാത്മകമായി ഉന്നയിച്ച ഒരുചോദ്യത്തിനെക്കുറിച്ച് പ്രശസ്ത ഫെമിനിസ്റ്റായ സെൽമാ ജയിംസ് എടുത്തുപറഞ്ഞിരുന്നു. ചോദ്യം ഇപ്രകാരമായിരന്നു.

“എന്തുകൊണ്ടാണ് ഈ ‘പിടിച്ചെടുക്കൽ ഭൂമി വല്ലാതെ വെളുത്തിരിക്കുന്നത്?”

“എന്നാൽ അവിടെപ്പോയി കുത്തിയിരിക്കൂ. അവിടം വെളുത്തതാണെങ്കിൽ അതിനെ കറുപ്പിക്കൂ. മാറ്റിയെടുക്കൂ. പങ്കെടുക്കൂ. അതിനെ നിങ്ങളുടേതാക്കൂ.”

പെണ്ണുടൽ വിപണി

കെ പി സേതുനാഥ്

ലോകത്തിൽ ഇന്നേറ്റവുമധികം വിറ്റഴിക്കപ്പെടുന്ന ചരക്കുകളിലൊന്നാണ് പെണ്ണുടൽ. ആസൂത്രിതവും സംഘടിതവുമായ നിലയിൽ ആഗോളതലത്തിലരങ്ങേറുന്ന ഈ വ്യവസായം മറ്റേതൊരു വ്യവസായത്തെപ്പോലെയും അതിന്റെ നടത്തിപ്പുകാരുടെ ലാഭത്തിനുവേണ്ടിയാണ് രൂപപ്പെടുത്തിയിട്ടുള്ളതും നിലനിൽക്കുന്നതും.

സ്ത്രീ–പുരുഷ ബന്ധത്തിലെ ഉദാത്തവും, ആഹ്ലാദകരവുമായ ലൈംഗികത, രതിവ്യവസായമായി രൂപാന്തരപ്പെട്ടതിന്റെ പശ്ചാത്തലത്തിലാണ് സ്ത്രീകൾക്കുനേരെയുള്ള നിഷ്ഠുരമായ അതിക്രമങ്ങളെ മനസിലാക്കേണ്ടത്. ഡൽഹിയിൽ അതിക്രൂരമായ ലൈംഗികാക്രമണത്തിനു ശേഷം കൊല്ലപ്പെട്ട പെൺകുട്ടി ആഗോളതലത്തിൽ അരങ്ങേറുന്ന ഈ പ്രക്രിയയുടെ ഇരയാണ്. പുരുഷാധിപത്യവ്യവസ്ഥ നൂറ്റാണ്ടുകളായി സ്ത്രീകളുടെമേൽ സ്ഥാപിച്ചെടുത്ത അധീശത്വം മുതലാളിത്ത ചൂഷണവുമായി പങ്കുചേരുന്നതിന്റെ ഭൂമികയിലാണ് രതിവ്യവസായത്തിന്റെ വാസ്തുഘടന നിലനിൽക്കുന്നത്. ലൈംഗികാനുഭൂതിയെ നിർണയിക്കുന്ന സങ്കീർണമായ മാനസികവും സാംസ്കാരികവുമായ സവിശേഷതകളും വൈയക്തികമായ ഇഷ്ടാനിഷ്ടങ്ങളുമെല്ലാം രതിവ്യവസായവിപണിയുടെ അതിപ്രസരം അതിന്റെ നിലനിൽപ്പിനുവേണ്ടി ഉപയോഗപ്പെടുത്തുന്നതിന്റെ കാലഘട്ടത്തിലാണ് നാം ജീവിക്കുന്നത്.

സാംസ്കാരികവും മാനസികവുമായ ജീവശാസ്ത്രപരമായ തലങ്ങളിൽ നിന്നുകൊണ്ടുമാത്രം ലൈംഗികതയും സ്ത്രീകളുടെമേലുള്ള മർദനാധിപത്യങ്ങളും എങ്ങനെയാണ് രൂപം കൊള്ളുന്നതെന്ന് മനസിലാക്കാനാവില്ല. രതിവ്യവസായത്തെ നിലനിർത്തുന്ന സാമ്പത്തിക രാഷ്ട്രീയ സംവിധാനത്തെ ആഴത്തിൽ വിശകലനം ചെയ്യേണ്ടതുണ്ട്. ആഗോളത

ലത്തിൽ ഏതാണ്ട് 700 കോടി ഡോളറിന്റെ വിപണിയാണ് രതിവ്യവസായം. ഏറ്റവും കുറഞ്ഞത് 12.3 ദശലക്ഷം പേരെ രതിവ്യവസായത്തിനുവേണ്ടി വിൽക്കുകയും വാങ്ങുകയും ചെയ്യുന്നു. കൊല്ലംതോറും 20 ലക്ഷം കുട്ടികൾ ലൈംഗികവിപണിയിൽ എത്തപ്പെടുന്നു. ലോകവ്യാപകമായി നടത്തുന്ന മനുഷ്യക്കടത്തിൽ പത്തിൽ എട്ടു പേരും ലൈംഗികവിപണിക്കുവേണ്ടി വിനിമയം ചെയ്യപ്പെട്ടവരാണ്. ലൈംഗികചൂഷണത്തിനുവേണ്ടിയുള്ള മനുഷ്യക്കടത്തിൽ 98 ശതമാനംപേരും സ്ത്രീകളും കുട്ടികളുമാണ്. ഇതെല്ലാം 2005 ലെ കണക്കുകളാണ്. അതിനുശേഷമുള്ള കാലം സ്ഥിതിഗതികൾ കൂടുതൽ വഷളായതല്ലാതെ നന്നായതായി ആരുംതന്നെ അവകാശപ്പെടുന്നില്ല.

ചൂഷണത്തിലധിഷ്ഠിതമായ മുതലാളിത്തവും പുരുഷാധിപത്യവും ബന്ധപ്പെട്ട് നിലനിൽക്കുന്ന അസമത്വങ്ങളാണ് രതിവ്യവസായത്തിന്റെ ഭൗതികാടിത്തറ. ആഗോളതലത്തിൽ രതിവ്യവസായത്തിന്റെ പ്രധാനകേന്ദ്രങ്ങളായ പ്രദേശങ്ങളുടെ ചരിത്രം ഇതിനുള്ള തെളിവാണ്. തെക്കുകിഴക്കനേഷ്യൻ രാജ്യങ്ങളായ തായ്‌ലന്റ്, ഇൻഡോനേഷ്യ, ഫിലിപ്പൈൻസ് എന്നിവിടങ്ങളിൽ രൂപപ്പെട്ട രതിവ്യവസായവും സോവിയറ്റ് യൂണിയന്റെ കിഴക്കൻ യൂറോപ്യൻ രാജ്യങ്ങളുടെയും തകർച്ചയെത്തുടർന്ന് ഉടലെടുത്ത ലൈംഗികവിപണിയും ഈ നിഗമനത്തെ ശരിവെക്കുന്നതാണ്. ഇന്ത്യയെപ്പോലുള്ള രാജ്യങ്ങളിൽ അത്ര സംഘടിതമല്ലെങ്കിലും സമാനമായ തരത്തിലുള്ള ലൈംഗികവിപണിയുടെ വളർച്ച സമീപകാലങ്ങളിൽ ദർശിക്കാവുന്നതാണ്. ലൈംഗികവിപണിയുമായി ബന്ധപ്പെട്ട പരസ്യങ്ങൾ ശ്രദ്ധിച്ചാൽത്തന്നെ ആഗോളതലത്തിൽ സംഘടിതമായി നടക്കുന്ന രതിവ്യവസായവുമായി ഇവിടത്തെ വിപണിയും കണ്ണിചേരുന്നതിന്റെ സൂക്ഷ്മചലനങ്ങൾ കണ്ടെത്താനാവും.

ഏറ്റവുമധികം ലാഭം നേടിത്തരുന്ന ഒന്നാണ് ലൈംഗികവ്യവസായം. കൊളോണിയൽ കാലഘട്ടത്തിന് മുൻപുനടന്ന അടിമവ്യാപാരത്തിന്റെ ഇരുപത്തിയൊന്നാം നൂറ്റാണ്ടിലെ രൂപമാണ് പെണ്ണുടലിന്റെ വിപണനം. ആഫ്രിക്കയിൽനിന്നുള്ള അടിമയെ കച്ചവടം ചെയ്യുന്നതിൽനിന്നും ലഭിച്ചിരുന്ന ലാഭത്തിന്റെ മൂന്നിരട്ടിയാണ് ലൈംഗികവിപണിയിലെത്തിക്കുന്ന സ്ത്രീകളിൽനിന്നും ലഭിക്കുന്നതെന്ന് ഈ പഠനങ്ങൾ ചൂണ്ടിക്കാണിക്കുന്നു. പാശ്ചാത്യനാടുകളിലെ ദല്ലാളുകൾ പഴയ സോവിയറ്റ് റിപ്പബ്ലിക്കുകളിൽനിന്നുള്ള പെൺകുട്ടികളെ ചുരുങ്ങിയ വിലയ്ക്ക് വാങ്ങി വൻതോതിൽ ലാഭമുണ്ടാക്കുന്ന ലൈംഗിക അടിമകളായി നിലനിർത്തുന്നതിന്റെ നിരവധി വിവരണങ്ങൾ ഇന്ന് ലഭ്യമാണ്. ജർമനിയിൽ ഒരു പിമ്പ് അല്ലെങ്കിൽ പെൺകടത്തുകാരൻ മൂവായിരം മുതൽ മുപ്പതിനായിരം ഡോളർവരെ ചെലവഴിച്ചാണ് ഈ രാജ്യങ്ങളിൽനിന്നുള്ള ഒരു പെൺകുട്ടിയെ വിലയ്ക്കുവാങ്ങുന്നത്. ഈ തുക പെൺകുട്ടിയുടെ ഭ്രൂണബാധ്യതയാണ്. ഈ കടം വീട്ടിക്കഴിഞ്ഞുകഴിഞ്ഞാലും ഈ പെൺകുട്ടി സമ്പാദിക്കുന്നതിന്റെ 50 മുതൽ 75 ശതമാനം വരെ ദല്ലാളിനുതന്നെ കൊടു

ക്കേണ്ടിവരും. ലൈംഗികവിപണിയിലേക്ക് വലിച്ചെറിയപ്പെട്ട പെൺകുട്ടികളെ ഏതാണ്ട് എല്ലാ നാട്ടിലും കണ്ടെത്താനാവുമെങ്കിലും സംഘടിതമായ ഈ വ്യവസായത്തിന്റെ പ്രഭവകേന്ദ്രങ്ങൾ ലൈംഗികത്തൊഴിലിന് നിയമസാധുതയുള്ള രാജ്യങ്ങളോ അല്ലെങ്കിൽ അതിനെതിരെ ദുർബലമായ നിയമനടപടികൾ നിലനിൽക്കുന്ന രാജ്യങ്ങളും നഗരങ്ങളുമാണ്. രതിവ്യവസായത്തെക്കുറിച്ചുള്ള പഠനങ്ങളിൽ പലപ്പോഴും അവഗണിക്കപ്പെടുന്ന ഒരു വസ്തുത മുൻനിരരാജ്യങ്ങൾ എന്ന് വിളിക്കപ്പെടുന്നവ ഇതിൽ വഹിക്കുന്ന പങ്കാണ്. ഈ പഠനങ്ങൾ ശ്രദ്ധയൂന്നുന്നത് ലൈംഗികവൃത്തി തൊഴിലായി സ്വീകരിക്കാൻ നിർബന്ധിതരായ ഹതഭാഗ്യരുടെ രാജ്യങ്ങളുടെ അവസ്ഥയാണ്. സോഷ്യലിസത്തിന്റെ അധികാര സംവിധാനങ്ങൾ തകർന്നടിഞ്ഞതോടെ സാമൂഹിക സംവിധാനം മൊത്തം തകരുന്നതിന്റെ രേഖാചിത്രങ്ങളാണ് സോവിയറ്റ് യൂണിയന്റെയും അതിന്റെ പാർശ്വവർത്തികളായി നിലനിന്നിരുന്ന രാജ്യങ്ങളിൽനിന്നും ലൈംഗികവിപണിയിലേക്ക് വലിച്ചെറിയപ്പെടുന്ന സ്ത്രീകളുടെ അവസ്ഥ വെളിപ്പെടുത്തുന്നത്. കേരളത്തിൽനിന്നും ഗൾഫിലേക്ക് തൊഴിലന്വേഷിച്ച് പോകുന്നതിന് സമാനമാണ് ഈ രാജ്യങ്ങളിൽനിന്നുള്ള പെൺകുട്ടികളെ യൂറോപ്പിലെ ലൈംഗികവിപണികളിൽ എത്തിക്കുന്ന പ്രക്രിയ. ഗൾഫിലെ തൊഴിലുടമ മലയാളികുടിയേറ്റക്കാരന്റെ പാസ്പോർട്ടും മറ്റും കൈവശം വെക്കുന്നതുപോലെ ഈ പെൺകുട്ടികളുടെ പാസ്പോർട്ടും മറ്റ് യാത്രാരേഖകളും ദല്ലാളുകൾ കൈക്കലാക്കുന്നു. ഒരുതരത്തിലും രക്ഷപ്പെടാനാകാത്ത ഒരു കെണിയിലാണ് ഇവർ പെട്ടുപോകുന്നത്. വിദേശ തൊഴിലെന്ന വാഗ്ദാനത്തിന്റെ മറവിലാണ് പ്രാഥമികതലത്തിൽ ഇതിനുവേണ്ടുന്ന റിക്രൂട്ട്മെന്റുകൾ നടത്തുന്നത്. മിക്കവാറും നിയമവിരുദ്ധമായ കുടിയേറ്റശൃംഖലയുടെ ഭാഗമായാണ് ഇവർ യൂറോപ്പിലും അമേരിക്കയിലും ജപ്പാനിലും എല്ലാം സജീവമായി നിലനിൽക്കുന്ന ലൈംഗികവിപണിയിൽ എത്തിപ്പെടുന്നത്. ആഗോളതലത്തിൽ നിലനിൽക്കുന്ന ഈ അധോലോകത്തിന്റെ ലാസ്റ്റ് മൈൽ കണക്ടിവിറ്റി അഥവാ പ്രവർത്തനമണ്ഡലം നിയമവാഴ്ചയുടെ എല്ലാ പരിരക്ഷകളും ഉറപ്പുവരുത്തുന്നുവെന്ന് അവകാശപ്പെടുന്ന മുൻനിര രാജ്യങ്ങളിൽ തന്നെയാണെന്ന വസ്തുത മുതലാളിത്ത ചൂഷണവും ലൈംഗിക വ്യാപാരവും തമ്മിലുള്ള അഭേദ്യബന്ധത്തെ വെളിപ്പെടുത്തുന്നു.

അങ്ങേയറ്റം ചരക്കുവൽക്കരിക്കപ്പെട്ട ഒരുൽപ്പന്നമായി ലൈംഗികതയെ രൂപാന്തരപ്പെടുത്തുന്ന ഈ പ്രക്രിയ ഒരുപക്ഷേ, മനുഷ്യചരിത്രത്തിൽ ഇതുവരെ നിലനിന്നിട്ടില്ലാത്തതരത്തിലുള്ള സ്ത്രീ–പുരുഷ ബന്ധങ്ങൾക്ക് കാരണമാകുന്നു. സൂപ്പർമാർക്കറ്റിൽനിന്നും മറ്റേതൊരു ഉൽപ്പന്നത്തെയും വാങ്ങാവുന്ന ഒന്നായി പെണ്ണുടലും ആണുടലും മാറിയിരിക്കുന്നു. ആണും പെണ്ണും തമ്മിലുള്ള ഊഷ്മളമായ സ്വകാര്യതയെയും പൂർണമായും നിഷേധിക്കുകയും ഇല്ലാതാക്കുകയും ചെയ്യുന്ന ദുരവസ്ഥയായി ഈ സ്ഥിതിവിശേഷത്തെ സാമൂഹിക ശാസ്ത്രജ്ഞർ വിലയിരു

ത്തുന്നു. രണ്ടു വ്യക്തികൾ തമ്മിലുള്ള ബന്ധത്തിന് ആവശ്യം വേണ്ടുന്ന പ്രതിബദ്ധത ഇല്ലാതാക്കുന്നതിനുള്ള ഭൗതികസാഹചര്യം ലൈംഗികവിപണിയിൽ അവസാനിക്കാതെയെത്തുന്ന ഇരകളുടെ സാന്നിധ്യം കാരണമാകുന്നു. ലൈംഗികതയുടെ ഉദാരഭാവങ്ങളെല്ലാം ഉന്മൂലനം ചെയ്യപ്പെടുകയും പെണ്ണുടൽ ആക്രമണോത്സുകത നിറഞ്ഞ കാമപ്രകടനത്തിനുള്ള ശരീരം മാത്രമായി മാറ്റപ്പെടുകയും അതാണ് ലൈംഗികതയെന്ന അവബോധത്തിലേക്ക് പൊതുസമൂഹംതന്നെ എത്തിച്ചേരുന്ന സ്ഥിതിവിശേഷവുമാണ് ഇപ്പോൾ നിലനിൽക്കുന്നത്.

നൂറ്റാണ്ടുകളായി നിലനിൽക്കുന്ന പുരുഷമേധാവിത്വത്തിനും യാഥാസ്ഥിതിക ലൈംഗിക അവബോധത്തിനുമെതിരെ ഉയർന്നുവന്ന സ്ത്രീവിമോചനത്തിന്റെ അന്തഃസത്തയെ മുഴുവൻ നിരാകരിക്കുന്നതാണ് ഇപ്പോൾ അരങ്ങേറുന്ന രതിവ്യവസായം. ലൈംഗികതയെ പുരുഷകേന്ദ്രീകൃതമായ അനുഷ്ഠാനത്തിൽനിന്നും മോചിപ്പിക്കുകയും പുരുഷനെന്നപോലെ സ്ത്രീകൾക്കും ആസ്വദിക്കാൻ കഴിയുന്ന ഒന്നാണ് അതെന്ന് സ്ഥാപിക്കുകയും ചെയ്തതാണ് സ്ത്രീവിമോചനപ്രസ്ഥാനങ്ങളുടെ പ്രധാന സംഭാവന. വ്യക്തി എന്നനിലയിൽ സ്ത്രീകളുടെ സാമൂഹികാസ്തിത്വത്തെ ഉറപ്പിച്ച ഈയൊരു കാഴ്ചപ്പാടിനെ വിപണി എങ്ങനെയാണ് വികൃതവൽക്കരിച്ചതെന്നതിന്റെ ദൃഷ്ടാന്തമാണ് രതിവ്യവസായം. മനുഷ്യർ തമ്മിലുള്ള സ്വാഭാവികമായ കൊടുക്കൽ വാങ്ങലുകളുടെ വേദിയെന്ന നിലയിൽ അനിവാര്യമായ സ്ഥാപനമാണ് വിപണിയെന്ന ധാരണ വ്യാപകമാണ്. അടിമത്തത്തെക്കുറിച്ച് പറയുമ്പോൾ നല്ല അടിമത്തവും ചീത്ത അടിമത്തവും തമ്മിൽ വേർതിരിക്കാനാവില്ലെന്ന യാഥാർഥ്യം പോലെയാണ് വിപണിയുടെ സ്ഥിതിയുമെന്നാണ് ബദൽ മാധ്യമപ്രവർത്തനത്തിന്റെ ഉപജ്ഞാതാവും ഇസഡ്നെ മാധ്യമ പത്രാധിപരിലൊരാളുമായ മൈക്കൽ ആൽബേർട്സ് ചൂണ്ടിക്കാണിക്കുന്നു. അടിമത്തത്തെ ഇല്ലാതാക്കുന്നതുപോലെതന്നെ വിപണിയെയും ഉന്മൂലനം ചെയ്യണമെന്നാണ് അദ്ദേഹം വാദിക്കുന്നത്. നല്ല വിപണിയും ചീത്തവിപണിയും എന്ന കാഴ്ചപ്പാട് യാഥാർഥ്യത്തിന് നിരക്കുന്നതല്ലെന്ന് അദ്ദേഹം പറയുന്നു. ലൈംഗികതയുടെ സ്വതന്ത്രമായ ആവിഷ്കാരത്തിന്റെ വേദിയായി വാണിജ്യത്തിന്റെ തലത്തിൽ നിലനിൽക്കുന്ന രതിവ്യവസായത്തെ ന്യായീകരിക്കുന്ന കാഴ്ചപ്പാടുകളെ നിരാകരിക്കാൻ വിപണിയുമായി ബന്ധപ്പെട്ട ആൽബേർട്സിന്റെ നിരീക്ഷണങ്ങൾ സഹായകമാണ്.

ലൈംഗികവാണിജ്യത്തെ സ്ത്രീകളുടെ സ്വാതന്ത്ര്യമായി വിലയിരുത്തുന്ന സമീപനങ്ങൾ ചില ഫെമിനിസ്റ്റ് ചിന്തകർപോലും മുന്നോട്ടു വെക്കുന്നുണ്ട്. ലൈംഗികത്തൊഴിൽ മറ്റേതൊരു തൊഴിലിനെയുംപോലെ കണക്കാക്കാവുന്നതാണെന്നവാദം ഇവർ മുന്നോട്ടു വെക്കുന്നുണ്ട്. പുരുഷാധിപത്യവുമായി ബന്ധപ്പെട്ടു നിലനിൽക്കുന്ന മർദനസംവിധാനത്തിൽനിന്നുള്ള മോചനത്തിനുള്ള ഉപാധിയായി ലൈംഗികത്തൊഴിൽ ആശാസ്യമാണെന്നുള്ള കാഴ്ചപ്പാടും വിരളമല്ല. ലൈംഗികത്തൊഴിലി

നെതിരെയുള്ള വിമർശനങ്ങൾ യാഥാസ്ഥിതിക ലൈംഗികാവബോധത്തെ പുനസ്ഥാപിക്കുന്നതിനുള്ള ഗൂഢനീക്കങ്ങളായും വിലയിരുത്തപ്പെടുന്നു. എന്നാൽ ഈ വാദങ്ങൾ ലൈംഗികതയെ ഒരു സാംസ്കാരിക തലത്തിലുള്ള അനുഭവം മാത്രമായി ചുരുക്കുകയാണെന്നും ഇന്ന് നിലനിൽക്കുന്ന രതിവ്യവസായത്തിന്റെ ഭൗതികസാഹചര്യങ്ങളെ തീർത്തും അവഗണിക്കുകയാണെന്നും രതിവ്യവസായത്തിന്റെ വിമർശകർ ചൂണ്ടിക്കാണിക്കുന്നു. രതിവ്യവസായത്തിന്റെ നിലനിൽപ്പിന്റെ അനുബന്ധഘടകമായി പ്രവർത്തിക്കുന്ന അശ്ലീലവ്യവസായത്തിന്റെ നാൾവഴികൾ ഇതിനുള്ള ഉദാഹരണമായി അവർ വിലയിരുത്തുന്നു. രതിവ്യവസായംപോലെതന്നെ അങ്ങേയറ്റം ലാഭകരമായ ഒന്നായി അശ്ലീലവ്യവസായം മാറിയിരിക്കുന്നു. ലൈംഗികാവബോധത്തെ അശ്ലീലവ്യവസായം എങ്ങനെയാണ് പുനർനിർവചിക്കുന്നതെന്ന് ഗെയിൽസ് ഡയിൻസ് എന്ന എഴുത്തുകാരി *ഹൗ പോർണോഗ്രഫി ഹാസ് ഹൈജാക്ക്ഡ് ഓവർ സെക്ഷ്വാലിറ്റി* എന്ന പുസ്തകത്തിൽ വിവരിക്കുന്നു. വർത്തമാനകാലത്തെ പോർണോഗ്രഫി മാനുഷികമായ എല്ലാ മൂല്യങ്ങളുടെയും നിരാകരണമാണെന്നും അവർ വ്യക്തമാക്കുന്നു. ഓരോ ദിനം കഴിയുന്തോറും ഏറ്റവും ക്രൂരവും നിന്ദ്യവുമായ നിലയിൽ പെണ്ണുടലിനെ ബലാൽക്കാരം ചെയ്യുന്ന ഒന്നായി അതു മാറുകയും ചെയ്യുന്നു. ഇന്റർനെറ്റിന്റെ വ്യാപനത്തിനുശേഷം ഇന്ന് ലോകത്ത് പ്രചരിക്കുന്ന പോർണോഗ്രഫി ദൃശ്യങ്ങൾ സ്വാഭാവികമായ ലൈംഗികാവബോധത്തെ ഇല്ലാതാക്കുന്നുവെന്നും പെണ്ണുടൽ പുരുഷന്റെ ആക്രമണകരമായ ലൈംഗികാഭിലാഷങ്ങൾക്കുള്ള ശരീരം മാത്രമാണെന്നുമുള്ള കാഴ്ചപ്പാടിനെ ഊട്ടിയുറപ്പിക്കുന്നതാണെന്നും അവർ ചൂണ്ടിക്കാണിക്കുന്നു. ഇന്റർനെറ്റ് വ്യാപനത്തോടെ പോർണോഗ്രഫി നിർദോഷമായ ഒരു വിനോദം മാത്രമായി കണക്കാക്കാനാവില്ലെന്നാണ് ഡയസിന്റെ വാദം. രതിവ്യവസായത്തിലെന്നപോലെ അശ്ലീലവ്യവസായത്തിലും എത്തിപ്പെടുന്നവരെല്ലാംതന്നെ സാമ്പത്തികമായ മറ്റൊരു വരുമാനമാർഗം ഇല്ലാത്തവരാണ്. ഈ യാഥാർഥ്യത്തെ മറച്ചുവെച്ചുകൊണ്ട് ഇന്റർനെറ്റ് പോലെയുള്ള സാങ്കേതികവിദ്യകളാണ് ഇതിനുള്ള കാരണമെന്നു പറഞ്ഞ് അത്തരം സാങ്കേതികവിദ്യകൾ മുന്നോട്ടുവെക്കുന്ന ആശയവിനിമയത്തിനുള്ള സാധ്യതകളെ നിയന്ത്രിക്കാനാണ് ഭരണകൂടങ്ങൾ ശ്രമിക്കുന്നത്. പോർണോഗ്രഫി വിപണനം ചെയ്യുന്നതിനുള്ള മാധ്യമം മാത്രമാണ് നെറ്റും മൊബൈൽ ശൃംഖലകളും. നെറ്റ് യുഗത്തിനു മുൻപുള്ള കാലഘട്ടവുമായി താരതമ്യം ചെയ്യുമ്പോൾ അത്തരം വിപണനത്തിന്റെ വേഗവും വ്യാപനവും ഇതുവരെയില്ലാത്തതരത്തിൽ മുന്നേറിയിട്ടുണ്ടെന്നുള്ളത് വാസ്തവമാണ്. എന്നാൽ അതിന്റെ അർഥം നെറ്റ് യുഗമാണ് പോർണോഗ്രാഫിയുടെ കാരണമെന്നല്ല. വിപണനത്തിനു മുൻപ് നടക്കുന്ന ഉൽപ്പാദനവും അത്തരമൊരു ഉൽപ്പാദനത്തെ സാധ്യമാക്കുന്ന ഭൗതികസാഹചര്യങ്ങളുടെയും നിലനിൽപ്പിനെ നാം കാണേണ്ടതുണ്ട്. അല്ലാത്തപക്ഷം സാങ്കേതികവിദ്യയുടെ സാധ്യതകളെ ഭയക്കുന്ന യാഥാ

സ്ഥിതിക വീക്ഷണങ്ങളെ പ്രോത്സാഹിപ്പിക്കലായിരിക്കും ഫലം. ഇന്റർനെറ്റിന്റെയും മൊബൈൽ ഫോണിന്റെയും ഭീഷണികളെപ്പറ്റിയുള്ള ജനപ്രിയ പരമ്പരകൾ ഇത്തരമൊരു യാഥാസ്ഥിതിക ബോധത്തിന്റെ തെളിവുകളാണ്.

ബലാൽസംഗംപോലെയുള്ള അതിക്രമങ്ങളെ തികച്ചും സ്വാഭാവികമായ ഒരു പ്രവൃത്തിയാക്കി മാറ്റുന്നതരത്തിൽ സ്ത്രീകൾക്കുനേരെയുള്ള അതിക്രമങ്ങളെ നീതീകരിക്കുന്ന ലൈംഗികാവബോധത്തെ നിരന്തരം പുനഃസൃഷ്ടിക്കുന്നതിൽ ഈ അശ്ലീലവ്യവസായം മുഖ്യപങ്കാണ് വഹിക്കുന്നത്. എന്നാൽ ഇതിന്റെയർഥം ലൈംഗികതയെക്കുറിച്ചുള്ള തുറന്ന സംവാദങ്ങളും കാഴ്ചകളും നിരാകരിക്കണമെന്നല്ല. മതയാഥാസ്ഥിതികരും മറ്റു യാഥാസ്ഥിതികരും മുന്നോട്ടുവെക്കുന്ന വീക്ഷണമാണത്. സ്വതന്ത്രരായ രണ്ടോ അതിലധികമോ വ്യക്തികൾ തമ്മിലുള്ള ബന്ധമായി ലൈംഗികതയെ മനസിലാക്കുന്ന അവബോധത്തെ നിരാകരിക്കുന്ന ഈ യാഥാസ്ഥിതിക കാഴ്ചപ്പാടിനെ ഒരിക്കലും പിന്തുണയ്ക്കാനാവില്ല. എന്നാൽ അതിന്റെ അർഥം വിപണിയുടെ അധമബോധത്തെ അതുപോലെ അംഗീകരിക്കണമെന്നല്ല.

ഡൽഹിയിൽ നടന്ന കൂട്ടമാനഭംഗത്തിനുശേഷം ഉയർന്നുവന്ന ജനരോഷം ആശാവഹമാണെങ്കിലും അതിന്റെ ഭാഗമായി ഉരുത്തിരിഞ്ഞുവന്നിട്ടുള്ള ചർച്ചകൾ പല ചോദ്യങ്ങളും ബാക്കിവെക്കുന്നു. ഈ ചർച്ചകളിലൊന്നുംതന്നെ ഇടംകിട്ടാത്ത വിഷയമാണ് ലൈംഗികതയുടെ സമ്പൂർണമായ വിപണിവൽക്കരണം. ഈ ചർച്ചകളിലേറ്റവും മുന്നിട്ടുനിന്ന വീക്ഷണം ഭരണകൂടത്തിന്റെ അധികാരത്തെ ശക്തിപ്പെടുത്തുകയെന്നതാണ്. ലൈംഗികാതിക്രമങ്ങളിൽ ഏർപ്പെടുന്നവരെ തൂക്കിക്കൊല്ലാനും മുപ്പതുകൊല്ലം വരെ തടവിലിടാനും ഷണ്ഡീകരിക്കാനുമെല്ലാമുള്ള നിർദേശങ്ങൾ ഭരണകൂടത്തിന്റെ അധികാരങ്ങളെ ശക്തിപ്പെടുത്തുന്നതിനുള്ള നീക്കങ്ങളുടെ ഉദാഹരണങ്ങളാണ്. എന്നാൽ ഈ ഭരണകൂടം തന്നെയാണ് ലൈംഗികവിപണിയെ നിലനിർത്തുന്നതെന്ന വസ്തുതയെ നിയമസംവിധാനം ശക്തിപ്പെടുത്തുന്നതിനുവേണ്ടി മുറവിളികൂട്ടുന്നവർ മറച്ചുവെക്കുന്നു. ഇന്ത്യയെപ്പോലുള്ള രാജ്യത്ത് ബലാൽക്കാരം ഒരു രാഷ്ട്രീയ ആയുധമായി ഭരണകൂടംതന്നെ ഉപയോഗപ്പെടുത്തുന്നതിന്റെ നിരവധി ദൃഷ്ടാന്തങ്ങൾ ലഭ്യമാണ്. വടക്കുകിഴക്കൻ സംസ്ഥാനങ്ങൾ. കാശ്മീർ, മാവോയിസ്റ്റ് കലാപങ്ങൾ നടക്കുന്ന പ്രദേശങ്ങൾ എന്നിവിടങ്ങളിൽ ബലാൽസംഗത്തെ ഏതാണ്ടൊരു നയമായി സ്വീകരിച്ചിട്ടുള്ള സൈനിക പൊലീസ് സംവിധാനങ്ങൾ നിലനിൽക്കുന്ന ഒരു രാജ്യത്ത് ഭരണകൂടത്തിന്റെ അധികാരങ്ങൾ ഇനിയും വിപുലപ്പെടുത്തിയാൽ ഉണ്ടാകുന്ന ഭവിഷ്യത്തുക്കൾ എന്തായിരിക്കുമെന്ന് പ്രത്യേകിച്ച് പറയേണ്ടതില്ല. നാഗാകലാപകാരികളെ അമർച്ച ചെയ്യുന്നതിന് 1950 കളിൽ ഇന്ത്യൻ പട്ടാളം നാഗാലാന്റിൽ പ്രവേശിച്ചതിനുശേഷമാണ് നാഗാഭാഷയിൽ റേപ്പ് സൊഡോമി എന്നീ വാക്കുകൾ ഇടം തേടിയതെന്ന് പറഞ്ഞുകേട്ടിട്ടുണ്ട്.

കൊള്ളയും ബലാൽക്കാരത്തിനുമുള്ള അവസരങ്ങളാണ് പട്ടാളത്തിൽ ചേരുന്നതിനുള്ള പ്രധാന പ്രേരണകളെന്ന് ചരിത്രം പറയുന്നു. പുരാതനകാലം മുതൽ ആധുനികകാലംവരെ ഈയൊരു സമീപനത്തിന് മാറ്റമുണ്ടായിട്ടില്ല. ഇന്ത്യയെപ്പോലുള്ള രാജ്യത്ത് സൈനിക, പൊലീസ് സംവിധാനങ്ങൾ മാത്രമല്ല, മുഖ്യധാരാ രാഷ്ട്രീയ പ്രസ്ഥാനങ്ങൾതന്നെ ബലാൽക്കാരത്തെ ഒരു ആയുധമായി ഉപയോഗപ്പെടുത്തുന്നു. 1947 ലെ വിഭജനകാലത്തെ അനുഭവങ്ങൾ മുതൽ വർത്തമാനകാലത്തെ സംഘടിതമായി ആസൂത്രണം ചെയ്യപ്പെടുന്ന ലഹളകളിൽവരെ ഇതു വ്യക്തമാണ്. 1984 ൽ കോൺഗ്രസുകാർ ഡൽഹിയിലും മറ്റു പട്ടണങ്ങളിലും ആസൂത്രണം ചെയ്ത സിക്കുവിരുദ്ധ കലാപത്തിൽ വ്യാപകമായരീതിയിൽ ബലാൽസംഗങ്ങൾ നടന്നിരുന്നു. ഡൽഹിയിൽ 70 വയസുള്ള ഒരു സ്ത്രീയെ കൂട്ടബലാൽസംഗത്തിനുശേഷം തീയിലേക്ക് വലിച്ചെറിഞ്ഞതിന്റെ വിവരണങ്ങൾ മനുഷ്യാവകാശ സംഘടനകൾ പുറത്തു കൊണ്ടുവന്നിരുന്നു. ഗുജറാത്തിൽ ഗോധ്രയ്ക്കുശേഷം നടന്ന ആസൂത്രിതമായ കലാപത്തിലും ഇത്തരത്തിലുള്ള നിരവധി സംഭവങ്ങൾ ഉണ്ടായിട്ടുണ്ട്. ഇതിനെയെല്ലാം മറച്ചുവെച്ചുകൊണ്ടാണ് ടെലിവിഷൻ സ്റ്റുഡിയോകളിലെ ചർച്ചകളിൽ പങ്കെടുത്ത വിശകലനവിദഗ്ധർ ഭരണകൂട സംവിധാനത്തെ ശക്തിപ്പെടുത്തുന്നതിനെക്കുറിച്ച് വാതോരാതെ പറയുന്നത്.

നിലവിലുള്ള നിയമങ്ങൾപോലും നടപ്പിലാക്കാൻ ശേഷിയില്ലാത്ത ഒരു ഭരണകൂടസംവിധാനത്തെ നിയമപരമായി കൂടുതൽ ആധുനികവൽക്കരിക്കുന്നതിലൂടെ സ്ത്രീസുരക്ഷ ഉറപ്പാക്കാമെന്നു കരുതുന്നത് മൗഢ്യമാണ്. ഭീകരവാദത്തെ നേരിടാനെന്നപേരിൽ പടച്ചുവിട്ട നിയമങ്ങൾ നിർദോഷികളായ മനുഷ്യരുടെമേൽ ഉപയോഗിക്കുന്നതുപോലെ പുതിയ നിയമങ്ങൾ പൊലീസ് അധികാരത്തെ ദുരുപയോഗം ചെയ്യുന്നതിന് വഴി വെക്കുക മാത്രമാണുണ്ടാകുക. കേരളത്തിലടക്കം റിപ്പോർട്ട് ചെയ്യപ്പെട്ടിട്ടുള്ള വിവാദമായ ലൈംഗിക കുറ്റകൃത്യങ്ങളിൽ അധികാരവും സമ്പത്തുമുള്ളവർ നിയമവ്യവസ്ഥയെ എങ്ങനെയാണ് അട്ടിമറിച്ചതെന്ന് വ്യക്തമാണ്. ലൈംഗികവ്യവസായം സംഘടിതവും ആസൂത്രിതവുമായാണ് നടക്കുന്നതെന്നതുപോലെതന്നെ നിയമസംവിധാനങ്ങൾ അട്ടിമറിക്കുന്ന പ്രക്രിയയും സംഘടിതവും ആസൂത്രിതവുമായി അരങ്ങേറുന്ന ഒന്നാണ്. സൂര്യനെല്ലി മുതൽ ഏറ്റവുമൊടുവിൽ കോഴിക്കോട്ട് കണ്ടെത്തിയ പെൺവാണിഭംവരെയുള്ള സംഭവങ്ങളുടെ നാൾവഴി പിന്തുടരുന്നവരെ സംബന്ധിച്ചിടത്തോളം എത്രയും സംഘടിതമായ രീതിയിലാണ് നിയമസംവിധാനത്തെ അട്ടിമറിക്കുന്നതെന്ന് കാണാനാവും. ലൈംഗികത വെറുമൊരു ഉപഭോഗ ഉൽപ്പന്നം മാത്രമായി ചുരുക്കുന്നതാണ് രതിവ്യവസായത്തിന്റെ പ്രധാന സംഭാവന. ഏതൊരു ഉൽപ്പന്നവും വാങ്ങാനും ഉപയോഗിച്ചതിനുശേഷം വലിച്ചെറിയാനും ഉള്ളതാണെന്ന ബോധമാണ് ആധുനിക വിപണി നിരന്തരം പുനഃസൃഷ്ടിക്കുന്നത്. ലൈംഗികതയുടെ കാര്യത്തിലും ഇതുതന്നെയാണ് സംഭവിക്കുന്നത്. ഉൽപ്പന്നങ്ങൾ വാങ്ങാ

നുള്ള അവസരത്തെ സ്വാതന്ത്ര്യമായി തെരഞ്ഞെടുപ്പിനുള്ള സ്വാതന്ത്ര്യ മായി (Freedom of choice) തെറ്റിദ്ധരിപ്പിക്കുന്ന മനശ്ശാസ്ത്രനിർമിതി വിപണിയുടെ നിലനിൽപ്പിന് അനിവാര്യമാണ്. ലൈംഗികവിപണിയുടെ നിലനിൽപ്പിലും ഇക്കാര്യം പ്രസക്തമാണ്. എന്നാൽ ഏത് ഉൽപ്പന്നവും വാങ്ങണമെങ്കിൽ അതിനുള്ള പണം അത്യാവശ്യമാണ്. വിപണി മുന്നോട്ടുവെക്കുന്ന പ്രലോഭനീയങ്ങളായ ആഡംബര സുഖസൗകര്യങ്ങൾ അനുഭവിക്കാൻ ശേഷിയില്ലാത്തവരാണ് ലോകത്തിലെ മഹാഭൂരിപക്ഷം ജനങ്ങളും. ഇപ്പറയുന്ന സുഖസൗകര്യങ്ങളെല്ലാം അനുഭവിക്കാൻ കഴിയുന്നത് വളരെ ചെറിയ ന്യൂനപക്ഷത്തിനു മാത്രമാണ്. വാൾസ്ട്രീറ്റ് പിടിച്ചെടുക്കൽ പ്രസ്ഥാനത്തിലൂടെ ഇന്ന് പരക്കെ അറിയപ്പെടുന്ന ഒരു ശതമാനം പേർ മാത്രമാണ് ഇത്തരം സുഖസൗകര്യങ്ങളുടെ ഉപഭോക്താക്കൾ. ബാക്കി 99 ശതമാനവും അതിൽനിന്ന് ഘടനാപരമായിത്തന്നെ വിലക്കപ്പെട്ടിരിക്കുന്നു. അതേസമയം ഈ 99 ശതമാനത്തിന്റെയും തൃഷ്ണകളെ നിരന്തരം പ്രചോദിപ്പിക്കുന്ന വിപണനതന്ത്രങ്ങളും നിലനിൽക്കുന്നു. 1980 കളിൽ അമേരിക്കൻ കാമ്പസുകളിൽ ബ്രാൻഡഡ് ഷൂസ് ധരിച്ചിരുന്ന വിദ്യാർഥികളിൽനിന്ന് ഷൂസ് തട്ടിപ്പറിക്കുന്ന സംഭവങ്ങൾ വ്യാപകമായി റിപ്പോർട്ട് ചെയ്തിരുന്നു. അഡിഡാസും നൈക്കും റിബൊക്കും ധരിക്കുന്നതാണ് ലക്ഷണമൊത്ത യുവത്വത്തിന്റെ ഉത്തമ മാതൃകയെന്ന വ്യാജപ്രതീതിയാണ് ഈ പിടിച്ചുപറിയുടെ കാരണമെന്ന് മനസിലാക്കാൻ വലിയ ബുദ്ധിയൊന്നും ആവശ്യമില്ല. എന്നാൽ, ഏഷ്യയിലെ ദരിദ്രരാജ്യങ്ങളിൽ നാമമാത്രവേതനത്തിനു ലഭിക്കുന്ന അധ്വാനശക്തിയുടെ ചൂഷണത്തിൽനിന്നാണ് ഈ ബ്രാൻഡുകൾ സ്വന്തം അസ്തിത്വം സ്ഥാപിച്ചെടുത്തതെന്ന യാഥാർഥ്യം ഈ വ്യാജപ്രതീതിയിൽ മതിമറന്നുപോയവർ ഒരിക്കലും മനസിലാക്കുന്നില്ല. അങ്ങനെയൊരു മനസിലാക്കലിനെ ഇല്ലാതാക്കുകയെന്ന ദൗത്യമാണ് വ്യാജപ്രതീതിയുടെ ഉദ്ദേശ്യം. ലൈംഗികവിപണിയുടെ കാര്യത്തിലും ഇതുതന്നെയാണ് സംഭവിക്കുന്നത്. ലൈംഗികവിപണിയിൽ ലഭ്യമായ ഏറ്റവും വിലപിടിച്ച ചരക്കുകൾ ഭൂരിഭാഗത്തെ സംബന്ധിച്ചിടത്തോളം ഒരിക്കലും അനുഭവിക്കാൻ പറ്റാത്തവയാണ്. എന്നാൽ അതിനെ എത്തിപ്പിടിക്കാനുള്ള ത്വരയും തൃഷ്ണയും നിരന്തരം ഉൽപ്പാദിപ്പിക്കപ്പെടുന്നു. സെലിബ്രിറ്റികളുടെ ലൈംഗികത നിരന്തരമായി ചർച്ച ചെയ്യപ്പെടുന്നതിലൂടെയും ദൃശ്യവൽക്കരിക്കുന്നതിലൂടെയും സംഭവിക്കുന്നത് ഇതാണ് എന്നു മാത്രമല്ല, വനിതാവിമോചനപ്രസ്ഥാനങ്ങളും മറ്റുമെല്ലാം നേടിയെടുത്ത സ്ത്രീയുടെ വ്യക്തിത്വത്തെയും സ്വാതന്ത്ര്യത്തെയുംകുറിച്ചുള്ള അവബോധത്തിന്റെ സാക്ഷാൽക്കാരങ്ങളായി സമ്പന്നരുടെ ഈ പുംശ്ചലീയങ്ങളെ വാഴ്ത്തപ്പെടാറുമുണ്ട്. ഡൽഹിയിലെ ഹീനമായ സംഭവത്തിനുശേഷം ഇത്തരത്തിലുള്ള സെലിബ്രിറ്റികൾ ബലാൽസംഗം ഏതാണ്ട് ആദ്യമായാണ് നടക്കുന്നതെന്ന മട്ടിൽ വചനസദസുകളിൽ പ്രത്യക്ഷപ്പെടുമ്പോൾ ചെടിപ്പു തോന്നുന്നതും അതുകൊണ്ടാണ്. പെണ്ണുടലിനെ അങ്ങേയറ്റം വാണി

ജ്യവൽക്കരിക്കപ്പെടുന്ന ചെയ്തികളിൽ നിരന്തരം ഏർപ്പെടുകയും നില നിർത്തുകയും ചെയ്യുന്ന ഒരു സംസ്കാരത്തിന്റെ നടത്തിപ്പുകാരായ ഇക്കൂട്ടരെ സംബന്ധിച്ചിടത്തോളം ബലാൽക്കാരം തങ്ങളുടെ സ്വൈരവിഹാരത്തെ അലോസരപ്പെടുത്തുന്ന ഒരു കുറ്റകൃത്യം മാത്രമായി മാറുന്നു. അതുകൊണ്ടുതന്നെ അത്തരം കുറ്റകൃത്യങ്ങളെ തടയുകയെന്ന ദൗത്യം ഭരണകൂടത്തിനെ ഏൽപ്പിക്കുകയും ചെയ്യുന്നു. കുറ്റകൃത്യങ്ങളെ തടയുന്ന നിയമസംവിധാനങ്ങളും അല്ലെങ്കിൽ അവയുടെ കണിശമായ നടപ്പിലാക്കലിനും നിയമസംവിധാനത്തിലെ കാലോചിതമായ പരിഷ്കാരങ്ങൾക്കുംവേണ്ടിയുള്ള ആവശ്യങ്ങൾ അപ്രസക്തമാണെന്നല്ല. തീർച്ചയായും ഉന്നയിക്കപ്പെടേണ്ട വിഷയങ്ങൾ തന്നെയാണവ. എന്നാൽ, ഇത്തരം കുറ്റകൃത്യങ്ങൾ വ്യാപകമാവുന്നതിന്റെ സാമൂഹിക സാഹചര്യങ്ങൾ വിശകലനവിധേയമാക്കുന്നതിനൊപ്പം, അത്തരം സാഹചര്യങ്ങളെ മാറ്റിമറിക്കുന്നതിനുള്ള ബോധപൂർവമായ പ്രവർത്തനങ്ങളും ആവിഷ്കരിക്കേണ്ടതുണ്ട്.

ഭാഗം 3

ബലാൽസംഗം, നിയമം, പരിഹാരം

ജസ്റ്റിസ് വർമ്മ കമ്മിറ്റി റിപ്പോർട്ട്

റ്റി കെ രാജലക്ഷ്മി

വനിതാ സംഘടനകൾ പൊതുവിൽ വർമ്മാ കമ്മിറ്റി റിപ്പോർട്ടിനോട് അനുകൂലമായി പ്രതികരിച്ചു. 2012 ഡിസംബർ 24 നാണ് സർക്കാർ ജസ്റ്റിസ് ജെ എസ് വർമ്മയുടെ നേതൃത്വത്തിൽ മൂന്നംഗ കമ്മിറ്റിയെ നിയമിക്കുന്നത്. ജസ്റ്റിസ് ലീല സേത്ത്, മുൻ സോളിസിറ്റർ ജനറൽ സുബ്രഹ്മണ്യം എന്നിവരാണ് മറ്റ് രണ്ടുപേർ. ഡിസംബർ 16 ന് ദില്ലിയിൽ നടന്ന കൂട്ട ബലാൽസംഗത്തെ തുടർന്നുണ്ടായ ജനരോഷത്തെ തുടർന്നാണ് സർക്കാർ ഈ കമ്മിറ്റിയെ നിയോഗിച്ചത്. കമ്മിറ്റി മുമ്പാകെ രണ്ടാഴ്ചയ്ക്കുള്ളിൽ 70,000 പ്രതികരണങ്ങൾ ലഭിച്ചു. ഒരു മാസത്തിനുള്ളിൽ റിപ്പോർട്ടും പുറത്തുവന്നു.

രാജ്യത്തെ സ്ത്രീകൾ സുരക്ഷിതരായിരിക്കേണ്ടതിന്റെ ഉത്തരവാദിത്വം ഈ റിപ്പോർട്ട് സർക്കാരിൽ നിക്ഷിപ്തമാക്കുന്നു. ഇത്തരത്തിലൊരു ദാരുണസംഭവം വേണ്ടിവന്നു നിയമവാഴ്ച ഉറപ്പാക്കാനുള്ള നീക്കങ്ങൾക്ക് തുടക്കമിടാനെന്നും റിപ്പോർട്ട് വിലപിക്കുന്നുണ്ട്. രാജ്യത്തെ സ്ത്രീകൾക്ക് ജീവിക്കാൻ സുരക്ഷയായ ഒരു പരിസരം ഒരുക്കാനും സൽഭരണം കാഴ്ചവയ്ക്കാനും സർക്കാരിന് ഈ ദുരന്തം അവസരമൊരുക്കുമെന്നും അവർ പ്രത്യാശിക്കുന്നു. റിപ്പോർട്ട് കിട്ടി മുപ്പതു ദിവസങ്ങൾക്കുള്ളിൽ പ്രത്യേകിച്ച് പാർലമെന്റ് സെഷൻ ആരംഭിക്കുന്നതിനു മുമ്പ് ഇതിന്മേൽ സർക്കാർ നടപടിയെടുക്കുമെന്ന് അവർ പ്രതീക്ഷിക്കുന്നു.

“നിശ്ചയദാർഢ്യത്തോടെ സർക്കാർ പ്രവർത്തിക്കുമ്പോൾ മാത്രമെ സ്ത്രീകൾക്കെതിരായ അവബോധത്തിലെ ചരിത്രപരമായ അസന്തുലിതാവസ്ഥ തിരുത്തുവാൻ കഴിയൂ. അപ്പോൾ മാത്രമേ പുരുഷന്മാർക്കും സ്ത്രീകൾക്കുതന്നെയും സ്ത്രീകളെ തുല്യതയുടെ പ്രിസത്തിലൂടെ വ്യത്യസ്തമായി വീക്ഷിക്കാനാകൂ.”

റിപ്പോർട്ടിന്റെ ആദ്യഭാഗത്ത് ഈ പ്രശ്നത്തോട് കമ്മിറ്റിയുടെ സമീപനവും രണ്ടാംഭാഗത്ത് അതിന്റെ ശുപാർശകളും ഉൾപ്പെടുത്തിയിരിക്കുന്നു.

ഭരണഘടനയിൽ നിന്നാണ് ഈ റിപ്പോർട്ടിനുള്ള ധാർമികാധികാരം സിദ്ധിച്ചിട്ടുള്ളത്. "ലൈംഗികമായ അവഹേളനങ്ങൾക്കും അതിക്രമങ്ങൾക്കുമെതിരായ സംരക്ഷണം എന്ന അവകാശം ഭരണഘടന ഉറപ്പ് നൽകുന്നതും അത് ലിംഗപദവിയിലെ തുല്യത ഉറപ്പാക്കുന്ന തൂണുകളിലൊന്നുമാണ്."

ഇരയെ കുറ്റപ്പെടുത്തുകയും ലിംഗപരമായ മുൻവിധി ഉറപ്പിക്കുന്ന തരത്തിലുള്ള ജൽപ്പനങ്ങൾ നടത്തുകയും ചെയ്യുന്ന രാഷ്ട്രീയ നേതാക്കളെയും മതമേധാവികളെയും റിപ്പോർട്ട് നിശിതമായി വിമർശിക്കുന്നുണ്ട്.

സാമൂഹ്യവും വിദ്യാഭ്യാസപരവും സാമ്പത്തികവുമായ തുല്യതപോലെതന്നെ രാഷ്ട്രീയമായ തുല്യതയും പ്രധാനപ്പെട്ടതാണെന്ന് റിപ്പോർട്ട് എടുത്തു പറയുന്നു. യഥാർഥത്തിൽ ഭരണഘടന ഉറപ്പുനൽകുന്ന തുല്യത സ്ത്രീകളെ സംബന്ധിച്ച് യാഥാർഥ്യമായിട്ടില്ല. 'ഇന്ത്യൻ ഭരണകൂടം ഇത്തരത്തിൽ രണ്ടു തട്ടിലാണോ ജീവിക്കുന്നത്? എന്ന് ചോദിക്കുകയും ചെയ്തു. ഒരു തട്ടിൽ സ്വാധീനമുള്ള സമ്പന്നർക്ക് ഭരണഘടനയും അതിന്റെ സംവിധാനങ്ങളും പ്രാപ്യമാകുമ്പോൾ മറ്റേ തട്ടിലുള്ളവർ ഇതെല്ലാം നിഷേധിക്കപ്പെട്ട് സ്ത്രീവിരുദ്ധമായ പാരമ്പര്യമൂല്യങ്ങളുടെയും ആചാരങ്ങളുടെയും മേധാവിത്വത്തിനുകീഴിൽ നിശ്ശബ്ദരായി കഴിയുന്നു.

പ്രസ്താവനകൾവഴി സ്ത്രീവിരുദ്ധ നിലപാടെടുക്കുന്ന തിരഞ്ഞെടുക്കപ്പെട്ട ജനപ്രതിനിധികളെ അയോഗ്യരാക്കുന്നതിനു സമയമായെന്ന് റിപ്പോർട്ട് പറയുന്നു. ഭരണകൂടത്തിന്റെ എല്ലാ സംവിധാനങ്ങളും വ്യത്യസ്തമായ അളവിലാണെങ്കിലും സ്ത്രീകൾക്ക് തുല്യ പദവി സംരക്ഷിക്കുമെന്ന ഉറപ്പ് പാലിക്കുന്നതിൽ പരാജയപ്പെട്ടുവെന്നും റിപ്പോർട്ട് ചൂണ്ടിക്കാട്ടുന്നു.

ജാതി (കാപ്പ്) പഞ്ചായത്തുകൾപോലുള്ള ഭരണഘടനാധീത ശക്തികളെ തള്ളിപ്പറയാൻ പാർലമെന്റിനുണ്ടായ പരാജയത്തെ റിപ്പോർട്ട് ശക്തിയായി വിമർശിക്കുന്നു.

> സ്ത്രീകൾക്കും പുരുഷന്മാർക്കും ഇഷ്ടപ്പെട്ട പങ്കാളിയെ കണ്ടെത്താനുള്ള അവകാശത്തെ തടസപ്പെടുത്തുന്ന ജാതി പഞ്ചായത്തുകളെന്ന ഭരണഘടനാ ബാഹ്യശക്തിക്ക് നിയമത്തിന്റെ പിൻബലമില്ലെന്ന കാര്യം ഞങ്ങൾ വ്യക്തമാക്കുന്നു. പരസ്പരമുള്ള ഇഷ്ടപ്രകാരം നടക്കുന്ന വിവാഹത്തെ തടയാൻ പഞ്ചായത്തുകൾ പോലുള്ള സംവിധാനങ്ങൾക്ക് എങ്ങനെ കഴിയുന്നുവെന്ന കാര്യം ഞങ്ങൾക്കു മനസിലാകുന്നില്ല.

വർമ്മകമ്മിറ്റി റിപ്പോർട്ട് നീതിനിർവഹണസംവിധാനത്തിന്റെ മനോ

ഘടനയെയും അതിന്റെ സ്ഥാപനപരമായ മുൻവിധികളെയും പ്രത്യേകിച്ചും സാമ്പത്തികമായി പിന്നോക്കം നിൽക്കുന്ന വിഭാഗങ്ങളോടുള്ള സമീപനത്തെയും നിശിതമായി വിമർശിക്കുന്നു. ഇന്ത്യയിലെ ലിംഗനീതി നിർമിതിയുടെ പോരായ്മയെയും റിപ്പോർട്ട് വിമർശിച്ചിട്ടുണ്ട്. ഒരു ആസൂത്രിത സമ്പദ്വ്യവസ്ഥയിൽ സ്ത്രീകളുടെ പങ്ക് എന്തായിരിക്കുമെന്നതിനെ സംബന്ധിച്ച് രൂപരേഖ തയാറാക്കാൻ നാഷണൽ സ്റ്റാൻഡിങ് കമ്മിറ്റി 1939 ൽത്തന്നെ ഈ ഉപസമിതിയെ നിയോഗിച്ചിരുന്നു എന്നകാര്യം തന്നെ ചരിത്രപരമായി ആസൂത്രണത്തിലും നയരൂപീകരണത്തിലും സ്ത്രീകളെ അവഗണിച്ചിരുന്നു എന്നതിന് തെളിവാണ്. സ്ത്രീശാക്തീകരണത്തിന്റെ ദൗർബല്യം മൂന്നു പ്രധാന കാര്യങ്ങളിൽ നിക്ഷിപ്തമാണ്. (1) സ്ത്രീകൾ അനുഭവിക്കുന്ന അസമത്വവും അവഗണനയും (2) യഥാർഥത്തിൽ നിലവിലുള്ള അസമത്വം (3) ദാരിദ്ര്യവും അധികാരമില്ലായ്മയും അല്ലെങ്കിൽ അധികാര സ്ഥാപനങ്ങളെ തുല്യനിലയിൽ സമീപിക്കാനാകാത്ത അവസ്ഥ.

ലൈംഗികാതിക്രമങ്ങളെ നിർവചിക്കുമ്പോൾ

പ്രധാന അധ്യായങ്ങളിലൊന്നിൽ ബലാൽസംഗത്തെയും ലൈംഗിക അതിക്രമങ്ങളെപ്പറ്റിയും പറയുന്നിടത്ത് റിപ്പോർട്ട് വനിതാ സംഘടനകളുടെ അഭിപ്രായം ശരിവയ്ക്കുന്നു. 2012 ലെ ക്രിമിനൽ നിയമ ഭേദഗതി ബില്ലിലെ വ്യവസ്ഥകൾ പൂർണമല്ല. പ്രത്യേകിച്ചും ബലാൽസംഗത്തിലെ ലിംഗരീതികളെപ്പറ്റി പുതുതായി ചേർത്തിട്ടുള്ളവ. കാരണം ആ വ്യവസ്ഥ ലിംഗപ്രവേശത്തിൽമാത്രം കേന്ദ്രീകരിക്കുകയും മറ്റ് രീതിയിലുള്ള ലൈംഗികാതിക്രമങ്ങളെ നിയമദൃഷ്ടിക്കു പുറത്തു നിർത്തുകയും ചെയ്യുന്നു. ഇതായിരുന്നു വനിതാ സംഘടനകളും ഉയർത്തിയിരുന്നത്. ലിംഗപ്രവേശനേതര ലൈംഗികാതിക്രമങ്ങൾ, സമ്മതമില്ലാതെ നടത്തുന്ന എല്ലാത്തരത്തിലുമുള്ള ലിംഗപ്രവേശന ലൈംഗിക പ്രവൃത്തികൾ എന്നിവ ബലാൽസംഗത്തിന്റെ പുനർനിർവചനത്തിൽ ഉൾപ്പെടുത്താൻ ശുപാർശ ചെയ്തിട്ടുണ്ട്. ബലാൽസംഗത്തിലെ സമ്മതം എന്ന വിഷയം പരിശോധിച്ച നിയമ കമ്മീഷന്റെ റിപ്പോർട്ടും നിരീക്ഷിച്ചിട്ടുണ്ട്. വിവാഹ ബന്ധത്തിൽ ഉണ്ടാകുന്ന ബലാൽസംഗം സംബന്ധിച്ച് വനിതാ സംഘടനകൾ കൂടി അംഗീകരിക്കുന്ന, യൂറോപ്യൻ മനുഷ്യാവകാശ കമ്മീഷന്റെ, ഇരയുമായുള്ള ബന്ധം പരിഗണിക്കാതെ ഒരു ബലാൽസംഗക്കാരൻ ഏതു ഘട്ടത്തിലും ബലാൽസംഗക്കാരൻ തന്നെയായിരിക്കും എന്ന നിഗമനം റിപ്പോർട്ട് ശരിവയ്ക്കുന്നു.

തൊഴിലിടത്തിലെ അതിക്രമങ്ങൾ

അടുത്തകാലത്ത് അവതരിപ്പിച്ച, 2012 ലെ തൊഴിലിടങ്ങളിൽ സ്ത്രീകൾക്കു നേരെയുണ്ടാകുന്ന അതിക്രമങ്ങൾ (തടയൽ, നിരോധിക്കൽ, സങ്കടനിവൃത്തിയുണ്ടാക്കൽ) ബിൽ റിപ്പോർട്ടിൽ പരിശോധിക്ക

പ്പെടുന്നു. ഇതേക്കുറിച്ച് പാർലമെന്റിൽ ചർച്ച നടന്നിട്ടില്ല എന്ന കാര്യവും ശ്രദ്ധിക്കുന്നുണ്ട്. വിപുലമായ പ്രയോഗസാധ്യതകളുള്ള അസംഘടിത മേഖല, സായുധമേഖല, പൊലീസ്, മുതിർന്ന വിദ്യാർഥികൾ, സ്കൂളു കളിലെയും മറ്റ് വിദ്യാഭ്യാസ സ്ഥാപനങ്ങളിലെയും സ്ത്രീജീവനക്കാർ ഉൾപ്പെടെ വലിയൊരു വിഭാഗത്തെ ഈ ബില്ലിന്റെ പരിധിയിൽ കൊണ്ടു വന്നിട്ടുണ്ട്. എന്നാൽ യൂണിവേഴ്സിറ്റികളിലെയും കോളേജുകളിലെയും സ്കൂളുകളിലെയും വിദ്യാർഥികളെ ബിൽ ഒഴിവാക്കിയിരിക്കുന്നു എന്ന കാര്യവും റിപ്പോർട്ട് എടുത്തു പറയുന്നുണ്ട്.

ബില്ലിലെ 14–ാം വകുപ്പ് തെറ്റായ പരാതി നൽകുന്ന സ്ത്രീകൾക്കെ തിരെ ശിക്ഷാനടപടി ശുപാർശ ചെയ്യുന്നു. വാദിയും പ്രതിയും തമ്മിൽ അനുരഞ്ജനത്തിനും ബില്ലിൽ വ്യവസ്ഥയുണ്ട്. ഇത് ദുഷ്പ്രയോഗമാ ണെന്ന് റിപ്പോർട്ട് എടുത്തു കാട്ടുന്നു. ലൈംഗികാതിക്രമത്തിന് വിധേയ മാകുന്ന സ്ത്രീക്ക് നഷ്ടപരിഹാരം നൽകാനുള്ള വ്യവസ്ഥ ഈ ബില്ലിൽ ഇല്ല. ബില്ലിലെ ലൈംഗികാതിക്രമത്തിന്റെ നിർവചനത്തെ സ്വാഗതം ചെയ്യുന്നതിനോടൊപ്പം വസ്തുനിഷ്ഠവും ആത്മനിഷ്ഠവുമായ മാന ദണ്ഡം ഉൾപ്പെടുത്തണമെന്നും അഭിപ്രായപ്പെടുന്നു. പരാതികൾ സ്വീക രിക്കുന്നതിനും തീരുമാനമെടുക്കുന്നതിനും ആഭ്യന്തരമായി രൂപീകരി ക്കുന്ന ഒരു കമ്മിറ്റിയല്ല ആ കമ്മിറ്റിയിലെ ട്രിബ്യൂണലാണ് വേണ്ടതെന്ന് ശുപാർശ ചെയ്യുന്നു.

കെട്ടിക്കിടക്കുന്ന കേസുകൾ വേഗത്തിൽ തീർപ്പാക്കാൻ വിരമിച്ച ജഡ്ജിമാരെ നിയമിക്കണമെന്ന് കമ്മിറ്റി ശുപാർശ ചെയ്യുന്നു. കഴിയു ന്നിടത്തോളം ലൈംഗികാതിക്രമ കേസുകൾ കേൾക്കാൻ വനിതാ ജഡ്ജി മാരും യോഗ്യതയുടെ അടിസ്ഥാനത്തിൽ നിയമിച്ച വനിതകളായ പബ്ലിക് പ്രോസിക്യൂട്ടർമാരും ഉണ്ടാകുന്നത് നല്ലതായിരിക്കും.

സ്ത്രീകൾക്കെതിരായ മറ്റ് കുറ്റകൃത്യങ്ങളെപ്പറ്റി പരാമർശിക്കുന്നി ടത്ത് ഇന്ത്യൻ പീനൽക്കോഡിൽ ആസിഡ് ആക്രമണങ്ങൾക്കെതിരെ പ്രത്യേക പ്രൊവിഷൻ വേണമെന്ന് റിപ്പോർട്ട് ശുപാർശ ചെയ്യുന്നു. സായു ധസേനയുടെയും മറ്റ് യൂണിഫോമിട്ട ഉദ്യോഗസ്ഥരുടെയും ഭാഗങ്ങളിൽ നിന്നുമുണ്ടാകുന്ന ലൈംഗികാതിക്രമങ്ങൾ സാധാരണ ക്രിമിനൽ നിയ മങ്ങൾക്കുകീഴിൽ കൊണ്ടുവരാനും ആ അവസരങ്ങളിലും പരാതിക്കാ രുടെ സുരക്ഷ ഉറപ്പാക്കാൻ പ്രത്യേക ശ്രദ്ധ പതിപ്പിക്കണമെന്നും ശുപാർശ ചെയ്യുന്നു. ആഭ്യന്തര സംഘർഷങ്ങളുടെ വേളകളിൽ സായു ധസേന പ്രത്യേക അധികാര നിയമവും സമാനമായ മറ്റ് നിയമങ്ങളും നടപ്പിലാക്കേണ്ടതുണ്ടോയെന്ന കാര്യം പുനഃപരിശോധനയ്ക്ക് വിധേയ മാക്കണം.

സ്ത്രീകളെയും കുട്ടികളെയും വാണിഭത്തിനു വിധേയമാക്കുന്നതു സംബന്ധിച്ച കാര്യങ്ങൾ റിപ്പോർട്ട് ചർച്ച ചെയ്യുന്നു. പൊലീസുകാർ ഉൾപ്പെട്ട ലൈംഗികാതിക്രമ കേസുകളിൽ കുട്ടികളുടെ സാക്ഷിപറച്ചിൽ ഇതിൽ ഉൾപ്പെടുത്തുന്നു. പെൺവാണിഭം ഇന്ത്യൻ നിയമങ്ങൾ ശരിയായി നിർവചിച്ചിട്ടില്ല. യു എൻ പ്രോട്ടോക്കോൾ അനുസരിച്ച് അത് നിർവചി

ക്കപ്പെടണം. സ്ത്രീകളുടെയും കുട്ടികളുടെയും സംരക്ഷണകേന്ദ്രങ്ങളുടെ അവസ്ഥയും അവിടെ അവർ നേരിടേണ്ടിവരുന്ന അവഹേളനങ്ങളും കമ്മിറ്റി ഗൗരവപൂർവം കാണുന്നു.

ബലാൽക്കാരത്തിന് കമ്മിറ്റി മരണശിക്ഷ ശുപാർശ ചെയ്തിട്ടില്ല. ക്രൂരമായ പീഡനമുണ്ടാവുകയോ പീഡനംമൂലം ഇരകൊല്ലപ്പെടുകയോ ചെയ്യപ്പെടുന്ന കേസുകളിൽപ്പോലും വധശിക്ഷ ശുപാർശ ചെയ്യാത്ത തിനുകാരണം മരണഭയം ഇത്തരം സംഭവങ്ങളെ ഇല്ലാതാക്കുന്നില്ല എന്ന നിരീക്ഷണമാണ്. രാസവസ്തുക്കളുപയോഗിച്ച് ലൈംഗികശേഷി ഇല്ലാ താക്കുന്നതോ പ്രായപൂർത്തിയായതായി പരിഗണിക്കുന്നതിനുള്ള പ്രായ പരിധി 16 ആയി കുറയുന്നതോ റിപ്പോർട്ട് അനുകൂലിക്കുന്നില്ല. പ്രതിയെ ജീവിതകാലം മുഴുവൻ തടവറയിൽ പാർപ്പിക്കുന്നതിനാണ് റിപ്പോർട്ട് ശുപാർശ ചെയ്യുന്നത്.

കൂട്ട ബലാൽസംഗത്തിന് നിയമത്തിൽ പുതിയൊരു വകുപ്പ് ശുപാർശ ചെയ്യുന്നു. ഇതിനുള്ള ശിക്ഷ 20 വർഷത്തിൽ കുറയാത്തതും ജീവിതാവസാനംവരെ നീളുന്നതുമായിരിക്കണം. ശിക്ഷിക്കപ്പെടുന്നയാൾ ഇരയ്ക്ക് നഷ്ടപരിഹാരം നൽകാൻ വ്യവസ്ഥ വേണം. അത് കുറഞ്ഞ പക്ഷം ഇരയുടെ ചികിത്സയ്ക്കാവശ്യമായ തുകയെങ്കിലും ഉണ്ടാകണം. വസ്ത്രാക്ഷേപം നടത്തുന്നതിനും ഒളിഞ്ഞുനോട്ടത്തിനും മറ്റും ലൈംഗി കാതിക്രമത്തിൽപ്പെടുത്തി ശിക്ഷിക്കാനായി നിയമനിർമാണം നടത്തണം. ഈ സംഭവങ്ങൾ മരണത്തിൽ കലാശിക്കുന്നുവെങ്കിൽ അതിന് ക്രിമി നൽ നിയമത്തിലെ 302–ാം വകുപ്പ് ഉപയോഗിച്ച് കേസ് എടുക്കണം. സാധാരണ ഇത്തരം കേസുകളിൽ കൊല്ലാനുള്ള ഉദ്ദേശ്യം തെളിയിക്ക പ്പെടാനാകാത്തതിനാൽ 304–ാം വകുപ്പനുസരിച്ചാണ് കേസ് എടുക്കുന്ന ത്.

സ്ത്രീ സുരക്ഷ ഉറപ്പാക്കുന്നതിൽ കേന്ദ്രസർക്കാരും ഇതര സർക്കാർ ഏജൻസികളും ഏറ്റവും അടിസ്ഥാനപരമായ നടപടി കൾപോലും കാര്യക്ഷമതയോടെ നടപ്പാക്കാത്തതിൽ കമ്മിറ്റി ഞെട്ടൽ രേഖപ്പെടുത്തി. വാഹനങ്ങളുടെ വിന്റ് സ്ക്രീനുകളിൽ പതിപ്പിക്കുന്ന കറുത്ത ഫിലിം നീക്കം ചെയ്യണമെന്ന് ഹൈക്കോടതികളും സുപ്രീം കോടതികളും വിധിച്ചിട്ടും നടപടികളുണ്ടായിട്ടില്ല.

നിലവിലുള്ള നിയമങ്ങൾ

നിലവിലുള്ള നിയമങ്ങൾ വിശ്വസ്തതയോടെയും കാര്യക്ഷമമായും നടപ്പിലാക്കിയിരുന്നെങ്കിൽ അത് ക്രമസമാധാനം ഉറപ്പാക്കാനും സ്ത്രീകൾ ഉൾപ്പെടെ എല്ലാവരുടെയും അന്തസ്സ് സംരക്ഷിക്കാനും പര്യാപ്തമായേ നെയെന്ന് കമ്മിറ്റി നിരീക്ഷിക്കുന്നു. നിയമം നടപ്പിലാക്കുന്നവരെ രാഷ്ട്രീയ ഇടപെടലുകൾക്കതീതമാകാൻ സംവിധാനം വേണം. ദില്ലിയിലെ സർക്കാ രിന് പൊലീസിനുമേൽ അധികാരമില്ലാത്ത സവിശേഷ സാഹചര്യം നേരി ടേണ്ടതാണെന്ന് റിപ്പോർട്ട് പറയുന്നു. ദില്ലിയിലെ കൂട്ടബലാൽക്കാരത്തിന് ദില്ലി സർക്കാർ ഉത്തരവാദിയല്ല എന്ന് പ്രഖ്യാപിക്കാൻ മുഖ്യമന്ത്രിയെ

പ്രേരിപ്പിച്ചത് ഇക്കാര്യമാണ്. ഈ അവ്യക്തത അവസാനിപ്പിച്ച് ഉത്തരാദിത്വം ഉറപ്പിക്കുകയും ക്രമസമാധാനത്തിന്റെ കാര്യത്തിൽ ദില്ലിയിൽ തട്ടിക്കളി ഉണ്ടാകാതിരിക്കാൻ ശ്രദ്ധിക്കുകയും വേണം. പ്രാഥമിക ശുപാർശകളിലൊന്നിൽ വിവാഹങ്ങൾ നിർബന്ധമായും മജിസ്ട്രേട്ടിനു മുന്നിൽ രജിസ്ട്രർ ചെയ്യപ്പെടാൻ വ്യവസ്ഥയുണ്ടാകണമെന്ന് പറയുന്നുണ്ട്. വിവാഹത്തിന് ഇരുവരുടേയും സമ്മതം ഉണ്ടെന്നും സ്ത്രീധനം കൈപ്പറ്റിയിട്ടില്ല എന്നും ഉറപ്പാക്കാനുള്ള ഉത്തരവാദിത്വം ഉദ്യോഗസ്ഥർക്ക് നൽകണം. വിവാഹധൂർത്തിനെപ്പറ്റി റിപ്പോർട്ട് എന്നാൽ, നിശ്ശബ്ദത പാലിക്കുകയാണ്.

2012 ലെ ക്രിമിനൽ നിയമഭേദഗതി നിയമത്തിൽ പുരുഷന്മാർക്കും ബഹുലിംഗ, ബഹുലൈംഗിക വ്യക്തികൾക്കും എതിരായ ബലാൽക്കാരങ്ങളും ഉൾപ്പെടുത്തി ഭേദഗതി വരുത്തണമെന്നും റിപ്പോർട്ട് ശുപാർശ ചെയ്തു. ലൈംഗികാതിക്രമങ്ങൾക്ക് ഇരയായവരുടെ വൈദ്യപരിശോധനയ്ക്ക് നയരേഖയുണ്ടാവണം. ശാരീരികാവശതകൾ ഉള്ളവരെ സംരക്ഷിക്കാൻ പ്രത്യേക നടപടികൾ വേണം. പൊലീസിന്റെ ഉയർന്നതലങ്ങളിൽ ഉന്നത ധാർമികമൂല്യങ്ങൾ ഉള്ളവരെ നിയമിക്കണം. കാണാതാവുന്ന കുട്ടികളുടെ എണ്ണത്തിലെ വർധനവ് ഉൽക്കണ്ഠാജനകമാണ്. ഓരോ ജില്ലയിലും കാണാതായ കുട്ടികളെപ്പറ്റിയുള്ള സ്ഥിതിവിവരക്കണക്കുകൾ ഓരോ ജില്ലാമജിസ്ട്രേട്ടും രേഖപ്പെടുത്തി നൽകേണ്ടതാണ്. സംരക്ഷണ കേന്ദ്രങ്ങളുടെ മേൽനോട്ടം ഓരോ സംസ്ഥാനത്തെയും ചീഫ് ജസ്റ്റിസ്മാർക്ക് നൽകേണ്ടതും അതിനായി അദ്ദേഹത്തിന്റെ കീഴിൽ സംവിധാനം ഉണ്ടാക്കുകയും ചെയ്യേണ്ടതാണ്. അവിടങ്ങളിലെ അന്തേവാസികളുടെ സുരക്ഷ ഈ സംവിധാനത്തിന്റെ രക്ഷാകർതൃത്വത്തിലായിരിക്കുകയും വേണം.

സ്ത്രീകൾക്കും കുട്ടികൾക്കുമായി കണ്ട്രോളർ ആന്റ് ആഡിറ്റർ ജനറലിന്റെ മാതൃകയിൽ ഒരു ഭരണഘടന സ്ഥാപനം ഉണ്ടാക്കണമെന്ന് കമ്മിറ്റി ശുപാർശ ചെയ്തു. ജനപ്രതിനിധി നിയമത്തിലും ഭേദഗതി വരുത്തി തന്റെ പേരിൽ ക്രിമിനൽ കേസുകൾ തീർപ്പുകൽപ്പിക്കാത്തതായി നിലവിലില്ലെന്ന് ഓരോ സ്ഥാനാർഥിയും പ്രഖ്യാപിക്കുകയും അതു തെളിയിക്കാൻ ഹൈക്കോടതി രജിസ്ട്രാറുടെ സർട്ടിഫിക്കറ്റ് ഹാജരാക്കിയെന്ന് ഉറപ്പാക്കുകയും വേണം. എങ്കിൽ മാത്രമേ അദ്ദേഹത്തിന്റെ നാമനിർദേശം സ്വീകരിക്കപ്പെടാവൂ. ഇത് വെളിപ്പെടുത്താത്ത സ്ഥാനാർഥിയുടെ സ്ഥാനാർഥിത്വം അസാധുവാക്കപ്പെടണം.

സ്ത്രീസംഘടനകളുടെ നിലപാടുകളോട് യോജിക്കുന്നതുകൊണ്ടു മാത്രമല്ല സ്ത്രീ തുല്യത ഉറപ്പാക്കാൻ കാണിച്ചിട്ടുള്ള ജാഗ്രതകൊണ്ടു കൂടിയാണ് വർമ്മകമ്മിറ്റി റിപ്പോർട്ട് അഭിനന്ദിക്കപ്പെടുന്നത്. എന്നാൽ സ്ത്രീകളുടെ രാഷ്ട്രീയ പങ്കാളിത്തം സംബന്ധിച്ച കാര്യങ്ങളിൽ ഒരു തരം പരിഹാസം റിപ്പോർട്ടിൽ കാണുന്നു. ഇക്കാര്യം വനിതാ സംഘടനകൾ അംഗീകരിക്കണമെന്നില്ല.

ഷണ്ഡീകരണം ശരിയായ നിയമ പരിഹാരമല്ല

അനൂപ് സുരേന്ദ്രനാഥ്

സൈനേഡ് കുത്തിവച്ച ആപ്പിൾ കടിച്ച് ആത്മഹത്യ ചെയ്ത അലൻ ടൂറിങ്ങിന്റെ പേരിലാണ് ആപ്പിൾ കമ്പനിയുടെ ലോഗോ സമർപ്പിച്ചിരിക്കുന്നത് എന്നൊരു അത്ഭുതകരമായ കൽപ്പിതകഥ പ്രചാരത്തിലുണ്ട്. രണ്ടാം ലോകമഹായുദ്ധകാലത്ത് ജർമനിയുടെ രഹസ്യകോഡുകൾ നിർധാരണം ചെയ്യുന്നതിന് കാരണഭൂതനായതിനുശേഷം അലൻ ടൂറിങ് സ്വവർഗരതിയുടെ പേരിൽ 1952 ൽ ഇംഗ്ലണ്ടിൽ ശിക്ഷിക്കപ്പെട്ടു. തടവു ശിക്ഷയെ അഭിമുഖീകരിക്കുന്ന വേളയിൽ തന്റെ ശരീരത്തിൽ സ്ത്രീ ഹോർമോൺ പ്രയോഗിക്കാൻ അദ്ദേഹം സമ്മതിച്ചു. അത്തരമൊരു നടപടിയിലടങ്ങിയ ദുഷ്ടലാക്കിന് നൽകപ്പെട്ട ശാസ്ത്രീയ വ്യാഖ്യാനം അത് അവ്യക്തമായിരിക്കുന്ന ലൈംഗികതയെ മാറ്റം വരുത്തും എന്നതാണ്. ഒരു കുറ്റകൃത്യമെന്നനിലയിൽ ബലാൽസംഗത്തെ ചെറുതാക്കിയും തെറ്റായും മനസിലാക്കുന്നതുമൂലമാണ് ബലാൽസംഗങ്ങൾ പെട്ടെന്ന് ഇല്ലാതാക്കാനുള്ള ഉപാധിയെന്നനിലയിൽ രാസപ്രയോഗം വഴിയുള്ള ഷണ്ഡീകരണത്തിനായി ചിലർ വാദിക്കുന്നത്. ബലാൽസംഗം ലൈംഗിക സംബന്ധിയല്ല. ബലാൽസംഗം അധികാരത്തെയും അക്രമത്തെയും കീഴ്പ്പെടുത്തലിനെയും അപമാനപ്പെടുത്തലിനെയും പറ്റിയുള്ളതാണ്. പുരുഷന്മാരുടെ ലൈംഗികചേതനകളെ നിർവീര്യമാക്കിക്കൊണ്ട് ബലാൽസംഗങ്ങളെ നിയന്ത്രിക്കാം എന്ന ചിന്ത തികച്ചും അപ്രായോഗികമാകാൻ കാരണം ബലാൽക്കാരത്തെപ്പറ്റിയുള്ള അതിന്റെ ഉപരിപ്ലവവും അപര്യാപ്തവുമായ ധാരണമൂലമാണ്.

കൂടുതൽ ഫലപ്രദമായ ശിക്ഷ

ബലാൽക്കാരത്തിനുള്ള ശിക്ഷയായി രാസഷണ്ഡീകരണം എന്ന

ആവശ്യം ഉയർന്നുവരുന്നതിനു വളരെ മുമ്പ് സ്വന്തം വളർത്തുമകളെ നാലുവർഷക്കാലം ബലാൽക്കാരം ചെയ്തകുറ്റത്തിന് ദിനേശ് ദേവ് എന്ന യാളെ മേയ് 2011 ൽ 10 വർഷത്തെ തടവിന് ശിക്ഷിച്ചപ്പോൾ കോടതി തടവശിക്ഷയ്ക്കുപകരം രാസഷണ്ഡീകരണത്തെപ്പറ്റി സമൂഹത്തിൽ ചർച്ച ഉയർന്നുവരണമെന്ന് ആവശ്യപ്പെട്ടിരുന്നു. രാസഷണ്ഡീകരണമാ യിരിക്കും ബലാൽക്കാരങ്ങൾ തടയാനുള്ള കൂടുതൽ ഫലപ്രദമായ ശിക്ഷ യെന്നും അന്ന് കോടതി നിരീക്ഷിച്ചിരുന്നു. അത്തരമൊരു നടപടി നിയമ -ധാർമിക സാധുത പരിശോധിക്കുന്നതിനുമുമ്പ് നാം ആ നിർദേശത്തിന്റെ വ്യവസ്ഥകൾ എന്തെന്നും ബലാൽക്കാര സംഭവങ്ങൾ കുറയ്ക്കാൻ അതിന് കഴിയുമോയെന്നും തെറ്റായി പ്രയോഗിക്കാനുള്ള സാധ്യത ഉണ്ടോ എന്നും പരിഗണിക്കണം.

ഈ ഘട്ടത്തിൽ ചില പദങ്ങളുടെ ശരിയായ അർഥത്തെക്കുറിച്ച് വ്യക്തതയുണ്ടാകുന്നത് ഉചിതമായിരിക്കും. സർജറിയിലൂടെ ഷണ്ഡീക രിക്കുകയെന്നാൽ ലിംഗം മുറിച്ചുമാറ്റുക എന്നല്ല അർഥം. പുരുഷ ഹോർമോൺ ഉൽപ്പാദിപ്പിക്കുന്ന വൃഷണം, ഓപ്പറേഷനിലൂടെ പുന:സ്ഥാ പിക്കാനാകാത്തവിധം മാറ്റുക എന്നാണ്. ആന്റി ആൻഡ്രിജൻ മരുന്ന് കുത്തിവച്ച് പുരുഷഹോർമോൺ ഉൽപ്പാദനം, മരുന്നിന്റെ വീര്യം നില നിൽക്കുന്നകാലത്തോളം മന്ദീഭവിപ്പിക്കുകയെന്നതാണ് രാസഷണ്ഡീക രണം എന്നതുകൊണ്ട് അർഥമാക്കുന്നത്.

ആധുനിക നിയമസംവിധാനം, കഴിഞ്ഞ കുറെക്കാലമായി ലൈംഗിക പ്രവർത്തനം ജീവശാസ്ത്രപരമായി നിയന്ത്രിക്കുന്നതിന് വ്യത്യസ്തകാ രണങ്ങളാൽ ശ്രമിച്ചുവരികയാണ്. കഴിഞ്ഞ നൂറ്റാണ്ടിന്റെ ആദ്യദശകങ്ങ ളിൽ അമേരിക്കയിലും ബ്രിട്ടനിലുമുള്ള ബീജഗുണ ഉൽക്കർഷേച്ഛുക്ക ളുടെ പ്രസ്ഥാനം കുറ്റവാളികളെയും ബൗദ്ധികമായി വൈകല്യമുള്ളവ രെയും നിയമനിർമാണംവഴി നിർബന്ധ വന്ധ്യംകരണത്തിന് വിധേയ മാക്കാൻവേണ്ടി വാദിച്ചിരുന്നു. യു എസ് എയിൽ പരമോന്നത നീതി പീഠം ബക്ക് VS ബെൽ (1927) എന്ന കേസിൽ മാനസിക വൈകല്യമുള്ള വരെ നിർബന്ധപൂർവം വന്ധ്യംകരിക്കുന്നത് ഭരണഘടനാ സാധുതയു ള്ളതാണെന്ന് വിധിച്ചു. ആരോഗ്യവും ബുദ്ധിയുമുള്ള കുഞ്ഞുങ്ങളെ ഉൽപ്പാദിപ്പിക്കുന്നു എന്നുറപ്പു വരുത്തണമെന്ന തത്വത്തെ ഉയർത്തിപ്പി ടിച്ചുകൊണ്ട് ജസ്റ്റിസ് പെൻഡൽ ഹോംസ് ജൂനിയർ മാനസികവൈക ല്യമുണ്ടെന്ന് ആരോപിച്ച് പതിനെട്ടുകാരിയെ (9 വയസിന്റെ മാത്രം മാന സിക വളർച്ച) നിർബന്ധപൂർവം വന്ധ്യംകരിക്കാൻ അനുമതി നൽകി. ആ സ്ത്രീയുടെ കുടുംബത്തിന് മാനസികരോഗത്തിന്റെ പാരമ്പര്യമു ണ്ടെന്നും ആരോപിക്കപ്പെട്ടിരുന്നു. ആ ജഡ്ജിയുടെ കുപ്രസിദ്ധമായ വാചകം ഇങ്ങനെയായിരുന്നു: “മൂന്നു തലമുറകളിലെ ബുദ്ധിമാന്ദ്യം തന്നെ ആവശ്യത്തിലുമധികം.” ഈ വാദങ്ങൾ ജർമനിയിലെ വംശശു ദ്ധീകരണം എന്ന വാദത്തിന് ശക്തിപകർന്നു. 1980 കളുടെ ആദ്യംവരെ ഇത്തരം വന്ധ്യംകരണം അമേരിക്കയിൽ നിലനിന്നു. 1990 ന്റെ പകുതി

യോടെയാണ് രാസഷണ്ഡീകരണം ബലാൽക്കാരത്തിന്റെ ശിക്ഷയെന്ന് നിലയിൽ ചില അമേരിക്കൻ സംസ്ഥാനങ്ങളിൽ സ്ഥാനം പിടിക്കുന്നത്.

ഷണ്ഡീകരണത്തെ ചുറ്റിപ്പറ്റിയുള്ള ചരിത്രപരമായ ഭാഗം നമുക്ക് തൽക്കാലം മാറ്റിവയ്ക്കാം. രാസഷണ്ഡീകരണത്തിന് അനുകൂലമായ ശക്തമായ വാദം കുടികൊള്ളുന്നത് അത് ശരീരത്തിന് ദ്രോഹകരമല്ലെന്നും പുരുഷഹോർമോൺ ഉൽപ്പാദനം മന്ദീഭവിപ്പിക്കപ്പെടുകയേയുള്ളൂവെന്നും അതുവഴി ലൈംഗികമായ തൃഷ്ണ കുറയുമെന്നുമുള്ളിടത്താണ്. ആവശ്യമുള്ളപ്പോൾ അത് പഴയ അവസ്ഥയിലേക്ക് കൊണ്ടുപോകാമെന്നതും ഇതിനനുകൂലമായി ഉന്നയിക്കപ്പെടുന്നവാദമാണ്. ഷണ്ഡീകരണം അനുവദിച്ചുള്ള നിയമം പ്രാബല്യത്തിൽ വന്നതിനു ശേഷം ചില അമേരിക്കൻ സംസ്ഥാനങ്ങളിൽ Depo-provera ഉപയോഗിച്ചുള്ള വന്ധ്യംകരണം പ്രതികളുടെ അക്രമവാസനകളെ നിയന്ത്രിച്ചിട്ടുണ്ട് എന്നാണ് മനസിലാക്കുന്നത്. എന്നാൽ ഇത്തരത്തിൽ വിഷയത്തെ സമീപിക്കുന്നത് ബലാൽസംഗത്തെ ലൈംഗികതയുമായി കുട്ടിക്കുഴയ്ക്കും. ബലാൽസംഗത്തെപ്പറ്റിയുള്ള അവബോധത്തെ സംബന്ധിച്ച് പണ്ഡിതയരായ സ്ത്രീവാദികൾക്കിടയിൽ ഭിന്നാഭിപ്രായം ഉണ്ടെങ്കിലും അവർക്കിടയിൽ യോജിപ്പുള്ള ഒരുകാര്യം ബലാൽസംഗം ലൈംഗികമായ അതിതൃഷ്ണമൂലം ഉണ്ടാകുന്നതല്ല എന്നിടത്താണ്. അസഹിഷ്ണുത അധികാരം, അപമാനവീകരണം തുടങ്ങിയ ലക്ഷ്യങ്ങൾ നേടാനുള്ള ഒരു മാർഗമായാണ് ബലാൽസംഗങ്ങൾ പ്രയോഗിക്കപ്പെടുന്നത് എന്നു മനസിലാക്കുന്നതാണ് പ്രധാനപ്പെട്ട കാര്യം. ബലാൽസംഗങ്ങളെപ്പറ്റി ചർച്ച ചെയ്യുമ്പോൾ അതിലെ ലൈംഗികഘടകങ്ങളെ മാത്രം അഭിസംബോധന ചെയ്യുകയും അതിലുൾപ്പെടെ അക്രമവും അപമാനവും ഒഴിവാക്കുകയും ചെയ്യാറുണ്ട്. ഷണ്ഡീകരണം ബലാൽക്കാരത്തിനുള്ള ശിക്ഷയായി നൽകണം എന്ന വാദം അംഗീകരിക്കുകവഴി പുരുഷന്റെ അടക്കാനാവാത്ത ലൈംഗികതൃഷ്ണയാണ് അതിനെല്ലാംകാരണം എന്ന കെട്ടുകഥയ്ക്ക് അംഗീകാരം ലഭിക്കുകയാണ്.

ബലാൽസംഗത്തിനുള്ള പ്രേരണയിൽ ലൈംഗികതയുടെ പങ്ക് പരിമിതമാണെന്ന കാര്യം എല്ലാ ലൈംഗികാതിക്രമങ്ങളും ഒരുപോലല്ല എന്നതിൽനിന്നും വ്യക്തമാക്കപ്പെടുന്നു. ചില വ്യക്തികളുടെ ലൈംഗികവ്യതിയാനം മാത്രമായി ബലാൽക്കാരങ്ങളെ കാണുന്നത് പ്രശ്നത്തെ ലഘൂകരിക്കുന്നതിന് തുല്യവും പ്രശ്നത്തെ ശരിയായി മനസിലാക്കുന്നതിന് അപര്യാപ്തവുമാണ്. ബലാൽക്കാരം ചെയ്യുന്നവർ മറ്റൊരു ഗണത്തിൽ പെട്ടവരാണ്. അവരിൽ ചിലർ ബലാൽസംഗത്തിനു കാരണമായി മാനസികപിരിമുറുക്കം, രോഷം, അപമാനം, അക്രമം, ലൈംഗിക ഉത്തേജനം, മദ്യപാനം, മയക്കുമരുന്ന് തുടങ്ങിയവ എടുത്തു പറയുമെങ്കിലും ബലാൽസംഗം എന്നതിനെപ്പറ്റി നിർവചിക്കുമ്പോൾ ഇപ്പോൾ നിയമങ്ങളിൽ സൂചിപ്പിച്ചിട്ടുള്ള അതിക്രമങ്ങൾക്ക് പുറമെ വിപുലമായ ക്രമ പട്ടിക തയാറാക്കി കാലോചിതമാക്കേണ്ടതുണ്ട്. ഉദാഹരണത്തിന് ഇപ്പോൾ

ലിംഗ–യോനീ സംയോഗം മാത്രമാണ് ഇതിൽ ഉൾക്കൊണ്ടിട്ടുള്ളത്. ഇതിനുപുറമെ യോനിയിലേക്ക് വിരൽകടത്തൽ, ഗുദഭോഗശ്രമം തുടങ്ങിയവയും ബലാൽസംഗത്തിന്റെ പരിധിയിൽ കൊണ്ടുവരണം.

ലിംഗാതിക്രമങ്ങൾ

രാസഷണ്ഡീകരണം ശക്തിയായി ആവശ്യപ്പെടുന്നവർപോലും സൂക്ഷ്മ പരിശോധനകൾക്ക് വിധേയമാകാതെ ആന്റി ആൻഡ്രജൻ പ്രയോഗിക്കുന്നത് അനഭിലഷണീയ ഫലങ്ങൾക്ക് ഇടവരുത്തുമെന്ന് തിരിച്ചറിയുന്നുണ്ട്. രാസഷണ്ഡീകരണത്തിന്റെ പാർശ്വഫലങ്ങൾ കണക്കിലെടുക്കുമ്പോൾ ജീവിതാവസാനംവരെ ഈ പ്രക്രിയ തുടരുന്നത് ഭരണഘടനാ വിരുദ്ധമാകാൻ സാധ്യതയുണ്ട്. ബലാൽക്കാരങ്ങളെ പരിമിതമായ തോതിൽ മാത്രമേ നിയന്ത്രിക്കുകയുള്ളൂവെങ്കിൽ പോലും രാസഷണ്ഡീകരണത്തിന് സർക്കാരുകൾ തയാറാകണമെന്നാണ് പലരും വാദിക്കുന്നത്. ഇതിനായി സംസ്ഥാനങ്ങൾ ചികിത്സാ പദ്ധതി കൊണ്ടുവന്ന് ഭരണഘടനാ ബാധ്യത നിറവേറ്റേണ്ടതായിട്ടുണ്ട്. ഇന്ത്യയിലെ പൊതുജനാരോഗ്യ സംവിധാനത്തിന്റെ ദയനീയാവസ്ഥ കണക്കിലെടുക്കുമ്പോൾ ഇത് അസാധ്യമാണെന്നുള്ള വാദങ്ങൾക്ക് ശക്തി ലഭിക്കും. ബലാൽസംഗക്കാരെ രാസഷണ്ഡീകരിക്കണമെന്ന വാദം സാമാന്യബോധത്തിനടിപ്പെട്ടുപോകാതിരിക്കാൻ പ്രയാസമാണ്. സൂക്ഷ്മപരിശോധനയ്ക്കു വിധേയമാക്കിയാൽ ഈ സാമാന്യബോധം മങ്ങിത്തുടങ്ങും. സാമാന്യബോധം വിവിധതരത്തിലുള്ള രാഷ്ട്രീയത്തിന് മുതൽക്കൂട്ടാവുമെങ്കിലും വൻ പൊതുനിക്ഷേപം ആവശ്യമായി വരുന്ന നിയമനിർമാണത്തിനുമുതിരുമ്പോൾ ആ നിയമം തെറ്റായി ഉപയോഗിക്കപ്പെടാനുള്ള സാധ്യതകൂടുകയും ഫലം കിട്ടാനുള്ള സാധ്യത കുറയുകയും ചെയ്യുമെന്നുറപ്പുണ്ടെങ്കിൽ അത് സൂക്ഷ്മമായി പരിശോധിക്കപ്പെടണം; സാമാന്യബോധത്തിനുമാത്രം കീഴ്പ്പെട്ടതാകുവാൻ പാടില്ല.

ബലാൽക്കാരത്തിൽനിന്നും സ്ത്രീകളെ സംരക്ഷിക്കാനുള്ള ഏതൊരു സാർഥകമായ പരിശ്രമവും നമ്മുടെ വീടുകളിൽ, വിവാഹങ്ങളിൽ, തൊഴിലിടങ്ങളിൽ, വിദ്യാഭ്യാസ സ്ഥാപനങ്ങളിൽ, മതങ്ങളിൽ, നിയമങ്ങളിൽ, രാഷ്ട്രീയപാർട്ടികളിൽ എല്ലാത്തിനുപരി നമ്മുടെ മനോഘടനയിൽ അന്തർലീനമായ സ്ത്രീവിരുദ്ധതയെ കടപുഴക്കിക്കൊണ്ടാവണം നിർവഹിക്കപ്പെടേണ്ടത്. നമ്മുടെ സമൂഹത്തിൽ അന്തർലീനമായ അധികാരഘടനയുടെ അക്രമരൂപങ്ങൾ നിരവധിയുണ്ട്. അതിൽ പ്രധാനമായ ഒന്നാണ് ബലാൽസംഗങ്ങൾ. ബലാൽസംഗങ്ങൾക്കപ്പുറമുള്ള സ്ത്രീപീഡനങ്ങൾക്ക് അതിനൊപ്പം ശ്രദ്ധ കൈവരാത്തത് സ്ത്രീശാക്തീകരണപ്രവർത്തനങ്ങൾക്ക് തടസങ്ങൾ സൃഷ്ടിക്കുന്നുണ്ട്.

പുരുഷന്മാർ ബലാൽസംഗം ചെയ്യുന്നത് എന്തുകൊണ്ട്?

ജീവൻ ജോബ് തോമസ്

സ്വതന്ത്ര ഇന്ത്യയുടെ ചരിത്രത്തിൽ ഉണ്ടായ വളരെ പ്രമുഖങ്ങളായ രണ്ടു കലാപങ്ങൾക്കിടയിൽ സ്ത്രീകളെ ബലാൽസംഗം ചെയ്തതിന്റെ രീതികൾ തമ്മിൽ എന്തെങ്കിലും വ്യത്യാസമുണ്ടായിരുന്നോ എന്ന് അന്വേഷിക്കുന്ന ചില പഠനങ്ങൾ ഉണ്ട്. എൺപത്തിനാലിൽ ഡൽഹിയിൽ ഉണ്ടായ സിക്കുവിരുദ്ധ കലാപവും തൊണ്ണൂറിൽ ഹൈദരാബാദിൽ ഉണ്ടായ ഹിന്ദു-മുസ്ലീം കലാപവും തമ്മിൽ അത്തരത്തിൽ ഒരു താരതമ്യപഠനം നടത്തിയിട്ടുണ്ട്. സിക്കുവിരുദ്ധ കലാപത്തിൽ ഹിന്ദുക്കളായ കലാപകാരികൾ സിക്കുകാരായ സ്ത്രീകളെ ബലാൽസംഗം ചെയ്യാനായി കാര്യമായി ശ്രമിച്ചിരുന്നില്ല. സിക്കുകാരായ പുരുഷന്മാരെ കൊല്ലുകയും ക്രൂരമായി ആക്രമിക്കുകയും ചെയ്തപ്പോൾ അവരുടെ സ്ത്രീകളോട് വളരെ ബഹുമാനപൂർവംതന്നെ ഒഴിഞ്ഞുപോകാൻ ആവശ്യപ്പെടുന്ന തരത്തിലുള്ള അനുഭവങ്ങൾ സിക്കുവിരുദ്ധ കലാപത്തിൽനിന്നും ഏറെ റിപ്പോർട്ട് ചെയ്യപ്പെട്ടിട്ടുണ്ട്. എന്നാൽ ഹൈദരാബാദിലെ കാര്യം അതായിരുന്നില്ല. അവിടെ ഹിന്ദുക്കൾ ആക്രമിച്ചിരുന്നത് മുസ്ലീങ്ങളെയായിരുന്നു. ആ സമയത്ത് അവർ മുസ്ലീം സ്ത്രീകളെ കൂടുതലായി ലക്ഷ്യം വെക്കുകയും സ്ത്രീകളെ അതിക്രൂരമായി ബലാൽസംഗങ്ങൾക്ക് വിധേയമാക്കുകയും ചെയ്തു. ഈ രണ്ടു കലാപങ്ങളും തമ്മിലുള്ള പ്രധാന വ്യത്യാസം ഹിന്ദുക്കളായ കലാപകാരികൾ തങ്ങളുടെ ശത്രുക്കളെ എങ്ങനെ മനസിൽ ഉൾക്കൊണ്ടിരിക്കുന്നു എന്നതാണ്. സിക്കുകാരെ അവർകൂടുതലായും തങ്ങളുടെതന്നെ വംശത്തിന്റെ ഭാഗമായി ഉൾക്കൊണ്ടിരിക്കുന്നു. അതുകൊണ്ടുതന്നെ സിക്കു സ്ത്രീകളെ ബലാൽസംഗം ചെയ്യുന്നതിന് അവർ ആവേശം കാണിച്ചില്ല. മറിച്ച് മുസ്ലീങ്ങൾ തങ്ങളുടെ വംശത്തിനു പുറത്തുള്ളവരാണെന്നും ആ വംശത്തിന്റെ ഇല്ലാ

യ്മയ്ക്കുവേണ്ടി നടത്തുന്ന കലാപത്തിൽ ബലാൽസംഗങ്ങൾ വളരെ പ്രധാന പങ്കു വഹിക്കുന്നു എന്നും ആ കലാപകാരികൾ തെറ്റായി തിരിച്ചറിഞ്ഞിരുന്നു. പീറ്റ്സ്ബെർഗ് സർവകലാശാലയിലെ ആന്ത്രോപ്പോളജ് വിഭാഗത്തിലെ ഗവേഷകൻ റോബർട്ട് ഹെയ്ഡൻ 2000 ത്തിൽ പ്രസിദ്ധപ്പെടുത്തിയ 'Rape and Rape Avoidance in Ethno-National Conflicts: Sexual Violence in Liminalized States' എന്ന പേരിലുള്ള പ്രബന്ധം വിലയിരുത്തുന്നത് ഇങ്ങനെയാണ്.

ലോകമെമ്പാടും കലാപങ്ങൾക്കിടയിലും യുദ്ധങ്ങൾക്കിടയിലും ക്രൂരമായ രീതിയിൽ അരങ്ങേറുന്ന ഒന്നാണ് ബലാൽസംഗങ്ങൾ. ഡൽഹി ബലാൽസംഗ സംഭവത്തിനും അതിനുശേഷമുണ്ടായ ജനകീയ പ്രക്ഷോഭങ്ങൾക്കും ഇടയിൽ അരുന്ധതി റോയിയെപ്പോലുള്ളവർ നമുക്ക് മുന്നിൽ ഉന്നയിച്ച ഏറ്റവും രൂക്ഷമായ പ്രശ്നവും ബലാൽസംഗങ്ങളുടെ രാഷ്ട്രീയമായ ഉപയോഗത്തെ സംബന്ധിക്കുന്നതായിരുന്നു. രാജ്യം അതിന്റെ പട്ടാളക്കാരെക്കൊണ്ട് ബലാൽസംഗങ്ങൾ വടക്കുകിഴക്കൻ സംസ്ഥാനങ്ങളിലും കാശ്മീരിലും രാഷ്ട്രീയമായി ഉപയോഗിക്കുന്നു. 2009 ൽ കാശ്മീരിലെ ഷോഫിയാനിൽ രണ്ടു പെൺകുട്ടികളെ സി ആർ പി എഫുകാർ ബലാൽസംഗം ചെയ്തുകൊന്നതുപോലുള്ള അനേകം സംഭവങ്ങൾ നമുക്ക് മുന്നിലുണ്ട്. 1991 ൽ കാശ്മീരിലെ കുപ്വാരാ ജില്ലയിലെ കുനാൻ പോഷ് പോര എന്ന ഗ്രാമത്തിൽ ഇന്ത്യൻ ആർമി തിരച്ചിലുകളുടെ ഭാഗമായി അവിടത്തെ അൻപത്തിമൂന്നു സ്ത്രീകളെ ഫെബ്രുവരി 23 നു രാത്രി കൂട്ടബലാൽസംഗത്തിനിരയാക്കിയ ഭീകരസംഭവം നടന്നു. ഒഡീഷ–ഛത്തീസ്ഗഡ് നക്സൽ ബാധിത പ്രദേശങ്ങളിൽ സോണി സോറി എന്ന സ്ത്രീക്കെതിരെ നടന്ന അതിക്രൂരമായ ബലാൽസംഗത്തിന്റെ ചരിത്രവും അടുത്തകാലത്ത് ഈ തരത്തിൽ നമുക്ക് മുന്നിൽ ഭീതിദമായ മനുഷ്യാവകാശധ്വംസനങ്ങളുടെ പ്രതിനിധാനങ്ങളായി.

ബലാൽസംഗങ്ങൾ എന്താണ് എന്ന് ചിന്തിക്കുമ്പോൾ നമുക്ക് മുന്നിൽ ഉയർന്നുവരുന്ന വളരെ പ്രസക്തമായ ഒരു പ്രതിസന്ധി അധികാരത്തിന്റെ ഉപയോഗം അതിക്രമത്തിന്റെ ഭാവത്തിൽ ആകുന്നതിനെ കുറിച്ചാണ്. ലൈംഗികതയുടെ സാധാരണ അനുഭവങ്ങൾക്കപ്പുറം അധികാരത്തിന്റെ വഴികളിലൂടെ മനസ്സ് സഞ്ചരിക്കുന്നതിന്റെ വിചിത്ര സാധ്യതകളാണ് ബലാൽസംഗങ്ങൾ എന്ന് വിശദീകരിക്കപ്പെടുന്നത് അതുകൊണ്ടാണ്. ബലാൽസംഗം എന്നാൽ രതിയല്ല മറിച്ച് അധികാരത്തിന്റെ പിടിവലികളുടെ രൂപമാറ്റമാണ് എന്ന് സിദ്ധാന്തവൽക്കരിക്കപ്പെടുന്നത് ഇതുകൊണ്ടാണ്.

ബലാൽസംഗത്തിന്റെ അടിസ്ഥാനപരമായ പ്രേരണ ലൈംഗികതയല്ല അധികാരത്തോടുള്ള വ്യഗ്രതയാണ് എന്ന ചിന്ത പ്രധാനമായും പല സ്ത്രീപക്ഷ ചിന്തകരും കാലങ്ങളായി ഉന്നയിച്ചുകൊണ്ടിരിക്കുന്ന ഒരാശയമാണ്. സ്ത്രീയെ തന്റെ അധികാരത്തിന്റെ കീഴിൽ ഒതുക്കി നിർത്താനായി പുരുഷൻ ഉപയോഗിക്കുന്ന ഏറ്റവും വലിയ ആയുധമാണ്

ബലാൽസംഗം എന്നും ആ ആശയം സമർഥിക്കുന്നു. ഒരു തരത്തിൽ ആലോചിച്ചു നോക്കുമ്പോൾ അധികാരത്തിന്റെ വളരെ രൂക്ഷമായ പ്രയോഗങ്ങൾ അതിനുവേണ്ടിയുള്ള ഉൽക്കടമായുള്ള അഭിവാഞ്ഛയിലൂടെ രൂപപ്പെടുന്ന അക്രമത്വര ഇവയെല്ലാം അതിക്രൂരമായി അരങ്ങേറുന്ന ബലാൽസംഗങ്ങളിൽ നമുക്ക് കണ്ടെത്താനാകും. രതി എന്ന കേവല ആസ്വാദന പ്രക്രിയയുടെ വരുതികളിൽ നിൽക്കാതെ അതിക്രൂരമായ മുറിപ്പെടുത്തലിന്റെയും കൊലപാതകത്തിന്റെയും വഴികളിലൂടെ സഞ്ചരിക്കുന്ന ബലാൽസംഗങ്ങൾ രതിയിൽ നിന്നൊക്കെ ഒരുപാട് ദൂരെയാണെന്ന ചിന്തയ്ക്ക് ചില കോണുകളിൽനിന്ന് നോക്കുമ്പോൾ സാംഗത്യം തോന്നാം. ഡൽഹിയിൽ അടുത്തിടെ കൂട്ടബലാൽസംഗത്തിനിരയായ പെൺകുട്ടിയും അതിനുമുൻപ് നമ്മൾ കണ്ട അനേകം പീഡന അധ്യായങ്ങളും സമാനതകളില്ലാത്ത ക്രൂരതയുടെയും അതിക്രമത്തിന്റെയും രീതികൾ നിറഞ്ഞതായിരുന്നു. സ്വാഭാവികമായ ലൈംഗിക ആസ്വാദനത്തിന്റെ സാധ്യതകളൊന്നുംതന്നെ നമുക്കതിൽ കണ്ടെത്താനാകില്ല. അതിക്രമത്തിന്റെയും ക്രൂരതയുടെയും അധികാരത്തിന്റെയും മുഖങ്ങൾ ആർജിച്ച് പൂർണമായും ഒരു കുറ്റകൃത്യമായിത്തീരുന്നു ബലാൽസംഗം. ഈ ആശയത്തെ മുൻനിർത്തി സ്ത്രീപക്ഷ പ്രവർത്തകയും എഴുത്തുകാരിയും ആയ സൂസൻ ബ്രൗൺ മില്ലർ എന്ന അമേരിക്കക്കാരി 1975 ൽ *Against our will: Men Women and Rape* എന്ന പേരിൽ ഒരു പുസ്തകം പ്രസിദ്ധീകരിച്ചു. ആഗോളതലത്തിൽത്തന്നെ ഏറെ ശ്രദ്ധിക്കപ്പെട്ട ആ പുസ്തകത്തിന്റെ പ്രസാധനം ബലാൽസംഗത്തെ ലൈംഗികതയുടെ പിടിയിൽനിന്ന് മോചിപ്പിച്ച് അതിക്രമപരമായ കുറ്റകൃത്യത്തിന്റെ തലത്തിലേക്ക് മാറ്റി സ്ഥാപിക്കുന്നതിന് വഴിവെച്ചു എന്ന് വേണമെങ്കിൽ പറയാം. ബലാൽസംഗസമയത്തെ രതിക്രിയ എന്നത് ആണിന്റെ ലൈംഗിക ആഗ്രഹപൂരണം സാധ്യമാക്കുന്നതല്ല മറിച്ച്, ആൺകോയ്മയുടെ മൂർത്തമായ ചിഹ്നം എന്ന തരത്തിൽ പുരുഷലിംഗത്തിന്റെ വിന്യാസമാണ് അതിന്റെ ലക്ഷ്യം എന്ന് *Against Our Will: Men women and Rape* നുശേഷം പൊതുവെ സാമൂഹിക ശാസ്ത്രപരമായ വ്യവഹാരങ്ങൾ അംഗീകരിച്ചു. പിന്നീട് ആ മേഖലയിൽ വന്ന അനേകപഠനങ്ങൾ ഈ ആശയത്തെ ഊട്ടിയുറപ്പിക്കുന്നതായിരുന്നു.

സാമൂഹിക ശാസ്ത്രപരമായ ഈ കാഴ്ചപ്പാട് മനുഷ്യസ്വഭാവത്തെ സംബന്ധിക്കുന്ന അടിസ്ഥാനപരമായ ചില വസ്തുതകളെ സമീപിക്കുന്ന രീതി ശ്രദ്ധേയമാണ്. മനുഷ്യന്റെ ജൈവികമായ ചോദനയുടെ വഴി പിരിയൽ എന്ന തരത്തിലല്ല ഈ തിയറികൾ ബലാൽസംഗം ചെയ്യുന്ന സ്വഭാവത്തെ സമീപിക്കുന്നത്. തന്റെ ജീവിതപരിസരത്തിൽനിന്ന് പഠിച്ചെടുത്ത സ്വഭാവം എന്ന തലത്തിൽ ആണ് ബലാൽസംഗം ചെയ്യുന്ന സ്വഭാവം ഒരു വ്യക്തിയുടെ മുന്നിൽ രൂഢമൂലമാകുന്നത് എന്നാണ് ഇവരുടെ പക്ഷം. ഈ ആശയസംഹിത മനുഷ്യന്റെ സംസ്കാരത്തെ പൂർണമായും ഒരു അജൈവിക സത്തയായി കണക്കാക്കുന്നു. അത് ജൈവപരമല്ല. അങ്ങനെ

ജീവശാസ്ത്രപരമായി ഒരു ബന്ധവും ഇല്ലാത്ത സംസ്കാരം അയാളുടെ സ്വഭാവത്തിൽ നിർമിച്ചെടുക്കുന്നതാണ് ഒരാളിൽ ഉണ്ടാകുന്ന ബലാൽസംഗസ്വഭാവം. അതുകൊണ്ടുതന്നെ ഒരാൾ ബലാൽസംഗം ചെയ്യുന്നത് അയാൾ തന്റെ ജീവിതപരിസരത്തുനിന്ന് ബലാൽസംഗം ചെയ്യുന്നതിനെ പിന്തുണയ്ക്കുന്ന സ്വഭാവങ്ങൾ പഠിച്ചെടുത്ത ശേഷമാണ്. നമ്മുടെ ആശയങ്ങൾ, നമ്മുടെ മൂല്യങ്ങൾ, നമ്മുടെ പ്രവൃത്തികൾ, നമ്മുടെ വികാരങ്ങൾ അങ്ങനെ എല്ലാം നമ്മുടെ സംസ്കാരത്തിന്റെ ഉൽപ്പന്നങ്ങൾ ആണ് എന്നുള്ള ആശയത്തെ പിന്തുണയ്ക്കുന്ന വലിയ ചിന്താധാരയുടെ സ്വാഭാവിക ഉൽപ്പന്നമാണ് ബലാൽസംഗം എന്നത് നമ്മൾ പഠിച്ചെടുക്കുന്ന സ്വഭാവമാണെന്ന ഈ പറയുന്ന ആശയവും. ആ ആശയത്തിന്റെ വികാസമാണ് ലൈംഗികതയെ ബലാൽസംഗത്തിന്റെ കാരണങ്ങളിൽനിന്ന് മോചിപ്പിച്ചു നിർത്താൻ ഈ ചിന്താധാരകളെ പ്രാപ്തമാക്കിയത്.

പിതൃദായക ക്രമത്തിൽ നിലനിൽക്കുന്ന സാമൂഹിക വ്യവസ്ഥിതി മനുഷ്യന്റെ മനോഭാവങ്ങളെയും വിശ്വാസങ്ങളെയും രൂപപ്പെടുത്തുകയും അതിന്റെയടിസ്ഥാനത്തിൽ സമൂഹത്തിലുള്ള സ്ത്രീയുടെയും പുരുഷന്റെയും റോളുകൾ എന്താണെന്നും അവർ തമ്മിൽ പരസ്പരം ഉണ്ടാകേണ്ട ബന്ധങ്ങൾ ഏതു തരത്തിലായിരിക്കണം എന്നും നിശ്ചയിക്കുകയും ചെയ്യുന്നുണ്ട്. അതുവഴി സ്ത്രീക്കെതിരെയുള്ള എല്ലാ തരത്തിലുള്ള അതിക്രമങ്ങളെയും ആത്യന്തികമായി നിർണയിക്കുന്ന തരത്തിൽ സംസ്കാരം പ്രവർത്തിക്കുന്നതിനെ ഈ ചിന്താധാര കണ്ടെടുക്കുന്നു. പുരുഷന്മാർക്കും സ്നേഹിക്കാനും ബഹുമാനിക്കാനും വാത്സല്യം നുകരാനും ഒക്കെയുള്ള അഭിനിവേശങ്ങളുണ്ടാകുമല്ലോ. പക്ഷേ, അത്തരം അഭിനിവേശങ്ങളെ എല്ലാം ഈ പറഞ്ഞ സാമൂഹിക സാഹചര്യം അവരുടെ ലൈംഗിക അഭിനിവേശങ്ങളിൽനിന്നും അടർത്തി മാറ്റുന്നു എന്ന് ഈ സിദ്ധാന്തങ്ങൾ പറയുന്നു. ഓരോ പുരുഷനെയും തന്റെ സമൂഹത്തിലുള്ള ലൈംഗികഭാവങ്ങളുടെ സാമൂഹികവൽക്കരണം രൂപപ്പെടുത്തുമ്പോൾ ഇത് സ്വാധീനിക്കുന്നുണ്ട്. ലൈംഗിക അഭിനിവേശത്തെ സംരക്ഷണത്തിന്റെയും ബഹുമാനിക്കലിന്റെയും സ്നേഹിക്കലിന്റെയും ഒക്കെ അനുഭവങ്ങളിൽനിന്നും വേർപെടുത്തി നിർത്തി പരിശീലിക്കാൻ ഈ പറഞ്ഞ സാംസ്കാരിക ഭൂമിക വഴിയൊരുക്കുന്നു. ഈപരിശീലനത്തിന്റെ ഏറ്റവും പ്രധാനപ്പെട്ട ഒരു പരിണതഫലം പുരുഷന്മാർ സ്ത്രീകളെ ഒരു മുഴുവൻ മനുഷ്യജീവിയായി കാണുന്നതിനുപകരം ഒരു ലൈംഗിക വസ്തുവായി കാണാൻ പഠിക്കുന്നു. സ്ത്രീയെ പുരുഷൻ ലൈംഗിക ചരക്കായി മനസിൽ ഉൾക്കൊള്ളുന്നതിന്റെ സാമൂഹിക പരിസരം അധികാരത്തിന്റെ ഉൾവലികളാണ് എന്ന് വരുന്നു. അങ്ങനെ ആൺലൈംഗികഭാവത്തിന്റെ സാമൂഹികവൽക്കരണം പുരുഷനെ ബലാൽസംഗം ചെയ്യാൻ പാകത്തിന് രൂപപ്പെടുത്തുന്നു. സ്ത്രീ പുരുഷനെക്കാൾ കൂടുതൽ ശാരീരിക ബലം ഉള്ളവളാണെങ്കിൽപ്പോലും സ്ത്രീകൾക്ക് പുരുഷനെ ബലാൽസംഗം ചെയ്യാനാവില്ല. കാരണം സ്ത്രീയുടെ ലൈംഗിക ഭാവ

ത്തിന്റെ സാമൂഹികവൽക്കരണം സ്ത്രീയെക്കൊണ്ട് ലൈംഗികതയെയും സ്നേഹബന്ധത്തെയും പ്രണയത്തെയും തന്റെ പങ്കാളി ആഗ്രഹിക്കുന്നതിനോട് പെട്ടെന്ന് പ്രതികരിക്കുന്നതിനെയും ഒക്കെ സമന്വയിപ്പിക്കുന്ന തരത്തിലാണ് രൂപപ്പെടുത്തുന്നത്.

എന്തുകൊണ്ട് മനുഷ്യർക്കിടയിൽ ഇത്രയ്ക്ക് കരുത്തോടെ ബലാൽസംഗങ്ങൾ നിലനിൽക്കുന്നു എന്നതിനെ സംബന്ധിച്ച് നിലനിൽക്കുന്ന ഏറ്റവും പ്രമഖവും ഒരുപക്ഷേ, ആഗോളതലത്തിൽ ഏതാണ്ട് മൂന്ന് പതിറ്റാണ്ടായി ഏറ്റവും സ്വാധീനം ചെലുത്തിയിട്ടുള്ളതുമായ ചിന്താധാരയാണ് ഇത്. പക്ഷേ, വളരെ പ്രസക്തമായ ചില പ്രതിസന്ധികൾ ഈ സിദ്ധാന്തം ഉൾക്കൊള്ളുന്നുണ്ട്. മനുഷ്യന്റെ ബലാൽസംഗ സ്വഭാവത്തിന്റെ വേരുകൾ കൂടുതൽ ആഴത്തിലും യഥാതഥവുമായും പരിശോധനിക്കണമെങ്കിൽ നമ്മൾ ഈ ആശയഗതികൾക്കും അപ്പുറത്തേക്ക് ഒരുപാട് സഞ്ചരിക്കേണ്ടിവരും.

നമുക്ക് മുന്നിൽ നിരന്നു നിൽക്കുന്ന അനേകംതരം ബലാൽസംഗങ്ങളെ നോക്കുമ്പോൾ ഈ പറഞ്ഞ ആശയം പൂർണമായി ഉൾക്കൊള്ളാനാകാത്ത ചില പ്രതിസന്ധികൾ സൃഷ്ടിക്കും എന്നതാണ് യാഥാർഥ്യം. ലൈംഗികതയിൽനിന്നും വേറിട്ടതാണ് ബലാൽസംഗത്തിന്റെ പ്രേരകശക്തി എന്നത് കൂടുതൽ ആഴത്തിലും വിപുലമായും ചിന്തിക്കുമ്പോൾ പ്രശ്ന സങ്കീർണമാകും. കുഞ്ഞുങ്ങളെ ബലാൽസംഗം ചെയ്യുന്നത് വൃദ്ധരെ ബലാൽസംഗം ചെയ്യുന്നത്, ആൺകുട്ടികളെ ബലാൽസംഗം ചെയ്യുന്നത് തുടങ്ങിയ വ്യത്യസ്തവഴികൾ ഈ പ്രതിസന്ധിയിലേക്ക് നമ്മെ നയിക്കും. മനുഷ്യർക്കപ്പുറം ബലാൽസംഗങ്ങൾ നടക്കുന്നുണ്ടോ എന്ന അന്വേഷണങ്ങളും ഇതേ പ്രതിസന്ധിതന്നെ സൃഷ്ടിക്കും. ഒറാങ്ങുട്ടാനുകളിലും ചിലതരം തിമിംഗലങ്ങളിലും ഡോൾഫിനുകളിലും ചില പക്ഷികളിലും ബലാൽക്കാരമായുള്ള രതിനടക്കുന്നുണ്ട് എന്നുള്ള നിരീക്ഷണങ്ങൾ വിശദീകരിക്കാൻ ഇതിനാകില്ല. അതുകൊണ്ടുതന്നെ ജൈവപരിണാമത്തിന്റെ വഴികളിലൂടെ ഉന്നയിക്കപ്പെടുന്ന പല പ്രശ്നങ്ങളെയും നേരിടുമ്പോൾ ഈ ചിന്താസരണി പരാജയങ്ങൾ നേരിടുന്നുണ്ട്. ലൈംഗിക അതിക്രമങ്ങൾക്ക് പിന്നിൽ സ്വാഭാവികമായും അധികാരത്തിന്റെ വടംവലികൾ വളരെ ശക്തമാണ്. പക്ഷേ, അതുകൊണ്ട് ലൈംഗികതയുടെ ഘടകത്തെ പൂർണമായും തള്ളിക്കളഞ്ഞുകൊണ്ട് അതിനെ പഠിക്കുന്നത് യാഥാർഥ്യത്തിൽനിന്നുമുള്ള ഒളിച്ചോടലായിത്തീരും. ലൈംഗികപരമായ ഘടകങ്ങളെ ഈ വിഷയത്തിൽ ഉൾപ്പെടുത്തിക്കൊണ്ട് അന്വേഷിക്കേണ്ടിവരുമ്പോൾ ജീവശാസ്ത്രവും പരിണാമപര മനശ്ശാസ്ത്രവും അത്യന്താപേക്ഷിതമാകുന്നു.

അത്തരം ഒരു സാഹചര്യത്തിലാണ് ബലാൽസംഗത്തിന് ജീവശാസ്ത്രപരമായ വിശദീകരണംകൂടി അന്വേഷിക്കേണ്ടി വരുന്നത്. ആദ്യമേ പറയട്ടെ, ജീവശാസ്ത്രപരം എന്ന് വിവക്ഷിക്കുമ്പോൾ മനുഷ്യന്റെ സ്വഭാവത്തിന്റെ ഒരു സ്വാഭാവിക വശമാണ് ബലാൽസംഗം എന്നും അതിലൂടെ

എന്തെങ്കിലും പരിണാമപരമായ അതിജീവന സാധ്യത ഉള്ളതുകൊണ്ട് അത് ന്യായീകരിക്കത്തക്കതാണ് എന്നും പറയുന്ന തരം ഉദ്യമങ്ങൾ അല്ല നമ്മൾ അന്വേഷിക്കുന്നത്. മറിച്ച് ലൈംഗികതയ്ക്ക് ബലാൽസംഗത്തിൽ പ്രസക്തമായ പങ്ക് വഹിക്കാനാവില്ലെന്ന ചിന്തയെ കൂടുതൽ ആഴത്തിൽ പരിശോധിച്ച് മനുഷ്യന്റെ ലൈംഗിക അഭിവാഞ്ഛകളും അത് സാമൂഹിക ജീവിതത്തിൽ സങ്കീർണതകൾക്കിടയിൽ വ്യക്തികൾ തമ്മിലുള്ള കൊടുക്കൽ വാങ്ങലുകളിലൂടെ സൃഷ്ടിക്കപ്പെടുന്ന വ്യത്യസ്തമാനങ്ങളും ആത്യന്തികമായി മനുഷ്യന്റെ അതിക്രമസ്വഭാവത്തെ എങ്ങനെ നിർണയിക്കുന്നു എന്നതിന്റെ അന്വേഷണമാണ്. കൂടുതൽ യാഥാർഥ്യബോധത്തോടെയും സൂക്ഷ്മമായും മനുഷ്യർക്കിടയിലെ ബലാൽസംഗങ്ങളെയും അതുയർത്തുന്ന വർത്തമാനകാല പ്രതിസന്ധികളെയും നേരിടുന്നതിന് ഈ വഴിയിലൂടെയുള്ള കാഴ്ചപ്പാടുകൾ വളരെ പ്രധാനപ്പെട്ടതാണ്.

മനുഷ്യരിലടക്കം ബഹുഭൂരിപക്ഷം ജീവികളിലും ആണുങ്ങൾ പെണ്ണുങ്ങളെക്കാൾ കൂടുതൽ രതിക്രിയയിൽ ഏർപ്പെടാനുള്ള വ്യഗ്രത കാണിക്കുന്നവരായിരിക്കും. തന്റെ അരികിൽ എത്താനായി തന്റെ സമ്മതം നേരിടാനായി മത്സരിക്കുന്നവർക്കിടയിൽനിന്നും ആരാണ് മെച്ചം എന്നു നോക്കി തെരഞ്ഞെടുക്കാനുള്ള അവസരം ഇത് പെണ്ണിനു നൽകുന്നു. പെണ്ണിന്റെ തെരഞ്ഞെടുപ്പ് ആന്തരികമായ അധികാരമായി ലൈംഗികതയിൽ നിലനിൽക്കുന്നു. പക്ഷേ, പെണ്ണ് തെരഞ്ഞെടുക്കുന്നതുകൊണ്ട് മാത്രം രതിയുടെ അവസരങ്ങളെ സാധ്യമാക്കാൻ ആണ് കാത്തുനിൽക്കില്ല. ചിലപ്പോൾ ആണ് പെണ്ണിന്റെ തെരഞ്ഞെടുപ്പുകളെ ബലപ്രയോഗത്തിലൂടെ നേടിയെടുക്കും. ബലാൽസംഗത്തിൽ പലപ്പോഴും നടക്കുന്നത് ഇതാണ്. പുരുഷന്മാർ മാത്രം എന്തുകൊണ്ട് ബലാൽസംഗം ചെയ്യുന്നു എന്നും സ്ത്രീകൾ എന്തുകൊണ്ട് ബലാൽസംഗം ചെയ്യുന്നില്ല എന്നും ഉള്ളതിന്റെ ഉത്തരം ഇങ്ങനെ ജീവശാസ്ത്രപരമായിത്തന്നെ നമുക്ക് വിശദീകരിക്കാനാകുന്നതാണ്. പക്ഷേ, ബലാൽസംഗത്തിന്റെ ജീവശാസ്ത്രപരമായ വേരുകൾ കൂടുതൽ ആഴത്തിൽ വളർന്നുകിടക്കുന്നുണ്ട്.

പെണ്ണിന്റെ തെരഞ്ഞെടുപ്പ് മനുഷ്യന്റെ പരിണാമചരിത്രത്തിൽത്തന്നെ വളരെ ആഴത്തിലുള്ള മുദ്രകൾ ചാർത്തിയ അനവധി സവിശേഷസ്വഭാവങ്ങളുടെ രൂപപ്പെടുത്തലിനു വഴിവച്ചിട്ടുണ്ട്. പക്ഷേ, പെണ്ണിന്റെ ഈ അധികാരം പലപ്പോഴും വ്യക്തികൾക്ക് സ്വന്തം പ്രത്യുൽപ്പാദനവാഞ്ഛയെ പൂർത്തിയാക്കാനുള്ള അവസരങ്ങൾ നിഷേധിക്കുന്ന സാഹചര്യങ്ങൾ ഉണ്ടാക്കുന്നതായിരുന്നു. തങ്ങൾക്ക് ഇണകളെ കണ്ടെത്താനുള്ള അമിതമായ സമ്മർദം പലപ്പോഴും കൂടുതൽ തീവ്രമായ ബലപ്രയോഗങ്ങളുടെ വഴികളെ അവലംബിക്കാൻ ആണിനെ നിർബന്ധിച്ചുകൊണ്ടിരുന്ന സാഹചര്യങ്ങൾ രൂപപ്പെട്ടിരുന്നു.

തെരഞ്ഞെടുക്കാൻ അധികാരമുള്ള പെണ്ണിനു മുന്നിൽ തെരഞ്ഞെടുപ്പിന് യോഗ്യനാകാൻ ഒരാൾക്ക് കഴിയുന്നത് അവൾ ഇഷ്ടപ്പെടുന്ന സ്വഭാവങ്ങൾ ഉണ്ടാക്കുമ്പോഴാണ്. ചില പ്രത്യേകതരം സ്രോതസുകൾ

മനുഷ്യചരിത്രത്തിലെ ഓരോ കാലഘട്ടങ്ങളിലും സ്ത്രീകളെ ആകർഷിക്കുന്നതായി നിലനിന്നു പോന്നിട്ടുണ്ട്. ഭക്ഷണം സമ്പാദിക്കുന്നതിലുള്ള കഴിവ്. കുട്ടികളെ നോക്കുന്നതിലുള്ള ശ്രദ്ധ ബുദ്ധിസാമർഥ്യത്തിന്റെ പ്രദർശനങ്ങളായ വ്യത്യസ്തസ്വഭാവങ്ങൾ, പണം, മറ്റ് സ്വത്തുക്കൾ, അധികാരം, വിദ്യാഭ്യാസ നിലവാരം, സാംസ്കാരിക വലുപ്പം തുടങ്ങി ഈ സവിശേഷതകൾ കാലങ്ങൾക്കനുസരിച്ച് വ്യത്യാസപ്പെട്ടുകൊണ്ടിരിക്കും. ഒരാണിന് തന്റെ ചുറ്റും പുറവും ഉള്ള മറ്റ് ആണുങ്ങൾക്കിടയിൽ സ്വാധീനം വളരെ ശക്തമാണെങ്കിൽ അത് കൂടുതൽ പെണ്ണുങ്ങളെ അയാളിലേക്ക് ആകർഷിക്കാൻ കാരണമാകുന്നു. കാരണം അയാൾ കൂടുതൽ നല്ല ജനിതകശേഷി പ്രദർശിപ്പിക്കുന്നു. ആണുങ്ങൾക്കിടയിലുള്ള സ്വാധീനം ഒരു പ്രധാന പോസിറ്റീവ് ഗുണമാണെങ്കിൽ അതിനുവേണ്ടി ആണുങ്ങൾ തമ്മിൽ പോരാട്ടം ഉണ്ടാവുക സ്വാഭാവികം. മനുഷ്യന്റെ സാമൂഹിക ജീവിതത്തിൽ പരസ്പരം ഉണ്ടാകുന്ന മത്സരങ്ങളുടെ സൂക്ഷ്മമായ തലങ്ങളിൽ ഇങ്ങനെ കൂടുതൽ കരുത്തുറ്റ ജനിതക സ്വഭാവത്തിന്റെ പ്രദർശനത്തിനായി നടക്കുന്ന പോരാട്ടങ്ങളുടെ മാനങ്ങൾക്കൂടി മറഞ്ഞു നിൽക്കുന്നുണ്ട്. മനുഷ്യന്റെ സ്വഭാവങ്ങളെ രൂപപ്പെടുത്തുന്നതിൽ ഇങ്ങനെ രണ്ടു തരത്തിൽ നടക്കുന്ന സമ്മർദങ്ങൾ പ്രധാന പങ്കുവഹിക്കുന്നു. ഒന്ന് ആണും പെണ്ണും തമ്മിൽ തെരഞ്ഞെടുപ്പിന്റെ സമ്മർദവും ആണുങ്ങൾ തമ്മിലും പെണ്ണുങ്ങൾ തമ്മിലും കൂടുതൽ മെച്ചപ്പെട്ട സ്വഭാവങ്ങൾ പുറത്തുകാണിച്ച് തെരഞ്ഞെടുപ്പിന് വിധേയമാക്കാനുള്ള ശ്രമങ്ങളുടെ സമ്മർദവും തങ്ങളുടെ സ്വഭാവ വിശേഷങ്ങളെയും കൈവശമുള്ള സ്രോതസുകളെയും കൂടുതൽ കൂടുതൽ വിപുലപ്പെടുത്തുകയും കൂടുതൽ പ്രകടനാത്മകമാക്കുകയും ചെയ്യുന്ന പുരുഷന്മാർ കൂടുതലായി ലൈംഗികമായി സ്ത്രീകളാൽ തെരഞ്ഞെടുക്കപ്പെടും എന്നത് തെളിയിക്കപ്പെട്ട വസ്തുതയാണ്. ഇത്തരത്തിൽ കൂടുതൽ പ്രകടനാത്മകമായി സ്വന്തം കഴിവുകളെ പ്രദർശിപ്പിക്കാനുള്ള ആവേശം പുരുഷന്മാർക്ക് തങ്ങളുടെ കൗമാരത്തിലും യൗവനത്തിന്റെ ആദ്യകാലങ്ങളിലും അതിന്റെ മൂർധന്യത്തിലായിരിക്കും.

ലൈംഗികതയ്ക്കുവേണ്ടി തെരഞ്ഞെടുക്കപ്പെടാതെ പോകാനുള്ള സാധ്യതകൾ വ്യക്തികൾക്ക് മുൻപിൽ സ്വാഭാവികമായി തുറന്നുവരും. ആണുങ്ങൾ തമ്മിൽ നടക്കുന്ന മത്സരത്തിൽ ജയിക്കാൻ കഴിയാത്തവനും പ്രത്യുൽപ്പാദനം സാധ്യമാക്കാനുള്ള വഴി തുറന്നു കൊടുക്കുന്നു, ബലം പ്രയോഗിച്ച് സ്ത്രീയെ രതിക്ക് വിധേയമാക്കുമ്പോൾ. പക്ഷേ, അത്തരത്തിലുള്ള ലൈംഗിക ബന്ധത്തെ അനുകൂലിക്കുന്ന തരത്തിലല്ല മനുഷ്യന്റെ പരിണാമം നടന്നിട്ടുള്ളത്. ബലപ്രയോഗത്തിലൂടെ കീഴ്പ്പെടുത്തി ഒരു സ്ത്രീയെ ഗർഭിണിയാക്കിയാലും മനുഷ്യന്റെ ശിശുപരിപാലന കാലഘട്ടം അച്ഛനും അമ്മയും തമ്മിലുള്ള കരുത്തുറ്റ മാനസികബന്ധം ആവശ്യപ്പെടുന്നതാണ്. ബലപ്രയോഗത്തിലൂടെയുള്ള രതി ഇണ ബന്ധത്തിന് ഏറ്റവും വലിയ വിലങ്ങുതടിയാവുകയും അത് ആത്യന്തികമായി

കുഞ്ഞിന്റെ വളർച്ചയെ പ്രതികൂലമായി ബാധിക്കുകയും ചെയ്യും. അതുകൊണ്ടുതന്നെ പരിണാമപരമായി ബലപ്രയോഗത്തിലൂടെയുള്ള രതിക്ക് എതിരായിട്ടുള്ള മനശ്ശാസ്ത്രം സ്ത്രീകളിൽ വളർന്നിരിക്കുന്നു.

മനുഷ്യരതിയുടെ ഏറ്റവും അടിസ്ഥാനപരമായ ഒരു പ്രത്യേകത സ്ത്രീ നടത്തുന്ന താൽപ്പര്യമില്ല എന്ന ബോധപൂർവമായ പ്രസ്താവനയാണ്. എത്ര തന്ത്രങ്ങൾകൊണ്ട് മെനഞ്ഞ പ്രദർശനങ്ങൾക്കും വാക്കുകൾക്കും അഭ്യാസങ്ങൾക്കും മുന്നിൽ സ്ത്രീക്ക് തന്റെ ജൈവികമായ അഭിവാഞ്ഛകൾ ഒന്നും പ്രദർശിപ്പിക്കാതെതന്നെ താൽപ്പര്യമില്ല എന്ന് പറയാൻ കഴിയും. എന്നാൽ അടിസ്ഥാനപരമായ ലൈംഗിക സ്വഭാവത്തിൽ മിക്കവാറും സ്ത്രീയെ പുരുഷൻ തന്റെ സ്നേഹപൂർണമായ സമ്മർദങ്ങൾകൊണ്ട് രതിയിലേക്ക് ആനയിക്കേണ്ടിയും വരും. സ്ത്രീ എപ്പോഴും രതിയുടെ തുടക്കത്തിൽ നിഷ്ക്രിയറോൾ കൈകാര്യം ചെയ്യുന്നതും പുരുഷൻ നടത്തുന്ന അമിത താൽപ്പര്യത്തിലൂടെ സ്ത്രീയെ രതിയുടെ ആവേശത്തിലേക്ക് എത്തിക്കുന്നതും മനുഷ്യരതിയുടെ ഭാഗമാണ്. സ്ത്രീയുടെ വേണ്ടാ, വേണ്ടാ എന്ന വചനങ്ങളെ പലപ്പോഴും സ്നേഹപൂർണമായ പരിശ്രമങ്ങളിലൂടെ അതിജീവിക്കുന്നതാണ് മനുഷ്യരതിയുടെ ഏറ്റവും സൂക്ഷ്മമായ ഭാവം.

പക്ഷേ, ഈ സൂക്ഷ്മഭാവം ഉയർത്തുന്ന ഒരു വലിയ പ്രതിസന്ധി ഒരുപരിധിവരെ പുരുഷന്റെ ബലപ്രയോഗത്തെക്കുറിച്ച് ഉണ്ടാക്കുന്ന തെറ്റായ ബോധമാണ്. സ്ത്രീയുടെ വേണ്ടാ എന്ന അഭിപ്രായത്തിനെ വേണം എന്ന അഭിപ്രായമാക്കിയെടുക്കാൻ പുരുഷന്റെ ബലപ്രയോഗങ്ങൾ കൂടിയേതീരൂ എന്ന മിഥ്യാബോധം വ്യക്തികളിൽ രൂപപ്പെടുന്നുണ്ട്. മനുഷ്യരതി ബലപ്രയോഗങ്ങളുടെ ഒരു യുദ്ധഭൂമിയിലേക്ക് സഞ്ചരിക്കുന്നത് പലപ്പോഴും പുരുഷന്റെ രതിയോടുള്ള അമിത താൽപ്പര്യവും സ്ത്രീയുടെ നിഷ്ക്രിയ മനോഭാവവും ഇഴപിരിഞ്ഞ് വളരുമ്പോഴാണ്. പരസ്പരം ഇഷ്ടമുള്ളവർ തമ്മിൽ നടക്കുന്ന രതികൾപോലും ചില വേളകളിൽ ബലാൽസംഗത്തിന്റെ മുഖച്ഛായകൾ ആർജിക്കുന്നതും കിടപ്പറകൾപോലും ബലാൽസംഗങ്ങളുടെ അരങ്ങുകളായി തീരുന്നതും. അങ്ങനെയാണ്. അടിസ്ഥാനപരമായി ലൈംഗികതയുടെ സൂക്ഷ്മതലത്തിൽത്തന്നെ നിലനിൽക്കുന്ന ബലപ്രയോഗത്തിന്റെ സാധ്യതകൾ അസ്വാഭാവികമായ തലങ്ങളിലൂടെ സഞ്ചരിക്കുമ്പോൾ ക്രൂരമായ ചില ദിനങ്ങളിലേക്ക് യാത്രചെയ്യുന്നു എന്ന് ചിന്തിക്കാവുന്നതാണ്.

അധികാരത്തിന്റെ പ്രയോഗവൽക്കരണത്തിനപ്പുറം ജൈവപരമായ ഒരു ചോദനയുടെ വഴിപിരിയലാണ് പുരുഷന്റെ ബലാൽസംഗശ്രമങ്ങൾ എന്ന് വിശദീകരിക്കാനാകുന്നത് ഇതുകൊണ്ടാണ്. സംസ്കാരം എന്നത് കേവലം അജൈവികമായ ഒന്നല്ല. മറിച്ച്, മനുഷ്യന്റെ ജൈവിക ചോദനകൾ അതിനെ പലതരത്തിലും വഴിതെളിക്കുന്നുണ്ട്. സാമൂഹിക ജീവിതം വ്യക്തികളുടെ ധാരണകളെ, ആശയസംഹിതകളെ സൂക്ഷ്മമായ തലത്തിൽ സ്വാധീനിക്കും. ജൈവിക ധാരകളെ സ്വാഭാവികമായി സഞ്ചരി

ക്കാൻ അത് സമ്മതിക്കാതിരിക്കുന്ന സാഹചര്യങ്ങൾ രൂപപ്പെടും. ബലംപ്രയോഗിച്ചുള്ള രതിയും അതുമായി ബന്ധപ്പെട്ട അതിക്രമങ്ങളും അതുകൊണ്ടുതന്നെ ജൈവികമായ ചില സാധ്യതകളാകുന്നു.

അടുത്തിടെ വയനാട്ടിൽ നാട്ടിലിറങ്ങുകയും വീട്ടുമൃഗങ്ങളെ ആക്രമിക്കുകയും ഒക്കെ ചെയ്ത കടുവയെ വെടിവച്ചുകൊന്ന സംഭവം ഉണ്ടായല്ലോ. ഒരു പ്രത്യേക കടുവയുടെ ഈ സ്വഭാവം എങ്ങനെ രൂപപ്പെട്ടു എന്നതിനെക്കുറിച്ചുള്ള പഠനങ്ങൾ പറഞ്ഞത്, അസ്വസ്ഥമായ ഒരുജീവിതമാണ് ആ കടുവ നയിച്ചിരുന്നത് എന്നാണ്. കാടിനെ കടന്നാക്രമിക്കുന്ന മനുഷ്യർ സൃഷ്ടിക്കുന്ന പ്രതിസന്ധികൾക്കൊപ്പം കടുവയുടെ ജീവിതത്തിന്റെ സൂക്ഷ്മ വിശകലനം ചെന്നെത്തിയത് അതിനു തന്റെ സ്വാഭാവികവ്യവസ്ഥയിൽ സ്വന്തം അതിരുകൾ സ്ഥാപിക്കാൻ കഴിഞ്ഞിരുന്നില്ല എന്ന കാര്യത്തിലാണ്. എന്തുകൊണ്ടാണ് ഒരു കടുവയ്ക്ക് തന്റെ സ്വാഭാവിക ആവാസവ്യവസ്ഥയിൽ സ്വന്തം അതിരുകൾ സ്ഥാപിക്കാൻ കഴിയാഞ്ഞത് എന്ന ചോദ്യത്തിന്റെ ഉത്തരം ആ കടുവയുടെ ലൈംഗികസ്വഭാവത്തിന്റെ വിശകലനത്തിനു വഴിവെക്കുകയായിരുന്നു. പ്രായപൂർത്തിയായപ്പോഴും സാധാരണ ഉണ്ടാകേണ്ടത്ര വലിപ്പം ആ കടുവയുടെ ലിംഗത്തിന് ഉണ്ടായിരുന്നില്ല എന്നും അതുകൊണ്ടുതന്നെ തന്റെ അധികാരം ലൈംഗികമായി സ്ഥാപിച്ചെടുക്കുന്നതിൽ കടുവപരാജയപ്പെട്ടിരുന്നു എന്നും ഉള്ള നിരീക്ഷണങ്ങൾ കടുവയുടെ കൊലയ്ക്കുശേഷം തിരിച്ചറിയപ്പെട്ടിരുന്നു.

കടുവയുടെ കഥ ഇവിടെ പറഞ്ഞത് സൂക്ഷ്മമായ ലൈംഗിക പ്രതിസന്ധി ഒരു ജീവിയെ എങ്ങനെ അക്രമകാരിയാക്കി മാറ്റും എന്നതിന്റെ ഉദാഹരണം എന്ന നിലയിലാണ്. ലൈംഗികമായ പ്രവർത്തനക്ഷമതയുടെ തലം വളരെ സൂക്ഷ്മമായിട്ടാണ് നിലനിൽക്കുന്നത്. ഒരു വ്യക്തി എന്ന നിലയിൽ ആ ജീവി ആർജ്ജിക്കുന്ന വ്യക്തിത്വത്തിന്റെ പ്രക്ഷേപണമാണ് ആ ജീവി രൂപപ്പെടുത്തുന്ന അതിന്റെ സ്വന്തം അതിരുകൾ. ആ അതിരുകളെ സൃഷ്ടിക്കുന്നതിൽ പരാജയപ്പെടുന്നത് കടുവയുടെ സ്വാഭാവിക സ്വഭാവത്തിൽനിന്നും വേറിട്ട വിചിത്രമായ പെരുമാറ്റങ്ങളിലേക്ക് അതിനെ നയിച്ചു.

മനുഷ്യന്റെ കാര്യത്തിലും ഇത് സംഭവിക്കുന്നുണ്ട്. ലൈംഗികത നേടിയെടുക്കാനുള്ള മത്സരം ആധുനികലോകത്തും സംഭവിച്ചുകൊണ്ടിരിക്കുന്നു. ഒരുപക്ഷേ, പ്രാചീന മനുഷ്യർ അനുഭവിച്ച സമ്മർദങ്ങൾ അല്ല പുതിയകാല മനുഷ്യൻ അനുഭവിക്കുന്നത് എന്നു മാത്രം. മനുഷ്യന്റെ പ്രത്യുൽപ്പാദന അഭിവാഞ്ഛ എന്നുപറയുന്നത് ബോധപൂർവം കുട്ടിയെ ഉണ്ടാക്കണം എന്ന തോന്നലല്ല. മറിച്ച്, ജൈവ പ്രേരണയാൽ ലൈംഗികതയ്ക്കുവേണ്ടിയുള്ള പരതലിലൂടെ മാത്രം പുറത്തു കാണാവുന്ന ഒന്നാണ്. ഒരു പുരുഷന് ലഭ്യമാകുന്ന ലൈംഗിക അവസരങ്ങൾ അയാളുടെ കൈവശം ഉള്ള സ്രോതസുകളുടെ കരുത്തുമായിക്കൂടി ബന്ധപ്പെട്ടതാണ്. ആധുനിക ജീവിത പരിസരങ്ങളിൽ പണവും അധികാരവും ഒരു ഘടക

മായി വർത്തിക്കുകയും അതിനു പൂരകമായി വ്യക്തികളുടെ ലൈംഗിക അവസരങ്ങൾ രൂപപ്പെടുകയും ചെയ്യുന്നത് സ്വാഭാവികമാണ്. താഴ്ന്ന സാമ്പത്തിക നിലവാരത്തിൽ കഴിയുന്ന മനുഷ്യർക്കിടയിൽ ലൈംഗിക അതിക്രമങ്ങൾ കൂടുതലായി നടക്കുന്നു എന്ന കണക്കുകൾ നമ്മെ കൂടുതൽ വ്യക്തമായ ചില സത്യങ്ങളിലേക്ക് കൊണ്ടുപോകും. ബലാൽസംഗത്തിൽ കുറ്റവാളികൾ ആക്കപ്പെട്ട വ്യക്തികളുടെ വരുമാനത്തെ സംബന്ധിക്കുന്ന കണക്കുകൾ ധാരാളമായി നമുക്ക് മുന്നിൽ ലഭ്യമാണ്. ഇതിൽ നിന്നും ലളിതമായിത്തന്നെ താഴ്ന്ന വരുമാനക്കാരാണ് ഈ തരം കുറ്റകൃത്യങ്ങളിൽ അകപ്പെടുന്നത് എന്ന് കണ്ടെത്താനാകും. കൂടുതലായി ബലാൽസംഗത്തിനു വിധേയരാകുന്ന സ്ത്രീകളുടെ കണക്കുകളും നമുക്ക് ഇതേ കാര്യംതന്നെ പറഞ്ഞുതരും. താഴ്ന്നവരുമാനം ഉള്ള കുടുംബങ്ങളിൽ ജീവിക്കുന്ന സ്ത്രീകളാണ് കൂടുതലായും ലൈംഗിക അതിക്രമങ്ങൾക്ക് ഇരകളാകുന്നത്.

വരുമാനം അതിക്രമങ്ങളുടെയും കുറ്റകൃത്യങ്ങളുടെയും പ്രേരണാപാത്രമാകുന്നത് ലൈംഗിക അവസരങ്ങളുടെ സാധ്യതകളെ നിർമിക്കുന്ന സാഹചര്യങ്ങൾ കൊണ്ടുകൂടിയാണ്. വരുമാനം കൂടിയവർക്കിടയിൽ ലൈംഗിക അതിക്രമങ്ങൾ കാര്യമായിട്ടില്ല എന്നും വരുമാനം മാത്രമാണ് അതിക്രമത്തെ നിയന്ത്രിക്കുന്ന ഘടകം എന്നുമല്ല പറഞ്ഞുവന്നത്. സ്വന്തം വ്യക്തിത്വത്തെ സ്ഥാപിച്ചെടുക്കാൻ ഓരോ പുരുഷനും തന്റെ ലൈംഗിക അസ്തിത്വത്തെ ബഹുമാനിക്കുന്ന തരത്തിലുള്ള ഇണബന്ധങ്ങളുടെ നിലനിൽപ്പ് അത്യന്താപേക്ഷിതമാണ്. ഓരോ സാമൂഹിക അവസ്ഥയിലും അതിന്റെ മാനദണ്ഡങ്ങൾ വ്യത്യസ്തമായിരിക്കും. പ്രാഥമികമായും മനുഷ്യനെ ലൈംഗിക അതിക്രമങ്ങളുടെ വഴികളെ പുൽകാൻ പ്രേരിപ്പിക്കുന്നത് തെരഞ്ഞെടുക്കപ്പെടാനുള്ള അയാളുടെ സാധ്യതകളുടെ ഇടിവാണ്. വിവിധങ്ങളായ സാമൂഹിക സാഹചര്യങ്ങൾ ഇതിനു കാരണമായിത്തീരുന്നു. സ്വന്തം അതിരുകൾ സ്ഥാപിക്കാൻ കഴിയാത്ത കടുവ അതിന്റെ സ്വാഭാവിക സ്വഭാവം വെടിഞ്ഞ് വിചിത്ര വഴികളിലൂടെ സഞ്ചരിക്കുന്നതുപോലെതന്നെ മനുഷ്യനും വിചിത്രങ്ങളായ അതിക്രമ രൂപങ്ങളെ സ്വയം ഏറ്റെടുക്കുന്നു. കുട്ടികളിലേക്കും വൃദ്ധരിലേക്കും ചിലപ്പോഴൊക്കെ സ്വന്തം മക്കളിലേക്കുപോലുമൊക്കെ വളരുകയും അതിക്രമത്തിന്റെതന്നെ ഒരിക്കലും ചിന്തിക്കാൻപോലുമാകാത്ത ഭീകരതയിലേക്ക് മനുഷ്യനെ നയിക്കുകയും ചെയ്യുന്നതിൽ കേവലം അധികാരത്തിനുള്ള അഭിവാഞ്ഛയ്ക്കപ്പുറം ഇത്തരത്തിലുള്ള ലൈംഗികതയുടെ സൂക്ഷ്മമായ അടിത്തറ നിലനിൽക്കുന്നതിനെ തള്ളിക്കളയാനാകില്ല.

ലൈംഗികതയുടെ ഈ ജൈവപരമായ ഘടകങ്ങൾ മനുഷ്യന്റെ ലൈംഗിക അതിക്രമപരതയെ സ്വാധീനിക്കുന്നതുപോലെതന്നെ ആഴത്തിൽ തിരിച്ചറിയേണ്ട ഒരു മേഖലകൂടിയുണ്ട്. മനുഷ്യന്റെ ലൈംഗികതയുടെതന്നെ വളരെ വ്യത്യസ്തമായ ഒരു മാനമാണ് അത്, അസൂയ. അസൂയ എന്നത് മനുഷ്യന്റെ സ്വഭാവരീതികളെ നിയന്ത്രിക്കുന്നതിൽ

പ്രണയത്തെപ്പോലെതന്നെ ആഴവും പരപ്പും ഉള്ള ഒരു വികാരമാണ്. കേവലം കഷണ്ടിയെപ്പോലെ മരുന്നില്ലാത്ത വലിയ ഉപദ്രവം ഒന്നുമില്ലാത്ത, എന്നാൽ ചില ചെറിയചെറിയ ജീവിതപ്രതിസന്ധികൾ സൃഷ്ടിക്കുന്ന ഒന്ന് എന്ന തോന്നലിനപ്പുറം അസൂയ എന്ന വികാരത്തിന് മനുഷ്യജീവിതത്തിൽ വലിയ സ്വാധീനമൊന്നുമില്ല എന്ന് കരുതപ്പെട്ടിരുന്ന കാലം മാറിയിരിക്കുന്നു. ഡേവിഡ് എം ബാസിനെപ്പോലുള്ള എവല്യൂഷണറി സൈക്കോളജിസ്റ്റുകൾ ആ വികാരത്തെ വളരെ കാര്യമായി പഠനവിധേയമാക്കുകയും മനുഷ്യന്റെ സാമൂഹികജീവിതത്തെ നിയന്ത്രിക്കുന്നതിലും രൂപപ്പെടുത്തുന്നതിലും ലൈംഗികതയുമായി അനുബന്ധിച്ച് നിൽക്കുന്ന അസൂയയ്ക്ക് ഏറ്റവും മുന്തിയ സ്ഥാനംതന്നെ ഉണ്ട് എന്ന് തിരിച്ചറിയുകയും ചെയ്തിട്ടുണ്ട്. അദ്ദേഹത്തിന്റെ *The Dangerous Passion: Why Jealousy Is As Necessary As Love and Sex* ഈ വിഷയത്തെ വളരെ ആഴത്തിൽ അപഗ്രഥിക്കുന്നുണ്ട്.

പൊതുവെ നമ്മൾ നമ്മുടെ ആസക്തികളെ പ്രണയത്തിന്റെയും രതിയുടെയും വഴികളിലാണ് കണ്ടെത്താറ്. പക്ഷേ, നമ്മുടെ ആസക്തികൾക്ക് നമ്മുടെ ജീവിതത്തിലപ്പാടെ നമ്മുടെ അസ്തിത്വത്തിനായുള്ള അന്വേഷണങ്ങളെ മുന്നോട്ടുനയിക്കുന്ന വൈകാരിക അഗ്നികളുടെ വിശാലതലങ്ങൾകൂടി നിലനിൽക്കുന്നുണ്ട്. അതിന്റെ വിശാലത പ്രശാന്തമായ ഗാഢസ്നേഹത്തിൽ തുടങ്ങി ഹിംസാത്മകമായ വിസ്ഫോടനങ്ങൾ വരെ നീണ്ടുകിടക്കുന്നു. ആ ആസക്തികളുടെ പ്രകാശനം തന്നെയാണ് നമ്മുടെ ജീവിതത്തിൽ ഏറ്റവും ആഴത്തിലുള്ള ആനന്ദങ്ങളെയും ഏറ്റവും ക്രൂരമായ സഹനങ്ങളെയും നിർമിക്കുന്നത്. നമ്മെ പ്രണയംകൊണ്ട് പ്രചോദിപ്പിക്കുന്ന അതേ ആസക്തിതന്നെ നമ്മെക്കൊണ്ട് ഏറ്റവും ദാരുണമായ തരത്തിൽ നമ്മുടെ ഇണയെത്തന്നെ കൊല്ലിക്കും.

മനുഷ്യന്റെ സാമൂഹിക ജീവിതത്തിൽ ലൈംഗികതയുടെ കാര്യത്തിൽ രൂപപ്പെടുന്ന വേലികളെ ആഴത്തിൽ പരിശോധിക്കുമ്പോൾ അവയുടെ ഉത്ഭവത്തിനു പിന്നിൽ അസൂയ എന്ന വികാരത്തിന്റെ കൈപ്പാടുകൾ കരുത്തോടെ പതിഞ്ഞു കിടക്കുന്നത് നമുക്ക് കണ്ടെത്താനാകും. ഒരു വ്യക്തിയുടെ ഉള്ളിൽ ഉണ്ടാകുന്ന പ്രണയത്തിന്റെ മറുവശമാണ് അസൂയ. നിങ്ങളിൽ പ്രണയം വളർന്നാൽ അതിനൊപ്പംതന്നെ വളർന്നുവരുന്ന വികാരമാണത്. നിങ്ങൾപ്രണയിക്കുന്ന വ്യക്തിയോട് മറ്റുള്ള വ്യക്തികൾ ഇടപെടുന്നതിനെ നിങ്ങൾ തടഞ്ഞുകൊണ്ടേയിരിക്കും. നിങ്ങളുടെ പങ്കാളിയോട് മറ്റുള്ളവരുടെ ഇടപെടലുകൾ നിങ്ങളെ മാനസികമായി സമ്മർദത്തിലാക്കും. 'He that is not jealous is noe in love' എന്ന് ഷേക്സ്പിയർ എഴുതിയത് അതുകൊണ്ടാണ്. ലൈംഗികതയെ സംബന്ധിക്കുന്ന വൈകാരിക ജീവിതത്തിന്റെ ഒഴിച്ചുകൂടാനാവാകാത്ത ഘടകമാണത്.

രതിക്കുവേണ്ടിയുള്ള തിരച്ചിലിൽ തെരഞ്ഞെടുക്കാനുള്ള അഭിവാഞ്ഛയുടെ പിന്നിൽ മനുഷ്യന്റെ വൈകാരിക ജീവിതത്തെ നിയന്ത്രിക്കുന്നതിൽ അസൂയ വലിയ പങ്കുവഹിക്കുന്നു. നമ്മുടെ ലൈംഗിക സദാചാരബോധത്തെ സംബന്ധിക്കുന്ന ആധുനികകാല പ്രതിസന്ധികൾ നോക്കുക. കടൽത്തീരത്ത് പോയിരുന്ന സ്ത്രീയും പുരുഷനും ഭാര്യാഭർത്താക്കന്മാരാണെന്ന് ഒറ്റനോട്ടത്തിൽത്തന്നെ തെളിയിക്കാൻ കഴിയുന്ന ചിഹ്നങ്ങൾ ധരിക്കാത്തതുകൊണ്ട് പൊലീസ് പിടിയിലാകുന്നു. ഭാര്യാഭർത്താക്കന്മാർ അല്ലാത്തവർ ഒരുമിച്ചിരിക്കുന്നത് സാമൂഹികമായി മോണിട്ടറിങ്ങിന് വിധേയമാവുകയും അതിനെ ശക്തമായി പ്രതിരോധിക്കേണ്ടത് സാമൂഹിക ആവശ്യമാണെന്ന തോന്നലും രൂപപ്പെട്ടിരിക്കുന്ന മനസുകളുടെ പ്രവൃത്തിയാണത്. *തെഹൽക്ക വാരിക* 2012 ആദ്യം ഡൽഹിയിലെ പൊലീസുകാർക്കിടയിൽ നടത്തിയ ഒരു സർവെയിൽ ചില പൊലീസുകാർ രാത്രി നഗരത്തിലൂടെ ഒരുമിച്ചു നടക്കുന്ന സ്ത്രീയും പുരുഷനും ബലാൽസംഗത്തിനും അതിനോടനുബന്ധിച്ചുള്ള അതിക്രമങ്ങൾക്കും അനുഭവങ്ങൾക്കും വിധേയരാകാൻ ബാധ്യസ്ഥരാണ് എന്ന് അതിശക്തമായി വിശ്വസിക്കുന്നതായി പറഞ്ഞിരുന്നു. അങ്ങനെ രാത്രി പുരുഷന്മാരോടൊപ്പം ഒറ്റയ്ക്കോ ചുറ്റിത്തിരിയുന്ന സ്ത്രീകൾ ബലാൽസംഗം ചെയ്യപ്പെടേണ്ടവരാണെന്ന പൊതുബോധം ഡൽഹിയിലെ നിയമപാലകർക്കിടയിൽ ശക്തമായി വേരോടിയിട്ടുള്ളതായി ആ പഠനം പറഞ്ഞുതരുന്നു. പൊതു സമൂഹത്തിന്റെ ഒരു നല്ല വിഭാഗവും സദാചാരത്തിന്റെ ഇത്തരം മാനങ്ങളെ സ്വയം പുൽകി അതിന് നിരന്തരം പ്രചാരണം നൽകാൻ ശ്രമിക്കുന്നത് കാണാം. സദാചാര ഗുണ്ടായിസത്തിന്റെ അനുഭവങ്ങൾ അനുദിനം എന്നോണം നമുക്കുചുറ്റും ഉയർന്നു പൊങ്ങിക്കൊണ്ടിരിക്കുന്നു. തീവ്രമായ ലൈംഗിക സമ്മർദം അനുഭവിക്കുന്ന ഒരു സമൂഹത്തിന്റെ ഉപബോധത്തിൽ നീറിപ്പടരുന്ന അസൂയയുടെ അഗ്നികൾ ഇത്തരം സദാചാര ഗുണ്ടായിസങ്ങളിൽ നമുക്ക് തിരിച്ചറിയാൻ കഴിയും. വ്യക്തികൾ അനുഭവിക്കുന്ന ലൈംഗിക സമ്മർദങ്ങൾ സദാചാര ഗുണ്ടായിസമായി വളരുന്നതും അതിന്റെ കൂടിയതലമായി ക്രൂരമായ ബലാൽസംഗങ്ങൾ ഉണ്ടാകുന്നതും തിരിച്ചറിയേണ്ടതുണ്ട്. ലൈംഗിക അതിക്രമങ്ങളുടെ ഒരു പ്രധാനപ്പെട്ട സ്വഭാവം പലപ്പോഴും അത്തരം അതിക്രമങ്ങൾ, വഴിതെറ്റിപ്പോയ ആളെ നേരെയാക്കാൻവേണ്ടി ചെയ്തത് എന്ന ഭാവത്തിലാണ് അരങ്ങേറുക എന്നതാണ്. നിരന്തരമായി സദാചാര ഗുണ്ടായിസ അനുഭവങ്ങൾ അരങ്ങേറുന്ന ഒരു സമൂഹത്തിൽ അതിന്റെ കൂടിയ അവസ്ഥ മാത്രമാണ് പല ക്രൂരമായ ലൈംഗിക പീഡനങ്ങളും എന്ന് നമ്മൾ തിരിച്ചറിയേണ്ടതുണ്ട്.

ആണിന്റെയും പെണ്ണിന്റെയും രതിബോധങ്ങൾ തമ്മിലും ആസ്വാദനരീതികൾ തമ്മിലും നിലനിൽക്കുന്ന വ്യത്യാസത്തിൽ തുടങ്ങി സാമൂ

ഹിക സാമ്പത്തികക്രമങ്ങൾ വ്യക്തികളെ ലൈംഗിക സംതൃപ്തമായ ഒരു ജീവിതത്തിന് എത്രമാത്രം പര്യാപ്തമാക്കും എന്നുവരെയുള്ള അനേകം ഘടകങ്ങളുടെ വിശാലമായ പ്രതിപ്രവർത്തനങ്ങൾ ക്രൂരമായ ലൈംഗിക അതിക്രമങ്ങൾക്ക് പിന്നിൽ നിലനിൽക്കുന്നത് നമുക്ക് കാണാനാകും. അധികാരത്തിന്റെ അഭിവാഞ്ഛയാൽ രൂപപ്പെടുന്ന അതിക്രമം എന്നതിനൊപ്പം ലൈംഗികതയെ സംബന്ധിക്കുന്ന ജീവശാസ്ത്രബോധത്തെ ആഴത്തിൽ സമന്വയിപ്പിക്കുന്ന ചിന്താപദ്ധതികളാണ് ഇത്തരം പ്രതിസന്ധികളിൽനിന്നുള്ള പരിഹാര ശ്രമങ്ങളിൽ വേണ്ടത്.

സ്ത്രീയും പുരുഷനും തമ്മിൽ ലൈംഗികതയുടെ കാര്യത്തിൽ മാനസികമായി നിലനിൽക്കുന്ന വ്യത്യാസം എന്താണ് എന്നും രണ്ട് കൂട്ടരുടെയും ലൈംഗികമായ തെരഞ്ഞെടുപ്പുകളുടെയും മുൻഗണനകളുടെയും തലങ്ങൾ എന്തെല്ലാം ആണ് എന്നും സമൂഹം കൃത്യമായി ഉൾക്കൊള്ളുന്നത് ലൈംഗികതയെ സംബന്ധിക്കുന്ന ജനാധിപത്യത്തിന്റെ ആദ്യപടിയാണ്. ഇതിനുവേണ്ടി എന്തുതരം സോഷ്യൽ എഞ്ചിനീയറിങ് ആണ് നടത്താനാവുക എന്ന ചോദ്യത്തിന്റെ ആദ്യത്തെ ഉത്തരമാണ് ലൈംഗിക വിദ്യാഭ്യാസം. വളരെ കൗതുകകരമായ ഒരു വസ്തുത അത്തരം പദ്ധതികൾ നമുക്ക് മുന്നിൽ അവതരിപ്പിച്ചാൽപ്പോലും വളരെ അടിസ്ഥാനപരമായി ലൈംഗികതയെ സംബന്ധിക്കുന്ന ഒരു ഘടകം അവിടെയും നഷ്ടപ്പെട്ടു നിൽക്കും എന്നതാണ്. അത് ലൈംഗികതയുടെ ആസ്വാദന ഭാവത്തെ സംബന്ധിക്കുന്നതാണ്.

ആത്യന്തികമായി ഒരു ബയോളജിക്കൽ പ്രോസസ് എന്നതിലപ്പുറം ലൈംഗികത എന്നാൽ ആസ്വാദനം ആണ് എന്ന് തിരിച്ചറിയാൻ കഴിയുന്ന ഒരു പാഠ്യപദ്ധതിക്ക് മാത്രമേ സാമൂഹിക പരിഷ്കരണം സാധ്യമാകുന്ന തരത്തിൽ ഇത്തരം പ്രതിസന്ധികളിൽ ഇടപെടാനാകൂ. ഓരോ വ്യക്തിയുടെയും ലൈംഗിക ആസ്വാദനം എങ്ങനെയാണ് നടക്കുന്നത് എന്നും ബലപ്രയോഗം ആസ്വാദനത്തിലെത്തിക്കും എന്നത് ഒരു മിത്താണ് എന്നും സൂക്ഷ്മമായ പരിണാമ നരവംശശാസ്ത്രതലങ്ങൾ അടിസ്ഥാനപ്പെടുത്തി ഓരോ വ്യക്തിയും തിരിച്ചറിയുന്ന ഒരു തലത്തിൽ മാത്രമേ ലൈംഗികതയുടെ ജനാധിപത്യം സാധ്യമാവുകയുള്ളൂ. ലൈംഗികതയുമായി ബന്ധപ്പെട്ട ആനന്ദത്തെക്കുറിച്ച് സമൂഹത്തെ ബോധ്യപ്പെടുത്തേണ്ട ബാധ്യത വിദ്യാഭ്യാസത്തിനാണോ എന്ന ചോദ്യം പ്രസക്തമാണ്. കൂടുതൽ അറിവ് കൂടുതൽ സ്വാതന്ത്ര്യംതരും എന്ന ബോധത്തിൽ നിന്നും ലൈംഗിക വിദ്യാഭ്യാസത്തിന്റെ പ്രസക്തിയെ തള്ളിക്കളയാനാവുന്നതല്ല. പക്ഷേ, ശരീരത്തിന്റെ അനാട്ടമിയും ഫിസിയോളജിയും മാത്രം പഠിക്കുന്ന ലൈംഗിക വിദ്യാഭ്യാസം ഒരിക്കലും അതിന്റെ ഉദ്ദേശിച്ച ഫലം ചെയ്യുകയില്ല. എന്നാൽ ലൈംഗികതയെ അതിന്റെ ആനന്ദത്തിന്റെ ഭാഗത്തിന് പ്രാധാന്യം നൽകി, സ്ത്രീയും പുരുഷനും പരസ്പരം സമ്മതമാ

കുന്നത് എങ്ങനെ എന്ന് ഓരോ വ്യക്തിയും തിരിച്ചറിയാൻ സഹായിക്കുന്ന തരത്തിലുള്ള ആശയങ്ങളെ വിദ്യാഭ്യാസത്തിന്റെ ഭാഗമാക്കാൻ ഒരുപാട് സാമൂഹിക മുൻവിധികളെ നമ്മൾ അതിജീവിക്കേണ്ടിവരും. എന്തായാലും കൂടുതൽ വിശാലമായ അർഥത്തിലുള്ള ലൈംഗിക ജനാധിപത്യത്തെ സംബന്ധിക്കുന്ന കാഴ്ചപ്പാടുകൾ സമൂഹത്തിൽ കൂടുതൽ ആഴത്തിൽ പ്രചരിപ്പിക്കുന്നതിലൂടെയാവും നമുക്ക് ലൈംഗിക അതിക്രമങ്ങളുടെ വർത്തമാനകാല പ്രതിസന്ധിയിൽനിന്നും രക്ഷപ്പെടാനാവുക.

ബലാൽക്കാരത്തിന്റെ വർത്തമാനം പ്രതിഷേധവും തിരിച്ചറിവും

പി കൃഷ്ണനുണ്ണി

ഡൽഹി ലൈംഗികാതിക്രമത്തിന്റെ പശ്ചാത്തലത്തിൽ ഇന്ത്യ ഇന്നു വരെ കാണാത്ത ജനമുന്നേറ്റത്തിന് സാക്ഷ്യംവഹിക്കുമ്പോഴാണ് ഇതെഴുതുന്നത്. ജന്തർമന്ദറിൽ മാത്രം ഇത്രയധികം ജനം നിറയുന്നത് വെറും പ്രതിഷേധത്തിന്റെ സ്വരവുമായിട്ടല്ല. സ്ത്രീസുരക്ഷയെന്ന മുദ്രാവാക്യമാണവിടെ സദാമുഴങ്ങുന്നതെങ്കിലും പ്രതിഷേധിക്കുന്നവരുടെ ശബ്ദങ്ങൾക്കുള്ളിൽ ദേശത്തിനെതിരായും നേതാക്കൾക്കെതിരായുമുള്ള വെറുപ്പിന്റെ ആക്രോശമടങ്ങിയിട്ടുണ്ട്. ആരുടെ ശബ്ദമാണിവിടെ പ്രതിധ്വനിക്കുന്നതെന്ന ചോദ്യത്തിന് മുന്നിൽ വാർത്താമാധ്യമങ്ങളിൽ നിറയുന്നത് ജനങ്ങളുടേതെന്ന ഉത്തരമാണ്. കണ്ണീരിന്റെയും രോഷത്തിന്റെയും വാക്കുകൾ ചൊരിഞ്ഞുകൊണ്ടേയിരിക്കുന്നു. പെരുകുന്ന പുരുഷാരത്തെ നിയന്ത്രിക്കാൻ ശേഷിയില്ലാത്ത ദുർബലസർക്കാർ പലപ്പോഴും അടിപതറുന്നു. സ്ത്രീകളടക്കം പ്രതിഷേധിക്കുന്നവരെത്തന്നെ നിർലജ്ജം തെരുവിലൂടെ വലിച്ചിഴയ്ക്കുകയും ലാത്തികൊണ്ടടിക്കുകയും ചെയ്യുന്നു. അത്തരം അതിക്രമങ്ങളുടെ ചിത്രങ്ങൾ ലോകമെമ്പാടും എത്തിക്കഴിഞ്ഞിരിക്കുന്നു.

സ്വദേശിക്കും വിദേശിക്കുമൊരുപോലെ ഇന്ത്യയെന്നത് ഭയത്തിന്റെയും മാനക്കേടിന്റെയും രാഷ്ട്രമായിമാറിക്കഴിഞ്ഞിരിക്കുന്നു. ഇനി വരും നാളുകളിൽ ആളിക്കത്താനിരിക്കുന്ന ഒരു മരണത്തിന്റെ വിൽപ്പത്രമേറ്റുവാങ്ങുന്നതാരെന്ന ചോദ്യത്തിന് മുമ്പിൽ ഭരണകർത്താക്കളെ വിമർശിക്കുന്നതിന് മുമ്പായി അൽപ്പം ആത്മവിചാരണ നടത്തേണ്ടതാവശ്യമാണെന്ന് തോന്നുന്നു. ഒടുങ്ങാത്ത രോഷത്തിൽ കത്തിച്ചാമ്പലാകുന്നത് സർക്കാർ സ്വത്തോ സ്വകാര്യ സ്വത്തോ ആകാം. സ്തംഭിക്കപ്പെടുന്നത് പൊതുജീവിതവും ഗതാഗതവും വ്യാപാരവുമെല്ലാമാകാം. രോഷത്തിന്റെ

മുനകൾക്ക് നശീകരണത്തിന്റെ ചായമാണുള്ളത്. ഒരൊറ്റ സംഭവം കൊണ്ടിത്രമാത്രം ജനമുന്നേറ്റം അതും വിദ്യാർത്ഥികളുടെ പ്രതിഷേധം ഡൽഹിയിലെല്ലായിടത്തും ഉയർന്നുവന്നത് ഒരുപക്ഷേ, തൊണ്ണൂറുകളിൽ മണ്ഡൽ കമ്മീഷനെതിരെയുണ്ടായ പ്രക്ഷോഭങ്ങൾക്കുശേഷം ആദ്യമായിട്ടായിരിക്കാം. തലസ്ഥാന നഗരിയിലോടുന്ന ഒരു രാത്രിവാഹനത്തിൽപ്പോലും അക്രമമുണ്ടാകാനിടയില്ലെന്നും യാത്ര സുഗമമായേക്കുമെന്നുമുള്ള മിഥ്യാചിന്തയാണ് ആ പെൺകുട്ടിയുടെ ദുരന്തത്തിന് വഴിയൊരുക്കിയത്. കോമൺവെൽത്ത് ഗെയിംസിനുശേഷമുണ്ടായ ഡൽഹിയുടെ അഭൂതപൂർവമായ വളർച്ചയെയും പൊലീസ് സുരക്ഷയെയും സംബന്ധിച്ച് പരോക്ഷമായ ജനതയ്ക്കുണ്ടാക്കിയ വിശ്വാസമാണിതിന് വഴിവെച്ചത്.

ഒരുകാലത്തും സുരക്ഷിതമല്ലാതിരുന്ന ഡൽഹിയെക്കുറിച്ച് ഷീലാ ദീക്ഷിത്തിന്റെ സർക്കാരിന് സമർഥമായി വ്യാജസന്ദേശം പ്രചരിപ്പിക്കാൻ സാധിച്ചതിനുപിന്നിൽ വാർത്താമാധ്യമങ്ങളുടെ പങ്കൊട്ടും ചെറുതല്ല. നിയോലിബറൽ മൂലധനത്തിന്റെ പെരുപ്പത്തിൽനിന്നുതന്നെ വളർന്നുപൊന്തിയ സംഘാടകനാണ് ഒടുവിൽ അഴിമതിക്കേസിൽ കുടുക്കിലായ കമാൽഡി. ത്വരിതഗതിയിലുണ്ടായ പൊളിച്ചുമാറ്റങ്ങളും റോഡ് നിർമാണവുമെല്ലാം ഡൽഹിയെ ലോകനിലവാരത്തിലേക്ക് ഉയർത്തിയിരിക്കുന്നുവെന്ന സന്ദേശമാണ് ഓരോ ദിവസവും പ്രചരിച്ചിരുന്നത്. കോമൺവെൽത്തിനുശേഷം അതീവ സുരക്ഷയുള്ള പ്രദേശമായി തലസ്ഥാനം മാറിയെന്ന സന്ദേശത്തോടൊപ്പം എവിടെയും എന്തും രേഖപ്പെടുത്തുന്ന സി സി ടി വി ക്യാമറകളും ഉയർന്ന പൊലീസ് സെല്ലുകളും നിലവിൽവന്നു. ഇവയുണ്ടാക്കിയ മിഥ്യാബോധം ഏറ്റവുമധികം സ്വാധീനിച്ചത് ഡൽഹിയിലെ യുവാക്കളെയാണ്. മുംബൈയിലെ ഭീകരാക്രമണത്തിനുശേഷം ചേക്കേറാനിടയൊരുക്കിയ മെട്രോപൊളിറ്റൻ നഗരമാണ് ഡൽഹിയെന്ന ബോധം അന്യസംസ്ഥാനക്കാരെ ഇങ്ങോട്ടടുപ്പിച്ചു. ഒപ്പം ഡൽഹിയിലൊരിക്കലും പട്ടിണിയനുഭവിക്കേണ്ടെന്ന മൂലധനത്തിന്റെ വക്താക്കളുടെ സെൻസസുകൾ പറഞ്ഞുവെച്ചു. ഇതോടെ സംഘടിക്കാനും വിൽക്കപ്പെടുന്ന അധ്വാനത്തിലൂടെ ആഹരിക്കാനും മാത്രമായൊരു വർഗം (ഐ ടി മേഖലയിലെ ജോലിക്കാരുൾപ്പെടെ റിക്ഷാവാലകൾവരെ) ഇവിടെ വളർന്നുവരികയുണ്ടായി. വാസ്തവത്തിൽ ഡൽഹിയുടെ ഉത്തര മൂലധന (Post Capital) സാമൂഹ്യശാസ്ത്രം ചെയ്തതെന്തായിരുന്നു?

നിഷ്കാസിതരുടെ പീഡനങ്ങൾ

കോമൺവെൽത്ത് ഗെയിംസിന് മുമ്പ് ഷീലാദീക്ഷിത് സർക്കാർ ചെയ്തുതീർത്ത കാര്യങ്ങൾ ഖേദജനകമാണ്. നാലായിരത്തോളം പച്ചക്കറിക്കടക്കാരും പഴങ്ങൾ വിൽപ്പന നടത്തുന്നവരും ഡൽഹിയിൽനിന്നും തുരത്തപ്പെട്ടു. അഭയാർഥികളായി ഡൽഹിയിലെത്തിച്ചേർന്നവർ അധി

കവും വീടും കുടിയുമില്ലാതെ നിഷ്കാസിതരായി. പിച്ചക്കാരെയും തെണ്ടികളെയും നഗരത്തിന്റെ മൂലകളിൽനിന്നും ആട്ടിപ്പായിച്ചു. അമ്പലങ്ങളുടെ പരിധിയിൽമാത്രം ഒതുങ്ങി ജീവിച്ചിരുന്നവരും ഇവിടെനിന്നും തുരത്തപ്പെട്ടു. പാലങ്ങളുടെയും നദികളുടെയും അരികിൽ അന്തിയുറങ്ങുന്നവരും ഇവിടംവിട്ട് പോകേണ്ടിവന്നു. നഗരത്തിൽ കഴിയുന്നവർക്ക് സർക്കാർ ആവശ്യപ്പെട്ട നാഗരികത സമ്മതിദാനാവകാശമായ പരിചയപത്രമാണ് (Identity Card). മുനിസിപ്പൽ ഓഫീസിൽ പേരോ വിലാസമോ ഇല്ലാത്ത ഏതൊരാളും ഡൽഹിയുടെ ശത്രുവും ഭീകരനുമായി മാറിത്തീർന്നു. കൈമുദ്ര പതിഞ്ഞ യോജനാപത്രവും സർക്കാർ നടപ്പിലാക്കി.

പെരുകുന്ന കുറ്റകൃത്യങ്ങളെ തടുക്കുവാനുള്ള മാർഗമാണിതെന്നായിരുന്നു സർക്കാരിന്റെ വാദം. സാധാരണ മനുഷ്യർ മുതൽ കാലങ്ങളായി ഇവിടെ വസിക്കുന്നവർക്കെല്ലാം അവരുടെ തള്ളവിരൽ മുദ്ര പതിഞ്ഞ രേഖകളും അവ രേഖപ്പെടുത്തിയ രജിസ്റ്ററുകളും പുറത്തിറങ്ങി. ഭരണകൂടമെന്ന വിധ്വംസകയന്ത്രം അതിന്റെ കണ്ണുകളും അധികാരകേന്ദ്രിതമായ രൂപകങ്ങളും സമർഥമായി ഉപയോഗിച്ചതിനുശേഷമാണ് വലിയ ഫ്ളൈ ഓവറുകളും നടപ്പാതയും ഇവിടെ നിർമിക്കപ്പെട്ടത്. ഗരീബി ഹഠാവോ (ദാരിദ്ര്യം തുടച്ചുമാറ്റൂ) എന്ന പഴയ മുദ്രാവാക്യം ഷീലാ ദീക്ഷിതിന്റെ സർക്കാർ മൊഴിമാറ്റം ചെയ്ത് ഗരിബോംകൊ ഹഠാവോ (പാവങ്ങളെ തുരത്തൂ) എന്നാണെന്ന് പറഞ്ഞാൽ തെറ്റാവില്ല. പാവങ്ങളും നിരക്ഷരരുമാണ് അവിടെനിന്നും പുറത്തായത്. അവരുടെ ജുഗ്ഗികളിൽ പൊലീസിന്റെയും നേതാക്കളുടെയും ആധിപത്യം തുടർന്നുകൊണ്ടേയിരുന്നു. ഗർഭിണികളായ യുവതികളും പെൺകുട്ടികളും നിരന്തരമായി മാനഭംഗത്തിനിരയായി. അവരുടെ ശബ്ദങ്ങൾ ചില കേൾവികളിലും കടലാസിലുമായി ഒതുങ്ങി.

ഒരു വശത്ത് നഗര നവീകരണത്തിനായുള്ള ബദ്ധപ്പാടുകൾ നടക്കുമ്പോൾ മറുവശത്ത് പുതുമൂലധനത്തിന്റെ വലിയൊരു സംസ്കാരം വളർന്ന് പന്തലിക്കുന്നുണ്ടായിരുന്നു. എളുപ്പത്തിൽ ലഭ്യമാകുന്ന മൊബൈൽ സംസ്കാരമെന്നതിനെ വിശേഷിപ്പിക്കുന്നതിൽ തെറ്റില്ല. ഈ സംസ്കാരം അത് പരത്തുന്ന ഇമേജുകൾ, വിൽപ്പനയുടെ സൂത്രങ്ങൾ ഇവയെല്ലാം ഡൽഹി ശരാശരി വരുമാനക്കാരിലേക്കും ഇറങ്ങിച്ചെന്നിരിക്കുന്നുവെന്ന വാസ്തവമാണ് സർക്കാരിന് ഇതുവരെ മനസിലാകാതിരുന്നത്. പുതുമൂലധനത്തിന്റെ ലോകത്തിന് അറിയാവുന്ന വിദ്യ ഒന്നേയുള്ളു – കൊടുക്കുകയും വാങ്ങുകയും. ഈ കൊടുക്കൽ – വാങ്ങൽ പ്രക്രിയയിൽ കമ്പോളവൽക്കരിക്കപ്പെട്ട വസ്തുവാണ് സ്ത്രീയുടെ ഉടൽ. പരസ്യലോകത്ത് സമർഥമായി ചിഹ്ന നിർമിതികൾകൊണ്ടും പ്രദർശനംകൊണ്ടും വിൽക്കപ്പെടുമ്പോൾത്തന്നെ അതിനപ്പുറമുള്ള ഇരുണ്ടലോകമെന്ന് നാഗരികർ മുദ്രകുത്തുന്ന വണിക്കുകളുടെയും വാണിഭക്കാരുടെയും ലോകത്തിൽ അവർ ആഗ്രഹപൂരണത്തിനായി കാത്തിരിക്കുന്നതും

ഉടൽമാത്രമാണ്. ശരീരമൊരു വിൽപ്പനച്ചരക്കാണെന്ന ചിന്ത മാത്രമല്ല ബലാൽക്കാരത്തിന് പുറകിലുള്ളത്. ശരീരത്തിന്റെ ചലനവും ചേഷ്ടയും വ്യതിയാനവുമെല്ലാം കീഴ്പ്പെടുത്താമെന്ന പൈശാചിക ചിന്തകൂടി അതിൽ ഉൾക്കൊണ്ടിരിക്കുന്നു.

കോലംകെട്ട ജീവിതം നയിക്കുന്ന ബസുടമയും സുഹൃത്തുക്കളുമാണ് ഡൽഹിയിലെ വിദ്യാർഥിനിയായ പെൺകുട്ടിയെ ബലാൽക്കാരം ചെയ്തതും വഴിയിലേക്ക് വലിച്ചെറിഞ്ഞതും. തട്ടിയെടുത്ത മുതൽകൊണ്ട് വീണ്ടും മദ്യപിക്കാനാണവർ തീരുമാനിച്ചിരുന്നത്. ഡൽഹിയിൽനിന്നും ഇതര സംസ്ഥാനങ്ങളിലേക്ക് ഓടിക്കൊണ്ടിരിക്കുന്ന രാത്രിവണ്ടികളിൽ സ്ഥിരം നടക്കുന്ന സംഭവം തന്നെയാണിത്. ഈ നിഷ്ഠുരകൃത്യം വെളിച്ചത്തായതിന്റെയും പിന്നീടുണ്ടായ പ്രക്ഷോഭത്തിന്റെയും പുറകിൽ നശിപ്പിച്ചശേഷം ഉപേക്ഷിക്കപ്പെട്ട പൊതുവിടത്തിന്റെ പ്രാധാന്യമേറെയുണ്ട്. സ്ഥിരം ശരീരചലനങ്ങൾ ഒപ്പിയെടുക്കുന്ന സി സി ടി വി ക്യാമറകളില്ലാത്ത നിരത്തുകളിലും ഒഴിയിടങ്ങളിലും നടക്കുന്ന ബലാൽക്കാരവും അവയവ വിൽപ്പനയും ആരുമറിയുന്നില്ല. ബലാൽക്കാരത്തിനായി ഉപയോഗിച്ച സ്കൂൾബസെന്ന വാഹനം സമൂഹമനഃസാക്ഷിയെ ഞെട്ടിക്കുന്ന ഒന്നാണ്. ആ ബസിൽ യാത്രചെയ്യാൻ വിദ്യാർഥികൾ വിസമ്മതിച്ചുവെന്ന് മാധ്യമങ്ങൾ പറയുന്നു. എങ്കിലും വൃത്തിയാക്കലിനും തേച്ചുമിനുക്കലിനുമെല്ലാംശേഷം വീണ്ടും ആ വാഹനം ഡൽഹിയിലെ തെരുവിലിറങ്ങി. പുതിയൊരു ഡ്രൈവർ അതോടിക്കുന്നു. മാതാപിതാക്കൾ എല്ലാം മറക്കുന്നു.

തെറ്റുന്ന വ്യാകരണം

സ്റ്റേറ്റിന്റെ തന്ത്രപരമായ നീക്കങ്ങൾ ജനതയ്ക്ക് മുകളിൽ എങ്ങനെയാണ് നടപ്പാക്കുന്നതെന്ന് നമ്മൾ കണ്ടു. അതിനെക്കാളും വലിയ ഫലിതം നേതാക്കളുടെ വലിയ വൃന്ദം ബലാൽക്കാരത്തിനെ എതിർക്കാനും ജനങ്ങളുടെ രോഷത്തെ അപലപിക്കാനും സ്വീകരിച്ച വ്യാകരണമാണ്. ജന്തർമന്ദറിൽ പ്രകടനത്തിനെത്തിയവരെ മാവോയിസ്റ്റുകൾ എന്നാണ് ആഭ്യന്തരമന്ത്രി സുശീൽകുമാർ ഷിൻഡെ വിശേഷിപ്പിച്ചത്. സർക്കാരിനെതിരെയുള്ള ഏതൊരു പ്രകടനത്തിലും തീവ്രവാദമുൾക്കൊണ്ടിരിക്കുന്നുവെന്ന നിഗൂഢസന്ദേശമാണിത് പ്രചരിപ്പിക്കുന്നത്. ക്രമസമാധാനം തന്റെ പരിധിക്കുള്ളിൽ കടന്നുവരുന്ന ഒന്നല്ലെന്ന സന്ദേശമാണ് ഷീലാദീക്ഷിത് നൽകിയത്. ഡൽഹി പൊലീസിന്റെ അപചയം താൽക്കാലികമായുണ്ടായ പിഴയെന്നാണ് സോണിയ ഗാന്ധി സംഭവം നടന്നതിന്റെ രണ്ടാം ദിവസം അഭിപ്രായപ്പെട്ടത്. പെൺകുട്ടിയുടെ നില വഷളാകുമെന്ന പ്രതീതി അവരിലാരിലും നിഴലിച്ചതായി കണ്ടില്ല. പ്രധാനമന്ത്രിയാകട്ടെ, തന്റെ വൈകിയ സന്ദേശം വായിച്ചുകഴിഞ്ഞ് അത് സംപ്രേഷണം ചെയ്തവരോട് ഠീക് ഹേ (ശരിയല്ലേ) എന്ന് ചോദിക്കുകയുണ്ടായി. വ്യക്തമായ എഡിറ്റിങ്ങില്ലാതെ മാധ്യമങ്ങളിലൂടെ ലക്ഷങ്ങൾ കണ്ട ആ സന്ദേശത്തി

നുള്ള പ്രതികരണം കടുത്ത എതിർപ്പായിരുന്നു. ഡൽഹിയിൽ സംസ്ഥാന മുഖ്യമന്ത്രിമാരുടെ യോഗം വിളിച്ചുകൂട്ടുകയും അതിൽ സ്ത്രീസുരക്ഷ യെന്ന ആശയം അവതരിപ്പിക്കുകയും ചെയ്ത പ്രധാനമന്ത്രി എവിടെയോ തന്റെ ചുവട് പിഴച്ചത് ബോധപൂർവമായിത്തന്നെ കണ്ടില്ലെന്ന് നടിച്ചു. പ്രസിഡന്റ് പ്രണബ് മുഖർജിയുടെ മകനാകട്ടെ, ആളിക്കത്തുന്ന രോഷത്തെ സ്ത്രീകളുടെ വേഷ സംവിധാനത്തെയും ചേഷ്ടകളെയും ആസ്പദമാക്കി അപലപനീയമായ ഭാഷയിൽ പ്രസ്താവനയിറക്കുകയും പിന്നീട് മാപ്പ് പറയുകയും ചെയ്തു.

സ്ത്രീ ബലാൽക്കാരമെന്നത് തികച്ചും ലിംഗനിർണയപരമായ എന്നാൽ ഏകീകൃത വിധിന്യായമുള്ള പുരുഷ ഭാഷയാകുന്നതാണ് നാമി വിടെ കാണുന്നത്. ബലാൽക്കാരത്തിന്റെ രാഷ്ട്രീയം വോട്ടുപെട്ടികൾ മാത്രമായി ചുരുങ്ങിയിരിക്കുന്നു. നന്ദിഗ്രാമിലുണ്ടായ കൂട്ടബലാൽസംഗ ങ്ങളെ അപലപിച്ച് സ്ത്രീവാദികളും എൻ ജി ഒ കളുമെല്ലാം പ്രകടനം നടത്തുകയും അക്രമത്തിനിരയായവർക്ക് നീതി ആവശ്യപ്പെടുകയും ചെയ്തപ്പോൾ ബൃന്ദാകാരാട്ട് പറഞ്ഞത് ചൂണ്ടിക്കാണിക്കുന്ന കണക്ക് തെറ്റാണെന്നും ചിലർ മാത്രമേ ബലാൽക്കാരത്തിനിരയായിട്ടുള്ളൂവെന്നു മാണ്. ചില സ്ത്രീകൾ ബലാൽക്കാരമാഗ്രഹിക്കുന്നവരോ അർഹിക്കു ന്നവരോ ആണെന്നാണ് സി പി ഐ (എം) ന്റെ അവ്യക്തമായ നിലപാ ടുകൾ ചൂണ്ടിക്കാട്ടുന്നത്. ദുർബലമായ പ്രതിപക്ഷത്തിന്റെ ശബ്ദം ക്ഷയി ക്കുമ്പോൾ ഭരണപക്ഷം ശക്തമാകുന്നുവെന്നല്ല ഇതിന്റെ വിവക്ഷ. മറിച്ച് ഭരണപക്ഷവും പ്രതിപക്ഷവും തമ്മിൽ സാരമായ വ്യത്യാസമൊന്നുമി ല്ലെന്നാണ്.

തൃണമൂൽ കോൺഗ്രസ് പ്രവർത്തകയായ കാകോളിഘോഷ് വിമാ നത്താവളത്തിൽ നടന്ന ബലാൽക്കാരത്തിന് മറ്റൊരു മുഖം മൂടിയണി യിച്ചു. ജ്യോതിയുടെ ബലാൽക്കാരം നടന്നതിനു തൊട്ടുപിറ്റേന്നാണ് ബംഗാളിലെ ഗ്രാമത്തിലൊരിടത്ത് ആദിവാസി സ്ത്രീയെ ക്രൂരമായി പീഡിപ്പിച്ച് ചുട്ടെരിച്ചു കൊന്നത്. മമതയുടെ സർക്കാർ ജനജീവിതത്തിന്റെ ഒരുവശം മാത്രമേ അറിയുന്നുള്ളൂ എന്നറിയിക്കാനാണത്രേ എം എൽ എ ആയി അനിസുർ റഹ്മാൻ സി പി ഐ എം ഒരിക്കലും ഉപയോഗിച്ചി ട്ടില്ലാത്ത നീചഭാഷയിൽ അവർക്കെതിരെ സംസാരിച്ചത്.

മാർക്സിസ്റ്റ് പാർട്ടിക്കുള്ളിൽ തന്നെയുള്ള കുത്തിത്തിരിപ്പുകളും നുണ പ്രചാരണവും അപഹാസ്യമായ ഭാഷാപ്രയോഗവും ബലാൽക്കാ രത്തിന്റെതന്നെ മറ്റൊരു വശമാകുന്നു. പ്രബലമായ അധികാരത്തെ ചെറു ക്കാൻ പാർട്ടിയുടെ ഭാഷാപ്രയോഗം മാനസികമായ ബലാൽക്കാരമാണ് നടത്തുന്നത്. ശരീരവേദനയേക്കാൾ യാതനാനിർഭരമായ മാനസികാസ്വാ സ്ഥ്യമുണ്ടാക്കുമ്പോഴാണ് അണികൾ മുറിയുന്നതും.

ബലാൽക്കാരത്തിന്റെ വ്യാകരണം ബലത്തിന്റെ വ്യാകരണമല്ലെന്ന ചിന്ത ചില എൻ ജി ഒ കൾക്ക് പോലുമുണ്ടെന്ന് തോന്നുന്നില്ല. കമ്പോള സംസ്കാരത്തെ എതിർക്കേണ്ടിടത്ത് എതിർക്കാതെ അതിന്റെ ഉപയോ

ഗക്ഷമത മനസിലാക്കിക്കൊണ്ട് പെൺകുട്ടികൾ എങ്ങനെയുള്ള വസ്ത്ര ധാരണം ചെയ്യണമെന്ന് അഭിപ്രായപ്പെടുന്നവർ ഇതിനുള്ളിലുണ്ട്. ചില വനിതാ ജഡ്ജിമാർ അതിനെ അനുകൂലിക്കുന്നുണ്ടെന്നതാണ് സങ്കടക രമായ കാര്യം. വസ്ത്രവും ശരീരവും തമ്മിലുള്ള ബാന്ധവമായി ഈ വ്യാകരണം ചുരുങ്ങിപ്പോയിരിക്കുന്നു.

നിയമത്തിന്റെ കീഴടങ്ങൽ

ബലാൽക്കാരങ്ങൾ തടയാൻ സ്ത്രീകൾ പുരുഷന്മാരെ പ്രലോഭി പ്പിക്കരുതെന്ന ചിന്തയിലും പാപ്പരത്തമുണ്ട്. ഇന്ത്യയിലെ ഒരൊറ്റ നഗര ത്തിൽ പോലുമിന്ന് കമ്പോളത്തെ സ്വീകരിക്കാത്ത സ്ത്രീപുരുഷന്മാരില്ല. കുടുംബബന്ധങ്ങൾക്കുള്ളിലും കമ്പോളത്തിന്റെ ബലതന്ത്രങ്ങൾ പ്രവർത്തനക്ഷമമായിരിക്കുന്നു. ആഗ്രഹിക്കുന്ന വസ്തുവോ ഉൽപ്പന്നമോ കിട്ടാതെ വരുന്ന സന്ദർഭത്തിലാണ് കമ്പോള വ്യവസ്ഥയ്ക്കുള്ളിൽ വസ്തുക്കളുടെ അപരനിർണയം നടക്കുന്നത്. ആഗ്രഹമെന്നത് മനുഷ്യ സ്വഭാവമായതിനാൽത്തന്നെ അതിനെ പാടേ നിർവീര്യമാക്കാൻ ഒരു വ്യവ സ്ഥയ്ക്കും സാധിക്കുകയില്ല. മധ്യവർഗത്തിന്റെ വസ്ത്രധാരണവും പെരു മാറ്റവും നിയന്ത്രിക്കുന്നതിൽ ഈ വ്യവസ്ഥിതിക്ക് അതിന്റേതായൊരു പങ്കുണ്ട്. പക്ഷേ, ഇന്ന വസ്ത്രധാരണത്തിൽ സ്ത്രീ ബലാൽക്കാരത്തി നായുള്ള ഉപകരണമായിത്തീരുന്നുവെന്ന് വ്യാഖ്യാനിക്കുന്ന സ്ത്രീവാ ദികൾ ഒരു പ്രത്യേക പുരുഷസ്വഭാവത്തെ നോട്ടം, ആംഗ്യങ്ങൾ, പെരു മാറ്റം ഇവയെമാത്രം കാണുന്ന വ്യാകരണമാണ് നിർമിച്ചെടുക്കുന്നത്.

സ്ത്രീനീതി ലഭ്യമാകണമെങ്കിൽ വസ്ത്രധാരണത്തിലധിഷ്ഠിത മായ മുന്നേറ്റമോ ലൈംഗിക വിദ്യാഭ്യാസമോ അത്യാവശ്യമെന്ന് വാദി ക്കുന്നതിലും കഴമ്പൊന്നുമില്ല. മൂല്യബോധത്തെ പുനഃസ്ഥാപിക്കുകകൂടി യാണല്ലോ നിയമം ചെയ്യുന്നുവെന്ന് നാം വിശ്വസിക്കുന്നത്. പലപ്പോഴും ഇന്ത്യൻ നിയമവ്യവസ്ഥയിൽ നിരന്തര പരിണാമങ്ങൾക്കുള്ള സാധ്യ തയെ നാം സ്വീകരിക്കാൻ തയാറായിട്ടില്ല. സുനിശ്ചിതമായ സുസ്ഥിതി മനനമില്ലാതെ നിയമത്തെ സമീപിക്കുന്നത് ഒരിക്കലും വിമോചകമല്ല താനും.

ഷാബാനു കേസിനോടാസ്പദമായി ഏകീകൃത സിവിൽകോഡ് വേണമെന്ന ആവശ്യമുയരുകയുണ്ടായെങ്കിലും അതിനുള്ള സാദ്ധ്യത കൾ വിരളമായതെങ്ങനെയെന്ന് നാം കാണുകയുണ്ടായി. ബലാൽക്കാര നിയമങ്ങൾ ഇന്ത്യയിൽ പ്രധാനമായും നാല് തരത്തിലാണുള്ളത്. കസ്റ്റ ഡിയിൽവെച്ച് ഒരു സ്ത്രീക്കുണ്ടാകുന്ന മാനഭംഗത്തെയാണ് ഈയടു ത്തുവരെ കോടതികൾ സമർഥിച്ചിരുന്നത്. 1983 ൽ 376–ാം വകുപ്പ് ഐ പി സി ഭേദഗതിചെയ്യപ്പെട്ടു. കൂട്ട ബലാൽസംഗത്തിന് വകുപ്പ് 376 ലെ 2–ഭ വിഭാഗം പറയുന്നത് വധശിക്ഷവരെ കൊടുക്കാമെന്നാണ്. പക്ഷേ, ഒരിടത്തും വധശിക്ഷയുടെ പ്രാമാണ്യമെന്തെന്നോ ഇതര പ്രശ്നവൽക്ക രണമെന്തെന്നോ പറഞ്ഞുകാണുന്നില്ല. കൂട്ട ബലാൽക്കാരത്തിനിരയായ

പ്രതി മരിക്കുകയാണെങ്കിൽ വധശിക്ഷയാവാമെന്നത് തിരിച്ചറിവില്ലാത്ത നിയമത്തിന്റെ പ്രസ്താവ്യം മാത്രമാണ്. മധുരയിലുണ്ടായ കുപ്രസിദ്ധ മായ ദളിത് യുവതിയുടെ മാനഭംഗക്കേസ് നടപ്പാക്കിയതും ഇതേ നിയമ മാണ്. മഹാരാഷ്ട്രയിലെ ചന്ദ്രപൂർ ജില്ലയിലെ ദേശായിഗഞ്ച് പൊലീസ് സ്റ്റേഷനിലാണ് പൊലീസുകാർ ഈ ദളിത് യുവതിയെ കൂട്ടബലാൽക്കാ രത്തിനിരയാക്കിയത്. ജീവപര്യന്തം തടവുമുതൽ വധശിക്ഷവരെ ആകാ മെന്ന അനുമാനങ്ങൾ മാത്രമടങ്ങുന്ന ഇന്ത്യൻ നിയമാവലി വലിയൊരു മാറ്റത്തിന് തുടക്കമിടേണ്ട ആവശ്യമെത്തിയിരിക്കുന്നു.

പെൺകുട്ടിയുടെ ദുരന്തത്തിനുശേഷം മനുഷ്യാവകാശവാദികളായ ആർക്കും വധശിക്ഷയ്ക്കെതിരെ സംസാരിക്കാനാകുമെന്ന് തോന്നുന്നില്ല. കാരണം അത്രയ്ക്ക് ശക്തമാണ് കുറ്റവാളികൾക്കും ഇന്ത്യൻ നീതി ന്യായവ്യവസ്ഥയ്ക്കുമെതിരെയുള്ള ജനമുന്നേറ്റം. എന്നാൽ നമ്മുടെ നിയമം എത്രയോ തവണ അടിയറവ് പറഞ്ഞിരിക്കുന്നുവെന്ന ചരിത്രം നാമൊരിക്കലും ഈ അവസരത്തിൽ മറക്കരുത്. ജീവനുവേണ്ടി മൽപ്പി ടുത്തം നടത്തിയ ജ്യോതിയുടെ കാര്യമിതായിരിക്കേ ഓരോ ബലാൽക്കാ രത്തിനുശേഷവും നിഷ്ഠുരമായി കൊലചെയ്യപ്പെട്ട സ്ത്രീകൾക്ക് അവ രുടെ കുടുംബങ്ങൾക്ക് പലപ്പോഴും ലഭിക്കാതെപോയിട്ടുള്ള നീതിയോ? പരമോന്നത നീതിനിർവഹണ കേന്ദ്രമായ സുപ്രീംകോടതിവരെ നീളുന്ന കേസുകൾ അനവധിയുണ്ട്.

ജന്തർമന്ദറിലെ പ്രകടനത്തിൽ വ്യക്തതയില്ലാത്ത സാഹചര്യത്തിൽ മരണമടഞ്ഞ തൊമാറെന്ന പൊലീസ് ഉദ്യോഗസ്ഥനും അദ്ദേഹത്തിന്റെ കുടുംബവും ഇതുപോലെ നീതിയർഹിക്കുന്നുണ്ട്. ജനവികാരത്തിന്റെ ഇരകളും ജനാധിപത്യത്തിൽ നീതിക്കു പുറത്താകരുത്.

തിരിച്ചറിവുകൾ

രാജ്യത്തെ സ്തംഭിപ്പിച്ച സംഭവത്തിനൊടുവിൽ ആ പെൺകുട്ടിയെ ധീരവനിതയെന്നും ദേശപുത്രിയെന്നുമെല്ലാമാണ് പ്രധാനമന്ത്രി വിശേ ഷിപ്പിച്ചത്. യാഥാസ്ഥിതികമായ മൂല്യവിചിന്തനത്തിൽനിന്നും പിറന്നുവീ ഴുന്ന വാക്കുകളോ വാചാടോപമോ ആണിത്. ശത്രുവിനെതിരെയുള്ള യുദ്ധം ജയിച്ച് തിരിച്ചുവരുന്ന രജപുത്രയോദ്ധാക്കളെ തിലകമണിയിക്കുന്ന യുവതികളുടെയും ശത്രുപാളയങ്ങളിൽ പരാജിതരായി ഒടുവിൽ കഴുമ രത്തിലേക്ക് വലിച്ചിഴയ്ക്കപ്പെടുകയും ചെയ്ത ഭടന്മാരുടെയും ചരി ത്രമാണിവിടെ ഇപ്പോഴും ഭാഷ്യമാകുന്നത്. മരണത്തെ പുൽകിക്കൊണ്ടി രിക്കുമ്പോളാണല്ലോ ജ്യോതിയെ ചികിത്സിക്കായി സിംഗപ്പൂരിലേക്ക് കൊണ്ടുപോയത്. കൂട്ട ബലാൽക്കാരത്തിനൊടുവിലുണ്ടായ ഈ മര ണവും ചിന്ത്യമായിരുന്നെങ്കിലും ഒരു പുനർ ജീവിതമുണ്ടായിരുന്നെങ്കിൽ അവരുടെ നിലയെന്താകുമായിരുന്നു? ബലാൽക്കാരങ്ങൾ അനുസ്യൂതം തുടർന്നുകൊണ്ടേയിരിക്കുന്നു. ഈ സംഭവത്തിനുശേഷം അധികംവൈ കാതെ ഗർഭിണിയായൊരു സ്ത്രീ കൂട്ടബലാൽക്കാരത്തിനിരയായി.

ബംഗാളിൽ വർഷാവസാനത്തോടെ മറ്റൊരു ക്രൂരബലാൽക്കാരം അരങ്ങേറി. ശിശു ബലാൽക്കാരങ്ങൾ 2012 ൽ മാത്രം അറുന്നൂറിലധികം രേഖപ്പെടുത്തിക്കഴിഞ്ഞു. സ്ത്രീകൾ അവരുടെ സുരക്ഷയ്ക്കായി പാർലമെന്റിൽ സമർപ്പിച്ച നിർദേശങ്ങളെ സ്റ്റേറ്റ് വെട്ടിയും ചുരുക്കിയുമാണ് ഒരു ബില്ലാക്കി പാസാക്കുന്നതെന്നാണ് നമ്മുടെ ജനാധിപത്യത്തിന്റെ വികൃതമുഖം.

ലിംഗനിർണയത്തിൽ സമത്വം അവാശപ്പെടുമ്പോൾത്തന്നെ നമ്മുടെ ആത്മപരിശോധന നമുക്കെന്തെങ്കിലും നൽകിയോ എന്ന ചോദ്യം ബാക്കിയാക്കുന്നു. ഇന്ത്യയുടെ വൈവിധ്യത്തിൽ ലിംഗനിർണയത്തെയും സമത്വത്തെയുംക്കുറിച്ച് ചിന്തിക്കുന്നത് സമാന്തര ലൈംഗികതയെ മുൻനിറുത്തിയായിരിക്കണം. സ്വവർഗ സ്നേഹികളും ഉഭയലൈംഗികരും ക്രൂരമായി പീഡിപ്പിക്കപ്പെടുന്ന നഗരങ്ങളും ഗ്രാമങ്ങളുമാണ് ഇന്നും നമുക്കുള്ളത്. ഇന്നിപ്പോൾ ജനം ഉണർന്നിരിക്കുന്നുവെന്ന് നാം വിശ്വസിക്കുന്നു. പൈശാചികമായി വേട്ടയാടപ്പെടുന്ന ഇതരവർഗങ്ങളുടെ ലിംഗാധിഷ്ഠിത സമത്വവും സ്വത്വവും ഇന്ത്യയിലെ ബലാൽക്കാരത്തിന്റെ രാഷ്ട്രീയം മനസിലാകാതെപോകുന്നതെന്തുകൊണ്ട്?

വാർത്താമാധ്യമങ്ങളുടെ കാവലാളിത്തവും ഇവിടെ വിമർശിക്കേണ്ടതാവശ്യമാണ്. ബലാൽക്കാരം നടന്ന ചില സമൂഹങ്ങളിലേക്കിറങ്ങിച്ചെന്ന് നിങ്ങൾ അപമാനിതയാകാൻ കാരണം മുസ്ലീം പെൺകുട്ടി ആയതിനാലാണോ എന്നും പെണ്ണായി വേഷംധരിച്ച പുരുഷനായതിനാലാണോ മാനഭംഗപ്പെട്ടതെന്നും ചോദ്യങ്ങൾ ചോദിക്കുന്ന ദൃശ്യമാധ്യമങ്ങളിലെ അവതാരകർ ബലാൽക്കാരം തന്നെയാണ് ചെയ്യുന്നത്. അവരുടെ ഭാഷയ്ക്കുള്ളിൽ കെട്ടടങ്ങാത്ത പുരുഷകേന്ദ്രീകൃത ലൈംഗികത നിറഞ്ഞിട്ടുണ്ട്. അവരുടെ ക്യാമറകളാകട്ടെ, ബലാൽക്കാരത്തിന്റെ ഉപകരണങ്ങളുമാണ്. ഇവിടെയാണ് ഭാഷയെയും ഉപകരണത്തെയും ആസ്പദമാക്കിയുള്ള ബലാൽക്കാര രാഷ്ട്രീയം കുടികൊള്ളുന്നത്.

നീതിയാണ് വേണ്ടത്, പകപോക്കലല്ല

ജെ ദേവിക

ഇന്ത്യൻ ഫെമിനിസത്തെ സംബന്ധിച്ചിടത്തോളം ഡൽഹിയിൽ അലയടിച്ച സ്ത്രീപീഡനവിരുദ്ധ സമരങ്ങൾ ഒരു നിർണായക സംഭവം തന്നെയാണ്. 1970 മുതൽ അടുത്തകാലം വരെയും ഇന്ത്യൻ സ്ത്രീപ്രസ്ഥാനം പൊതുജന ശ്രദ്ധയിലെത്തിക്കാൻ പണിപ്പെട്ട പല പ്രശ്നങ്ങളും ഏതാനും ആഴ്ചകൾക്കിടയിൽ വലിയൊരു വിഭാഗം ജനങ്ങൾക്ക് സുപരിചിതങ്ങളായിത്തീർന്നിരിക്കുന്നു. അവരുടെ പ്രാധാന്യത്തെക്കുറിച്ച് വളരെപ്പേർക്ക് ബോധ്യം വന്നിരിക്കുന്നു. ബലാൽസംഗത്തിൽ ലൈംഗികാഭിലാഷം മാത്രമല്ല പ്രവർത്തിക്കുന്നതെന്നും സ്ത്രീകളോട് പൊതുവെ ചിലർക്ക് തോന്നുന്ന കടുത്ത വെറുപ്പിൽനിന്ന് മുളപൊട്ടുന്ന ഹിംസയാണതെന്നും ഫെമിനിസ്റ്റുകൾ വളരെക്കാലമായി വാദിക്കുന്നു. ഡൽഹി സംഭവം ഫെമിനിസ്റ്റുകളുടെ ഈ തിരിച്ചറിവിനുള്ള ഏറ്റവും ശക്തമായ തെളിവായി മാറിയിരിക്കുന്നു. ഫെമിനിസ്റ്റുകൾ നിരന്തരമായി എതിർത്തുവരുന്ന മറ്റൊരു ധാരണയുണ്ട്. ബലാൽസംഗത്തിനിരയായ സ്ത്രീക്ക് സർവസ്വം നഷ്ടപ്പെട്ടു എന്ന വിചാരം ഡൽഹിയിൽ നടന്ന കൊടും ക്രൂരതയ്ക്കെതിരെ ഉയർന്ന വിലാപങ്ങൾ പലതും ഈ മട്ടിലായിരുന്നെങ്കിലും ഹിംസയ്ക്കെതിരായ സ്ത്രീയുടെ അസാമാന്യ ധീരതമൂലം ഇതിന്റെ അടിത്തറയ്ക്കുതന്നെ ഇളക്കം തട്ടിയിരിക്കുന്നു. സ്ത്രീകളുടെ വസ്ത്രധാരണം, 'അടക്കമില്ലായ്മ' മുതലായവയാണ് ബലാൽസംഗത്തിനു കാരണമെന്ന തോന്നൽ ഏതാണ്ട് സാർവത്രികമാണ് നമ്മുടെ നാട്ടിൽ. അതിനെ എതിർക്കാൻ മുതിർന്നപലരും വലിയ വിലയും കൊടുക്കേണ്ടിവന്നിട്ടുണ്ട്. എന്നാൽ ഡൽഹി സംഭവത്തിനുശേഷം ഈ ധാരണപോലും വലിയൊരു പരിധിവരെ പുനർവിചിന്തനത്തിനു വിധേയമായിരിക്കുന്നു.

ലൈംഗിക പീഡനത്തിന്റെ അളവ് അതിന്റെ അതിസാധാരണത്വം എന്നിവയെക്കുറിച്ച് ഫെമിനിസ്റ്റുകൾ പറയുമ്പോൾ അവരെ അടച്ചാക്ഷേപിക്കുന്ന രീതിയാണ് മുൻപുണ്ടായിരുന്നത്. എന്നാൽ അവർ പറഞ്ഞതു നേരാണെന്ന് ഉറക്കെ പ്രഖ്യാപിച്ചുകൊണ്ടാണ് ഡൽഹിയിലെ തെരുവുകളിലേക്ക് പെൺകുട്ടികൾ പ്രതിഷേധവുമായി എത്തിയത്. ഇന്ത്യൻ മുതലാളിത്തത്തിന്റെ കുതിച്ചുചാട്ടം സ്ത്രീകളെ തൊഴിൽ വിപണിയിലെത്തിക്കുമെന്നും ഇവരുടെ പിതൃമേധാവിത്വകെട്ടുപാടുകളിൽനിന്ന് അവർ തനിയെ വിമുക്തരായിക്കൊള്ളുമെന്നും മറ്റുമുള്ള പ്രചാരണത്തെ ഇന്ത്യൻ സ്ത്രീപ്രസ്ഥാനം എതിർത്തതും ശരിയാണെന്ന് ഇപ്പോൾ വ്യക്തമായിരിക്കുന്നു. മരണപ്പെട്ട പെൺകുട്ടി ഇന്ത്യയിലെ മുതലാളിത്ത വിജയകഥയുടെ ഭാഗമായിരുന്നു (പിതാവിന്റെ ഭൂസ്വത്ത് വിറ്റുകിട്ടിയ പണംകൊണ്ട് പഠിച്ച് ഇവിടെ വികസിതമായിത്തീർന്നിരിക്കുന്ന സേവനമേഖലകളിൽ വിദഗ്ധ തൊഴിലാളിയായി ചേരാനുള്ള തയാറെടുപ്പിലായിരുന്നു അവൾ). തങ്ങളുടെ വിജയഗാഥയിൽ പങ്കാളികളായിത്തീരുന്ന സ്ത്രീകളെപ്പോലും സംരക്ഷിക്കാൻ കഴിവില്ലാത്ത ഭരണാധികാരികളാണ് ഇന്ത്യയിലെന്ന വസ്തുത ആഗോളതലത്തിൽ ശ്രദ്ധിക്കപ്പെട്ടിരിക്കുന്നു. അതുപോലെ, ഇന്ത്യയിലെ നിയമവ്യവസ്ഥയും നിയമപരിപാലന സംവിധാനവും ലിംഗനീതിയുടെ കാര്യത്തിൽ കാട്ടുന്ന അനാസ്ഥയും വ്യാപകമായി വിമർശിക്കപ്പെടുന്നു.

ഇന്ത്യൻ മുതലാളിത്തവിജയത്തിൽനിന്ന് ഒഴിവാക്കപ്പെടുന്നവരും അതിനാൽ നിഷ്കാസിതരായ സമൂഹങ്ങളിലെ സ്ത്രീകൾ ഇന്ത്യൻ ഭരണകൂടത്തിന്റെ ലൈംഗികാക്രമണത്തിനു ഇരയാകുന്നതിനെക്കുറിച്ചും അതിർത്തികളിലെ ജനങ്ങൾ പട്ടാളത്തിന്റെ ലൈംഗിക-ഹിംസയ്ക്കിരയാക്കുന്നതിനെക്കുറിച്ചും കൂടുതൽ ജനങ്ങളെ ബോധ്യപ്പെടുത്താനുള്ള അവസരമാണ് ഇവിടുത്തെ ജനാധിപത്യവാദികൾക്ക് ഇപ്പോൾ കൈവന്നിരിക്കുന്നത്. ഇന്റർനെറ്റിനും പുറത്തും രൂപമെടുത്ത വേദികളിൽ ബലാൽസംഗമടക്കമുള്ള ലൈംഗികാതിക്രമത്തിനിരയായ സ്ത്രീ സ്വന്തം അനുഭവങ്ങൾ പങ്കുവെക്കാൻ തയാറായിരിക്കുന്നു. ഇതു സൃഷ്ടിക്കുന്ന ശാക്തീകരണം സർക്കാർവൽക്കൃത സ്ത്രീശാക്തീകരണത്തിന്റെ പരിമിതികളെ വെളിപ്പെടുത്തുന്നു. ആഗോളഫെമിനിസം സർക്കാർ സംവിധാനങ്ങളോട് കൂടുതലടുത്തു നിൽക്കുകയും 'ജെന്റർ' ട്രെയിനിങ്ങും' 'ജെന്ററിന്റെ മുഖ്യധാരാവൽക്കരണവും' ഫെമിനിസ്റ്റ് സമരങ്ങളെക്കാൾ പ്രാധാന്യം അവകാശപ്പെടുകയും ചെയ്യുന്ന ഇന്നത്തെക്കാലത്ത് നാം ഏതാണ്ട് മറന്നുകഴിഞ്ഞ പല രാഷ്ട്രീയ ഉൾക്കാഴ്ചകളും പതിന്മടങ്ങ് പ്രകാശത്തോടെ വീണ്ടും നമ്മുടെ മുന്നിൽ പ്രത്യക്ഷമായിരിക്കുന്നു. എന്നാൽ ഈ കുതിപ്പിനിടയിലും ആശങ്കയ്ക്കിടതരുന്ന പലതുമുണ്ട്. അവയിലേറ്റവും ഭയാനകം കുറ്റവാളികളുടെ ചോരയ്ക്കുവേണ്ടിയുള്ള മുറവിളി, സർക്കാരിനെ സംബന്ധിച്ചിടത്തോളം ഏറ്റവും എളുപ്പമായ വഴി

ചൂണ്ടിക്കാട്ടാനുള്ള വ്യഗ്രത തന്നെയാണ്. തൂക്കിക്കൊല, ഷണ്ഡീകരണം മുതലായ പരിഹാരങ്ങൾ മുന്നോട്ടുവെക്കുന്ന വലിയൊരു വിഭാഗം പ്രതിഷേധക്കാർക്കിടയിലുണ്ട്. ഇതുകൂടാതെ ഏറിയതോ കുറഞ്ഞതോ ആയ നിരോധ നിർദേശങ്ങൾ പലതും നിരന്തരം ഉന്നയിക്കപ്പെടുന്നു-മദ്യം, ലഹരിമരുന്നുകൾ, ലൈംഗികച്ചുവയുള്ള പരസ്യങ്ങൾ; അത്തരം സിനിമകൾ, മൊബൈൽ ഫോൺ, ഗാനരംഗങ്ങൾ, അശ്ലീലം, പാശ്ചാത്യസംസ്കാരം ഇവയെല്ലാം നിരോധിച്ചാൽ ബലാൽസംഗം ഉണ്ടാവില്ലെന്ന് ചിലർ അവകാശപ്പെടുന്നു. പുരുഷന്റെ കാമം എല്ലായ്പ്പോഴും ആത്മനിയന്ത്രണത്തിനു വഴങ്ങാത്തതും ഹിംസാത്മകവുമാണെന്നതുകൊണ്ട് ഭയപ്പെടുത്തി മാത്രമേ അതിനെ സംസ്കരിക്കാനാകൂ എന്ന ധാരണയാണ് മരണശിക്ഷ മുതലുള്ള എല്ലാത്തരം നിരോധനാജ്ഞകൾക്കും പിന്നിൽ. സ്ത്രീകൾ 'മാന്യമായി വസ്ത്രം ധരിക്കണ'മെന്ന നിർദേശത്തിലും അത്തരമൊരു നിരോധനം അന്തർലീനമായിരിക്കുന്നു. പുരുഷനിൽ കാമവികാരം ഉണ്ടാക്കാൻ സാധ്യതയുള്ള എല്ലാവിധ വസ്ത്രധാരണരീതികളിൽനിന്നും സ്ത്രീകൾ അകന്നുകൊള്ളണമെന്ന നിരോധനാജ്ഞ ഇതിൽ പ്രവർത്തിക്കുന്നു. എന്നാൽ ഇത്തരം ആഹ്വാനങ്ങളെ വിമർശിക്കുന്ന പല ശബ്ദങ്ങളും അതിനിടയ്ക്ക് ഉയരുകയും ചെയ്തു. ഹിംസാപരമായ കാമത്തെ നിരോധനംകൊണ്ട് നേരിടാൻ ശ്രമിക്കുന്നത് വ്യഥാവേലയാണെന്ന് ഈ വിമർശകർ ചൂണ്ടിക്കാണിക്കുന്നു. തൂക്കിക്കൊല ഒരുതരം കുറ്റകൃത്യത്തെയും കുറയ്ക്കുന്നില്ലെന്ന് കണക്കുകൾ ഉദ്ധരിച്ചുകൊണ്ട് അവർ വാദിക്കുന്നു. ബലാൽസംഗത്തിനു പിന്നിലുള്ള അധികാരഭ്രാന്തിലേക്ക് ശ്രദ്ധയാകർഷിക്കാൻ ശ്രമിക്കുന്നു; നിരോധനം ശക്തിപ്പെടുത്തുന്നത് ജനാധിപത്യത്തെയല്ല ഭരണകൂടത്തിന്റെ കൈകളെയാണെന്നും ബലാൽസംഗം ഒരു വ്യക്തിയുടെ മാത്രം കുറ്റമല്ല സമൂഹത്തിന്റെ മുഴുവൻ കുറ്റമാണെന്നും സമർഥിക്കുന്നു. ബലാൽസംഗംപോലുള്ള ലൈംഗിക കുറ്റകൃത്യങ്ങളും പൊതുവെ സ്ത്രീകളോട് സമൂഹം കാട്ടുന്ന ലൈംഗിക ക്രൂരതകളും ഇല്ലാതാക്കാൻ എന്തുവഴി എന്ന ചോദ്യത്തിന് മറുപടിയായി ഉയർന്നുവന്ന ഈ ചർച്ച ഇങ്ങനെ രണ്ടുപക്ഷങ്ങളിലായി തുടരുകയാണ്. കൊലക്കയറിനുവേണ്ടിയുള്ള മുറവിളി നീതിയെക്കാളധികം ഹിംസയ്ക്കാണിടവരുത്തുന്നതെന്ന അഭിപ്രായത്തോടാണ് എനിക്ക് കൂറ്. പക്ഷേ, വധശിക്ഷയോടും മറ്റുതരം കടുത്ത നിരോധനശ്രമങ്ങളോടുമുള്ള എതിർപ്പ് രേഖപ്പെടുത്തുന്നതിനു പുറമെ സ്ത്രീകൾക്കെതിരെയുള്ള ക്രൂരതയിലൂടെ ചിലർ കണ്ടെത്തുന്ന ആനന്ദത്തിന്റെ പ്രശ്നത്തിന് പൂർണമായ ഉത്തരമുണ്ടാകുന്നില്ലെന്ന് എനിക്ക് തോന്നുന്നു. നിരോധനത്തിനും വധശിക്ഷയ്ക്കും അക്രമാസക്തമായ പുരുഷകാമനകളെ സംസ്കരിക്കാനോ ഒതുക്കാനോ കഴിയില്ലെന്ന് വ്യക്തമാണ്. അപ്പോൾ ഭരണകൂട കേന്ദ്രിതമായ പോംവഴികൾക്കു ചുറ്റും ചർച്ചയെ ഒതുക്കിനിർത്തുന്നത് ഗുണകരമല്ലെന്നു വരുന്നു. ഈ വിഷയത്തിൽ ജനാധിപത്യ സംസ്കാരത്തിന്

എന്താണ് ചെയ്യാൻ കഴിയുക എന്ന് ചോദിക്കേണ്ടതുണ്ട്. എന്നാൽ ആ വഴിക്കുള്ള അന്വേഷണങ്ങൾ ഇപ്പോൾ നടക്കുന്ന ചർച്ചയിൽ വിരളമായി മാത്രമേ പ്രത്യക്ഷപ്പെടുന്നുള്ളൂ. ഭരണകൂടാധിഷ്ഠിതങ്ങളായ പോംവഴികൾ മിക്കപ്പോഴും കീഴാളർക്കനുകൂലമായല്ല ഇന്ത്യയിൽ പ്രവർത്തിക്കുന്നതെന്ന വസ്തുതയും ജനാധിപത്യസംസ്കാരത്തിന്റെ സംഭാവനയെക്കുറിച്ചുള്ള അന്വേഷണത്തെ കൂടുതൽ പ്രധാനമാക്കുന്നുണ്ട്.

II

ജനാധിപത്യ സംസ്കാരത്തിനെന്തു ചെയ്യാൻ കഴിയുമെന്ന ചോദ്യത്തെക്കുറിച്ച് ചിന്തിക്കാനാണ് ഇവിടെ ശ്രമിക്കുന്നത്. വിശേഷിച്ച് മലയാളി സമൂഹത്തിന്റെ സവിശേഷ പശ്ചാത്തലത്തിൽ നിന്നുകൊണ്ട് മനുഷ്യകാമനയെ ഹിംസരഹിതമായ വിധത്തിൽ, സ്ത്രീവിരുദ്ധമോ ജീവവിരുദ്ധമോ അല്ലാത്തവിധത്തിൽ എങ്ങനെ പ്രകടമാക്കാമെന്ന വിശാല പ്രശ്നവുമായി ഇതു ബന്ധപ്പെട്ടുനിൽക്കുന്നു. പൊതുവെ പറഞ്ഞാൽ മലയാളി ജീവിതത്തിന്റെ ദൈനംദിനതലത്തിൽ, പൊതുവിടങ്ങളിൽ ആനന്ദം പ്രകടിപ്പിക്കുന്നതിനെ നിയന്ത്രിക്കുന്ന അദൃശ്യനിയമങ്ങളും നിരോധനങ്ങളും നിലവിലുണ്ട്. സ്ത്രീകളുടെ വസ്ത്രധാരണത്തിൽ മാത്രം ഒതുങ്ങി നിൽക്കുന്നവയല്ല ഇവ. സമൂഹം നിർദേശിക്കുന്ന വിധത്തിൽ സ്ത്രീകൾ വസ്ത്രധാരണംചെയ്താലും അവർ വഴിവക്കിൽ ഉറക്കെച്ചിരിച്ചാലോ അസമയത്ത് സഞ്ചരിച്ചാലോ എതിർലിംഗത്തിൽ ഉൾപ്പെട്ട വ്യക്തിയെ സ്പർശിച്ചുകൊണ്ടുനിന്നാലോ അമിതമായി അണിഞ്ഞൊരുങ്ങിയാലോ (ഇതുകൂടാതെ മറ്റുപലതുമുണ്ട്) മുറുമുറുക്കുന്ന സമൂഹമാണിത്. തികച്ചും പ്രതികൂലമായ ജനശ്രദ്ധയാകർഷിക്കുന്ന ഇത്തരം പെരുമാറ്റത്തെ നിരുത്സാഹപ്പെടുത്തുന്ന അസംഖ്യം മാർഗങ്ങൾ ഈ സമൂഹം സ്വീകരിച്ചുവരുന്നു. സ്ത്രീകൾക്കെതിരെ ഹിംസയെ, ബലാൽസംഗത്തെത്തന്നെ ക്ഷണിച്ചുവരുത്തുന്ന പെരുമാറ്റങ്ങളായി ഇവ തിരിച്ചറിയപ്പെടുന്നു - എത്ര വേണമെങ്കിലും ഉദാഹരണങ്ങൾ കേരളത്തിലും പുറത്തുമുണ്ട്. ആനന്ദപ്രകടനങ്ങൾക്കുമേലുള്ള ഈ വിലക്ക് മറികടക്കാൻ ശ്രമിക്കുന്നവർ സാമൂഹിക/സ്ത്രൈണ മാന്യതയ്ക്കു പുറത്താണെന്നും ഇക്കാരണത്താൽ അവർ സമൂഹത്തിന്റെ സംരക്ഷണത്തിന് അയോഗ്യരും സാമൂഹികഹിംസയാൽ കീഴ്പ്പെടുത്തപ്പെടേണ്ടവരുമാണെന്ന് വരുന്നു. സാമൂഹിക മാന്യത തെറ്റിക്കുന്നവരെ 'മര്യാദ' പഠിപ്പിക്കുമെന്ന വാശി ഡൽഹിയിലെ കുറ്റവാളികളിൽ മാത്രമല്ല, കേരളത്തിൽ സ്ത്രീകൾക്കെതിരെ നടക്കുന്ന കുറ്റകൃത്യങ്ങളിലും ദൃശ്യമാണ്. അക്രമികളെ സംബന്ധിച്ചിടത്തോളം ഒരു തരത്തിലുള്ള 'ആനന്ദം' കണ്ടെത്തൽ തന്നെയാണ് ഇത്. പൊതുവിടങ്ങളിൽ ആനന്ദപ്രകടനം നിരോധിച്ചുകൊണ്ടോ, ശക്തമായി നിയന്ത്രിച്ചുകൊണ്ടോ ആണ് സാമൂഹിക

മാന്യത നിർമിക്കപ്പെടുന്നതെങ്കിൽ ഇത്തരത്തിലുള്ള ക്രൂരമായ ആനന്ദം കണ്ടെത്തൽ ആ മാന്യതയെ അധികവും നിശ്ശബ്ദമായും എന്നാൽ നിരന്തരമായും ഭേദിച്ചുകൊണ്ടേയിരിക്കുന്നു.

എന്നാൽ മേൽപ്പറഞ്ഞ അലിഖിത നിയമങ്ങൾക്ക് വിധേയമായി മാത്രം പൊതുവിടങ്ങളിൽ പെരുമാറുന്ന സ്ത്രീകളും ലൈംഗിക കൈയേറ്റങ്ങൾ അങ്ങേയറ്റം സഹിക്കുന്നുണ്ടെന്നതാണ് വസ്തുത. തങ്ങളെ മിക്കപ്പോഴും രഹസ്യമായി കൈയേറി ആനന്ദം കണ്ടെത്തുന്ന പുരുഷന്മാർക്കെതിരെ അവർ പ്രതികരിക്കുന്നതും കുറവാണ്. വീടിനുപുറത്തിറങ്ങുന്ന സ്ത്രീകൾ എല്ലാവരും താൽക്കാലികമായെങ്കിലും കുലീന സ്ത്രീകൾ അല്ലാതാകുന്നു. 'കുലീന' നിലയിൽനിന്ന് സ്ത്രീകളെ താഴ്ത്താനുള്ള മാനദണ്ഡങ്ങൾ ചുരുങ്ങിച്ചുരുങ്ങി ഇപ്പോൾ വീട്ടിൽ ഒറ്റയ്ക്കിരിക്കുമ്പോൾ അവിടെ വരുന്ന പുരുഷനോട് സംസാരിക്കാൻ തയാറാകുന്നതുപോലും ഈ താഴ്ത്തലിനു കാരണമായി എണ്ണപ്പെടുന്നു (ആര്യ കൊലക്കേസിനെക്കുറിച്ച് ചർച്ച ചെയ്ത ഒരു കൂട്ടം സ്ത്രീകളിൽ ഒരാൾ ചോദിക്കുന്നതുകേട്ടു – വീട്ടിൽ ആരുമില്ലാതിരുന്നപ്പോൾ അവൾ എന്തിന് അന്യപുരുഷനോട് സംസാരിച്ചു?). എന്നാൽ പൊതുവിടങ്ങളിൽ നിലവിലുള്ള ആനന്ദപ്രകടന വിരുദ്ധ നിയമങ്ങളോടു ചേർന്നു നിന്നുകൊണ്ടാണ് വഴിയിലിറങ്ങുന്ന സ്ത്രീകൾ ആയിടങ്ങളിൽ തങ്ങളുടെ സാന്നിധ്യത്തെ ന്യായീകരിക്കുന്നത്. സ്ത്രീകളെ പീഡിപ്പിച്ചുകൊണ്ട് സ്വന്തം അരക്ഷിതാവസ്ഥകളെയും രീതികളെയും മറികടന്ന് ആനന്ദം കണ്ടെത്താൻ ശ്രമിക്കുന്നവർക്ക് തികച്ചും അനുകൂലമായ രീതിയാണിത്. ബസുകളിലും മറ്റും സ്ത്രീകൾ നിത്യം സഹിക്കുന്ന 'രഹസ്യ'മായ ശാരീരിക കൈയേറ്റങ്ങൾ 'സ്വകാര്യ'മായി അവരുടെ ചെവിയിൽ വിക്ഷേപിക്കപ്പെടുന്ന സ്ത്രീവിരുദ്ധ ഭാഷാപ്രയോഗങ്ങൾ ഇവയ്ക്കെതിരെ തുറന്നു പ്രതികരിക്കുന്നവർ കുറവാണ് (സ്വകാര്യമായി മുറുമുറുക്കുന്നവർ ധാരാളവും). അങ്ങനെ ചെയ്താൽ – ശബ്ദമുയർത്തിയാൽ – 'ചന്തപ്പെണ്ണെ'ന്ന നിലയിലേക്ക് താൻ താണുപോകുമെന്ന ഭീതി മലയാളി മധ്യവർഗ വനിതകൾക്കിടയിൽ സർവസാധാരണമാണ്. കമിതാക്കൾപോലും ഈ നിയന്ത്രണങ്ങൾക്കുള്ളിലാണ് ചരിക്കുന്നത്. പ്രേമബന്ധങ്ങൾ എല്ലാം ഇന്നും രഹസ്യമാണ്. കേരളത്തിൽ യാതൊരു ഹിംസയും കൂടാതെ ഒരുസ്ത്രീയുടെ മുഖത്തു നോക്കി അവരുടെ സൗന്ദര്യത്തെയോ കഴിവിനെയോ ഒരുപുരുഷൻ പരസ്യമായി അഭിനന്ദിച്ചാൽ ആ അഭിനന്ദനത്തെ പൂർണമനസോടെ സ്വീകരിക്കാൻ സ്ത്രീയെ അനുവദിക്കുന്ന സാഹചര്യമല്ല ഇന്നുള്ളത്. മിക്കപ്പോഴും സംശയത്തിന്റേയോ ഭീതിയുടെയോ ചെറിയൊരു തരിയെങ്കിലും അത് അവളിൽ ബാക്കിവെക്കും. എന്നാൽ വഴിവക്കിൽ തൊട്ടടുത്തേക്കു വന്ന് ചെവിയിൽ 'ഉഗ്രൻ ചരക്ക്' എന്ന് പറഞ്ഞശേഷം പാഞ്ഞുപോകുന്നവനെതിരെ ഉറക്കെ പ്രതികരിക്കാതെ നിശ്ശബ്ദം മാറിപ്പോകാനും മലയാളി സ്ത്രീ നന്നേ ചെറുപ്പത്തിലേ പഠിക്കുന്നു.

സ്ത്രീപീഡനം ഇല്ലാതാക്കുന്നതിനെക്കുറിച്ച് ചിന്തിക്കുമ്പോൾ കൊലക്കയറോ ഷണ്ഡീകരണമോ അല്ല സ്ത്രീകൾക്കെതിരെയുള്ള ലൈംഗികാതിക്രമത്തിന് അരങ്ങൊരുക്കിക്കൊടുക്കുകയും അതിനെ ന്യായീകരിക്കുകയും ചെയ്യുന്ന മേൽവിവരിച്ച സംസ്കാരത്തെ ഉന്മൂലനം ചെയ്യലാണ് നമ്മുടെ ലക്ഷ്യമാക്കേണ്ടതെന്ന് ഞാൻ കരുതുന്നു. തങ്ങൾ സഹിക്കുന്ന അപമാനത്തിനെതിരെ സ്ത്രീകൾ ശക്തിയുക്തം ശബ്ദമുയർത്തുന്നതുതന്നെയാണ് ഇത് സാധ്യമാക്കാനുള്ള മുഖ്യമാർഗം. പക്ഷേ, ഇതോടൊപ്പം പൊതുവിടങ്ങളിൽ നിലവിലുള്ള ആനന്ദപ്രകടനവിരുദ്ധ നിയമങ്ങളെ തകർക്കുകയും അഹിംസാപരമായ രീതിയിൽ സ്വയം പ്രകടിപ്പിക്കാൻ നമ്മെ അനുവദിക്കുന്നതുമായ ഒരു പുതിയ പെരുമാറ്റ ഭാഷ കൂടെ നമുക്കുണ്ടായേ തീരൂ. കാമനകളും ആനന്ദപ്രകടനവും എല്ലായ്പ്പോഴും ഹിംസാത്മകവും അച്ചടക്കത്തെ തകർക്കുന്നതുമാണെന്ന ധാരണതന്നെയാണ് പലപ്പോഴും ലൈംഗിക കുറ്റകൃത്യങ്ങളിലേർപ്പെടുന്നവരുടെ 'മര്യാദ പഠിപ്പിക്കൽ' വ്യഗ്രതയിലുള്ളതെന്ന് കാണേണ്ടിയിരിക്കുന്നു. ഈ നിശ്ചയത്തെ പ്രതീകാത്മകമായി ആഘോഷിക്കുന്ന നിരവധി പരിപാടികൾ ആഗോളതലത്തിലും ദേശീയ-പ്രാദേശിക തലങ്ങളിലും വനിതാ പ്രസ്ഥാനങ്ങൾ വളരെ വിജയകരമായിത്തന്നെ സംഘടിപ്പിച്ചിട്ടുണ്ട്. എന്നാൽ ദൈനംദിന തലത്തിൽ നമുക്കേറ്റവും പരിചിതങ്ങളായ ഇടങ്ങളിൽ ഈ നിശ്ചയം പ്രകടമാക്കേണ്ടതുണ്ട്. എന്നാൽ ഒറ്റയ്ക്ക് ഏറ്റെടുക്കാവുന്ന ഒരു ദൗത്യമല്ല ഇതെന്നതും തീർച്ചയാണ്. ഇപ്പോൾ നടന്നുവരുന്ന സ്ത്രീപീഡനവിരുദ്ധ ചർച്ചകളിലൂടെ തുറക്കപ്പെട്ട നിരവധി വഴികൾ പൊതുവിടങ്ങളെ ഘടനാവൽക്കരിക്കുന്ന അദൃശ്യ നിയമങ്ങളിൽ പലതിനെയും വെളിച്ചത്തുകൊണ്ടുവന്നിരിക്കുന്നു. ഒട്ടനവധിപ്പേർ വിശേഷിച്ചും യുവജനങ്ങൾ തങ്ങൾ നേരിട്ടിട്ടുള്ള വെല്ലുവിളികളെയും അനുഭവങ്ങളെയുംകുറിച്ച് പൊതുവിടങ്ങളിൽ സംസാരിച്ചു തുടങ്ങിയിരിക്കുന്നു. പരസ്പരം ഹിംസിക്കാത്തവിധത്തിൽ വ്യത്യസ്തമായ മനുഷ്യർക്ക് പൊതുവിൽ പങ്കുവെക്കുന്ന ഇടങ്ങളിൽ ആനന്ദപൂർണമായ ജീവിതം എങ്ങനെ നയിക്കാമെന്ന ചോദ്യത്തിനുള്ള ഉത്തരങ്ങൾ ഈ ചർച്ചയെ കൂടുതൽ കൂടുതൽ വിപുലീകരിക്കുന്നതിലൂടെ വേണം കണ്ടെത്താൻ. ഇന്ന് തങ്ങളുടെ കാമനകളെ തീർത്തും സ്ത്രീവിരുദ്ധവും ജീവവിരുദ്ധവുമായ രീതികളിൽ പ്രകടിപ്പിക്കാൻ പുരുഷന്മാരെ പ്രേരിപ്പിക്കുന്ന ഹിംസാപൂർണമായ സംസ്കാരത്തിൽനിന്ന് നല്ലൊരു ശതമാനത്തെയെങ്കിലും പിൻതിരിപ്പിക്കാൻ കഴിയുമെന്ന പ്രത്യാശയാണ് ഇതിൽ.

ഈ പ്രത്യാശ വെറും വിഫല സ്വപ്നമല്ലേ എന്നു ചോദിക്കുന്നവരുണ്ടാകും. പക്ഷേ, ഈ സ്വപ്നം നമുക്കു മുൻപുതന്നെ ഇവിടെ കണ്ടവരുണ്ടെന്നോർക്കുമ്പോൾ എന്റെ പ്രത്യാശ മങ്ങാതെ നിൽക്കുന്നു; വൈക്കം മുഹമ്മദ് ബഷീറിനെ ഓർത്തു പോകുന്നു. ഇവിടെ 1930 കളുടെ അവസാനത്തിലോ നാൽപ്പതുകളുടെ ആദ്യവർഷങ്ങളിലോ (ഭക്ഷ്യ

ക്ഷാമം നമ്മെ തുറിച്ചുനോക്കാൻ തുടങ്ങിയ കാലം) ആണ് അദ്ദേഹം *വിശപ്പ്* എന്ന കഥ എഴുതിയത്. സമൂഹത്തിന്റെ അരികുകളിൽ കഴിഞ്ഞു കൂടാൻ വിധിക്കപ്പെട്ട മനുഷ്യർക്കും കാമനകൾക്കും ശബ്ദം പകരാൻ അദ്ദേഹം ശ്രമിച്ചതിന്റെ ഭാഗമായിത്തന്നെയാണ് ഈ കഥയും വായിക്കേണ്ടത്. കാമനകൾ പെരുകുന്ന നഗരജീവിതത്തിന്റെ അടിത്തട്ടുകളിൽ അകപ്പെട്ടുപോകുന്ന കീഴാള പുരുഷത്വങ്ങളെക്കുറിച്ചാണ് ഇത്. നല്ല വരുമാനക്കാരനും നിസ്സാരക്കാരനുമായ ഒരു പുരുഷനിൽ കാമമുണരുകയും അത് തൃഷ്ണയായി വളരുകയും എന്നാൽ ആ വികാരംതന്നെ ഒടുവിൽ കരുണയായി രൂപം പ്രാപിക്കുകയും അങ്ങനെ ഒടുവിൽ അയാൾ സ്വയമറിയാതെതന്നെ പൂർണമനുഷ്യത്വത്തിലേക്കുയരുകയും ചെയ്യുന്നതിന്റെ കഥയാണത് (കരുണ എന്ന വാക്കിന് ഇവിടെ സഹതാപം എന്ന അർഥമല്ല ഉള്ളത് – മറ്റൊരു ജീവിയുമായി തീവ്രമായ രീതിയിൽ താദാത്മ്യം പ്രാപിക്കുന്നതുമൂലം അതനുഭവിക്കുന്ന വേദന മുഴുവൻ സ്വയമുൾക്കൊള്ളാൻ കഴിയുന്ന അവസ്ഥയാണ് കരുണ. അതായത് നാം മൃഗീയമെന്നു വിളിച്ചാക്ഷേപിക്കുന്ന കാമം. പുരുഷാധിപത്യപരമായ ഭോഗാസക്തിയുടെ രൂപം പരിപൂർണമായി കൈയെറിഞ്ഞ് അതിനപ്പുറം നിൽക്കുന്ന കരുണയായി പരിണമിക്കുന്നതിനെക്കുറിച്ചുള്ള സ്വപ്നമാണ് ഈ കഥ. ആശാന്റെ *കരുണ*യോട് ഈ ആഖ്യാനം പുലർത്തുന്ന സങ്കീർണ ബന്ധത്തെക്കുറിച്ചന്വേഷിക്കുന്നതും പ്രയോജനകരമായിരിക്കും).

എന്നാൽ *വിശപ്പിലെ* സ്വപ്നം യാഥാർഥ്യമാക്കുന്നതെങ്ങനെ എന്നതിലേക്കാണ് നമ്മുടെ ശ്രദ്ധ തിരിയേണ്ടത്. നഗരപ്രദേശങ്ങളിൽ പലതരത്തിലുള്ള സ്വത്വസംസ്കരണാവസരങ്ങൾ തുറന്നുകിട്ടിയ ജനവിഭാഗങ്ങളാണ് മേൽപ്പറഞ്ഞ സ്ത്രീപീഡനവിരുദ്ധ ചർച്ചകളുടെ മുൻനിരയിൽ ഡൽഹിയിലെ പ്രശസ്ത കലാലയങ്ങളിലെയും സർവകലാശാലകളിലെയും വിദ്യാർഥികൾ – ഇത് കേവലം ആകസ്മികമല്ല. എന്നാൽ കുറ്റവാളികളോ; ഡൽഹിയിലെ ചേരിനിവാസികളും വിദ്യാഭ്യാസ സ്വത്വസംസ്കരണാവസരങ്ങൾ വളരെക്കുറച്ചു മാത്രം സിദ്ധിച്ചവരും. കുടിയേറ്റക്കാരും അതിദരിദ്രരുമാണവർ. അവർ അൽപ്പവരുമാനക്കാരും നിസ്സാരന്മാരുമാണ്. അവരുടെ കാമം കേവലം തൃഷ്ണയിലും അതിൽനിന്നു ജനിക്കുന്ന ഹിംസയിലും കലാശിച്ചു. അത് കരുണയായി ഉയർന്നില്ല, നിശ്ചയം. അതിന്റെ ഘടനാപരമായ വശത്തെക്കുറിച്ച് ചിന്തിക്കേണ്ടതുണ്ട്. മുൻ കാലങ്ങളിൽ നഗരത്തിലേക്ക് തൊഴിൽ തേടിയെത്തിയവർ തൊഴിലാളി സംഘടനകളിൽ ചേക്കേറിയിരുന്നു. തൊഴിലാളികളുടെ അവകാശങ്ങൾക്കും പൂർണപൗരത്വത്തിനുംവേണ്ടി നിലകൊള്ളുന്ന കേവലം 'വേലക്കാരനെ' 'തൊഴിലാളി' എന്ന അന്തസിലേക്കുയർത്തിയ, തൊഴിലാളിയെ നഗരാന്തരീക്ഷത്തിന്റെ അവിഭാജ്യവും അത്യന്താപേക്ഷിതവുമായ ഘടകമായി ഉയർത്തിക്കാട്ടിയ തൊഴിലാളി സംഘടനകൾ നമ്മുടെ പല നഗരങ്ങളിലും സജീവമായിരുന്നു. പക്ഷേ, ബാക്കി നിൽക്കുന്ന സ്ഥല

ങ്ങളിൽപ്പോലും മേൽപ്പറഞ്ഞ സ്വത്വനിർമാണത്തെ ഗുണാത്മകമായ രീതിയിൽ സാധ്യമാക്കാനുള്ള ശേഷി അവയ്ക്കിന്നില്ല. നഗരങ്ങളിലെ കീഴ്ത്തട്ടുകളിലകപ്പെടുന്നവരുടെ മാനസികമായ അരക്ഷിതാവസ്ഥകളെ കൂടുതൽ രൂക്ഷമാക്കുകയും മുതലെടുക്കുകയും ചെയ്യുന്ന ശിവസേനപോലുള്ള സംഘടനകളാണ് ഇവിടങ്ങളിൽ പ്രാബല്യം നേടിയിരിക്കുന്നത്. അതുകൊണ്ടുതന്നെ സ്വത്വവികാസത്തിന്റെ സാധ്യതകൾ തീരെയില്ലാത്തതും മനുഷ്യത്വത്തെത്തന്നെ ചുരുക്കിച്ചുരുക്കി കേവലം പണിയെടുക്കാനുള്ള ശേഷി മാത്രമായി അമർത്തിക്കളയുന്നതുമായ തൊഴിലിടങ്ങളിലാണ് നഗരത്തിൽ തൊഴിലന്വേഷകരായി എത്തുന്നവർ അധികവും ചെന്നെത്തുന്നത്. ഡൽഹിയിൽ കൊല ചെയ്യപ്പെട്ടത് ഒരു തൊഴിലാളിയുടെ മകളാണ്. പക്ഷേ, സാമൂഹിക–സാമ്പത്തിക ശ്രേണിയുടെ പടവുകൾ കയറാൻ അവൾ ഒരുങ്ങി നിൽക്കുകയായിരുന്നു. അത്തരമവസരങ്ങളൊന്നുമില്ലാത്ത, അന്തസ്സുറ്റ ജീവിതത്തിന്റെ സാധ്യതപോലുമില്ലാത്ത, തൊഴിലാളികളുടെ കൈയിലാണവൾ മരിച്ചത്. ഇത് അവരുടെ കുറ്റത്തിന്റെ ഭീകരതയെയും അധാർമികതയെയും തെല്ലും കുറയ്ക്കുന്നില്ല. പക്ഷേ, ഈ വസ്തുത നമ്മെ ചിന്തിപ്പിക്കേണ്ടതുണ്ട്.

വധശിക്ഷയോ ഷണ്ഡീകരണമോവഴി കീഴാള പുരുഷത്വങ്ങളുടെ കുറ്റകൃത്യങ്ങളെ നേരിടാമെന്ന് വാദിക്കുന്നവർ അസമത്വപൂർണമായ സാമൂഹികഘടന അവരിൽ സൃഷ്ടിക്കുന്ന അരക്ഷിതാവസ്ഥകളും അവയുടെ ഫലങ്ങളും പാടെ വിസ്മരിക്കുന്നു. പകപോക്കലല്ല നീതിയാണ് ആവശ്യമെങ്കിൽ, താൽക്കാലിക വൈകാരികാശ്വാസമല്ല ദീർഘകാലത്തിൽ കുറ്റകൃത്യങ്ങൾ ഇല്ലാതാക്കലാണ് വേണ്ടതെങ്കിൽ, ഇവയെ പരിഹാരമാർഗങ്ങളായി കണ്ടുകൂടാ. ദീർഘകാലത്തിൽ നമുക്കു വേണ്ടത് ജനാധിപത്യസമ്പൂർണവും ആനന്ദകരവുമായ പൊതുവിടങ്ങളും സമാധാനപരമായ സഹവർത്തിത്വവും അവയിലേക്കു നയിക്കുന്ന പ്രയോഗങ്ങളുമാണ്. ഇന്ന് ഡൽഹിയിലും ഇന്ത്യയിൽ മുഴുവനും നടക്കുന്ന ചർച്ചകളെ കൂടുതൽക്കൂടുതൽ ജനവിഭാഗങ്ങളിലേക്കു വ്യാപിപ്പിച്ചുകൊണ്ടു മാത്രമേ ഹിംസാരഹിതവും ആനന്ദപൂർണവുമായ പൊതുവിടങ്ങൾ പണിയുന്നതിനെക്കുറിച്ച് വ്യക്തത കൈവരിക്കാനാകൂ. അതായത്, സർവകലാശാല വിദ്യാർഥികളുടെയൊപ്പം ചേർന്ന ഡൽഹിയിലെ തൊഴിലാളി വിഭാഗങ്ങൾ, രവിദാസ് കോളനിയിൽ കഴിയുന്ന ദരിദ്രരായ കുടിയേറ്റക്കാർ, വീട്ടമ്മമാർ, ലൈംഗിക ന്യൂനപക്ഷങ്ങൾ, ജാതിമർദനമനുഭവിക്കുന്നവർ, മതന്യൂനപക്ഷങ്ങൾ തുടങ്ങിയ ഒട്ടനവധി ജനവിഭാഗങ്ങൾ കൂടിച്ചേർന്നുവേണം ഈ ചർച്ച വളരാൻ–കേവലം പ്രേക്ഷകർ, അല്ലെങ്കിൽ ശബ്ദമുയർത്താത്ത പങ്കാളികൾ എന്ന നിലയിൽ ഇക്കൂട്ടർ ഒതുങ്ങിക്കൂടാ. ഡൽഹിയുടെ ദൈനംദിനജീവിതത്തെ സാധ്യമാക്കുന്ന തൊഴിലാളികളും ജനാധിപത്യ സംസ്കാരത്തിലൂന്നിയ നഗരജീവിതം കാംക്ഷിക്കുന്ന അഭ്യസ്തവിദ്യരും ഒത്തുചേർന്ന് പരസ്പരം രൂപപ്പെടുത്തുംവിധത്തിലുള്ള പങ്കു

വെക്കലുകൾ നടത്തുന്ന രാഷ്ട്രീയവിദ്യാഭ്യാസത്തിന്റെ ഇടങ്ങൾ അത്ര അപ്രായോഗികമൊന്നുമല്ല (നഗരത്തിനിവിടെ നൽകുന്നപ്രാധാന്യം മനഃപൂർവമാണ്. ഇന്ത്യയിലും കേരളത്തിലും നഗരവൽക്കരണം അതിദ്രുതം മുന്നേറുന്ന കാലമാണിത്. ഗ്രാമീണരെക്കാളധികം നഗരവാസികൾ ഉണ്ടായിക്കൊണ്ടിരിക്കുന്ന കാലം). മേൽപ്പറഞ്ഞ ഘടനാപരമായ വേർതിരിവുകളെയും അസമത്വങ്ങളെയും വിമർശനപരമായി പരിശോധിക്കാനും അവയെ മറികടക്കാനുള്ള വഴികളാരായാനും തുറന്ന ഇടപെടലിലൂടെ എല്ലാവർക്കും ആത്മപ്രതിഫലനംമൂലമുണ്ടാകുന്ന സ്വത്വവികാസം സാധ്യമാക്കാനും ഇത്തരമിടങ്ങൾ കൂടിയേ തീരൂ. ഇങ്ങനെയുള്ള കൂട്ടായ ഉദ്യമങ്ങളിൽ നിന്നുയരുന്ന പുതിയ സംസ്കാരത്തിനു മാത്രമേ കാമത്തെ കരുണയാക്കി മാറ്റാനുള്ള കെൽപ്പുള്ളൂ.

സ്ത്രീസുരക്ഷ: വേണ്ടത് പഴുതില്ലാത്ത നിയമങ്ങൾ

അഡ്വ. സ്വപ്ന ജോർജ്

സ്ത്രീസുരക്ഷയെക്കുറിച്ചുള്ള ചർച്ചകളാണ് എങ്ങും. ഡൽഹി സംഭവത്തെ തുടർന്ന് സാക്ഷരതയിൽ മാത്രമല്ല, സമൂഹത്തിനു താഴേക്കിടയിലുള്ളവരിലും നിരക്ഷരരിലും സ്ത്രീകൾക്കിടയിൽ സ്വന്തം സുരക്ഷയെന്ന ബോധം വന്നുകഴിഞ്ഞു. അതിനി സമൂഹത്തിലേക്കു മൊത്തം വ്യാപിപ്പിക്കുകയാണ് സർക്കാരും സർക്കാരിതര സംഘടനകളും ലക്ഷ്യമാക്കേണ്ടത്. അതിനുള്ള ശ്രമങ്ങൾ നടക്കുന്നത് ഏതായാലും നല്ലതു തന്നെ. ഏറെ പുരോഗമിച്ചിട്ടുണ്ടെന്ന് അവകാശപ്പെടുന്ന കേരളീയ സ്ത്രീസമൂഹത്തിലാണ് ഇതിനു തുടക്കമിടേണ്ടത്.

രണ്ടു കാര്യങ്ങളാണ് ഇതുമായി ബന്ധപ്പെട്ട് ചൂണ്ടിക്കാണിക്കാനുള്ളത്. ഇതുരണ്ടും നിർദിഷ്ട സ്ത്രീസുരക്ഷാ ഓർഡിനൻസിൽ പറഞ്ഞിട്ടുള്ളതാണ്. ഒന്ന്, സ്ത്രീസുരക്ഷയുടെ പരിധിയിൽനിന്ന് രാഷ്ട്രീയ നേതാക്കളെയും ഇതര പൊതുപ്രവർത്തകരെയും ഒഴിവാക്കിയത്. രണ്ട്, സ്ത്രീസുരക്ഷയ്ക്കൊപ്പം പുരുഷസുരക്ഷയും ഉറപ്പാക്കണമെന്ന വ്യവസ്ഥ. പുരുഷന്മാർക്ക് സുരക്ഷ വേണ്ടേയെന്നു ചോദിച്ചാൽവേണം. പക്ഷേ, ലോകത്തെങ്ങും പുരുഷസുരക്ഷയ്ക്കുവേണ്ടിയുള്ള നിയമങ്ങൾ ഉണ്ടെന്നുപറഞ്ഞ് അതെല്ലാം അതേപടി ഇന്ത്യയിൽ പകർത്തിവയ്ക്കണമെന്നു പറയുന്നത് ശരിയല്ല. ഇക്കാര്യത്തിൽ നാം ശ്രദ്ധിക്കേണ്ടത് ഇതര രാജ്യങ്ങളിലെയും ഇന്ത്യയിലെയും സാമൂഹ്യവ്യവസ്ഥയാണ്. സ്ത്രീ-പുരുഷ വിവേചനമില്ലാത്തതും സ്ത്രീകൾ ഏറെ പുരോഗമിച്ചിട്ടുള്ളതുമായ ഒരു രാജ്യത്തിന്റെ വ്യവസ്ഥകളല്ല ഇന്ത്യയ്ക്കു വേണ്ടത്. ഭർത്താവു മരിച്ച സ്ത്രീകളെ തീയിലേക്ക് തള്ളിയിട്ട് കൊല്ലുന്ന സാമൂഹ്യ അനാചാരം നിലനിന്ന നാടാണ് ഇതെന്ന് ഓർക്കണം.

രാജ്യത്തെ സ്ത്രീകൾ തങ്ങളുടെ രക്ഷാകവചമായി മാറുമെന്ന് കരുതിയ ഓർഡിനൻസിൽനിന്ന് രാഷ്ട്രീയ നേതാക്കളെ ഒഴിവാക്കിയത് എന്തിനാണെന്നുള്ളത് ചോദ്യചിഹ്നമാണ്. ബില്ലിൽ ഉൾപ്പെടുത്തിയ വ്യവസ്ഥ എങ്ങനെ ഓർഡിനൻസിൽനിന്ന് അപ്രത്യക്ഷമായി എന്നതും ദുരൂഹമാണ്. ബലാൽസംഗംപോലുള്ള ഹീനമായ കുറ്റകൃത്യം ചെയ്യുന്നവരെ കഠിനമായി ശിക്ഷിക്കണമെന്ന പട്ടികയിൽനിന്നാണ് രാഷ്ട്രീയക്കാരെ ഒഴിവാക്കിയിട്ടുള്ളത്. അതുപോലെ പരമ്പരാഗത ബലാൽസംഗത്തിന്റെ ഐ പി സിയിലെ നിർവചനമല്ല ഓർഡിനൻസിലേത്. സ്ത്രീയുടെയോ പുരുഷന്റെയോ രഹസ്യഭാഗങ്ങളിൽ സ്പർശിക്കുന്നതുപോലും ബലാൽസംഗമാണെന്നാണ് പുതിയ ഓർഡിനൻസ് വ്യക്തമാക്കുന്നത്.

മലയാളിയുടെ ദൈനംദിന വർത്തമാനങ്ങൾക്ക് മുമ്പെങ്ങുമില്ലാത്ത വിധം ഗതിമാറ്റം വന്നുചേർന്നിരിക്കുന്നു. സ്ത്രീസുരക്ഷാ യാഥാർഥ്യമെന്ന കൃത്യതയിലേക്ക് സാമ്പ്രദായിക സ്ത്രീപക്ഷ ചർച്ചകളും മാറിക്കഴിഞ്ഞു. അസഹ്യമായ മാനസിക, ശാരീരിക ഉപദ്രവങ്ങളിൽനിന്നും സ്ത്രീകളെ രക്ഷപ്പെടുത്തുമെന്ന് ഭരണനേതൃത്വവും ദൃഢപ്രതിജ്ഞയെടുത്തു. സ്ത്രീയെ സംബന്ധിച്ച കാര്യങ്ങളിൽ വ്യാപൃതരായ നിയമസഭാ പാർലമെന്റ് സാമാജികരും രാഷ്ട്രീയ-സാമുദായിക നേതാക്കളും സാമൂഹിക പരിഷ്കരണത്തിന്റെ ഉപകരണങ്ങളാണെന്ന കാര്യത്തിൽ തർക്കമില്ല. സ്ത്രീവിമോചനം വന്നുചേരാൻ പുരുഷ കേന്ദ്രീകൃത നട്ടെല്ലുകൾ ഇളകുകതന്നെ വേണം. എന്നാൽ ഈ തർക്കങ്ങൾക്കിടയിലെ വൈരുധ്യങ്ങളും സംശയങ്ങളും ആശങ്കകളും കാണാതെ പോകുന്നത് ശരിയുമല്ല. പ്രശ്നങ്ങളും സങ്കീർണമല്ല. സഹജീവികൾക്ക് കൈത്താങ്ങാകാവുന്ന തരത്തിൽ അധികാരത്തിന്റെ പ്രയോഗവൽക്കരണം സാധ്യമാക്കിയാൽ ഭൂരിപക്ഷ താൽപ്പര്യം സംരക്ഷിക്കപ്പെടും.

എന്താണ് കേന്ദ്ര ഓർഡിനൻസ്

ക്രിമിനൽ നിയമം (ഭേദഗതി) ഓർഡിനൻസ് 2013 എന്ന കേന്ദ്ര ഓർഡിനൻസ് ആണ് പ്രജകൾക്കെതിരെയുള്ള കരിനിയമമാണോ? കഴിഞ്ഞ ഫെബ്രുവരി മൂന്നാം തീയതി രാഷ്ട്രപതി ഒപ്പുവച്ച ഈ ഓർഡിനൻസ് അത്തരത്തിലൊന്നാണെന്ന തെറ്റിദ്ധാരണ മന:പൂർവമല്ലെങ്കിൽ പോലും പ്രചരിപ്പിക്കുന്നുണ്ട്. ഇന്ത്യൻ ശിക്ഷാനിയമം 1860, ക്രിമിനൽ നടപടി ക്രമം 1973, ഇന്ത്യൻ തെളിവ് നിയമം 1872 എന്നീ പ്രാബല്യത്തിലുള്ള മൂന്നു നിയമങ്ങളിൽ ചില ഭേദഗതികൾ വരുത്തിക്കൊണ്ടുള്ള രൂപരേഖയാണിത്. സാമൂഹിക മാറ്റത്തിനുള്ള സുപ്രധാന നയരേഖയും രാഷ്ട്രപതി ഒപ്പുവച്ചു കഴിഞ്ഞ ഓർഡിനൻസ് സർക്കാർ ഗസറ്റിൽ പ്രസിദ്ധീകരിക്കുന്ന നിമിഷംമുതൽ പ്രാബല്യത്തിൽ വരുന്നുവെന്ന് ഭരണഘടന പറഞ്ഞുവയ്ക്കുന്നുണ്ട്. പ്രസ്തുത ഓർഡിനൻസ് ഗസറ്റിൽ പ്രസിദ്ധീകരിക്കപ്പെട്ടിട്ടുണ്ടെങ്കിലും സംസ്ഥാന പൊലീസ് മേധാവികൾ ഉൾപ്പെടെ

യുള്ള നിയമപാലകർക്ക് ഇതുവരെയും ഇതിനെ സംബന്ധിച്ച നിർദേശങ്ങളൊന്നും ലഭിച്ചിട്ടില്ല എന്നതും ശ്രദ്ധേയമാണ്.

ഈ ഓർഡിനൻസിന് ഒരു ചരിത്രമുണ്ട്. ഒരു ഡൽഹി പെൺകുട്ടിയുടെ ദുരന്തത്തിനും മുമ്പ് തുടങ്ങുന്നു ആ ചരിത്രം. ലോകസഭയിൽ 2012 ഡിസംബർ നാലിന് ക്രിമിനൽ നിയമം (ഭേദഗതി) ബിൽ 2012 എന്ന പേരിൽ അവതരിപ്പിക്കപ്പെട്ട കരട് നിയമത്തിൽ ആരംഭിക്കുന്നു. ലോ കമ്മീഷന്റെയും ദേശീയ വനിതാ കമ്മീഷന്റെയും നിർദേശങ്ങൾകൂടി ആ ബില്ലിൽ ഉൾപ്പെടുത്തിയിരുന്നു. അവതരണത്തിനുശേഷം കൂടുതൽപരിശോധനകൾക്കായി ആഭ്യന്തരവകുപ്പിന്റെ പാർലമെന്ററി സ്റ്റാന്റിങ് കമ്മിറ്റിക്ക് വിടുകയായിരുന്നു ബിൽ. അക്കാലയളവിനുശേഷമാണ് 2012 ഡിസംബർ 16ന് ഓടുന്ന ബസിൽ ഇരുപത്തിമൂന്നുകാരിയായ കോളേജ് വിദ്യാർഥിനി കൂട്ടമാനഭംഗത്തിന് ഇരയാകുകയും തുടർന്ന് ദിവസങ്ങൾക്കുള്ളിൽ മരിക്കുകയും ചെയ്ത സംഭവം. അക്രമികളോടും സർക്കാരിനോടും നിലയ്ക്കാത്ത കലഹവുമായി യുവജനങ്ങളടക്കമുള്ള ആൾക്കൂട്ടം രാജ്യതലസ്ഥാനത്ത് നിലയുറപ്പിച്ച് നീതിവേണമെന്ന് പ്രഖ്യാപിച്ചത് നാം മറന്നിട്ടില്ല. അതോടെ സ്ത്രീസുരക്ഷാനിയമം അടിയന്തരമായി കൊണ്ടുവരേണ്ടതിന്റെ നടപടികൾ കേന്ദ്രം വേഗത്തിലാക്കി. സുരക്ഷയ്ക്ക് ആവശ്യമായ നിർദേശങ്ങൾ ശേഖരിക്കുന്നതിന് റിട്ട. ജസ്റ്റിസ് ജെ എസ് വർമ അധ്യക്ഷനായി മൂന്നംഗ കമ്മിറ്റിയെ ആഭ്യന്തര വകുപ്പ് ചുമതലപ്പെടുത്തി. രാഷ്ട്രീയ പാർട്ടികളും വനിതാ സംഘടനകളും സ്ഥാപനങ്ങളും വിദേശത്തും സ്വദേശത്തുമുള്ള ജഡ്ജിമാരടക്കമുള്ള നിയമവിദഗ്ധരും വ്യക്തികളും സ്ത്രീ സുരക്ഷ ഫലപ്രദമാക്കാനുള്ള അഭിപ്രായങ്ങൾ വർമ കമ്മിറ്റി സമക്ഷം സമർപ്പിച്ചു. കൃത്യം 29 ദിവസത്തിനുശേഷം ശുപാർശകൾ അടങ്ങിയ വിശദമായ റിപ്പോർട്ട് (ജനുവരി 23 ന്) വർമ കമ്മിറ്റി കേന്ദ്ര സർക്കാരിന് സമർപ്പിച്ചു. കുറ്റകൃത്യങ്ങളുടെ നിർവചനവും വ്യാപ്തിയും ശിക്ഷാനടപടികളും അന്വേഷണ നടപടിക്രമങ്ങളും ഉൾപ്പെടെ ലക്ഷ്യപൂർത്തീകരണത്തിനുള്ള സമഗ്രമായ ശുപാർശകൾ അപ്പാടെ നിയമമാക്കണമെന്ന് ഏവരും ശഠിച്ചു. സഭാ സമ്മേളനം തുടങ്ങിയിട്ടില്ലാതിരുന്നതിനാലും വിഷയത്തിന്റെ ഗൗരവം കണക്കിലെടുത്തും നിയമനിർമാണംവരെ കാത്തുനിൽക്കാതെ ഓർഡിനൻസ് രൂപത്തിൽ സ്ത്രീസുരക്ഷയ്ക്കുതകുന്ന നിയമവ്യവസ്ഥകൾ അങ്ങനെ രാഷ്ട്രപതിക്കു മുമ്പിലുമെത്തി. ഇത്രയും വേഗത്തിൽ തുടർന്ന നടപടിക്രമങ്ങൾ പാർലമെന്റിന്റെ നടപ്പു സമ്മേളനത്തിൽ നിയമമായി പരിണമിക്കുന്നതോടെ പൂർത്തിയാകും. നിർമിക്കപ്പെടുന്ന നിയമം നടപ്പാക്കാനുള്ള സംവിധാനത്തിന്റെ കാര്യക്ഷമത നിശ്ചയിക്കും, പിന്നീടുള്ള കാര്യങ്ങൾ.

ഇന്ത്യൻ ശിക്ഷാനിയമവും ക്രിമിനൽ നടപടിക്രമവും തെളിവ് നിയമവും അടിസ്ഥാനമാക്കിയുള്ള സുപ്രധാന മാറ്റങ്ങളാണ് ഓർഡിനൻസിന്റെ കാമ്പ്. 2012 ൽ ലോകസഭയിൽ അവതരിപ്പിക്കപ്പെട്ട ക്രിമി

നൽ നിയമം (ഭേദഗതി) ബില്ലും ജസ്റ്റിസ് വർമ കമ്മിറ്റിയുടെ ശുപാർശകളും സംയുക്തമായി പരിഗണിച്ചാണ് ക്രിമിനൽ നിയമം (ഭേദഗതി) ഓർഡിനൻസ് 2013 തയാറാക്കിയത്. സാമൂഹികവും രാഷ്ട്രീയവും ലിംഗപരവുമായ വൈരുധ്യങ്ങൾ പരമാവധി കണക്കിലെടുത്തും പ്രയോജനപ്പെടുത്തിയുമാണ് ഓർഡിനൻസിന്റെ പോക്ക്. ന്യായാധിപന്മാരുടെ മാനസിക വ്യാപാരത്തിന് ഇടനൽകുന്ന അംശങ്ങൾ ഇതിൽ കടന്നുകൂടിയിട്ടില്ലെന്നത് പ്രതീക്ഷയ്ക്ക് വക നൽകുന്നു. ഉള്ള കാര്യം സവിസ്തരം പറഞ്ഞ് കുറ്റശിക്ഷാ വസ്തുക്കളുടെ നിരയൊത്ത കൃത്യതയുള്ള പ്രഖ്യാപനങ്ങളായിവേണം ഓർഡിനൻസിനെ വിലയിരുത്താൻ. നൈതികതയും മനഃസാക്ഷിയും വെളിവാക്കുന്ന ഭേദഗതികൾ തുടക്കം മുതൽ ഒടുക്കം വരെ ഇതിൽ കാണാനാകും.

ചൂഷണത്തിന്റെ നിർവചനകൾ

ഒറ്റനോട്ടത്തിൽത്തന്നെ പ്രകടമാകുന്ന ചില ഭേദഗതികൾ വിശദമാക്കുന്നത് ഉചിതമാകുമെന്ന് തോന്നുന്നു.

ലൈംഗിക കുറ്റകൃത്യങ്ങളിൽ എഫ് ഐ ആർ രേഖപ്പെടുത്തുന്നതിൽ വീഴ്ച വരുത്തുന്ന ഉദ്യോഗസ്ഥനെ ശിക്ഷിക്കാനുള്ള വകുപ്പ് പ്രത്യേകമായി ഉൾപ്പെടുത്തി.

ആസിഡ് ആക്രമണം കുറ്റകൃത്യമാക്കി. കഠിനശിക്ഷയും ഏർപ്പെടുത്തി.

കൊലപാതകത്തിലും ബലാൽസംഗത്തിലും എടുത്തുപയോഗിക്കാവുന്ന "സ്വയംരക്ഷയ്ക്കുവേണ്ടിയുള്ള പ്രതിരോധം" ആസിഡ് ആക്രമണത്തിലും ബാധകമാക്കി.

സ്ത്രീകളുടെ മാന്യതയ്ക്കുനേരെയുള്ള ബലപ്രയോഗത്തെ (സെക്ഷൻ 354 ഐ പി സി) അതേപടി നിലനിർത്തിയെങ്കിലും ലൈംഗിക പീഡനം എന്ന പരിധിയിലേക്ക് ചില കുറ്റകൃത്യങ്ങൾകൂടി ഉൾപ്പെടുത്തി, ശിക്ഷയും വർധിപ്പിച്ചു.

'വിശാല കേസിലെ' (തൊഴിലിടങ്ങളിലെ പീഡനം) നിർദേശങ്ങളുടെ അടിസ്ഥാനത്തിൽ ലൈംഗികപീഡനം നിർവചിച്ചു. സമ്മതമില്ലാത്ത സ്പഷ്ടമായ ലൈംഗിക സമീപനത്തോടെ ശരീരത്തിൽ സ്പർശിക്കുക, ലൈംഗിക സുഖം ആവശ്യപ്പെടുക, ലൈംഗിക ചുവയുള്ള പ്രസ്താവനകൾ നടത്തുക, അശ്ലീലചിത്രങ്ങൾ കാണാൻ നിർബന്ധിക്കുക, വാചികമോ ശാരീരികമോ ആയ ലൈംഗിക പെരുമാറ്റം മുതലായവ പീഡനമായി കണക്കാക്കും (354 എ/ഐ പി സി).

സ്ത്രീയെ വിവസ്ത്രയാക്കാൻ ശ്രമിക്കുന്നത് കുറ്റമാക്കി (354 ബി ഐ പി സി).

വസ്ത്രം മാറുന്നതുൾപ്പെടെ സ്വകാര്യമായി സ്ത്രീ ചെയ്യുന്ന ശാരീ

രികപ്രവൃത്തികൾ ഒളിഞ്ഞുനോക്കുന്നതും പീഡനത്തിന്റെ പരധിയിൽ വരും (354 സി/ഐ പി സി).

അസ്വസ്ഥതയുണ്ടാക്കുന്ന തരത്തിൽ സ്ത്രീയുടെ പിന്നാലെ നടക്കുകയോ രഹസ്യമായി പിന്തുടരുകയോ ചെയ്യുന്നതും കുറ്റമാണ് (3545 ഡി/ ഐ പി സി).

മനുഷ്യക്കടത്ത് (370 ഐ പി സി) ചൂഷണം ചെയ്യാനായി ഒരു വ്യക്തിയെയോ ഒന്നിലധികം പേരെയോ കൂടെ ചേർക്കുകയോ കടത്തിക്കൊണ്ടുപോകുകയോ കൂടെ പാർപ്പിക്കുകയോ സ്വീകരിക്കുകയോ ചെയ്യുന്നത് കുറ്റമാണ്. ഭീഷണിപ്പെടുത്തിയോ ബലം പ്രയോഗിച്ചോ നിർബന്ധിപ്പിച്ചോ തട്ടിക്കൊണ്ടുപോയോ ചതിയിൽപ്പെടുത്തിയോ സത്യം മറച്ചുവച്ചോ അധികാരം ഉപയോഗിച്ചോ പണമോ മറ്റ് പാരിതോഷികങ്ങളോ വാഗ്ദാനം ചെയ്ത് പ്രലോഭിപ്പിച്ചോ നടത്തുന്ന മനുഷ്യക്കടത്ത് ഈ വകുപ്പിന്റെ പരിധിയിൽവരും. വ്യഭിചാരം ഉൾപ്പെടെയുള്ള ലൈംഗിക ചൂഷണം നിർബന്ധിത തൊഴിലെടുപ്പിക്കൽ, അടിമത്തം, ദാസ്യം, അംഗഭംഗം വരുത്തുക തുടങ്ങിയ ചൂഷണത്തിന്റെ നിർവചനത്തിൽപ്പെടും.

കുട്ടികളെയോ മുതിർന്നവരെയോ മനുഷ്യക്കടത്തിലൂടെ ലഭിച്ചതാണെന്ന വസ്തുത മനസിലാക്കിയിട്ടും അവരെ ജോലിക്ക് നിയോഗിച്ചാൽ അയാൾ കുറ്റക്കാരനായിരിക്കും (370 എ/ഐ പി സി).

ബലാൽസംഗം (Rape) എന്ന പ്രയോഗംതന്നെ മാറ്റി ലൈംഗിക ബലാൽക്കാരം (Sexual assault) എന്നാക്കി നിർവചനത്തിലും വ്യാപ്തിയേറി (വകുപ്പ് 375 ഐ പി സി).

ബലാൽസംഗത്തിലെ ലിംഗഭേദം ഇല്ലാതാക്കി. ഇതനുസരിച്ച് കുറ്റം ചെയ്യുന്നയാൾ പുരുഷനോ സ്ത്രീയോ ആകാം. അതുപോലെ ഇരയും സ്ത്രീയോ പുരുഷനോ ആകാം. നിലവിൽ ഐ പി സിയിൽ കുറ്റംചെയ്യുന്നയാൾ പുരുഷനും ഇര സ്ത്രീയുമായിരിക്കണമെന്ന് നിർബന്ധമാണ്.

'സമ്മത' പ്രായം 18 ആക്കി ഉയർത്തി. വേർപെട്ട് കഴിയുന്ന ഭാര്യാഭർത്താക്കന്മാരിൽ ഇത് 16 വയസാണ്.

സ്ത്രീയുടെ മാന്യതയ്ക്ക് കോട്ടം വരുത്തുന്ന രീതിയിലുള്ള ആംഗ്യം വാക്ക്, പ്രവൃത്തി തുടങ്ങിയവ കുറ്റകരമാണെന്ന ഐ പി സി വകുപ്പ് നിലനിർത്തി (509 ഐ പി സി).

ലൈംഗിക കുറ്റകൃത്യങ്ങളിൽ പരാതി രേഖപ്പെടുത്താൻ വനിതാ പൊലീസ് ഉദ്യോഗസ്ഥയെ നിയോഗിക്കാം. നിയമസഹായവും വനിതാ സംഘടനകളുടെയോ മറ്റ് ആരോഗ്യ സുരക്ഷാ ജീവനക്കാരുടെയോ സഹായവും പരാതിക്കാരിക്ക് ലഭിക്കും (വകുപ്പ് 154/ ക്രിമിനൽ നടപടിക്രമം).

സ്ത്രീകളുടെയും 18 വയസിൽ താഴെയോ 65 വയസിൽ മുകളിലോ ഉള്ളതോ ആയ പുരുഷന്മാരുടെയും ശാരീരികവും മാനസികവുമായ പരി

മിതികളുള്ളവരുടെയും താമസസ്ഥലത്തെത്തി വേണം പൊലീസ് സാക്ഷി മൊഴി രേഖപ്പെടുത്താൻ (വകുപ്പ് 160/(1) ക്രിമിനൽ നടപടിക്രമം).

ലൈംഗിക കുറ്റകൃത്യങ്ങളിൽ മൊഴി രേഖപ്പെടുത്തുന്നത് വനിതാ പൊലീസ് ഉദ്യോഗസ്ഥയായിരിക്കണം (വകുപ്പ് 161/ക്രിമിനൽ നടപടി ക്രമം). വിവാഹബന്ധത്തിലെ ബലാൽസംഗത്തിന്റെ പേരിൽ ഭർത്താവി നെതിരെ പരാതി നൽകാൻ ഭാര്യക്കു മാത്രമേ അവകാശമുള്ളൂ (വകുപ്പ് 198 ബി ക്രിമിനൽ നടപടിക്രമം).

അതീവ രഹസ്യവിചാരണ നടപടിക്രമങ്ങൾ (ഇൻ ക്യാമറ) ബലാൽസംഗവിചാരണയിൽ മാത്രമേ ഉണ്ടാകുകയുള്ളൂ. മറ്റെല്ലാ ലൈംഗിക കുറ്റകൃത്യങ്ങൾക്കും രഹസ്യവിചാരണ പറയുന്നില്ല (വകുപ്പ് 327/ ക്രിമിനൽ നടപടിക്രമം).

ലൈംഗിക കുറ്റകൃത്യങ്ങളിൽ ഇരയുടെ പൂർവകാല സ്വഭാവം (മുൻകാല മോശംലൈംഗികസ്വഭാവം ഉണ്ടെങ്കിൽപ്പോലും) അക്കാര്യം പരിഗണയ്ക്കെടുക്കാൻ പാടില്ല. (വകുപ്പ് 53 എ/തെളിവ് നിയമം).

ഇരയ്ക്ക് സമ്മതമുണ്ടായിരുന്നു എന്ന് തെളിവുണ്ടാക്കാൻ അവരുടെ അസാന്മാർഗിക സ്വഭാവമോ മുൻകാല ലൈംഗിക അനുഭവമോ സൂചി പ്പിച്ചുകൊണ്ടുള്ള ചോദ്യങ്ങൾ വിചാരണ വേളയിൽ ചോദിക്കാൻ പാടു ള്ളതല്ല (വകുപ്പ് 146/തെളിവ് നിയമം).

സ്ത്രീപീഡന നിരോധനമാണ് ഓർഡിനൻസിന്റെ ആത്യന്തിക ലക്ഷ്യമെന്ന് പൊതുവായി പറയുന്നുവെങ്കിലും അതിൽത്തന്നെ ബലാൽസംഗ കുറ്റകൃത്യമാണ് സമഗ്രമായ മാറ്റത്തിന് വിധേയമാക്കിയി ട്ടുള്ളത്.

ബലാൽസംഗവും ബലാൽക്കാരവും

ഓർഡിനൻസിലേക്ക് എത്തിയപ്പോൾ കുറ്റകൃത്യത്തിന്റെ പേരുതന്നെ മാറി ലൈംഗിക ബലാൽക്കാരമായി (Sexual assault), നിർവനചത്തിന്റെ സ്വഭാവവും വിപുലമായി. താഴെപറയുന്ന നാല് സന്ദർഭങ്ങളിലെ കുറ്റ കൃത്യമാണ് ഇതിന്റെ പരിധിയിൽ വരിക. ഒന്ന്, ആണ് ആണിനുമേൽ. രണ്ട്, പെണ്ണ് പെണ്ണിനുമേൽ. മൂന്ന്, ആണ് പെണ്ണിനുമേൽ. നാല്, പെണ്ണ് ആണിനുമേൽ. ലൈംഗിക ബലാൽക്കാരം നടത്തിയാൽ അത് 375 -ാം വകുപ്പ് അനുസരിച്ച് ക്രിമിനൽ കുറ്റമാണ്. പീഡിപ്പിക്കുന്നയാളും ഇരയും തമ്മിലുള്ള ലിംഗഭേദം ഇല്ലാതാക്കി എന്ന് ലളിതമായി പറയാം. ബലാൽസംഗത്തന്റെ നിർവചനത്തിൽ വരുത്തിയ മാറ്റങ്ങൾ പരിശോധി ക്കുമ്പോൾ അത്തരമൊരു ലിംഗവ്യത്യാസം ഇല്ലാതാക്കിയതിന്റെ യുക്തി വ്യക്തമാകും.

പുരുഷൻ സ്ത്രീയോട് ബലം പ്രയോഗിച്ച് ലൈംഗിക ബന്ധം നട ത്തിയാൽ സ്ത്രീ-പുരുഷ ലൈംഗിക അവയവങ്ങളിലൂടെ മാത്രമേ ഐ

പി സി പ്രകാരം ബലാൽസംഗമായി കണക്കാക്കിയിരുന്നുള്ളൂ. എന്നാൽ പുരുഷ ലൈംഗിക അവയവമോ (penis) മറ്റേതെങ്കിലും വസ്തുവോ (object) മറ്റൊരാളുടെ ശരീരഭാഗങ്ങളിൽ (anus, mouth vagina or urethra) പ്രവേശിപ്പിച്ചാലും ബലാൽസംഗമായി കണക്കാക്കാം എന്ന് ഓർഡിനൻസ് പറയുന്നു (വകുപ്പ് 375 എ 375 ബി). മാത്രവുമല്ല, പരാതിക്കാരന്റെ/പരാതിക്കാരിയുടെ മാറിടം ഉൾപ്പെടെയുള്ള സ്വകാര്യ ശരീരഭാഗങ്ങളിൽ (Vagina, anus, breast) സ്പർശിക്കുന്നതോ, പീഡിപ്പിക്കുന്ന ആളുടെ സ്വകാര്യ ശരീരഭാഗങ്ങളിൽ (vagina, anus, penis, breast) ഇരയെ കൊണ്ട് നിർബന്ധപൂർവം സ്പർശിപ്പിക്കുന്നതോ ഓർഡിനൻസ് പ്രകാരം ബലാൽസംഗത്തിന്റെ പരിധിയിൽവരും (375 സി).

സമ്മതമില്ലാതെ ചെയ്യുന്ന കുറ്റകൃത്യമാണ് ബലാൽസംഗമെന്നതിനാൽ ഏതൊക്കെ അവസരങ്ങളിൽ 'സമ്മതം' ബാധകമല്ല എന്ന ഐ പി സി യിൽനിന്ന് കാര്യമായ മാറ്റം ഓർഡിനൻസിൽ വരുത്തിയിട്ടില്ല. 'സ്ത്രീയുടെ സമ്മതമില്ലാതെ' എന്ന പരാമർശത്തിനുപകരം 'വ്യക്തിയുടെ സമ്മതമില്ലാതെ' എന്ന ലിംഗപരമായ മാറ്റം വരുത്തിയിട്ടുണ്ടെന്നു മാത്രം.

വിവാഹബന്ധത്തിലെ ബലാൽസംഗം (marital rape) എന്നത് കുറ്റകൃത്യമായി കണക്കാക്കാൻ ഭാര്യക്ക് 16 വയസിൽ താഴെയായിരിക്കണം. വേർപിരിഞ്ഞുകഴിയുന്ന ദമ്പതികൾക്കു മാത്രമേ ഇത് ബാധകമാകൂ എന്നുള്ളത് ന്യൂനതയായി പല സ്ത്രീ സംഘടനകളും ചൂണ്ടിക്കാണിക്കുന്നുണ്ട്. ഐ പി സിയിൽ ഇത് 15 വയസാണ്. ശാരീരികമായി എതിർപ്പ് പ്രകടിപ്പിച്ചിട്ടില്ല എന്നത് സമ്മതമായി കണക്കാക്കാനാവില്ലെന്ന വർമ കമ്മിറ്റി ശുപാർശ ഓർഡിനൻസിൽ സ്വീകരിച്ചിട്ടുണ്ട് എന്നത് ഈ കുറ്റകൃത്യത്തിന്റെ പഴുത് ഒരു പരിധിവരെ ഇല്ലാതാക്കും. വർത്തമാനകാല സ്ത്രീപീഡന ചർച്ചകേട്ടാൽ 'സമ്മത'ത്തിന്റെ സാങ്കേതികത കുറ്റക്കാർക്ക് എങ്ങനെ സഹായകരമായെന്നും അത് ഇരയ്ക്ക് നീതിനിഷേധമായി മാറിയത് എങ്ങനെയെന്നും വ്യക്തമാകും.

വധശിക്ഷ പ്രത്യേക സന്ദർഭങ്ങളിൽ മാത്രം. ഏഴുവർഷം മുതൽ ജീവപര്യന്തം വരെ കഠിനതടവും പിഴയും ഈ കുറ്റകൃത്യത്തിനുള്ള ശിക്ഷയായി ഓർഡിനൻസ് വ്യവസ്ഥ ചെയ്യുന്നു, വകുപ്പ് 376 (1). ഏഴുവർഷം മുതൽ ജീവപര്യന്തംവരെയോ പത്തുവർഷംവരെയോ ഉള്ള വെറും പിഴയുമാണ് നിലവിലെ ഐ പി സി പറയുന്നത്. ഇതോടൊപ്പം വൈദ്യചികിത്സയ്ക്കുള്ള ചെലവായി നഷ്ടപരിഹാരംകൂടി വേണമെന്ന വർമ കമ്മിറ്റി ശുപാർശ ഇവിടെ സ്വീകരിക്കപ്പെട്ടിട്ടില്ല.

കൂടുതൽ ക്രൂരമായ ബലാൽസംഗം നടത്തുന്നവർക്ക് അധികശിക്ഷയെന്ന ഐ പി സി വകുപ്പ് ഇവിടെയും പാലിക്കപ്പെട്ടിട്ടുണ്ട്. ബന്ധു രക്ഷാകർത്താവ്, അധ്യാപകൻ, മറ്റ് വിശ്വാസത്തിലെടുക്കാവുന്നവർ, സംരക്ഷണം നൽകേണ്ടവർ തുടങ്ങിയവർ ബലാൽസംഗം നടത്തിയാൽ പത്തു

വർഷം മുതൽ ജീവപര്യന്തം വരെയുള്ള കഠിനതടവും പിഴയും ഓർഡിനൻസ് നിർദേശിക്കുന്നു, വകുപ്പ് 176 (2) (പൊലീസ്, സർക്കാർ ഉദ്യോഗസ്ഥർ, ജയിൽ, റിമാൻഡ് ഹോം, ആശുപത്രി തുടങ്ങിയിടങ്ങളിലെ മാനേജ്മെന്റോ സ്റ്റാഫോ ചെയ്യുന്ന ബലാൽസംഗം മാത്രമാണ് മുമ്പ് കൂടുതൽ ക്രൂരം എന്ന പട്ടികയിൽ ഉണ്ടായിരുന്നത്).

സാമ്പത്തികമായോ സാമൂഹികമായോ ഉന്നതിയിൽ നിൽക്കുന്നയാൾ ആ അധികാരം ഉപയോഗിച്ച് നടത്തുന്ന ബലാൽസംഗവും കൂടുതൽ ക്രൂരമെന്ന പട്ടികയിലാണ് ചേർത്തിട്ടുള്ളത് (വകുപ്പ് 376 (2) ജെ). എന്നാൽ രാഷ്ട്രീയ പദവിയിലുള്ളവരെക്കൂടി ഈ പട്ടികയിൽ ഉൾപ്പെടുത്തണമെന്ന് ലോകസഭയിൽ അവതരിപ്പിക്കപ്പെട്ട ക്രിമിനൽ ഭേദഗതി നിയമം 2012 ബില്ലിൽ വ്യക്തമാക്കിയിട്ടുണ്ട്. ഓർഡിനൻസിൽനിന്ന് ഇത് ഒഴിവാക്കിയത് എന്തുകൊണ്ടാണെന്നുള്ളത് ദുരൂഹമാണ് (വിവാദ സ്ത്രീപീഡന സംഭവങ്ങൾ ഒരു വിഭാഗം രാഷ്ട്രീയക്കാർ ആയുധമാക്കി ഉപയോഗിക്കുന്ന സാഹചര്യത്തിൽ ഇതിനുള്ള ഉത്തരം പാർലമെന്റ് അംഗങ്ങൾതന്നെ നൽകുമെന്ന് പ്രതീക്ഷിക്കാം). കൂട്ടബലാൽസംഗത്തിന് 20 വർഷംമുതൽ ജീവപര്യന്തംവരെയുള്ള കഠിനതടവും വൈദ്യസഹായത്തിനുള്ള നഷ്ടപരിഹാര തുകയും പുനരധിവാസവും ഓർഡിനൻസിൽ ഉൾപ്പെടുത്തിയിരിക്കുന്നത് ഇരയോടുള്ള സ്നേഹവായ്പായി കണക്കാക്കാം (376 ഡി).

ഓർഡിനൻസിന്റെ രണ്ടു വകുപ്പുകളിൽ വധശിക്ഷയുമാകാമെന്ന് നിർദേശിക്കുന്നുണ്ട്. ബലാൽസംഗത്തിനിടെ ഇര കൊല്ലപ്പെട്ടാലോ ജീവച്ഛവംപോലെ തുടർജീവിതം നയിക്കുന്ന അവസ്ഥയുണ്ടായാലോ 20 വർഷം മുതൽ ജീവപര്യന്തം പരോൾപോലുമില്ലാതെ കഠിനതടവോ വധശിക്ഷയോ പ്രതിക്ക് നൽകാവുന്നതാണെന്ന് ഓർഡിനൻസ് വ്യക്തമാക്കുന്നു (376 എ). സ്ഥിരം കുറ്റവാളികൾക്ക് പരോൾ ഇല്ലാത്ത ജീവപര്യന്തമോ വധശിക്ഷയോ ഓർഡിനൻസ് നിർദേശിക്കുന്നുണ്ട്.

ആശങ്ക വേണ്ട

സ്ത്രീപക്ഷ നിയമങ്ങൾ ദുരുപയോഗം ചെയ്യാനുള്ള സാധ്യത മിക്കവരും പങ്കുവെക്കുന്നത് യാഥാർഥ്യത്തിൽനിന്നും അകലെ നിൽക്കുന്നതുകൊണ്ടാണ്. "എന്നെ ഇന്നയാൾ പീഡിപ്പിച്ചു" എന്ന് ഉറക്കെ പറയുന്നത് (യഥാർഥത്തിൽ അങ്ങനെ നടന്നാൽപ്പോലും) അന്തസ്സായി സ്ത്രീകൾ കരുതുന്നുവെന്ന പുരുഷ ചിന്തതന്നെ വിഡ്ഢിത്തം. കുറ്റത്തിന്റെ 'ഉപയോഗം സർവസാധാരണമായപ്പോൾ ദുരുപയോഗത്തിന്റെ ആശങ്ക പ്രകടിപ്പിക്കുന്നതിൽ എന്ത് സ്ത്രീപക്ഷ താൽപ്പര്യമാണുള്ളത്? അത്തരമൊരു ഉൽക്കണ്ഠ ഏറുന്നുവെങ്കിൽ അത് തടയാനുള്ള മാർഗം അന്വേഷിക്കുകയല്ലേ ചെയ്യേണ്ടത്. മനഃപൂർവമോ അല്ലാതെയോ വൈരാഗ്യംകൊണ്ടോ തേജോവധം ചെയ്യാനോ കള്ളപ്പരാതി (False complaint) കൊടുക്കുന്നവർക്കെതിരെയുള്ള ശിക്ഷ അതേ നിയമത്തിൽ തന്നെ വ്യവസ്ഥ ചെയ്താൽ ദുരുപയോഗത്തിനുള്ള സാധ്യത കുറയുമല്ലോ. കള്ളപ്പരാതിക്ക് തടവുശിക്ഷ ഉൾപ്പെടെയുള്ള ശിക്ഷകൾ നിർദേശിച്ചാൽ പരാതിയുമായി പോകുംമുൻപ് ആരുമൊന്ന് ചിന്തിക്കും. ചിരിച്ചാലോ നോക്കിയാലോ തൊട്ടാലോ പീഡനമാകില്ല. ലൈംഗിക ചുവയോടെയോ ദുരുദ്ദേശ്യത്തോടെയോ ഈ വക പീഡനങ്ങൾ നടത്തിയാൽ മാത്രമേ നിയമത്തിന്റെ കണ്ണിൽ ഒരാൾ കുറ്റക്കാരനായി മാറ്റപ്പെടുകയുള്ളൂ. കുരുത്തക്കേട് കൈയിലുള്ള പുരുഷന്മാർമാത്രം നിയമത്തെ പേടിച്ചാൽ മതിയെന്ന് സാരം.

മാറ് മറയ്ക്കാനുള്ള തുണിക്കുവേണ്ടി സമരം ചെയ്ത പാരമ്പര്യം മലയാളിസ്ത്രീക്ക് സ്വന്തമാണ്. തുണി അഴിച്ചുമാറ്റപ്പെടുമ്പോൾ പ്രതിരോധം തീർക്കാനും അവൾ ഇനിയും ഒരുമ്പെട്ടേ പറ്റൂ. ശരീരവും മനസും സജ്ജമാക്കണം ഒരു കലഹത്തിനായി.

ഭാഗം 4

ലിംഗനീതി, സ്വാതന്ത്ര്യം, പ്രത്യയശാസ്ത്രം

നിശ്ശബ്ദത എന്ന ഗൂഢാലോചനയുടെ അവസാനം

ബൃന്ദാകാരാട്ട്

ബലാൽസംഗത്തെ അതിജീവിച്ചവർ ജീവച്ഛവങ്ങളല്ല. സ്ത്രീത്വത്തിന്റെ കാതലായി സ്ത്രീശരീരത്തെ കാണുകയും ബലാൽസംഗം മരണ സമാനമാണെന്ന് ചിന്തിക്കുകയും ചെയ്യുന്ന നാട്ടുനടപ്പിൽ നിന്നുള്ള പിൻവാങ്ങലാണ് അത്. ഒരു സ്ത്രീ ശരീരത്തിന്റെ പൂർണതയെ കീഴടക്കുകയും ലംഘിക്കുകയും ചെയ്യുന്ന ഹീനമായകൃത്യത്തെ ഒരു രീതിയിലും ഇത് കുറച്ചുകാണുന്നില്ല. മറ്റേതൊരു കൃത്യത്തേക്കാളും ഹീനമാണ് അത്. പക്ഷേ, ബലാൽസംഗത്തിനിരയായ പെൺകുട്ടി ജീവിക്കുന്ന സമൂഹം അവൾക്ക് പെട്ടെന്ന് നീതി ലഭ്യമാക്കുകയും കൃത്യം നടത്തിയവർക്ക് കർശനമായ ശിക്ഷ നൽകുകയുമാണെങ്കിൽ അവർക്കും സന്തോഷപ്രദമായ സമ്പൂർണ ജീവിതം നയിക്കാം. അത് അവൾക്ക് ജീവിതം വീണ്ടും കെട്ടിപ്പടുക്കാനുള്ള അവസരം നൽകും. അതിനാലാണ് ആശുപത്രിയിൽ ജീവനുവേണ്ടി പോരാടുന്ന ആ യുവതി അമ്മയ്ക്ക് ഇപ്രകാരം എഴുതിയത്, “എനിക്ക് ജീവിക്കണം.” അവൾ അറിയുന്നില്ലെങ്കിലും വ്യവസ്ഥിതിയുടെ അനീതിയുടെയും നീതിക്കുവേണ്ടിയുള്ള പോരാട്ടത്തിന്റെയും അടയാളമായി മാറി ആ പെൺകുട്ടി. തലസ്ഥാനത്ത് സ്ത്രീകളുടെ സുരക്ഷയ്ക്കായി ഡൽഹി പൊലീസ് കർശനമായും കൈക്കൊള്ളേണ്ട മാർഗനിർദേശങ്ങൾ പാലിക്കപ്പെട്ടിരുന്നുവെങ്കിൽ ഈ ഹീന കൃത്യം നടക്കുമായിരുന്നില്ല. കൈക്കൊള്ളേണ്ട ചെറിയ നടപടികളുടെ അഭാവം ഒരു പെൺകുട്ടിയുടെ ജീവന്മരണ പോരാട്ടത്തിന് വഴിയൊരുക്കി. മാർഗനിർദേശങ്ങൾ ലംഘിച്ച ഡൽഹി പൊലീസിലെ ഉന്നതർ ശിക്ഷിക്കപ്പെടേണ്ടതല്ലേ? പക്ഷേ, നടപടികളൊന്നും ഉണ്ടായിട്ടില്ല.

ആ ധീര യുവതി ജീവനുവേണ്ടി പോരാടുമ്പോൾ രാജ്യവും അവൾ ജോലി തേടി എത്തിയ തലസ്ഥാന നഗരവും അവൾക്ക് ഇരയാകേണ്ടി

വന്ന ഹീനകൃത്യത്തിൽ രോഷംപൂണ്ട് തെരുവുകളിൽ നുരഞ്ഞു പൊന്തി. സ്ത്രീകൾക്കും കുട്ടികൾക്കും എതിരേ ബലാൽസംഗവും ലൈംഗിക പീഡനവും ഏറ്റവുമധികം രേഖപ്പെടുത്തിയ നഗരമാണ് ഇത് എന്നത് അപമാനകരമാണ്. ഒരു വർഷത്തിൽ 600 ബലാൽസംഗ കേസുകളാണ് രജിസ്റ്റർ ചെയ്തത്. അതിൽ പകുതിയിലധികം ഇരകളും പ്രായപൂർത്തിയാകാത്തവരും. എല്ലാ ദിവസവും ആയിരക്കണക്കിന് സ്ത്രീകൾ ബസിലും റോഡിലും ട്രെയിനിലും എല്ലാം വിവിധ തരത്തിലുള്ള പീഡനങ്ങൾക്ക് വിധേയമാകുന്നുണ്ട്. ജോലിക്കു പോകുന്ന സ്ത്രീകളാണ് ഇതിൽ ഏറെയും ഇരകൾ. എന്നിട്ടും നിശ്ശബ്ദത എന്ന ഗൂഢാലോചന ആണ് ഇക്കാലമത്രയും ഉണ്ടായത്. ആ നിശ്ശബ്ദത ലംഘിച്ചതിന്റെ അടയാളമാണ് തെരുവുകളിൽ രോഷമായി മുഴങ്ങിക്കേൾക്കുന്ന മുദ്രാവാക്യങ്ങൾ. അതിനാൽത്തന്നെ നമ്മൾ ഈ പോരാട്ടത്തെ പൂർണ ഹൃദയത്തോടെ സ്വാഗതം ചെയ്യണം. ഈ പ്രക്ഷോഭത്തെ മലിനപ്പെടുത്താനുള്ള ഏതു ശ്രമത്തേയും നമ്മൾ തടയുകയും വേണം. ധീരമായ ആ യുവതിക്ക് നീതി ലഭിക്കണമെന്ന് ആവശ്യപ്പെട്ട് ഡൽഹി തെരുവുകളിൽ ആയിരക്കണക്കിന് പുരുഷന്മാർ അണിനിരന്നത്; സ്ത്രീകളെ 'ചരക്കുകൾ' ആയല്ല തുല്യരായി കാണാനും സ്വന്തം സഹപ്രവർത്തകർക്കു നേരെയുള്ള ലൈംഗിക പീഡനത്തിൽ കൂടുതൽ സജീവമായി ഇടപെടാനും അല്ലെങ്കിൽ സ്വന്തം വീടുകളിൽ വിവേചനം അനുഭവിക്കേണ്ടി വരുന്ന തങ്ങളുടെ സഹോദരിമാർക്കുവേണ്ടി നിലകൊള്ളാനും അല്ലെങ്കിൽ സ്ത്രീധനം നിരസിക്കാനും പുരുഷന്മാരെ കൂടുതൽ പ്രാപ്തരാക്കും എന്ന് ഉറപ്പുണ്ട്. അല്ലെങ്കിലും പുരുഷന്മാർ തന്നെയാണല്ലോ സ്ത്രീകൾക്കു നേരെ നടക്കുന്ന അക്രമത്തിനും ലൈംഗിക പീഡനത്തിനും പിന്നിലെ ശക്തികൾ.

യുവാക്കളുടെ പെരുമാറ്റം മാറണം

യുവാക്കളുടെ സമീപനത്തിലും പെരുമാറ്റത്തിലും മാറ്റം വേണം എന്നതാണ് സുപ്രധാനമായ ആവശ്യം. അതിനാൽത്തന്നെ ഈ പ്രക്ഷോഭം ചഞ്ചലമായ സാറ്റ്‌ലൈറ്റ് ചാനലുകൾക്കപ്പുറം കൂടുതൽ ആഴത്തിൽ സ്വാധീനം ചെലുത്തുമെന്നു തന്നെയാണ് പ്രതീക്ഷ. പുരുഷനെ പാരമ്പര്യമായി പ്രത്യേകാവകാശിയായി തെരഞ്ഞെടുക്കുന്നതിനും സ്ത്രീയെ ജന്മനാ തന്നെ ഇകഴ്ത്തി കാട്ടുന്നതിനും എതിരെ പ്രതികരിക്കാൻ ആൺകുട്ടികളെയും യുവാക്കളെയും ഇതോടൊപ്പം ബോധവൽക്കരിക്കുകയും വേണം. ചരിത്രപരമായി ശക്തമായി സാമൂഹ്യ പരിഷ്കരണ പ്രസ്ഥാനങ്ങളുടെ അഭാവം നിമിത്തം സ്ത്രീവിദ്വേഷ കേന്ദ്രീകൃതമാണ് പുരുഷമനോഭാവം. പ്രത്യേകിച്ചും നല്ല പെൺമക്കൾ, അമ്മമാർ, സഹോദരിമാർ, ഭാര്യമാർ എന്നിങ്ങനെയുള്ള പരമ്പരാഗത വേഷങ്ങളുടെ ലക്ഷ്മണരേഖ സ്ത്രീകൾ ലംഘിക്കുമ്പോൾ ഒരു സ്വതന്ത്ര സ്ത്രീ എന്ന നിലയിൽ സ്വന്തം ആവശ്യങ്ങളും അഭിലാഷങ്ങളും പ്രകടിപ്പിച്ച്

സ്ത്രീകൾ ആകുമ്പോഴാണ് അവർക്കെതിരെയുള്ള അക്രമത്തിന് വ്യാപകമായ സാമൂഹ്യ ഉപരോധം ഉണ്ടാകുന്നത്.

സ്ത്രീകളുടെ ലൈംഗികതയെക്കുറിച്ചുള്ള ഏത് പ്രയോഗവും അത് സ്വയം തെരഞ്ഞെടുത്ത മിശ്രവിവാഹത്തെക്കുറിച്ചുള്ളതായാലും സ്ത്രീയുടെ വസ്ത്രധാരണം സംസാരം, സഞ്ചാരം എന്നിവയെക്കുറിച്ചുള്ളതായാലും, ശിക്ഷിക്കപ്പെടണം. ഡൽഹിയിൽ നടന്ന സംഭവത്തിൽ അവൾ അവനോടൊപ്പം രാത്രിയിൽ പുറത്തുപോയതാണ് കുറ്റം ചെയ്യാൻ പ്രേരണ ആയതെന്നാണ് കുറ്റവാളികളുടെ അവകാശവാദം.

ഇന്ത്യൻ സമ്പദ്‌വ്യവസ്ഥയുടെ പറയപ്പെടുന്ന ആധുനികവൽക്കരണവും അതോടൊപ്പമുള്ള വിപണി അധിഷ്ഠിത ഉപഭോക്തൃ സംസ്കാരങ്ങളും തത്സമയം സംതൃപ്തിയും വിലകുറഞ്ഞ പരസ്യങ്ങളിലൂടെ സ്ത്രീ ശരീരത്തെ വിൽപ്പനച്ചരക്കാക്കുന്നതും പരമ്പരാഗതമായിത്തന്നെ പുരുഷ മേധാവിത്വമുള്ള ഒരു സമൂഹത്തിൽ സ്ത്രീകളോടുള്ള സമീപനത്തിൽ പ്രതികൂല മാറ്റങ്ങളാണ് ഉണ്ടാക്കിയിട്ടുള്ളത്. ഇവയുടെ സ്വാധീനം ഇന്ത്യയുടെ എല്ലാഭാഗത്തുംതന്നെ ശക്തമായി വേരോടിയിട്ടും ഉണ്ട്. പൊതുജീവിതത്തിൽ സ്ത്രീകൾ കൂടുതൽ സ്വതന്ത്രരായ പദവികൾ വഹിക്കുന്ന സംസ്ഥാനങ്ങളിൽപ്പോലും നില വ്യത്യസ്തമല്ല. സ്ത്രീശരീരത്തിന്റെ പാവനതയെ കളങ്കപ്പെടുത്തുംവിധം മൃഗതൃഷ്ണ ഉണർത്തുന്ന വിപണി സംസ്കാരത്തെ എങ്ങനെ കടിഞ്ഞാണിടാം എന്നതിന് ഇനിയും ഒരു വഴി കണ്ടെത്തിയിട്ടില്ല; അതിനെതിരെ പോരാടാൻ ഒരു പ്രതിരോധ സംസ്കാരവും ഇല്ല.

ചോദ്യം ചെയ്യാൻ സ്ത്രീക്ക് ധൈര്യംനൽകും പ്രതിഷേധങ്ങൾ

യുവതിയുടെ വലിയ തോതിലുള്ള സജീവ പങ്കാളിത്തമാണ് ഈ പ്രക്ഷോഭത്തിന്റെ ഏറ്റവും ആകർഷണീയവും നിർണായകവുമായ വശം, ഇത്തരം ക്രൂരതയിൽ അതിന് ഇരയായ ഈ യുവതിയുടെ മുഖത്ത് ദൃശ്യമായ അതേ കരുത്ത് ഈ യുവതികളുടെ മുഖത്തും തിളയ്ക്കുന്നുണ്ട്. പൊതു ഇടങ്ങളിൽ അവർ അഭിമുഖീകരിക്കുന്ന അപമാനത്തിന്റെ പൊതുവായ അനുഭവമാണ് അവരെ ഒറ്റക്കെട്ടാക്കുന്നത്. ഇത് അവരിൽ ആർക്കും സംഭവിക്കാം. വസ്ത്രധാരണം, സംസാരം, പെരുമാറ്റം എന്നിവയ്ക്ക് സ്വാതന്ത്ര്യമുള്ള സ്വതന്ത്ര യുവതികളാണ് തങ്ങളെന്ന് ഉറക്കെ വിളിച്ചു പറയുന്നതായിരുന്നു ആ യുവതികൾ ഏന്തിയ മുദ്രാവാക്യങ്ങളും പ്ലക്കാർഡുകളും. അടിച്ചമർത്തപ്പെട്ട അവരുടെ രോഷത്തിനും നിരാശയ്ക്കും ഒടുവിൽ അവർക്ക് ഒരു വേദി ലഭിച്ചതുപോലെ ആയിരുന്നു ഈ പ്രക്ഷോഭത്തിൽ അവർ പങ്കെടുത്തത്. ഇപ്പോഴത്തെ സംഭവവുമായി ബന്ധപ്പെട്ടായിരിക്കാം ഇത്. പക്ഷേ, നിലവിലുള്ള അനീതി കലർന്ന വ്യവസ്ഥിതിയും കീഴ്‌വഴക്കങ്ങളും അവരുടെ സ്വാതന്ത്ര്യത്തിനും അവകാശങ്ങൾക്കുംനേരെ ഉയർത്തുന്ന വെല്ലുവിളി അവർ തിരിച്ചറിഞ്ഞു കഴിഞ്ഞു. വീട്ടിലടക്കം നേരിടുന്ന വിവേചനങ്ങൾ ചോദ്യം ചെയ്യാൻ ഇത്തരം പ്രതി

ഷേധങ്ങൾ അവർക്ക് ശക്തി പകരും എന്ന് എനിക്ക് ഉറപ്പുണ്ട്.

നീതി അല്ല. അനീതി ലഭിക്കുന്ന ക്രിമിനൽ നീതിന്യായ വ്യവസ്ഥിതിയിൽ ഒരു പുനർചിന്തനത്തിലേക്ക് ഈ സംഭവം നയിക്കണം. വനിതാ സംഘടനകൾ ഏറെക്കാലം പ്രയത്നിച്ചാണ് ലൈംഗിക പീഡനത്തിനെതിരെ സമഗ്രമായ ഒരു കരടു നിയമം ഒരുക്കിയത്. പക്ഷേ, സർക്കാർ അത് നേർപ്പിക്കാനാണ് ശ്രമിക്കുന്നത്. ഈ മേഖലയിലുള്ള സ്ത്രീ പ്രവർത്തകരും വിദഗ്ധരും ഗൃഹപാഠങ്ങൾ നേരത്തേതന്നെ ചെയ്തു കഴിഞ്ഞതിനാൽ, ഒരു ദിവസമേ വേണ്ടൂ ഈ നിയമത്തിൽ വേണ്ട കർക്കശമായ മാറ്റങ്ങൾ വരുത്താൻ. പക്ഷേ, അതിനു വേണ്ടത് സ്ത്രീകൾക്ക് നീതി നൽകണം എന്ന രാഷ്ട്രീയ ഇച്ഛാശക്തിയാണ്.

ആക്രമണങ്ങളുടെ രാഷ്ട്രീയം ഫാസിസ്റ്റ് ബലതന്ത്രം

എ ജി ഒലീന

വാർത്താ മാധ്യമങ്ങളിൽ നിറയുന്ന വാർത്തകളും ചിത്രങ്ങളും മസ്തിഷ്കത്തിൽ ചുറ്റിക പ്രഹരമാകുമ്പോൾ, പൊടുന്നനെ മനസിൽ തെളിയുന്ന ഒരു സമരമുഖം. ഏറെപ്പഴക്കമില്ലാതെ ഒരു സമരമുഖം. ഇപ്പോഴും തുടർന്നുകൊണ്ടിരിക്കുന്ന ഒരു സമരം. വടക്കുകിഴക്കൻ ഇന്ത്യാ പ്രദേശമായ മണിപ്പൂരിൽ കുറച്ചു സ്ത്രീകൾ നഗ്നരായി കൺകളിൽ അഗ്നി ജ്വാലയുമായി തെരുവീഥികളിൽ നീങ്ങുമ്പോൾ അവരുടെ കൈയിലെ പ്ലക്കാർഡുകളിൽ ഇങ്ങനെ എഴുതിയിരുന്നു: "Indian Army Rape Us." സ്വതന്ത്ര ഇന്ത്യയിൽ ഇന്ത്യൻ സ്ത്രീകൾ നടത്തിയ ഒരു പ്രതിരോധമുറ. അധിനിവേശശക്തികൾ ആധിപത്യമുറപ്പിക്കുന്നതിന് സ്വീകരിക്കുന്ന ബല തന്ത്രങ്ങൾക്ക് ചരിത്രത്തിൽ എത്ര വേണമെങ്കിലും ഉദാഹരണങ്ങളുണ്ട്. രാജാവിന്റെ പടയോട്ടക്കഥകളായാലും സാമ്രാജ്യത്വ ശക്തികളുടെ സാമ്പ ത്തിക വേട്ടകളായാലും കീഴ്പ്പെടുന്ന ദേശത്തിന്റെ അവസാന ശബ്ദത്തെ പ്പോലും നിശ്ശബ്ദമാക്കാൻ ഒരു ദേശത്തിന്റെ സാംസ്കാരികമുഖമോ ജൈവസാന്നിധ്യമോ ആയ പെണ്ണുടലുകൾ ആക്രമിച്ചു തകർക്കുന്ന തന്ത്രങ്ങൾ ചരിത്രത്തിലെ ആവർത്തിത പാഠങ്ങളാണ്. തലമുറകൾക്കു ജന്മംനൽകുന്ന പെണ്ണിനെ കായികമായി കീഴ്പ്പെടുത്തി, അവരുടെ വ്യക്തി ത്വത്തെ ശിഥിലമാക്കി, തൃപ്തരാകുന്ന ആക്രമണകാരികൾ ചരിത്രത്തിൽ എത്രയോ ഉണ്ട്. ഒരു ജനതയെ തകർക്കാൻ അവിടത്തെ ഭാഷ തകർ ത്താൽ മതിയെന്ന ചിന്തപോലെ അധിനിവേശ ശക്തികളും ഭരണകൂട ങ്ങളും എല്ലാക്കാലത്തും എടുത്തുപ്രയോഗിക്കുന്ന ഒരു മർദനമുറ. ദേശ ഭൂപടത്തെ വലിച്ചുകീറുന്നതിനുപകരം പെണ്ണുടലുകൾ നിർദയമായി കീറി മുറിക്കുക എന്ന കിരാതതന്ത്രം, ഏറ്റവും ക്രൂരമായ ഫാസിസ്റ്റ് ബലത ന്ത്രം.

പക്ഷേ, ഈ ആക്രമണങ്ങൾ തരുന്ന ഒരു സന്ദേശമുണ്ട്. എല്ലാ ആക്രമണവും പ്രതിരോധത്തിന്റെ തന്ത്രങ്ങളായിരിക്കെ കായികാക്രമണം അസഹിഷ്ണുതയുടെയും അക്ഷമയുടെയും ഭയത്തിന്റെയും അവസാന സാധ്യതയായിട്ടാണ് ഏറ്റെടുക്കപ്പെടുക. പ്രായഭേദമെന്യേ പെണ്ണുടലുകൾ നിരന്തരം ആക്രമിക്കപ്പെടുന്ന വർത്തമാനസാഹചര്യം സങ്കീർണമായ ഒട്ടേറെ സാംസ്കാരിക ചോദ്യങ്ങൾ ഒരു പുരോഗമന സമൂഹത്തിനുമുന്നിൽ വയ്ക്കുന്നുണ്ട്. കണക്കെടുപ്പുകൾ തകൃതിയായി നടന്നുകൊണ്ടിരിക്കുന്നു. പീഡിതരും പീഡകരും സമരരേഖകൾക്കിരുപുറത്തുമായി വിന്യസിക്കപ്പെടുമ്പോൾ, മനുഷ്യബന്ധങ്ങളിൽ വീഴുന്ന വിള്ളലുകൾ നമ്മെ ഞെട്ടിപ്പിക്കുന്നു. കുടുംബം, വിവാഹം, ദാമ്പത്യം, ലൈംഗികത തുടങ്ങിയ സ്ഥാപനങ്ങളും വ്യവഹാരങ്ങളും നിലവിലുള്ള വ്യവസ്ഥയ്ക്കുള്ളിൽവച്ച് നിർവചിക്കാനാകാതെ നമ്മൾ നിസ്സഹായരാകുന്നു. വർഗചൂഷണ വ്യാഖ്യാനങ്ങൾക്ക് പുതിയ അർഥസാധ്യതകൾ തേടേണ്ടതായി വരുന്നു. ലിംഗബദ്ധ സമൂഹത്തിലെ സ്ഥിതവ്യവസ്ഥകൾ ചോദ്യം ചെയ്യപ്പെടുന്നു. മനുഷ്യവ്യവഹാരങ്ങളിലെല്ലാം തുല്യനീതി സ്വപ്നംകാണുകയും അതിനായുള്ള പോരാട്ടത്തിൽ കണ്ണിചേരുകയും ചെയ്യുന്ന പോരാളികൾക്ക് തീർച്ചയായും ഇതൊരു സംഘർഷകാലം. ഒപ്പം ഇതൊരു സംക്രമണകാലമെന്നും നമ്മൾ തിരിച്ചറിയേണ്ടതുണ്ട്.

ലോക മുതലാളിത്തം ഇന്ത്യയിലെ സാധാരണ മനുഷ്യരുടെ വിശേഷിച്ചും സ്ത്രീകളുടെ ജീവിതത്തെ തട്ടിയെടുത്തുകൊണ്ടിരിക്കുന്നുവെന്ന യാഥാർഥ്യത്തെയാണ് സമകാല സ്ത്രീവിരുദ്ധ നിലപാടുകൾ വെളിപ്പെടുത്തുന്നത്. അത് സമൂഹം രൂപപ്പെടുത്തുന്ന പൊതുബോധം നിർമിച്ചു വിതരണം ചെയ്യുന്ന സങ്കൽപ്പങ്ങളിലും മതാധിപത്യത്തിന്റെ കാവലാളുകൾ രൂപപ്പെടുത്തുന്ന 'സദാചാര' സങ്കൽപ്പങ്ങളിലും ഭരണകൂടത്തിന്റെ നിലപാടുകളിലും ഒക്കെ വ്യത്യസ്ത മാനങ്ങളോടെ പ്രത്യക്ഷപ്പെടുന്നുവെന്നു മാത്രം. വാസ്തവത്തിൽ സമൂഹ ശരീരത്തിലെ രോഗലക്ഷണങ്ങളാണ് ഇപ്പോൾ നമ്മൾ അനുഭവിച്ചുകൊണ്ടിരിക്കുന്നത്. രോഗകാരണങ്ങൾ മറ്റു പലതുമാണ്. രോഗത്തിനു കാരണമായ അണുക്കൾ ഉൽപ്പാദിപ്പിക്കപ്പെടുന്നത് മറ്റു ചിലയിടങ്ങളിലും. പീഡനവാർത്തകളിൽ അച്ഛനും മകളും സഹോദരനും സഹോദരിയും അമ്മാവനും മരുമകളും വിരുദ്ധ ദ്വന്ദ്വങ്ങളായി രൂപപ്പെടുമ്പോൾ, വീടകങ്ങൾ അരക്ഷിതമാകുന്നുവെന്നു മാത്രമല്ല, അവിശ്വാസത്തിന്റെയും ഭയത്തിന്റെയും ഉൽക്കണ്ഠയുടെയും അരക്ഷിതാവസ്ഥയുടെയും ശൂന്യസ്ഥലികൾ നമ്മളിയാതെ ഉൽപ്പാദിപ്പിക്കപ്പെടുന്നുവെന്നാണ് കാണേണ്ടത്. സാമൂഹ്യ ജീവിതത്തിന്റെ അരക്ഷിതസ്ഥലങ്ങളിലാണ്, ഇടങ്ങളിലാണ് അരാജകത്വത്തിന്റെ വിത്തുകൾ മുളയ്ക്കുന്നതെന്നത് ചരിത്രപാഠം. കമ്പോളനിർമിതമായ പുത്തൻ സാമ്പത്തികവ്യവസ്ഥയിൽ എല്ലാ മനുഷ്യബന്ധങ്ങളും ലാഭനഷ്ടങ്ങളുടെ സ്ഥിതിവിവരക്കണക്കുകളായി മാറുന്നു. യന്ത്രങ്ങളും കോർപ്പറേറ്റുകളും നിർണയിക്കുന്ന സാമ്പത്തികവ്യവസ്ഥയിൽ മനുഷ്യബന്ധങ്ങളുടെ നില

നിൽപ്പിനാധാരമായ വൈകാരികതയ്ക്കോ ഊഷ്മളതയ്ക്കോ പാരസ്പര്യത്തിനോ പ്രസക്തിയില്ലെന്നും വന്നുചേർന്നുകൊണ്ടിരിക്കുന്നു. അതൊരുപക്ഷേ, ഏറ്റവും പ്രകടമാകുന്നത് സ്ത്രീ–പുരുഷ ബന്ധത്തെ സംബന്ധിക്കുന്ന കാഴ്ചകളിലാണ്. അവിടെ കാഴ്ചപ്പാടുകൾപോലും ഉണ്ടാകുന്നില്ല എന്നത് ദയനീയവും. മനുഷ്യബന്ധങ്ങളിൽവെച്ച് ഏറ്റവും ഊഷ്മളബന്ധമായ സ്ത്രീ–പുരുഷ ബന്ധത്തെ സംബന്ധിച്ച് രൂപപ്പെടുന്ന വികലധാരണകൾ കേവലം യാദൃച്ഛികമല്ല. മനുഷ്യസംസ്കാരപുരോഗതിയുടെ ഇന്ധനമായി നിലനിൽക്കുന്ന വ്യവഹാരങ്ങളിൽ മുഖ്യം വിദ്യാഭ്യാസമായിരിക്കെ ആ വിദ്യാഭ്യാസത്തെ സംബന്ധിക്കുന്ന അടിസ്ഥാന ശിലകളെത്തന്നെ അട്ടിമറിക്കുന്ന ഒരു ഭരണകൂടവ്യവസ്ഥയിൽ മനുഷ്യബന്ധങ്ങൾ എപ്രകാരമായിരിക്കും നിർവചിക്കപ്പെടുകയെന്നു തിരിച്ചറിയാൻ കവടി നിരത്തേണ്ട കാര്യമില്ല. ഒരു രാജ്യത്തെ മനുഷ്യരുടെ ജീവിതം മുഴുവനായി ലോക മുതലാളിത്തത്തിന് വിട്ടുകൊടുത്ത് കൈകഴുകുന്ന ഭരണകൂടങ്ങളിൽനിന്ന് ഇത്തരം വിഷയങ്ങളിൽ ഒരു സമീപനംപോലും പ്രതീക്ഷിക്കാനില്ല. എന്നിടത്താണ് വർഗ പ്രത്യയശാസ്ത്രത്തിന്റെ പ്രസക്തി വർധിച്ചതാകുന്നത്. സാമ്പത്തികബന്ധങ്ങൾ മനുഷ്യവർഗബന്ധങ്ങളെ ഇത്രയധികം മലീമസമാക്കിയ മറ്റൊരുകാലം നമ്മുടെ നാട്ടിൽ ഉണ്ടായിട്ടില്ലെന്നു കാണേണ്ടതുണ്ട്.

അമ്പതുശതമാനം സംവരണം നടപ്പിലാക്കുകവഴി ത്രിതല പഞ്ചായത്തു സംവിധാനത്തിലെ ഭരണരംഗത്ത് സ്ത്രീകളുടെ സാന്നിധ്യം ഉറപ്പാക്കി ലോകത്തിനു മാതൃകയായ നാടാണിത്. അധികാരവികേന്ദ്രീകരണം മാത്രമല്ല സ്ത്രീ പദവിക്കാവശ്യമെന്ന തിരിച്ചറിവിൽ നിന്നുകൊണ്ട്, സാമ്പത്തികാധികാര വികേന്ദ്രീകരണ സാധ്യതയായി കുടുംബശ്രീ സംവിധാനം കെട്ടിപ്പടുത്തവരുമാണ് നമ്മൾ. കേരളത്തിലെ പൊതുവിദ്യാഭ്യാസരംഗത്തെ നിരന്തരമായ നമ്മുടെ ഇടപെടലുകളുടെ ഗുണഭോക്താക്കളാണ് കേരളത്തിലെ സ്ത്രീകൾ. അത്തരത്തിൽ അറിവിന്റെയും അധികാരത്തിന്റെയും പൊതു മണ്ഡലങ്ങളിൽ സ്ത്രീയുടെ സാന്നിധ്യം ബോധപൂർവം ഉറപ്പുവരുത്താൻ കേവല സാന്നിധ്യത്തിനപ്പുറം രാഷ്ട്രീയശക്തിയായി പരിവർത്തിപ്പിക്കാൻ ഒക്കെയുള്ള ശ്രമങ്ങൾ അതിന്റെ ഫലം കണ്ടുതുടങ്ങിയ ഒരു ചരിത്രഘട്ടമാണിത്. ജോലിതേടിയും വിദ്യാഭ്യാസത്തിനായും സ്ത്രീകൾ അവരുടെ സഞ്ചാരപഥങ്ങളെ സമരഭൂമിയാക്കി മാറ്റിക്കൊണ്ടുമിരിക്കുന്നു. ജീവിത വ്യവഹാരത്തിലെ എല്ലാ വ്യവസ്ഥകളിലെയും തെരഞ്ഞെടുപ്പിനുള്ള സ്വാതന്ത്ര്യം സ്ത്രീ പ്രയോഗിക്കണമെന്ന പ്രതിജ്ഞയെടുക്കുകയും അതിനനുസരിച്ച് പ്രവർത്തിച്ചുവരികയുമാണ് ഇന്ത്യയിലെ ജനാധിപത്യ വിശ്വാസികളായ സ്ത്രീകൾ, പ്രത്യേകിച്ച് കേരള സ്ത്രീ. നിരന്തരമായ പോരാട്ടസമരങ്ങളിലൂടെ കേരള സ്ത്രീയാർജിച്ച കർമശേഷി ഇപ്പോൾ വെളിപ്പെട്ടുവരികയാണ്. അതിന്റെ ഏറ്റവും ഒടുവിലത്തെ മാതൃക കുടുംബശ്രീ സംരക്ഷണസമരത്തിലും അടുപ്പുകൂട്ടൽ സമരത്തിലും കണ്ടുകഴിഞ്ഞിരിക്കുന്നു.

പക്ഷേ, സ്ത്രീയുടെ ഈ കടന്നുവരവിനെ ആരൊക്കെയോ ഭയപ്പെടുന്നു. കാരണം ആക്രമണങ്ങളുടെ ചരിത്രം തരുന്ന മറ്റൊരു പാഠം ഭയത്തിന്റേതാണ്. വർത്തമാനകാലത്ത് സ്ത്രീകൾ പ്രകടിപ്പിക്കുന്ന കർമധീരതയെ, ധീരമാനിതയെ ഭയപ്പെടുന്ന ഒരവസ്ഥ അനുഭവപ്പെടുന്നുണ്ട്. സാംസ്കാരിക മുദ്രകളാൽ സ്ത്രീയെ കീഴ്പ്പെടുത്തുന്ന ബലതന്ത്രങ്ങളെ തിരിച്ചറിയുകയും അവയെ പൊളിച്ചെഴുതുകയും ചെയ്യുന്നതിന്റെ ഭിന്നപാഠങ്ങൾ സാംസ്കാരികപഠനരംഗത്ത് ഇന്ന് ഒട്ടേറെയാണ്. അക്ഷരം കൊടുത്തും ഭാഷ തിരുത്തിയും സ്ത്രീവിമോചന സാധ്യതകളന്വേഷിച്ചപ്പോഴാണ് വാക്കുകൾ അവ ജനിക്കുംമുമ്പുതന്നെ മുനയൊടിക്കപ്പെട്ടവയാണെന്ന് നമ്മൾ തിരിച്ചറിഞ്ഞത്. യഥാർഥ പ്രശ്നം സ്ത്രീ വിമോചനത്തിന്റേതുമാത്രമല്ലെന്നും അത് ഭാവനയുടെയും അനുഭവത്തിന്റെയും വിമോചനപ്രശ്നമാണെന്നും ഇന്ന് നമുക്കറിയാം. അത്തരം തിരിച്ചറിയലുകൾ സാധ്യമായ ഒരു സാമൂഹികസ്ഥലിയിലാണ് ഇന്ന് കീഴ്പ്പെടുത്തലും അക്രമങ്ങളും എല്ലാ മറയും നീങ്ങി പ്രത്യക്ഷവും കായികവുമായി മാറുന്നത്. സ്ത്രീയെ പരാജയപ്പെടുത്താനുള്ള അവസാന ആയുധത്തിന്റെ പ്രയോഗസന്ദർഭമാണ് ഇത്, അതുകൊണ്ടുതന്നെ ചരിത്രത്തിലെ സംക്രമണഘട്ടമാണിത്.

കർമഷണ്ഡത്വമേറുന്ന സമൂഹങ്ങളിൽ ലൈംഗിക അരാജകത്വവും എതിർലിംഗങ്ങളെ കായികമായി ആക്രമിക്കലും ഏറുമെന്ന് പഠനങ്ങൾ തെളിവു തരുന്നുണ്ട്. ഇപ്പോൾ റിപ്പോർട്ടു ചെയ്യപ്പെടുന്ന ആക്രമണങ്ങളിൽത്തന്നെ മറ്റൊരു സൂചനയുണ്ട്; പൊതുസ്ഥലങ്ങളിൽ പുരുഷനൊപ്പം സഞ്ചരിക്കുന്ന സ്ത്രീകളാണ് ക്രൂരമായ ആക്രമണങ്ങൾക്ക് ഇരയാകുന്നത്- ശാരീരികമായാലും മാനസികമായാലും. ആലപ്പുഴയിൽ മതചിഹ്നങ്ങളുടെ അകമ്പടിയില്ലാതെ പൊതുനിരത്തിലിരിക്കുന്ന ഇണകൾ ഭരണകൂടപ്രതിനിധികളാൽ ചോദ്യം ചെയ്യപ്പെടുന്നതും ഡൽഹിയിൽ സുഹൃത്തിനൊപ്പം യാത്രചെയ്യുന്ന പെൺകുട്ടി ക്രൂരമായി മാനഭംഗത്തിനിരയാകുന്നതും കൃത്യമായ അസഹിഷ്ണുതയുടെയും അരാജകത്വത്തിന്റെയും പ്രകടന രൂപങ്ങളാണ്. ഇണയെ തെരഞ്ഞെടുക്കാനുള്ള മനുഷ്യ സ്വാതന്ത്ര്യത്തിനുനേരെയുള്ള അസഹിഷ്ണുത. സ്ത്രീയുടെ ദൃശ്യതയ്ക്കുനേരെയുള്ള അസഹിഷ്ണുത നമുക്കൊക്കെ അറിയുംപോലെ എല്ലാ അസഹിഷ്ണുതയുടെയും അടിസ്ഥാനം അറിവില്ലായ്മയാണ്. യഥാർഥ അറിവുകളും തിരിച്ചറിവുകളും അന്യമായ ഒരു സമൂഹത്തിൽ അരക്ഷിതത്വത്തിന്റെയും അക്ഷമയുടെയും വിത്തുകൾ പാകി അശാന്തതയുടെയും അസഹിഷ്ണുതയുടെയും ഒരു വർത്തമാനകാലം സാധ്യമാക്കുക എന്ന മുതലാളിത്തത്തിന്റെ സൂക്ഷ്മബലതന്ത്രത്തെ പൊളിച്ചെഴുതേണ്ടത് ചരിത്രപരമായ കടമയും കർത്തവ്യവുമാണ്.

ലോകത്തിന്റെ മുന്നോട്ടുപോക്കിന്, മനുഷ്യരാശിയുടെ ജനാധിപത്യപരമായ സക്രിയതയ്ക്ക് ഇന്ന് സ്ത്രീയുടെ സാന്നിധ്യവും ഇടപെടലും അനിവാര്യമാണെന്നു തിരിച്ചറിഞ്ഞ ഒരു ചരിത്രസന്ധിയിൽ ഇത്തരം

നിഷേധസ്വാധീനങ്ങൾ നിഷ്കളങ്കമോ നിഷ്കപടമോ അല്ലെന്നു നമുക്കറിയാം. ഒരർഥത്തിൽ, സ്ത്രീ–പുരുഷബന്ധത്തെ സംബന്ധിച്ച രാഷ്ട്രീയ ബോധം പൊതുബോധമായി പരിവർത്തിപ്പിക്കേണ്ട ഇച്ഛാശക്തി സ്വാംശീകരിക്കേണ്ടതുണ്ട്. ലെനിൻ പറയുന്നുണ്ട്: "സ്ത്രീ–പുരുഷ ബന്ധമെന്നത് സമുദായത്തിന്റെ ധനശാസ്ത്രവും കായികാവശ്യവും തമ്മിലുള്ള ഒരു പകിടകളി മാത്രമല്ല, അത് സ്നേഹത്തിന്റെയും പാരസ്പര്യത്തിന്റെയും രാഷ്ട്രീയ ബന്ധം കൂടിയാണ്."

ബലാൽസംഗം: ചില ആൺകാഴ്ചകൾ

ഷോമ ചൗധരി

ഇന്ത്യൻ പുരുഷന്റെ മനോഘടനയിലേക്ക് ഒരു ജാലകം തുറന്നപ്പോൾ കണ്ടത്.
ചിലത് പൂർണതമസിൽ. ചിലത് പ്രതീക്ഷാഭരിതം.

ഏതു ദിശയിലേക്കും തിരിഞ്ഞേക്കാവുന്ന ഒരു നിമിഷമാണിത്. നിർണായകമായ പ്രവർത്തനങ്ങളെ ശക്തിപ്പെടുത്തുകയോ കടന്നുപോയ കൊടുങ്കാറ്റ് അവശേഷിപ്പിച്ച നാശനഷ്ടങ്ങളെ നോക്കി ഇരിക്കുകയോ ചെയ്യാം. ഡിസംബർ 16 ന്റെ കൂട്ടബലാൽസംഗത്തെ തുടർന്നുണ്ടായ തീവ്ര രോഷമടങ്ങിത്തുടങ്ങി. ഇനി നമുക്ക് ചോദിക്കാം, ഇതിൽ ഏതു പ്രവണതയായിരിക്കും അതിജീവിക്കുക?

കഴിഞ്ഞ ചില ആഴ്ചകളിൽ പൊലീസിനും നിയമസംവിധാനങ്ങൾക്കും രാഷ്ട്രീയ സംവിധാനങ്ങൾക്കുംനേരെ രോഷത്തോടെ പല ചോദ്യങ്ങളും ഉന്നയിക്കപ്പെട്ടിരുന്നു. ഭരണകൂടം പതറിമാറിയപ്പോൾ തെരുവുകളിലേക്കും ഒഴുകിയെത്തിയവർക്ക് നന്ദി പറയാതിരിക്കാനാവില്ല. അതുകൂടി ഇല്ലായിരുന്നില്ലെങ്കിൽ ഇവിടെ ഒരു സംവാദംപോലുമുണ്ടാകുമായിരുന്നില്ല.

സമാധാനത്തോടെയുള്ള ഒരു പരിശധനയ്ക്കു സമയമായി. ഹ്രസ്വവും ദീർഘവുമായ മാറ്റങ്ങൾക്കായുള്ള നിർദേശങ്ങൾ ഉരുത്തിരിയണം. ഈ ചർച്ചകൾ നാം ബുദ്ധിപൂർവം തന്നെയാണോ സംഘടിപ്പിക്കുന്നതെന്ന പ്രശ്നവും ഉന്നയിക്കപ്പെടണം. കണ്ടെത്തുന്ന പരിഹാരനിർദേശങ്ങൾ നാം ആഗ്രഹിക്കാത്ത ഫലങ്ങളുളവാക്കുമോയെന്നും പരിശോധിക്കണം.

ഇതെല്ലാം പരിശോധിക്കുന്നതിനുമുമ്പ് നിശ്ശബ്ദമാക്കപ്പെട്ട ഒരു ഘട

കത്തിന് ശബ്ദം നൽകണം. സർക്കാരിന്റെ കഴിവുകേടിനും ഉത്തരവാദിത്വമില്ലായ്മക്കുമെതിരായ രോഷം ഏറെ പ്രസക്തമാണ്. പക്ഷേ, നിങ്ങളുടെ മുറിക്കകത്തുതന്നെയുള്ള ആ ഭീമാകാരമായ നിഴലിനെ എന്തു ചെയ്യും?

നമ്മുടെ സമൂഹത്തിൽ നിലനിൽക്കുന്ന മുൻവിധികൾ എത്രമാത്രം സവിശേഷമാണ്? എങ്ങനെയാണാ മുൻവിധികൾ സൃഷ്ടിക്കപ്പെടുന്നതും വ്യാപിപ്പിക്കുന്നതും? ലൈംഗികാതിക്രമങ്ങൾക്കുള്ള കാഴ്ചചന്തയായി സ്ത്രീയെ കരുതുന്ന ആശയം എങ്ങനെ ഉൽപ്പാദിപ്പിക്കപ്പെട്ടു?

വാസ്തവത്തിൽഇന്ത്യൻ പുരുഷന്മാർ സ്ത്രീകളെപ്പറ്റി എന്താണ് ചിന്തിക്കുന്നത്? ഇന്ത്യയിലെ ഈ നികൃഷ്ടമായ മണ്ടത്തരങ്ങൾ ചിലരുടെ മാത്രം വ്യവഹാരമണ്ഡലത്തിലായിരുന്നെങ്കിൽ അതെത്ര ആശ്വാസകരമാകുമായിരുന്നു! എന്നാൽ ഒരു കൈകൊണ്ടു മാത്രം ശബ്ദമുണ്ടാക്കാനാകില്ലെന്ന് ആശാറാം ബാപ്പു പറയുമ്പോൾ അയാൾ ഒറ്റയ്ക്കായിരുന്നില്ല; കൈകൂപ്പി, ബലാൽക്കാരം ചെയ്യാൻ പോകുന്നവരുടെ മുഖത്തു നോക്കി പ്രതീക്ഷയോടെ സോദരാ എന്നു വിളിച്ചിരുന്നെങ്കിൽ ദില്ലിയിലെ പെൺകുട്ടിക്ക് രക്ഷപ്പെടാമായിരുന്നു എന്നു പറയുമ്പോഴും.

ബലാൽക്കാരം അവസാനിപ്പിക്കണമെങ്കിൽ ആൺകുട്ടികളെയും പെൺകുട്ടികളെയും ഒരുമിച്ചിരുത്തി പഠിപ്പിക്കുന്ന വിദ്യാലയങ്ങൾ അടച്ചുപൂട്ടണമെന്നും വിവാഹപൂർവ ലൈംഗികത നിയമംമൂലം നിരോധിക്കണമെന്നും പെൺകുട്ടികൾ മാന്യമായി വസ്ത്രം ധരിക്കണമെന്നും മറ്റും ജമാ അത്തെ ഇസ്ലാമി വാദിക്കുമ്പോൾ അവരും ഒറ്റയ്ക്കല്ല. 'ഇന്ത്യ'യിലാണ് ബലാൽസംഗങ്ങൾ നടക്കുന്നതെന്നും 'ഭാരതത്തി'ലല്ലെന്നും മോഹൻ ഭഗത് ഉറപ്പിച്ചുപറയുമ്പോൾ ആദ്യത്തേത് ചുരുങ്ങിയ അർഥത്തിൽ ആധുനികതയുടെയും രണ്ടാമത്തേത് പുരുഷന്മാർ നിശ്ചയിച്ചിരുന്ന അതിരുകൾക്കുള്ളിൽ സ്ത്രീകൾ വാണിരുന്ന പുണ്യ പുരാണകാലഘട്ടത്തെയും പ്രതിനിധീകരിക്കുന്നു. അയാളും ഒറ്റയ്ക്കായിരുന്നില്ല. ഇന്ത്യൻ പ്രസിഡന്റിന്റെ പുത്രനും എം പിയുമായ അഭിജിത് മുഖർജി (ദില്ലിയിലെ) പ്രക്ഷോഭകർ മുഖത്തു ചുളിവു വീണ് ചായം പുരട്ടിയ 'പെൺകുട്ടി'കളാണെന്നു പരിഹസിച്ചപ്പോൾ അയാളും ഒറ്റയ്ക്കായിരുന്നില്ല.

ഇവർ ഒറ്റയ്ക്കായിരുന്നെങ്കിൽ-ഒറ്റപ്പെട്ട ഏതാനും വിലക്ഷണ വൃദ്ധന്മാർ-ഒരു പരിഹാസത്തിൽ അവസാനിപ്പിക്കാമായിരുന്നു. എന്നാൽ ഇവർ വിപുലവും ആഴത്തിലുള്ളതുമായ ഒരു മനോഘടനയുടെ ചൂണ്ടുപലകകളാകുമ്പോൾ നാം കൂടുതൽ ഭയപ്പെടണം. കാര്യങ്ങൾ അപ്രകാരമെങ്കിൽ എങ്ങനെയാണ് ഈ സാംസ്കാരിക വിടവിൽ നിന്നുകൊണ്ട് നാം വിലപേശുന്നത്? ആശയവിനിമയം നടത്തുന്നത്? മൂല്യങ്ങൾ എന്താണെന്നതിനെപ്പറ്റിത്തന്നെ മൗലികമായ അഭിപ്രായവ്യത്യാസമുള്ളപ്പോൾ നാമെങ്ങനെയാണ് പൊതുവായ മൂല്യങ്ങൾ രൂപപ്പെടുത്തുന്നതും നടപ്പാക്കുന്നതും?

കഴിഞ്ഞ കുറേ ദിവസങ്ങളിൽ ദേശീയ മാധ്യമങ്ങൾ ഇക്കൂട്ടരെ രോഷത്തിന്റെ അഗ്നിജ്വാലയാൽ ദഹിപ്പിച്ചു. ക്ഷമ ചോദിക്കൂ. നിങ്ങളുടെ ചിന്തകളിൽനിന്നും വേർതിരിയൂ. കുറഞ്ഞപക്ഷം തങ്ങൾ ശിക്ഷിക്കപ്പെടില്ല എന്ന അഹങ്കാരത്തോടെ ഇക്കാര്യങ്ങൾ പരസ്യമായി പറയുന്നതിൽനിന്നു പിന്മാറുകയെങ്കിലും ചെയ്യും.

എന്നാൽ ഇത്തരം രോഷം അതിനെതിരായ തരംഗങ്ങളും സൃഷ്ടിച്ചു. *മാനുഷി* എന്ന വനിത പ്രസിദ്ധീകരണത്തിന്റെ എഡിറ്ററായ മധുരിഷാൽ ഇങ്ങനെ പ്രതികരിച്ചു:

> ഏതുതരം മേധാവിത്വ പദപ്രയോഗങ്ങളാണ് ഇത്. നിങ്ങളോട് യോജിക്കാത്തവരെല്ലാം വിഡ്ഢികളാണെന്നു കരുതുന്നുവെങ്കിൽ, അവരെ നിങ്ങളുടെതന്നെ ജനതയായി കരുതാൻ തയാറല്ലെങ്കിൽ, നിങ്ങൾക്ക് അവരോട് ആജ്ഞാപിക്കാൻ ആരാണധികാരം തന്നത്? നിങ്ങളുടെ വിമർശനങ്ങൾക്ക് അവർ ചെവി കൊടുക്കുമെന്ന് എങ്ങനെ കരുതും.

മാധ്യമവിമർശകനായ സന്തോഷ് ദേശായി കൂടുതൽ ഉൽക്കണ്ഠപ്പെട്ടുകൊണ്ട് പറഞ്ഞത്:

> ഇന്ത്യയിലെ മാധ്യമങ്ങൾ പ്രാതിനിധ്യ സ്വഭാവത്തെക്കാൾ ഒച്ചവയ്ക്കുന്നതിനാണ് പ്രാധാന്യം കൊടുക്കുന്നത്. ചർച്ചകൾ ഇങ്ങനെ ആക്രോശിക്കലും തീവ്രതരവുമായാൽ അതിൽ നിന്നുണ്ടാകുന്ന എതിർപ്പ് അസ്വസ്ഥജനകമാം രീതിയിൽ ഉരുണ്ടുകൂടാം. നമ്മുടെ സമൂഹത്തിന് രൂപപ്പെട്ടുവരാൻ ജൈവമായ ചില രീതികളുണ്ട്. പുതിയ ആശയങ്ങൾക്കും ഇടമുണ്ടാക്കാൻ പലതരം മാർഗങ്ങൾ സ്വീകരിക്കേണ്ടിവരും. ആ മാറ്റം സാവധാനത്തിലുള്ളതാകയാൽ അതുൽപ്പാദിപ്പിക്കുന്ന ഉൽക്കണ്ഠയും സാവധാനത്തിലുള്ളതായിരിക്കും. ഒരാൾ തന്റെ വാദം മാത്രമാണു ശരിയെന്നു കൂടുതൽ കൂടുതൽ വാദിച്ചാൽ എല്ലാം തിരിച്ചടിയാകാനും സാധ്യതയുണ്ട്.

അപ്പോഴും, പുതിയ ആകാശങ്ങൾക്കുവേണ്ടി ശക്തിയായി വാദിച്ചില്ലെങ്കിൽ മാറ്റം അസാധ്യമായിരിക്കും എന്ന വസ്തുത അവശേഷിക്കും. പഴയക്രമങ്ങളെ നിരസിക്കുന്ന ധീരന്മാരുടെ ആക്രമണം ശക്തിപ്പെടുത്തിയില്ലെങ്കിൽ മാറ്റം എങ്ങനെ സാധ്യമാകും? ഏതാണ് ശരിയായ മാർഗം? നേരിട്ടുള്ള ഏറ്റുമുട്ടലോ കാപട്യമോ? പരമപുച്ഛമോ ക്ഷമയോടെയുള്ള പാലം നിർമിതിയോ?

പൊലീസിനും ജുഡീഷ്യറിക്കും ഇതിനെല്ലാം എന്തു പരിഹാരമാണുള്ളതെന്ന് സംബന്ധിച്ച പരിശോധനയും കഴിഞ്ഞ കുറെ ആഴ്ചകളായി നടക്കുന്നു. ഈ ക്ഷണികമായ പ്രതിഭാസത്തെ, മനോഘടനയെ, പരിശോധിക്കാൻ "തെഹൽക്ക" ശ്രദ്ധിക്കുകയാണ്.

ഞങ്ങളുടെ റിപ്പോർട്ടർമാർ പല പ്രദേശങ്ങളിലായി പല ശ്രേണിയി

ലുള്ളവരുമായി ആശയവിനിമയം നടത്തി. സ്ത്രീകളുടെ സ്വാതന്ത്ര്യം എന്ന ആശയത്തെപ്പറ്റി അവരോടു പറഞ്ഞു. സ്ത്രീകളും അവരുടെ ആധുനിക രീതികളുമാണോ ലൈംഗികാതിക്രമങ്ങൾക്കു പിന്നിൽ? നാട്ടിൻപുറങ്ങളിലെക്കാൾ നഗരങ്ങളിലാണോ ബലാൽക്കാരങ്ങൾ സംഭവിക്കുന്നത്? ജനപ്രിയ സംസ്കാരം സാമൂഹ്യമൂല്യങ്ങൾ ഇടിയാൻ ഇടവരുത്തിയിട്ടുണ്ടോ? ഞങ്ങൾ ചോദിച്ചു.

ഇന്ത്യാ ഉപഭൂഖണ്ഡത്തിൽ എത്ര വിപുലമായ സാമൂഹ്യ ശാസ്ത്ര സർവെകളും തമാശയായിട്ടായിരിക്കും പരിണമിക്കുക. എന്നിരിക്കിലും രാജ്യം എങ്ങനെ ചിന്തിക്കുന്നു എന്നറിയാൻ ഞങ്ങൾ നടത്തിയ അന്വേഷണം അത്ഭുതകരമായ പല കണ്ടെത്തലുകൾക്കും വഴിയൊരുക്കി. ഞങ്ങൾ ഇരുട്ടാണ് പ്രതീക്ഷിച്ചത്. അതു കണ്ടെത്തുകയും ചെയ്തു. പക്ഷേ, പ്രതീക്ഷിക്കാത്തതു കണ്ടെത്തിയതിൽ കൃതജ്ഞതയുണ്ട്.

ആദ്യം ഇരുട്ടിലേക്കൊരു ജാലകം തുറക്കാം.

കഴിഞ്ഞ ദിവസങ്ങളിലൊന്നിൽ കുടിയേറ്റക്കാരാണ് മെട്രോ നഗരങ്ങളിലുള്ള ഭൂരിപക്ഷം ബലാൽക്കാരങ്ങൾക്കും കാരണക്കാരെന്ന് രാജ് താക്ക്റെ പറഞ്ഞു. ഡൽഹിയിലുള്ള നാൽപ്പത്തിയഞ്ചുകാരനായ കുടിയേറ്റക്കാരൻ ഓട്ടോ ഡ്രൈവർ പറയുന്നത് ശ്രദ്ധിക്കുകയാണെങ്കിൽ നിങ്ങൾക്കു തോന്നും താക്ക്റെ പറഞ്ഞത് ശരിയാണെന്ന്. അയാൾ പറഞ്ഞത് ഇങ്ങനെ:

> എല്ലാ കുറ്റങ്ങളുടെയും അടിവേര് സ്ത്രീകൾ തന്നെയാണ്. എന്റെ ആട്ടോയിലുള്ള കണ്ണാടി എല്ലാം കാട്ടിത്തരുന്നു. എനിക്കു പിറകിൽ ചെറുപ്പക്കാരായ കുട്ടികൾ എന്തൊക്കെയാണ് ചെയ്യുന്നതെന്ന് ഞാനതിലൂടെ കാണുന്നു. അവർ ശാരീരികബന്ധത്തിൽ ഏർപ്പെടാൻ ആഗ്രഹിക്കുന്നതിനാൽ കൂടുതൽ ചാർജ് തരാൻ തയാറാണ്. യു പിയിലെ എന്റെ ഗ്രാമത്തിൽ എന്റെ ഭാര്യ അവളുടെ ഭർതൃമാതാവിനു മുന്നിൽപ്പോലും ശരീരം മൂടിയിരിക്കും. എന്നാൽ അത്തരമൊരു കർശന സമൂഹത്തിൽനിന്നു വരുന്നവർ പോലും ദില്ലിയിലെത്തിയാൽ എല്ലാം തുറന്നിടും. അവരുടെ വസ്ത്രധാരണംവഴി പുരുഷന്മാരെ പ്രകോപിപ്പിക്കും. ഞങ്ങൾ എന്തുചെയ്യും? ആദ്യമൊക്കെ കണ്ണടയ്ക്കാൻ നോക്കും. എന്നാൽ ഒരാൾ പഴങ്ങൾ ഒരു പാത്രത്തിലാക്കി നിങ്ങൾക്കു തരികയാണെങ്കിൽ നിങ്ങൾക്കു നിഷേധിക്കാനാകുമോ? ദില്ലിയിലെ പെൺകുട്ടികൾ മാമ്പഴം പോലെയാണ്. അത് വച്ച് നിങ്ങൾ എന്തുചെയ്യും? നിങ്ങൾ അത് കഴിക്കും. മാങ്ങയണ്ടി ഈമ്പിയശേഷം വലിച്ചെറിയും. ഈ സ്ത്രീകളും വീണ്ടുംവീണ്ടും ഉപയോഗിക്കപ്പെടുന്നു. ചിലപ്പോൾ അവർക്ക് പത്തോളം ആൺസുഹൃത്തുക്കൾ കാണും. ഈ സാഹചര്യത്തിൽ എങ്ങനെ നിങ്ങൾക്ക് ബലാൽക്കാരം ഒഴിവാക്കാനാകും. ഇപ്പോഴത്തെ വർത്തമാനങ്ങളെല്ലാം സമ്പന്നന്മാർ നടത്തുന്നതാണ്. അത് വേഗത്തിൽ തീരുകയും ചെയ്യും. പണ

> ക്കാർ ടി വിയിൽ കയറിയിരുന്ന് വലിയ വലിയ വർത്തമാനങ്ങൾ പറയും. എന്നാൽ അവർക്ക് തമാശ കാട്ടണമെന്ന് തോന്നുമ്പോൾ ഒരുത്തിയെ വാടകയ്ക്കെടുക്കാം. ഹോട്ടലിലേക്കു പോകാം. പാവപ്പെട്ടവനെവിടെപ്പോകും?

ഈ ആവർത്തനവിരസമായ ഈപൊട്ടിത്തെറി നിർഭാഗ്യവശാൽ സ്ത്രീകൾക്കെതിരായ ആക്രമണത്തിലാണ് അവസാനിക്കുന്നത്. വടക്കേ ഇന്ത്യയിലാകെ ഈ വർത്തമാനം ആവർത്തിക്കപ്പെട്ടു. ബിവാനിയിൽനിന്നുള്ള അൻപത്തിമൂന്നുകാരൻ രാംകിഷൻ പറഞ്ഞതാകട്ടെ:

> ബലാൽക്കാരങ്ങൾക്ക് ഉത്തരവാദികൾ പെൺകുട്ടികൾ മാത്രമാണ്. 15 വയസാവുമ്പോൾത്തന്നെ അവരെ കെട്ടിച്ചയക്കണം. 20 കഴിഞ്ഞിട്ടും എന്തുകൊണ്ട് ഇവരെ കെട്ടിച്ചയക്കുന്നില്ല. നഗരങ്ങളിലെ പെൺകുട്ടികൾക്ക് അമിതസ്വാതന്ത്ര്യം കൊടുക്കുകയാണ്. രാത്രിയിൽ അവർക്ക് പുരുഷന്മാരോടൊപ്പം കറങ്ങാൻ അനുവാദം നൽകുന്നു. സ്വാതന്ത്ര്യം കൂടിപ്പോകുന്നു. അങ്ങനെയൊരു സാഹചര്യത്തിൽ നിങ്ങൾക്ക് മറ്റെന്തു പ്രതീക്ഷിക്കാനാകും?

കിഷന് ഒരിരട്ട രാജസ്ഥാനിലുണ്ട്. നരേന്ദ്രറാണ 33 വയസുള്ള കർഷകൻ. അയാൾക്കു പറയാനുള്ളതിങ്ങനെ:

> പെൺകുട്ടികളാണ് മിക്കപ്പോഴും കുഴപ്പങ്ങൾ ക്ഷണിച്ചുവരുത്തുന്നത്. ദില്ലി സംഭവം തന്നെയെടുക്കാം. എന്തിനാണാ പെൺകുട്ടി രാത്രിയുടെ ആ സമയത്ത് പുറത്തുപോയത്? ഞാൻ മനസിലാക്കുന്നത് അവൾ ഒരു പുരുഷനുമൊത്ത് ബസിൽ കയറിയെന്നാണ്. അവർ ചുംബിക്കാൻ തുടങ്ങി. അതുകൊണ്ട് ബലാൽക്കാരം നടത്തിയ പുരുഷന്മാരല്ല കുറ്റക്കാർ. പൊതുസ്ഥലത്ത് എന്തിനവൾ ഇപ്രകാരം ചെയ്ത് ഈ ലോകത്ത് പെൺകുട്ടികൾക്ക് എല്ലാ സ്വാതന്ത്ര്യവും നൽകിയിരിക്കുന്നു. അവർ അത് ദുരുപയോഗപ്പെടുത്തുന്നു. ഇത്തരം സംഭവങ്ങൾ നിർത്തണമെങ്കിൽ നിങ്ങൾ അവർക്കു നൽകിയ സ്വാതന്ത്ര്യം എടുത്തുകളയുക.

ഈ ആണുങ്ങൾക്ക് അന്തമില്ലാത്ത പ്രതിധ്വനികളുണ്ട്. മനേസറിലെ പഴയൊരു ഗ്രാമമുഖ്യനാണ് നാൽപ്പത്തിരണ്ടുകാരനായ കൽചന്ദ്. ബിവാനിയിൽനിന്നുള്ള തൊഴിൽക്കരാറുകാരനായ ശ്യാംലാൽ (36) ജിന്ദിൽനിന്നുള്ള ബിസിനസുകാരൻ തുടങ്ങി സമൂഹത്തിന്റെ പലതട്ടുകളിലും തലങ്ങളിലുമുള്ള ആണുങ്ങൾ. സമൂഹത്തിന്റെ തകർച്ചയ്ക്ക് ഇവരെല്ലാം സ്ത്രീകളെ കുറ്റപ്പെടുത്തുന്നു. അവരുടെ കുറ്റങ്ങൾക്ക് ആരുംതന്നെ ആണുങ്ങളെ കുറ്റപ്പെടുത്തുന്നില്ല.

സ്ത്രീഭ്രൂണഹത്യ സ്ത്രീധനമരണം, വൈവാഹിക പീഡനങ്ങൾ, പ്രായപൂർത്തിയാകാത്തവരുടെ വിവാഹം, പണിയെടുക്കുന്ന സ്ത്രീക

ളുടെ ശതമാനം, ദുരഭിമാനഹത്യകൾ തുടങ്ങിയവയുടെ കെട്ടഴിക്കുമ്പോൾ ഹിന്ദി ഹൃദയഭൂമിയെപ്പറ്റിയുള്ള ഭയങ്ങൾ ശരിയാണെന്നു തെളിയുന്നു.

രാജ് താക്ക്റെ പറഞ്ഞത് തെറ്റാണ്. ഈ ആവർത്തന വിരസവർത്തമാനങ്ങൾ ഹൃദയഭൂമിയിൽനിന്നു മാത്രമല്ല ഉയർന്നത്. കഴിഞ്ഞ ചില ആഴ്ചകളിൽ ബലാൽക്കാരത്തെ ചുറ്റിപ്പറ്റിയുള്ള ചർച്ചകൾ ഉണ്ടായപ്പോൾ ചില പദപ്രയോഗങ്ങൾ ഉപയോഗിച്ചുകണ്ടു. വർഗസമരം, ലിംഗങ്ങൾ തമ്മിലുള്ള യുദ്ധം; പ്രാദേശികതകൾ തമ്മിലുള്ള യുദ്ധം; മതപരമായ യുദ്ധം; സാംസ്കാരിക യുദ്ധം; ആധുനികതയും പാരമ്പര്യവും തമ്മിലുള്ള യുദ്ധം; നഗരങ്ങളും ഗ്രാമങ്ങളും തമ്മിലുള്ള യുദ്ധം എന്നിങ്ങനെ.

സത്യമെന്തെന്നാൽ എല്ലാത്തരം വാദങ്ങൾക്കും ന്യായീകരണങ്ങളുണ്ട്. ഇന്ത്യയിലെമ്പാടുമുള്ള ആണുങ്ങളോട് സംസാരിച്ചാൽ നിങ്ങൾക്കു മനസിലാവും അവരെല്ലാംതന്നെ സ്ത്രീകളെ കൂട്ടിലാക്കാൻ ആഗ്രഹിക്കുന്നു. കടുത്ത സ്ത്രീവിരുദ്ധത നടമാടുന്നു. സ്വന്തം ശരീരത്തിന്മേലും സെക്സിൻമേലും സ്ത്രീകൾ സ്വാതന്ത്ര്യം പ്രഖ്യാപിച്ചേക്കുമോ എന്ന ഭയം നിലനിൽക്കുന്നു. സ്ത്രീയുടെ വസ്ത്രമാണ് രാജ്യത്തിലെ പെരുത്ത ആഭ്യന്തരസുരക്ഷാ പ്രശ്നം!

ഒരു സംസ്കാരവും തൊഴിലും വയസും വിദ്യാഭ്യാസവും പുരുഷനെ ഇതിൽനിന്നും പിന്തിരിപ്പിക്കുന്നില്ല. കാശ്മീരിലെ ഒരു കോളേജ് അധ്യാപകനായ ബഷീർ തൗഹീദി (40) ബലാൽക്കാരത്തിനുള്ള കാരണങ്ങൾ നിരത്തുന്നതു നോക്കൂ:

> ആധുനിക സംസ്കാരം, പുരുഷന്മാരെ ക്ഷണിക്കുന്ന തരത്തിലുള്ള സ്ത്രീകളുടെ വസ്ത്രധാരണം, മാതാപിതാക്കളുടെ മേൽനോട്ടമില്ലായ്മ, മതകാര്യങ്ങളിൽ താൽപ്പര്യമില്ലായ്മ, പുരുഷന്മാരുമായി സ്വതന്ത്രമായി ഇടപെടുന്നത് തുടങ്ങിയവ തീർച്ചയായും സ്ത്രീകൾക്കെതിരായ ലൈംഗികാതിക്രമങ്ങൾ വർധിപ്പിക്കാൻ ഇടവരുത്തുന്നുണ്ട്. ഉണങ്ങിയ പുല്ലും അടുത്തുള്ള പെട്രോളും ഉയർന്ന താപനിലയും. തീപിടിക്കാൻ വേറെന്തെങ്കിലും വേണോ?

കഥാകാരനായ താബിഷ് ദാർസിയെ ശ്രദ്ധിക്കൂ. അയാൾ കാശ്മീരിലെ ഒരു ബാങ്കറാണ്. മറ്റുള്ളവർ പറഞ്ഞ കാര്യങ്ങൾ പുതിയ ആവരണമണിയിച്ച് അയാൾ ആവർത്തിക്കുന്നു:

> എന്നെ സംബന്ധിച്ച് സ്ത്രീ മുത്താണ്. അത് ചിപ്പിക്കകത്താണ് സുരക്ഷിതമായിരിക്കുക. തുറന്നുവച്ചാൽ അത് തട്ടിപ്പറിക്കാൻ എല്ലാവരും ശ്രമിക്കും.

സ്ത്രീകളുടെ കാരുണ്യവാന്മാരായ രക്ഷകനാണു പുരുഷനെന്ന ആശയം വിമർശന ലേശമെന്യേ സംസാരത്തിലുടനീളം അയാൾ പ്രകടിപ്പിച്ചു. ഇസ്ലാമിന്റെ ഇടുങ്ങിയ വ്യാഖ്യാനങ്ങളാണ് ആ വാദങ്ങളിൽ നിഴ

ലിച്ചത്.

> അതെ ആവിധത്തിൽ സ്ത്രീകൾതന്നെയാണ് അവർക്കെതിരായ അതിക്രമങ്ങൾക്ക് ഉത്തരവാദികൾ. എന്നാൽ ആത്യന്തികമായി അവരുടെ രക്ഷാകർത്താക്കളുടെ, ഭർത്താവിന്റെ ഉത്തരവാദിത്വം കൂടിയാണ്. നമുക്കറിയാം, സ്ത്രീകളെ എളുപ്പത്തിൽ കബളിപ്പിക്കാം. അവർക്ക് യുക്തിയില്ല.
>
> സ്ത്രീക്കുമേൽ പുരുഷനുള്ള മികവ് ദൈവസൃഷ്ടിയായതിനാൽ സ്ത്രീകളുടെ സുരക്ഷിതത്വം ഉറപ്പാക്കാൻ അവൻ പ്രവർത്തിക്കണം. നല്ലരീതിയിൽ വസ്ത്രം ധരിക്കുന്നതിനാലും പുരുഷന്മാരുമായി സ്വതന്ത്രമായി ഇടപഴകാത്തതിനാലും സൗദി അറേബ്യയിൽ ബലാൽക്കാരങ്ങളില്ല.

ഇത്തരം ആളുകളെ നമുക്ക് എത്രവേണമെങ്കിലും കാണാം. പേരുകളിൽ മാത്രമാണവർക്ക് വ്യത്യാസം. മുസ്ലീംമതത്തിൽപ്പെട്ടവരുടെ അതേ അഭിപ്രായങ്ങൾതന്നെയാണ് ഹിന്ദുക്കളായ ചിലരും പങ്കുവയ്ക്കുന്നത്. ഉദാഹരണത്തിന് ഉഡുപ്പി ബാർ അസോസിയേഷൻ പ്രസിഡന്റ് വിജയ്പ്രസാദ് ഷെട്ടി (57) പറഞ്ഞത്:

> ഇന്നത്തെ പെൺകുട്ടികളുടെ വസ്ത്രധാരണം ഏറ്റവും മാന്യനെപ്പോലും പ്രകോപിപ്പിക്കും. സ്ത്രീകൾ അനുസരണയില്ലാത്തവരായിരിക്കുന്നു. അവർ ഹിന്ദു സംസ്കാരത്തിൽനിന്നും അകന്നിരിക്കുന്നു. പെൺകുട്ടികൾ മുക്കാൽ പാന്റും ഇറുകിയ മേൽവസ്ത്രങ്ങളും ധരിക്കുകവഴി ഒന്നും ഭാവനയ്ക്ക് വിട്ടുകൊടുക്കുന്നില്ല. ഇത് ആണുങ്ങളെ പ്രകോപിപ്പിക്കും. പെൺകുട്ടിയിൽ നിന്നു അനുകൂല സൂചനകൾ കിട്ടിയില്ലെങ്കിൽ ഒരാൺകുട്ടിയും അവളെ സമീപിക്കില്ല. ഒരു പെൺകുട്ടിയെ കാണുമ്പോൾത്തന്നെ ചെറുപ്പക്കാർക്കറിയാം അവൾ ലൈംഗികമായി അടുപ്പം സ്ഥാപിക്കുന്നവളാണോയെന്ന്. പാവാടയ്ക്കുപകരം പെൺകുട്ടികൾക്ക് എന്തുകൊണ്ട് ചുരിദാർ ധരിച്ചുകൂടാ. ലൂസായ ടോപ്പും ധരിച്ച് നഗ്നത പ്രദർശിപ്പിച്ച് കറങ്ങുന്ന പെണ്ണുങ്ങളെ കാണുമ്പോൾ അവൾ വഴങ്ങുന്നവളാണെന്ന് ആണുങ്ങൾ കരുതും. ഒട്ടുമിക്ക ആണുങ്ങളും അതിൽ വീഴും. പഴയകാലത്ത് ആ അലിഖിതനിയമമുണ്ടായിരുന്നു; മുതിർന്ന ഒരു പെൺകുട്ടി പിതാവിന്റെയോ സഹോദരന്റെയോ മുറിയിൽ കടക്കാൻ പാടില്ല എന്ന്. നാം അതെല്ലാം ഉപേക്ഷിച്ചു. അതുകൊണ്ടുതന്നെയാണിതെല്ലാം സംഭവിക്കുന്നത്.

ഞങ്ങൾ സമീപിച്ച എല്ലാ പുരുഷന്മാരും അവർക്ക് ഒരു സമൂഹ ഉത്തരവാദിത്വവുമില്ല, അതെല്ലാം സ്ത്രീകൾക്കാണ് എന്ന രീതിയിലാണു സംസാരിച്ചത്. ഈ കൂടിക്കാഴ്ചകൾ മറ്റുചില അസ്വസ്ഥവിവരങ്ങൾ

കൂടി നൽകി. ജനപ്രിയ സംസ്കാരത്തോടും പാശ്ചാത്യ ജീവിതരീതിയോടുമുള്ള പ്രതീക്ഷിത അവിശ്വാസത്തിനപ്പുറം അത്ഭുതകരമായ ഇന്ത്യൻ പാരമ്പര്യത്തിൽ അക്രമമൊന്നും സംഭവിക്കില്ല എന്ന വിശ്വാസമാണവർക്കുള്ളത്. അതിനാൽ വിനാശകരമായ ആധുനികതയും സുരക്ഷിതമായ പാരമ്പര്യവും തമ്മിലുള്ള പ്രശ്നം എന്ന രീതിയിൽ കാര്യങ്ങൾ മാറുന്നു.

ഇന്ത്യൻ പുരുഷന്മാരുടെ മനോഘടനയിലേക്ക് ടോർച്ചടിക്കുമ്പോൾ ഒരു സത്യം വെളിപ്പെടും. ഒട്ടുമിക്ക ആണുങ്ങൾക്കും ബലാൽക്കാരം ഒരക്രമപ്രവർത്തിയും പൈശാചികമായ കുറ്റവുമല്ല. പലർക്കും ദില്ലി കൂട്ടമാനഭംഗംപോലും അപലപനീയമാകുന്നത് ദണ്ഡുകുത്തിക്കയറ്റിയതുകൊണ്ടും ആന്തരികാവയവങ്ങൾ തകർന്നതുകൊണ്ടും മാത്രമാണ്. ബലാൽക്കാരം ദുഃഖിക്കാൻ മാത്രം പോന്ന ഒന്നായി പലരും കരുതുന്നുമില്ല.

"റേപ്പ് ഹുവാ, ടീക്ക് ഹെ.
പർ ഇസ് തരഹ് സെ മാർനാ നഹി
ചാഹിയേഥാ.."

"ബലാൽക്കാരം ചെയ്തു. ശരി തന്നെ. പക്ഷെ ഇങ്ങനെ കൊല്ലണമായിരുന്നോ?" എന്നാണ് ചോദ്യം.

ഒരു ജാലകംവഴി മാത്രം പറയാനാവാത്ത കഥ

കഴിഞ്ഞ നാലാഴ്ചകളിൽ രോഷത്തോടെ പല ആവശ്യങ്ങളും ഉന്നയിക്കപ്പെട്ടു. അതിനെത്തുടർന്ന് ചീഫ് ജസ്റ്റിസ് അതിവേഗ കോടതികൾ പ്രഖ്യാപിച്ചു. അങ്ങനെ ബലാൽക്കാരങ്ങൾ തടയാം എന്നു പഠിച്ച് റിപ്പോർട്ടു സമർപ്പിക്കാൻ കേന്ദ്രസർക്കാർ കമ്മിറ്റിയെ നിയോഗിച്ചു. യൂണിവേഴ്സിറ്റികൾ ബോധവൽക്കര ക്ലാസുകൾ തുടങ്ങാൻ തീരുമാനിച്ചു. വധശിക്ഷയെപ്പറ്റിയും ഷണ്ഡീകരണത്തെപ്പറ്റിയും വർത്തമാനങ്ങളുമായി. നിയമനിർമാണത്തെപ്പറ്റിയും കൂടുതൽ വനിതാ പൊലീസുകാരെ നിയമിക്കുന്നതിനെപ്പറ്റിയും സംസാരിച്ചു. ഇതെല്ലാം തന്നെ ആ കൊടുങ്കാറ്റിന്റെ ശേഷിപ്പുകളായിരുന്നു. ചിന്താശേഷിയുള്ള പൗരന്മാർ ശ്രദ്ധിച്ചാണ് പ്രതികരിച്ചത്. അതിവേഗ കോടതികൾ എന്ന മിഥ്യയെ സുപ്രീംകോടതി അഭിഭാഷകനായ കോളിൻ ഗോൺസാലസ് ചിരിച്ചു തള്ളുന്നു,

> ഇവിടെ വേണ്ടത്ര ജഡ്ജിമാരില്ല. പുതിയ കോടതികൾ ഉണ്ടായിട്ട് എന്തുകാര്യം? പുതിയ ഒരു കോടതി തുടങ്ങണമെങ്കിൽ ഏതെങ്കിലും ഒന്ന് അടച്ചുപൂട്ടണം. ഇവിടെ പത്തുലക്ഷം ജനങ്ങൾക്ക് 12 ജഡ്ജിമാരാണുള്ളത്. മറ്റു രാജ്യങ്ങളിൽ ഈ സ്ഥലത്ത് 80 പേരെങ്കിലും കാണും. പ്രധാനമന്ത്രി പറയുന്നത് കൂടുതൽ ജഡ്ജിമാർക്ക് ശമ്പളം കൊടുക്കാൻ കാശില്ലെന്നാണ്.

ചാടിവീണുള്ള പ്രതികരണങ്ങളെ മധുകിശ്വറും തള്ളിക്കളയുന്നു.

ബലാൽക്കാര കേസുകളിൽ ശിക്ഷിക്കപ്പെട്ടാൽ അപ്പീൽ അനുവദിക്കരുതെന്നും തെളിയിക്കാനുള്ള ഉത്തരവാദിത്വം പ്രതിക്കായിരിക്കുമെന്നും ഉടൻ പ്രഥമ വിവര റിപ്പോർട്ട് നൽകണമെന്നും അതിവേഗ കോടതിവേണമെന്നും ഒക്കെ ആവശ്യപ്പെടുന്നുണ്ട്.

'പ്രത്യേക നടപടികളിന്മേലുള്ള' അമിതമായ വിശ്വാസമാണ് പ്രത്യേക കോടതികൾ എന്ന ആവശ്യത്തിനു പിന്നിൽ. അതേ ഉദ്യോഗസ്ഥരെക്കൊണ്ട് അതേ നടപടിക്രമങ്ങളിലൂടെ നടപ്പാക്കപ്പെടുന്ന കോടതികൾക്ക് എന്തു പ്രത്യേകതയാണുള്ളത്.

കൂട്ടായ രോഷപ്രകടനം പൊതുവായ ഒരു മൂല്യബോധം പ്രദാനം ചെയ്യണം. നമുക്കതില്ല. മോഹൻ ഭവഗതിനെയും ജമാ അത്തെ ഇസ്ലാമി നേതാക്കളെയും ആശാറാം ബാപ്പുവിനെയും കേൾക്കുന്ന ലക്ഷോപലക്ഷം വരുന്ന ഇന്ത്യക്കാർ അത്ഭുതപ്പെടുത്തുന്നത് ഇവർ പറഞ്ഞതിനെച്ചൊല്ലി ഇത്രമാത്രം ബഹളമുണ്ടാക്കാൻ എന്തിരിക്കുന്നു എന്നായിരിക്കും. ഇവിടെ പ്രകടിപ്പിക്കപ്പെട്ട അഭിപ്രായങ്ങൾക്ക് ഇരുട്ടിലേക്കു തുറക്കുന്ന ജാലകം എന്ന് എന്തിനു പേരിട്ടു എന്നവർ അത്ഭുതപ്പെടും.

പ്രശ്നം എന്തെന്നതിനെ സംബന്ധിച്ച് വ്യക്തമായ രൂപരേഖ വേണം. ഒരു ജനാധിപത്യരാജ്യം എന്ന നിലയിൽ പൗരന്റെ അവകാശങ്ങൾ ഭരണഘടന ഉറപ്പു നൽകുന്നു. ഇതിനർഥം ഒരു സ്ത്രീക്ക് അവളുടെ ശരീരത്തിനുമേൽ പൂർണ അധികാരം ഉണ്ടെന്നു തന്നെയാണ്. തെരഞ്ഞെടുക്കാനും സഞ്ചരിക്കാനും തൊഴിലെടുക്കാനും അവൾക്ക് തുല്യ അവകാശമുണ്ട്. സ്വയം ശക്തിയാർജിച്ചില്ലെങ്കിൽ അവൾ വ്യാപരിക്കുന്ന ഇടത്തിന്റെ സാംസ്കാരികവും വ്യക്തിപരവുമായ സവിശേഷതകളനുസരിച്ച് ഈ അവകാശങ്ങൾ നിഷേധിക്കപ്പെടാം; ചുരുക്കത്തിൽ അവളുടെ അവകാശങ്ങൾ ഒരുതരത്തിലും നിഷേധിച്ചുകൂടാ. ഇത് ഉയർത്തിപ്പിടിക്കേണ്ട ഒരു മൂല്യമാണെന്ന് സമൂഹത്തിലെ പല വിഭാഗങ്ങളും കാണുന്നില്ല. സർക്കാരിനെ സംബന്ധിച്ച് ഇതിനെ നേരിടുന്നത് പ്രായേണ എളുപ്പമായിരിക്കും. നിങ്ങൾ ഒരധികാരസ്ഥാനത്തിരുന്ന് സ്ത്രീവിരുദ്ധത പ്രവർത്തിക്കുകയാണെങ്കിൽ നിങ്ങൾ നിർബന്ധമായും സ്ഥാനം ഒഴിഞ്ഞു എന്ന കാര്യം സർക്കാർ ഉറപ്പാക്കണം. പക്ഷേ, അതു സംഭവിക്കുന്നില്ല. അത് സംഭവിപ്പിക്കാൻ സമയമായി. ഭരണഘടനാതത്വങ്ങൾപോലെ മറ്റൊന്നും സമൂഹത്തിനു വ്യക്തമായ സന്ദേശം നൽകാൻ പ്രാപ്തമല്ല.

സമൂഹത്തിന്റെ പ്രതികരണങ്ങളിൽനിന്നും ഇപ്പോൾ ഉളവായിട്ടുള്ള കലങ്ങൽ ദൃശ്യമാകുന്നു. ഇന്ത്യ വൈവിധ്യങ്ങളുടെ നാടാണ്. പരമ്പരാഗതമൂല്യങ്ങളെ പുണർന്ന് ജീവിക്കാൻ ആഗ്രഹിക്കുന്നവരും എതിർക്കുന്നുവരും തമ്മിലുള്ള മുഖാമുഖം അനിവാര്യമാണ്. ഇത്തരം എതിർപ്പുകളെ ഏകോപിപ്പിക്കാതെ സമൂഹം എങ്ങനെ പുരോഗതിയിലേക്കു നീങ്ങും?

ദില്ലി സംഭവങ്ങളുടെ പശ്ചാത്തലത്തിൽ നടന്ന സംവാദത്തിൽ സാമൂഹ്യശാസ്ത്രജ്ഞയായ നിവേദിതമേനോൻ പറഞ്ഞത് തെരുവിൽ

കൈകോർത്ത ആൺകുട്ടികളും പെൺകുട്ടികളും വ്യക്തമാക്കുന്നത് സ്ത്രീ-പുരുഷ തുല്യതയെന്ന ആശയം സമൂഹത്തിലെ വലിയൊരു വിഭാഗം പങ്കുവയ്ക്കുന്നുണ്ട് എന്നു തന്നെയാണ്. സ്ത്രീവാദത്തിനും കരുതിയുറച്ച രാഷ്ട്രീയ അഭിപ്രായങ്ങൾക്കുമപ്പുറം ഇവർ ഉയർത്തിപ്പിടിച്ച പ്ലക്കാർഡുകളും ഉച്ചത്തിൽ മുഴക്കിയ മുദ്രാവാക്യങ്ങളും ശാക്തീകരിക്കപ്പെടുന്ന ഉണർവിന്റെ സ്വാഭാവികതയെ കുറിക്കുന്നു.

ഇന്ത്യയിലെമ്പാടും കേട്ട പിന്തിരിപ്പൻ വർത്തമാനങ്ങൾക്ക് ഒരു മറുപുറം കൂടിയുണ്ട്. പരമ്പരാഗത ആവർത്തനവിരസ വർത്തമാനങ്ങൾക്കപ്പുറം ചിന്തിക്കുന്ന വലിയൊരു ഭാഗം ജനങ്ങളുണ്ട്. തുല്യതയ്ക്കും സ്വന്തം ശരീരത്തിന്മേലുള്ള സ്ത്രീകളുടെ അവകാശം എന്ന ആശയത്തോടും പ്രതിബദ്ധതയുള്ള പുരുഷന്മാരെയും കാണാൻ കഴിഞ്ഞു.

> ഇൻഡോറിൽനിന്നുള്ള എൻജിനീയറും സംഗീതവിദ്യാർഥിയുമായ ഇരുപത്തിമൂന്നുകാരനായ തേജസ് ജയിൻ പറഞ്ഞത് മാതൃകാ ഇന്ത്യൻ സ്ത്രീകൾ "അച്ഛന്റെയോ ഭർത്താവിന്റെയോ സഹോദരന്റെയോ വിരട്ടലുകൾക്കു വിധേയമാകാതെ, നിയന്ത്രണങ്ങൾക്കു വിധേയമാകാതെ സധൈര്യം മുന്നോട്ടുപോകുന്നവരാകണം." എന്നാണ്.

മാതൃകാ പുരുഷന്മാർ ജീവിതത്തിന്റെ എല്ലാതലങ്ങളിലും സ്ത്രീകളെ ബഹുമാനിക്കുന്നവരും മാനുഷികത ഉയർത്തിപ്പിടിക്കുന്നവരുമായിരിക്കണം. സ്ത്രീകളെ അക്രമത്തിനിരയാക്കുന്നതും ലൈംഗികവസ്തുക്കളായി കാണുന്നതും വീട്ടുപണികളിൽ തളച്ചിടുന്നതും അപലനീയമാണ്. നമ്മുടെ യാഥാസ്ഥിതിക മനോഘടന മാറേണ്ടതുണ്ട്. മാധ്യമങ്ങൾ കൂടുതൽ ഉത്തരവാദിത്വം കാണിക്കണം. ടി വി കണ്ടാൽ, സാരിയിൽ പൊതിഞ്ഞ സ്ത്രീകൾ എപ്പോഴും വീട്ടിലിരുന്ന് വഴക്കു കൂടുന്നവരാണെന്നു തോന്നും.

ദില്ലിയിലെ ഒരു മാർക്കറ്റിങ് എക്സിക്യൂട്ടീവായ സുകല്യാൺ റോയി (27) ആത്മവിശ്വാസത്തോടെ പറഞ്ഞു:

> സ്വതന്ത്രയായ ഒരുവളെയാണ് ഞാൻ വിജയിയായി കാണുന്നത്. കുടുംബത്തിലോ ഒറ്റയ്ക്കോ സ്വതന്ത്രമായി തീരുമാനങ്ങൾ എടുക്കുന്നവൾ, സ്വന്തം ഇഷ്ടപ്രകാരം വസ്ത്രം ധരിക്കുന്നവൾ ഇഷ്ടമുള്ളിടങ്ങളിൽ പോകുന്നവൾ സ്വന്തം ഇഷ്ടപ്രകാരം ലൈംഗിക പങ്കാളികളെ കണ്ടെത്തുന്നവൾ ഇതായിരിക്കണം ആധുനിക വനിത. അവർക്ക് പുരുഷന്മാരെക്കാൾ ആന്തരികബലമുണ്ട്. പുരുഷന്മാരാണ് യഥാർഥത്തിൽ മാറേണ്ടത്. സമൂഹത്തിന്റെ വിശാല താൽപ്പര്യത്തിന് സ്ത്രീശാക്തീകരണം അനിവാര്യമാണ്. സ്ത്രീകൾക്ക് സ്വാതന്ത്ര്യത്തിൽ കുറഞ്ഞ ഒന്നും ആവശ്യമില്ല.

ലക്നൗ സർവകലാശാലയിലെ ചരിത്രാധ്യാപകനായ പ്രമോദ് കുമാ

റിന്റെ അഭിപ്രായത്തിൽ ബലാൽക്കാരത്തിനു പ്രേരിപ്പിക്കുന്നത് ആധുനിക സംസ്കാരമല്ല മറിച്ച് മധ്യകാല മനോഘടനയാണ്. ദില്ലി കൂട്ടബലാൽസംഗത്തിനെതിരെ രാജ്യമെമ്പാടുമുയർന്ന പ്രതിഷേധങ്ങൾ ആധുനിക സംസ്കാരത്തിന്റെ ഉൽപ്പന്നമാണ്. മുമ്പ് ഇങ്ങനെ ഒരു പ്രതിഷേധം ഉണ്ടായിട്ടില്ല. പാശ്ചാത്യ സംസ്കാരമെന്നാൽ പാവാടയും ജീൻസും ധരിക്കലല്ല. അത് ലിബറൽ മൂല്യങ്ങളും തുല്യതയും സ്വാതന്ത്ര്യവും സാഹോദര്യവും മനുഷ്യസേവനവും ഉയർത്തിപ്പിടിക്കുന്ന ഗ്രീക്ക് മൂല്യങ്ങൾ ഉൾപ്പെട്ട മാനവികതയാണ്.

ഇത്തരം ജനാധിപത്യഅഭിപ്രായങ്ങൾ സർവകലാശാലകളിൽ നിന്നു മാത്രമല്ല ഉയരുന്നത് എന്ന കാര്യം ആശാവഹമാണ്. ഉടുപ്പിയിൽ ഇലട്രിക്കൽ ഉപകരണങ്ങൾ വിൽക്കുന്ന വിപുൽ പട്ടേൽ പറയുന്നത് ശ്രദ്ധിക്കൂ:

> ഞാൻ എന്തു വസ്ത്രമാണ് ധരിക്കേണ്ടതെന്ന് സ്ത്രീകൾ പറയാത്തിടത്തോളം അവരെന്തു ധരിക്കണമെന്ന് പറയാൻ എനിക്കെന്താണ് അവകാശം! ഇവിടെ മണിപ്പാലിൽ എല്ലാ ഭാഗത്തുനിന്നുമുള്ള പെൺകുട്ടികൾ ഇറക്കംകുറഞ്ഞ പാവാടയും ധരിച്ച് രാത്രികാലങ്ങളിൽ നടക്കാറുണ്ട്. അതുകൊണ്ട് നിങ്ങൾക്ക് അവരെ ലൈംഗികമായി പീഡിപ്പിക്കാമെന്നുണ്ടോ? ഒരു പത്രത്തിൽ ഞാൻ ഇപ്രകാരം ഒരു പ്ലക്കാർഡ് കണ്ടു. 'ഞാനെങ്ങനെ വസ്ത്രംധരിക്കണമെന്നു പറയുംമുമ്പ് നിങ്ങളുടെ മകനോട് ബലാൽക്കാരം ചെയ്യരുതെന്നു പറയൂ' എന്ന്. അത് ശരിയായ ഒരു അഭിപ്രായമായി എനിക്ക് തോന്നി.

ഏറക്കുറെ ഇതേ അഭിപ്രായമാണ് അതേ നഗരത്തിലെ ഒരു ദിവസക്കൂലിക്കാരനായ പ്രകാശിന് (35):

> സ്ത്രീകൾക്കെതിരായ അക്രമത്തിന് അവരെങ്ങനെ കുറ്റക്കാരാകും? ആരെങ്കിലും കുറ്റക്കാരാണെങ്കിൽ അത് ആണുങ്ങളാണ്. സ്ത്രീകൾ അവരുടെ ജീവിതംകൊണ്ട് എന്തു ചെയ്യുന്നുവെന്നുള്ളത് എന്റെ വിഷയമല്ല. എന്റെ സഹോദരിയുടെ ജീവിതത്തിന്മേൽ എനിക്കൊരധികാരവുമില്ല. അവൾ എന്താഗ്രഹിക്കുന്നുവോ അതു ചെയ്യാൻ അവളെ അനുവദിക്കുകയാണു വേണ്ടത്.

ഒരു പരിഹാരമെന്നപോലെ രാജ്യത്തെമ്പാടും ഇത്തരം വർത്തമാനങ്ങൾ നടക്കുന്നുണ്ട്. പുരുഷന്മാരും ആൺകുട്ടികളും അല്ലറ ചില്ലറ ഭേദത്തോടെ നിലപാടുകൾ എടുക്കുന്നു. സ്വയംവിമർശനം നടത്തുന്നു. സ്ത്രീകളെയും അവരുടെ വളർത്തൽ രീതികളെയും വിമർശിക്കുന്നു. പരസ്പരം ഏറ്റുമുട്ടുകളും സഹവർത്തിത്വത്തിൽ ഏർപ്പെടുകയും ചെയ്യുന്നതരത്തിൽ പലലോകങ്ങൾ നിലനിർത്തുന്ന ഇന്ത്യയുടെ സാഹചര്യത്തെ വിമർശിക്കുന്നു. സ്ത്രീകൾക്കോ തങ്ങൾക്കു തന്നെയോ

അങ്ങേയറ്റത്തെ സ്വാതന്ത്ര്യം നൽകണമെന്ന് എല്ലാവരും വാദിക്കുന്നില്ല. എന്നാൽ അവർ യുക്തിസഹമായാണ് സംസാരിച്ചത്. സാംസ്കാരിക പരിമിതികളും സുരക്ഷയുടെ പ്രായോഗികതയും കണക്കിലെടുക്കുന്ന ഉത്തരവാദിത്വത്തോടെയുള്ള സ്വാതന്ത്ര്യത്തെപ്പറ്റിയാണ് പലതും പറഞ്ഞത്. മധ്യനിലപാടാണ് ഇവർ എടുക്കുന്നതെങ്കിലും ഇവരുടെ അഭിപ്രായങ്ങൾ സ്വയം വിമർശനപരവും ചിന്തോദ്ദീപകവുമാണ്.

മണിപ്പൂരിൽനിന്നുള്ള ഡോക്ക്യുമെന്ററി നിർമാതാവായ രാജ് കുമാർ സിങ് പറഞ്ഞത്:

> ഒറ്റപ്പെട്ട ഒരു വസ്തുവായും ലൈംഗിക തൃപ്തിക്കും കുട്ടികളെ ഉൽപ്പാദിപ്പിക്കുവാനുമുള്ള യന്ത്രമായും സ്ത്രീകളെ സമൂഹം വേറിട്ടു വീക്ഷിക്കുന്നതിന് സ്ത്രീകളും കാരണക്കാരികളാണെന്ന് ഞാൻ കരുതുന്നു. സ്ത്രീകൾ ഉണർന്നെണീറ്റ് പോരാടിയില്ലെങ്കിൽ അവരുടെ ഇന്നത്തെ സ്ഥിതിക്ക് മാറ്റമുണ്ടാകാൻ പോകുന്നില്ല. സ്ത്രീകൾക്ക് കൂടുതൽ സ്വാതന്ത്ര്യവും കൂടുതൽ മെച്ചപ്പെട്ട അവസരങ്ങളും ഉണ്ടാകാൻ പോകുന്നു എന്നാണർഥം. ഇവിടെ സർക്കാരുകൾപോലും പുരുഷകേന്ദ്രികൃത സ്ഥാപനങ്ങളാണ്. അവിടെ തീരുമാനമെടുക്കുന്നതിന് സ്ത്രീകൾക്ക് അവസരം കൈവരുന്നില്ല.

ഇന്ത്യയുടെ സാമൂഹ്യ പ്രവണതകൾ ഇരുളടഞ്ഞതായി പലപ്പോഴും തോന്നുമെങ്കിലും ഈ പുരുഷന്മാരുടെ സാക്ഷ്യപ്പെടുത്തലുകൾ സൂചിപ്പിക്കുന്നത് സൂക്ഷ്മതലത്തിലോ വേഗതയിലുള്ളതോ ആയ മാറ്റങ്ങൾ സംഭവിക്കുന്നു എന്നു തന്നെയാണ്. ഈ പ്രതികരണങ്ങൾ പഴയതിൽനിന്നുമുള്ള പൂർണമായ വിടുതലായി കരുതേണ്ടതില്ല എന്നാണ് നിവേദിത മേനോൻ നിരീക്ഷിക്കുന്നത്. എന്നാൽ ഇന്ത്യയിലെ സാമൂഹ്യപരിവർത്തന പ്രക്രിയ ത്വരിതപ്പെട്ടിരിക്കുന്നു എന്ന കാര്യം ഉറപ്പാണ്. ഈ യുവതീയുവാക്കളിലധികംപേരും സ്വന്തം വേതനം കുടുംബത്തെയും കുഞ്ഞുങ്ങളെയും പരിപാലിക്കാൻ ചെലവിടുന്നവരാണ്. അവരുടെ ഉത്തരവാദിത്വങ്ങൾ ഇന്ത്യൻ രീതിയിൽ ഗൗരവപൂർവം നിർവഹിക്കുന്നവരും.

ബലാൽസംഗങ്ങൾ പലപ്പോഴും യഥാസ്ഥിതിക നിർവഹണത്തിന്റെ സവർണ ഫ്യൂഡൽ അടിച്ചമർത്തലുകളുടെ, ഉപകരണങ്ങളായി ഉപയോഗിക്കപ്പെടുന്നു. ഗുജറാത്തിലെ ബലാൽക്കാരങ്ങളും കാശ്മീരിലെയും ചത്തീസ്ഗഡിലെയും വടക്കുകിഴക്കൻ പ്രദേശങ്ങളിലെയും അർധസൈനിക-സൈനികരുടെ ബലാൽക്കാരങ്ങളും ഭരണകൂട അടിച്ചമർത്തലുകളാണ്. ദില്ലിയിലെ കൂട്ടബലാൽസംഗം അധികാരത്തിന്റെയും രാഷ്ട്രീയത്തിന്റെയും ബലപ്രയോഗമായി പറയാനാവില്ല. അത് കൃത്യമായും ഒരു ക്രിമിനൽ പ്രവർത്തനമാണ്. ഒരുപക്ഷേ, അരുന്ധതിറോയി പറഞ്ഞതുപോലെ, അതുകൊണ്ടാവാം ആളുകൾ ഇത്ര ശക്തിയോടെ, രോഷത്തോടെ പ്രതികരിച്ചത്. എന്നാൽ മറ്റ് ബലാൽക്കാരങ്ങൾ നിശ്ശബ്ദതയിൽ ആണ്ടുപോവുകയായിരുന്നു.

എന്നിരുന്നാലും ദില്ലി സംഭവം ഒരു തുറന്ന ചർച്ചക്ക് വഴിതുറന്നു. ഈ ചർച്ച അർഥപൂർണമായി തുടരുന്നതാണ് നമുക്ക് കൊല്ലപ്പെട്ട പെൺകുട്ടിയോട് കാണിക്കാവുന്ന ആദരവ്.

അരുണാറോയി ചൂണ്ടിക്കാട്ടിയപോലെ, പങ്കാളിത്ത ചർച്ചയോടെയുള്ള പ്രതിബദ്ധതയാവണം ഏറ്റവും ആഴത്തിലുള്ള സ്ത്രീപക്ഷ നിലപാട്. ഇത്തരം ഒരു ചർച്ചയിൽനിന്ന് ഉയർന്നുവരുന്ന അഭിപ്രായങ്ങൾക്ക് മൂല്യവും ഒരു ബഹുസ്വരസമൂഹത്തിൽ സ്വീകാര്യതയും വർധിപ്പിക്കും. സ്ത്രീ–പുരുഷ തുല്യത വിലപേശാവുന്ന ഒന്നല്ല. പക്ഷേ, അതിലേക്കുള്ള വഴികൾ പലതാണ്. തുല്യതയോട് നമുക്ക് പ്രതിബദ്ധതയുണ്ടെങ്കിൽ ജലപീരങ്കികൾ ഒഴിഞ്ഞാലും നാം കൊളുത്തിയ മെഴുകുതിരികൾ അണഞ്ഞുപോയാലും ലക്ഷോപലക്ഷം ഉദയങ്ങൾ ഉണ്ടാകുക തന്നെ ചെയ്യും.

ബലാൽസംഗവും ഇന്ത്യൻ പുരുഷത്വത്തിന്റെ പ്രതിസന്ധിയും

രത്ന കപൂർ

അമേരിക്കയിൽ 20 കുഞ്ഞുങ്ങളെ വെടിവെച്ചുകൊന്നപ്പോൾ നമ്മുടെ മനസ്സാക്ഷി വിറങ്ങലിച്ചു. നമ്മുടെ നാട്ടിൽ നടക്കുന്ന സംഭവങ്ങളും തുല്യ അളവിൽ ഉൽക്കണ്ഠാജനകമാണ്. ദില്ലിയിലെ കൂട്ടബലാൽസംഗം നമുക്ക് രോഷത്തിനപ്പുറമുള്ള വൈകാരികതയുണർത്തുന്നതാണ്. ബലാൽസംഗം കേവലം ക്രമസമാധാനപ്രശ്നമോ വ്യക്തികളെ തകർക്കലോ മാത്രമല്ല. ഈ പ്രശ്നം കൂടുതൽ നിയമങ്ങൾ ഉണ്ടാക്കിക്കൊണ്ടോ കൂടുതൽ പൊലീസുകാരെ തെരുവുകളിൽ വിന്യസിച്ചുകൊണ്ടോ ബസുകളിൽ ക്ലോസ് സർക്യൂട്ട് ക്യാമറകൾ സ്ഥാപിച്ചുകൊണ്ടോ ബലാൽക്കാരം ചെയ്യുന്നവർക്ക് കൂടുതൽ കടുത്ത ശിക്ഷ നൽകിയതുകൊണ്ടോ പരിഹരിക്കാൻ പോകുന്നില്ല. ആവർത്തിച്ച് സംഭവിക്കുന്ന കൂട്ടബലാൽസംഗങ്ങൾ ഒരു സമൂഹമെന്നനിലയിൽ നാം ആരാണെന്ന കാര്യം ഓർമിക്കാൻ നമ്മെ പ്രേരിപ്പിക്കുന്നതാവണം.

അമേരിക്കയിലെ നിഷ്ക്കളങ്കരായ കുഞ്ഞുങ്ങൾ വെടിയേറ്റുവീണപ്പോൾ വ്യക്തികളെ കുറ്റംപറഞ്ഞുമാത്രം സായൂജ്യമടയാതെ അതിനുള്ള സാമൂഹ്യകാരണങ്ങൾ അന്വേഷിക്കാൻ അമേരിക്കൻജനത തയാറായതുപോലെ ഇന്ത്യക്കാരും കൂട്ടബലാൽസംഗങ്ങൾ മനുഷ്യത്വമില്ലാത്ത ചില പുരുഷന്മാരുടെ സ്വഭാവ വൈകല്യങ്ങൾമൂലം സംഭവിക്കുന്നതല്ലെന്നു മനസിലാക്കാൻ തയാറാകണം. ഒരുസമൂഹമെന്നനിലയിൽ സ്ത്രീകൾക്കെതിരെയുണ്ടാകുന്ന അതിക്രമങ്ങളെ നാം എത്രമാത്രം സഹിഷ്ണുതയോടെയും സാധാരണത്വത്തോടെയും കാണുന്നുവെന്ന പ്രശ്നത്തെ അഭിമുഖീകരിക്കേണ്ടതുണ്ട്. പുരുഷന്മാർമാത്രം വിഹരിച്ചിരുന്ന തൊഴിൽ മേഖലകളിലേക്കും മറ്റിടങ്ങളിലേക്കും സ്ത്രീകൾ സധൈര്യം കടന്നുവരുവാൻ തുടങ്ങിയപ്പോൾ പുരുഷാധിപത്യ സമൂഹത്തിന് ഒരുതരം അരക്ഷിതാവ

ബോധം ഉണ്ടായിത്തുടങ്ങിയിട്ടുണ്ട്. ഈ അക്രമങ്ങൾക്ക് കാരണക്കാർ പുരുഷന്മാർ മാത്രമാണെന്നു പറഞ്ഞ് പ്രശ്നത്തെ ലഘൂകരിക്കാൻ കഴിയുകയില്ലെങ്കിലും ഇത്തരം അക്രമങ്ങളിൽ പങ്കെടുക്കുന്നവരിൽ ഒട്ടുമിക്കപ്പേരും യുവാക്കളാണെന്ന പ്രശ്നം അവശേഷിക്കുന്നു.

സ്ഥാനഭ്രംശത്തെപ്പറ്റിയുള്ള ഉൽക്കണ്ഠ

സ്വന്തം ജീവസന്ധാരണത്തിനായി പുറത്തുപോകുന്ന സ്ത്രീകളെ മെട്രോനഗരങ്ങളിൽ എന്തിനാണ് പുരുഷന്മാർ കൂട്ടബലാൽക്കാരങ്ങൾക്ക് ഇരയാക്കുന്നത് എന്ന കാര്യം അന്വേഷണ വിധേയമാക്കണം. ഇത്ര കൂരമായി പെരുമാറാൻ അവരെ പ്രേരിപ്പിക്കുന്ന ഘടകം എന്ത്? ഭംഗിയായി വസ്ത്രധാരണം ചെയ്ത വിദ്യാസമ്പന്നയായ ഒരു വനിതാ പ്രൊഫഷണലിനെ കാണുമ്പോൾ പുരുഷന്മാരിൽ ഒരുതരം സ്ഥാനഭ്രംശോൽക്കണ്ഠരൂപപ്പെടുന്നുണ്ടോ? കഴിഞ്ഞ ചില പതിറ്റാണ്ടുകളായി സ്ത്രീകൾ തങ്ങളുടെ അവകാശങ്ങളെപ്പറ്റി ജാഗരൂകരാവുകയും തങ്ങൾ ആരുടെയെങ്കിലും മകളോ ഭാര്യയോ സഹോദരിയോ മാത്രമല്ലെന്ന ആത്മനിഷ്ഠബോധത്തിലേക്കുയരുകയും ചെയ്തിട്ടുണ്ട്. തുറന്ന കമ്പോളം യാഥാർഥ്യമായതോടെ കൂടുതൽ സ്ത്രീകൾ പൊതുതൊഴിൽ ഇടങ്ങളിൽ പ്രത്യക്ഷപ്പെട്ടുതുടങ്ങി. പരമ്പരാഗത ഇന്ത്യൻ പുരുഷൻ മേൽക്കോയ്മയോടെ കൊണ്ടുനടന്ന അധികാരസ്ഥാനങ്ങളിലേക്ക് സ്ത്രീകൾ പ്രവേശിക്കാനും തുടങ്ങി.

സ്ത്രീ ഒരു പൂർണ വളർച്ചയെത്തിയ വ്യക്തിത്വമാണെന്ന കാര്യം ഉൾക്കൊള്ളാൻ കഴിയാത്തൊരംശമായി നിലകൊള്ളുന്നു. സ്ത്രീകളുടെ അവകാശങ്ങൾ ഉയർത്തിപ്പിടിക്കാൻ സാധ്യതയുള്ള ദേശീയ വനിതാ കമ്മീഷൻ സ്ത്രീകളുടെയും കുട്ടികളുടെയും വികസനത്തിനായുള്ള വകുപ്പ് എന്നിവ സ്ത്രീകളെ ഇപ്പോഴും ദുർബലവിഭാഗമായി എണ്ണുകയും അവർക്കെതിരായ അക്രമങ്ങളെക്കുറിച്ചു സംസാരിക്കുമ്പോൾ അവർ പ്രത്യേക സംരക്ഷണം ആവശ്യമുള്ളവരായി ചിത്രീകരിക്കുകയും ചെയ്യുന്നു.

മുൻവിധികളുടെ നിർമിതി

ഈ ഘട്ടത്തിൽ നമുക്കാവശ്യം സംരക്ഷണത്തിനും സുരക്ഷയ്ക്കുമുപരി വിദ്യാഭ്യാസമാണ്. പ്രത്യേക അവകാശങ്ങളുള്ളവരായി യുവാക്കളെ വളർത്തിയെടുക്കുന്ന മാതാപിതാക്കൾ അവരിൽ പുരുഷന്മാരാണെന്ന അഹങ്കാരവും ദൃഢപ്പെടുത്തുന്നു. ആൺകുട്ടികൾക്ക് വീടുകളിൽ ലഭിക്കുന്ന പ്രത്യേക പരിഗണന പെൺകുട്ടികളോടുള്ള അവഗണനയായി മാറുന്നു. അവർ ആവശ്യമില്ലാത്തവരും കുടുംബത്തിനു ഭാരവുമായി ഗണിക്കപ്പെടുന്നു. അസമത്വം സ്ത്രീവിദ്വേഷത്തിന്റെ പരിസരമൊരുക്കുന്നു. സ്ത്രീകൾ പുരുഷനെ വണങ്ങാതിരിക്കുകയോ അവളുടെ വികാരം പ്രകടിപ്പിക്കുകയോ ചെയ്യുകയാണെങ്കിൽ ഉടനെതന്നെ അവൾക്കെതിരെ പുരു

ഷത്വം സടകുടഞ്ഞ് എഴുന്നേൽക്കുന്നതുകാണാം.

സമൂഹത്തിൽ അന്തർലീനമായ ഈ സാമൂഹ്യപ്രശ്നത്തെ നിയമം കൊണ്ടുമാത്രം പരിഹരിക്കാനാവില്ല. കൂടുതൽ നിയമങ്ങൾ കൊണ്ടുവന്നാൽ ഒന്നും ചെയ്യാനാവാതിരിക്കുമ്പോഴും എന്തോ ചെയ്യുന്നു എന്ന പ്രതീതി ജനിപ്പിക്കാൻ മാത്രമേ കഴിയുകയുള്ളൂ. സ്ത്രീകൾക്കു നേരെയുള്ള വെറുപ്പിനെ നേരിടണമെങ്കിൽ സമൂഹത്തെ മുന്നോട്ടു നയിക്കുകയേ നിർവാഹമുള്ളൂ. സ്ത്രീതുല്യതയ്ക്കുവേണ്ടിയുള്ള വാദത്തെ പുരുഷന്മാർക്കെതിരായുള്ള വെല്ലുവിളിയായി കാണാതെ അംഗീകരിക്കണം. അതിന് വീടുകളിൽ ആൺകുട്ടികളെ വളർത്തുമ്പോൾ അവർക്ക് മേധാവിത്വ ശീലം ഉണ്ടാകാത്ത രീതിയിൽ കൈകാര്യം ചെയ്യണം. സ്ത്രീതുല്യതയ്ക്കുവേണ്ടിയുള്ള പ്രവർത്തനങ്ങളിൽ ആൺകുട്ടികളെ സജീവപങ്കാളികളാക്കണം. ഇതെല്ലാം ദീർഘകാലപദ്ധതികളാണ്. കഴിഞ്ഞ മൂന്നു പതിറ്റാണ്ടായി നാം സ്ത്രീപീഡനങ്ങൾക്കെതിരെ നിയമനിർമാണം നടത്തുകയാണ്. പക്ഷേ, ഇന്ത്യയിലെ സ്ത്രീകൾ നേരിടുന്ന അക്രമങ്ങൾക്ക് അതൊന്നുംപരിഹാരമാകുന്നില്ല. സ്ത്രീകൾക്കതിരായ ക്രൂരപീഡനങ്ങൾ നടത്തുന്ന പുരുഷന്മാരെ ഈ സമൂഹം തന്നെയാണല്ലോ സൃഷ്ടിക്കുന്നതെന്ന കാര്യത്തിൽ നമുക്ക് തിരിച്ചറിവുണ്ടാകണം. അത് അവസാനിപ്പിക്കാനുള്ള ഉത്തരവാദിത്വം ഏറ്റെടുക്കുകയും വേണം.

പുരുഷാധിപത്യക്കോമരങ്ങളെ നിലയ്ക്ക് നിർത്തണം

ഡോ. ടി എൻ സീമ

സ്വതന്ത്രരും സ്വയം പര്യാപ്തരുമായി ജീവിക്കാൻ ആഗ്രഹിക്കുന്ന കോടിക്കണക്കായ ഇന്ത്യൻ സ്ത്രീകൾക്ക് മുന്നിൽ കടുത്ത വെല്ലുവിളിയുടെ സാമൂഹ്യ അന്തരീക്ഷമാണ് നിലനിൽക്കുന്നത്. സ്ത്രീകൾക്ക് മേലുള്ള മാനസികവും ശാരീരികവുമായ കയ്യേറ്റങ്ങളാൽ തകർക്കപ്പെടുന്നത് തൊഴിലെടുക്കാനും സമൂഹത്തിൽ ഇടപെടാനുമുള്ള സ്ത്രീകളുടെ അവകാശങ്ങളും ആത്മവിശ്വാസവുമാണ്. ഈ സാഹചര്യത്തിൽ പിന്തിരിപ്പനും യാഥാസ്ഥിതികവും പുരുഷാധിപത്യപരവുമായ ധാരണകൾ വീണ്ടും ഊട്ടിയുറപ്പിച്ച് സ്ത്രീകളുടെ മൗലികാവകാശം നിഷേധിക്കാൻ ഒരുകൂട്ടം മതസമുദായ നേതാക്കൾ ആസൂത്രിതമായി ശ്രമിക്കുന്നുണ്ട്. ആർ എസ് എസ് മേധാവി മോഹൻ ഭഗവത്, ജമ അത്തെ ഇസ്ലാമി, ഹിന്ദ് മേധാവി മൗലാനാ ജലാലുദീൻ ഉമ്രി, അഖിലേന്ത്യാ സുന്നി ജാം ഇയ്യത്തുൽ ഉലമാ വിഭാഗം ജനറൽ സെക്രട്ടറി കാന്തപുരം മുസലിയാർ, ബി ജെ പിയുടെയും കോൺഗ്രസിന്റെയും ചില നേതാക്കൾ തുടങ്ങിയവരുടെ പ്രസ്താവനകൾ തികഞ്ഞ സ്ത്രീവിരുദ്ധതയുടെ പ്രഖ്യാപനങ്ങളായതു യാദൃച്ഛികമോ നിഷ്ക്കളങ്കമോ അല്ല.

രാജ്യത്ത് ബലാൽസംഗങ്ങൾ നടക്കുന്നത് പാശ്ചാത്യ സംസ്കാരം പിന്തുടരുന്ന നഗരങ്ങളിലാണെന്നും യഥാർഥ ഭാരത സംസ്കാരം കാത്തുസൂക്ഷിക്കുന്ന ഗ്രാമങ്ങളിൽ സ്ത്രീകൾക്കുനേരെ അതിക്രമങ്ങൾ കുറവാണെന്നുമായിരുന്നു ആർ എസ് എസ് മേധാവിയുടെ കണ്ടെത്തൽ. എന്നാൽ ഇത് യാഥാർഥ്യവുമായി ഒരുതരത്തിലും ചേരുന്നതല്ല എന്ന് കണക്കുകൾ കാണിക്കുന്നു. ഡൽഹി നാഷണൽ ലോ യൂണിവേഴ്സിറ്റിയിലെ പ്രൊ. മൃണാൾ സതീഷ് രാജ്യത്തെ എല്ലാ ഹൈക്കോടതികളിലും വിചാരണക്കോടതികളിലും സുപ്രീം കോടതികളിലും നടത്തിയ പഠനം കണ്ടെത്തിയത് 1983 മുതൽ 2009 വരെ ഹൈക്കോടതികൾ കൈകാര്യം

ചെയ്ത ബലാൽസംഗക്കേസുകളിൽ 80 ശതമാനവും സുപ്രീം കോടതിയിൽ വന്ന ബലാൽസംഗക്കേസുകളിൽ 75 ശതമാനവും കുട്ടികൾക്കു നേരെയുള്ള ലൈംഗികാതിക്രമകേസുകളിൽ 65 ശതമാനവും ഗ്രാമപ്രദേശങ്ങളിൽനിന്നാണ് വന്നിട്ടുള്ളത് എന്നാണ്. ജാതിമേധാവിത്വവും ജന്മിപ്രാമാണിത്തവും ആധിപത്യം പുലർത്തുന്ന ഇന്ത്യൻ ഗ്രാമങ്ങളിൽ ബലാൽസംഗത്തെ കീഴ് ജാതിക്കാർക്കും ദരിദ്രർക്കും എതിരെ ഒരു ആയുധമായിട്ടുതന്നെ ഉപയോഗിക്കുന്നുണ്ട് എന്നതാണ് വാസ്തവം. ആർ എസ് എസ് മേധാവി മറ്റൊരു വെളിപാടുകൂടി നടത്തിയിരുന്നു. സ്ത്രീകളുടെ പരമ്പരാഗത ധർമം വീട്ടിനുള്ളിൽ കഴിയുകയാണെന്നും അവിടെ ആ ധർമങ്ങൾ വേണ്ടവിധം നിർവഹിച്ചാൽ ആവശ്യമായ സംരക്ഷണം അവിടെ കിട്ടുമെന്നുമാണ് മോഹൻ ഭഗവതിന്റെ ആഹ്വാനം. ആർ എസ് എസ് മേധാവിയുടെ ഈ വാക്കുകൾ അമ്പരപ്പൊന്നും ഉണ്ടാക്കുന്നില്ല. മനുസ്മൃതിയുടെ കാലത്തോളം പഴക്കമുള്ള മനസും ചിന്തകളുമായി നടക്കുന്ന ഇത്തരക്കാരുടെ തനിനിറം ഒരിക്കൽക്കൂടി തുറന്നു കാണിക്കപ്പെട്ടു എന്ന് മാത്രം. ജമാ അത്തെ ഇസ്ലാമി ഹിന്ദ് ജസ്റ്റിസ് വർമ കമ്മിറ്റിക്ക് മുന്നിൽ സമർപ്പിച്ച പതിനൊന്നു നിർദേശങ്ങളിൽ ഏറ്റവും പ്രധാനപ്പെട്ടവ പെൺകുട്ടികളെ പഠിപ്പിക്കാം. പക്ഷേ, ആൺകുട്ടികളുമായുള്ള സഹ വിദ്യാഭ്യാസമാണ് വലിയ കുഴപ്പം. അതുകൊണ്ട് സഹവിദ്യാഭ്യാസം അവസാനിപ്പിക്കണം, വിവാഹം കഴിക്കാതെയുള്ള ദാമ്പത്യമാണ് അതിക്രമങ്ങൾക്ക് കാരണം; അതും അവസാനിപ്പിക്കണം എന്നിവയാണ്.

സ്ത്രീ–പുരുഷ സമത്വം എന്ന ആശയംതന്നെ പ്രകൃതിവിരുദ്ധമാണെന്നാണ് കാന്തപുരം മുസലിയാരുടെ അഭിപ്രായം. സ്ത്രീയും പുരുഷനും ഒന്നാണെന്ന് സ്ത്രീ വിമോചനക്കാർ ധരിക്കുന്നിടത്താണത്രേ കുഴപ്പം! ഏതു സ്ത്രീവിമോചനക്കാരാണ് സ്ത്രീയും പുരുഷനും ഒന്നാണെന്ന് ധരിക്കുന്നത്? സ്ത്രീയും പുരുഷനും വ്യത്യസ്തമായ രണ്ടു ജൈവ പ്രകൃതികളാണ് എന്നുതന്നെയാണ് സ്ത്രീവിമോചകരും പറയുന്നത്. കാന്തപുരം ചോദിക്കുന്നു, "പരസ്പരം അംഗീകരിച്ചും ആദരിച്ചും സഹകരിച്ചും പ്രവർത്തിക്കേണ്ട രണ്ടു ഘടകങ്ങൾ തുല്യതയ്ക്കുവേണ്ടി മത്സരിക്കുന്നതെന്തിനാണ്?" തുല്യതയ്ക്കുവേണ്ടി സ്ത്രീകൾ ശബ്ദമുയർത്തുമ്പോൾ അത് സ്ത്രീകളും പുരുഷന്മാരും തമ്മിലുള്ള ഒരു ബല പരീക്ഷണമാണെന്ന് തോന്നുന്നത് കാന്തപുരത്തെപ്പോലുള്ള യാഥാസ്ഥിതികർക്കാണ്, സ്ത്രീവിമോചകർക്കല്ല. "പരസ്പരം അംഗീകരിച്ചും ആദരിച്ചും" ആണും പെണ്ണും കഴിയുന്ന ഒരു അവസ്ഥയാണ് തുല്യത എന്നത് കൊണ്ട് സ്ത്രീവിമോചന വാദികൾ അർഥമാക്കുന്നത്. സ്ത്രീകളുടെ അവകാശങ്ങൾക്കുവേണ്ടി സ്ത്രീകൾ മാത്രമല്ല വാദിക്കുന്നതും. നിയമം മാത്രമല്ല, സമൂഹത്തിന്റെ സമീപനമാണ് മാറേണ്ടത് എന്ന വാചകം ഡൽഹി കൂട്ടബലാൽസംഗത്തിനുശേഷമുള്ള ചർച്ചകളിൽ നിരന്തരം ഉയർന്നു കേട്ടതാണ്. എന്നാൽ കാന്തപുരത്തെയും മൗലാന ജലാലുദ്ദീൻ ഉമ്രിയെയും മോഹൻ ഭഗവതിനെയുംപോലുള്ളവർ ഈ വാചകം പറയു

മ്പോൾ സൂക്ഷിക്കുക, അവർ ഉദ്ദേശിക്കുന്ന അർഥം വേറെയാണ്, ഇന്നത്തെ സമൂഹത്തിൽ സ്ത്രീകൾ കൂടുതൽ സ്വതന്ത്രരായി നടക്കുന്നതുകൊണ്ടാണ് പ്രശ്നങ്ങളുണ്ടാകുന്നതെന്ന് ഒരു മടിയും കൂടാതെ പറഞ്ഞു വെക്കുകയാണ് ഇക്കൂട്ടർ. സ്ത്രീകൾ വീടിനകത്ത് കുടുംബിനീ ധർമങ്ങൾ നിർവഹിക്കുന്ന ഭാരതീയ സംസ്കാരത്തെ പുകഴ്ത്തുന്ന മോഹൻ ഭഗവതും സ്ത്രീകൾ ഇവിടെ നില മറന്നു കളിക്കുകയാണ്. സ്വാതന്ത്ര്യം അനിയന്ത്രിതമാകുന്നതാണ് നമ്മുടെ പ്രശ്നം' എന്ന് പറയുന്ന കാന്തപുരം മുസലിയാരും വെറും അടിമകളും പ്രത്യുൽപ്പാദന ഉപകരണങ്ങളും മാത്രമായാണ് സ്ത്രീകളെ കാണുന്നത്. 'ആദരിക്കലും അംഗീകരിക്കലും' പോയിട്ട് ഒരു മനുഷ്യ ജീവിയായിപ്പോലും സ്ത്രീകളെ കാണാൻ കൂട്ടാക്കാത്ത ജീർണിച്ച പുരുഷാധിപത്യത്തിന്റെ പ്രതിനിധികളാണ് ഇവർ.

സ്ത്രീകളുടെ സുരക്ഷിതത്വത്തെ ചൊല്ലി വമ്പിച്ച ജനരോഷം ഉയരുകയും സമൂഹത്തിലുണ്ടാകേണ്ട മനോഭാവമാറ്റത്തെക്കുറിച്ചു രാജ്യമാകെ ചർച്ച ചെയ്യുകയും ചെയ്യുന്ന ഈ ഘട്ടത്തിൽ ജനപ്രതിനിധികൾ കുറഞ്ഞത് തങ്ങളുടെ പ്രസ്താവനകൾ നൽകുന്ന കാര്യത്തിൽ ഉത്തരവാദിത്വവും ഗൗരവവും കാണിക്കേണ്ടതുണ്ട്. ആക്രമണങ്ങൾക്ക് ഇരകളാകുന്ന സ്ത്രീകളെത്തന്നെ കുറ്റക്കാരായി കാണുന്ന ഫ്യൂഡൽ പിന്തിരിപ്പൻ ആൺകോയ്മാ സമൂഹത്തിലാണ് ഇന്നും നാം ജീവിക്കുന്നത് എന്നത് അങ്ങേയറ്റം അസ്വസ്ഥതയുണ്ടാക്കുന്നതാണ്. സ്ത്രീകൾക്ക് പരിധി നിശ്ചയിച്ചുകൊടുക്കാൻ ബി ജെ പിയുടെ മധ്യപ്രദേശ് വ്യവസായ മന്ത്രി കൈലാഷ് വിജയവാർഗിയയ്ക്ക് ആരാണ് അധികാരം നൽകിയത്. സ്ത്രീകൾ പരിധി കടക്കുമ്പോൾ പണ്ട് സീത ലക്ഷ്മണരേഖ മാറി കടന്നപ്പോൾ ഉണ്ടായതുപോലെ ശിക്ഷ ഏറ്റുവാങ്ങേണ്ടിവരുമത്രേ! വർഷങ്ങളായി രാഷ്ട്രീയത്തിൽ പ്രവർത്തിക്കുന്ന ഒരു സംസ്ഥാന ക്യാബിനറ്റ് മന്ത്രിയായ ഒരാൾക്ക് സ്ത്രീകൾക്കുനേരെ നടക്കുന്ന ലൈംഗിക അതിക്രമങ്ങളുടെ ഗൗരവം മനസിലാകുന്നില്ല എന്നത് അങ്ങേയറ്റം അപമാനകരമാണ്. ആദ്യമായിട്ടല്ല കൈലാഷ് വിജയവാർഗിയ ഇത്തരത്തിൽ സ്ത്രീകൾക്കെതിരായ തരംതാണ പ്രസ്താവനകൾ നടത്തുന്നത്. 2012 ജൂലായ് മാസത്തിൽ അസമിൽ ഒരു പതിനേഴുകാരി പെൺകുട്ടിക്കുനേരെ ഒരു കൂട്ടം ആളുകൾ പരസ്യമായി നടത്തിയ ഹീനമായ ആക്രമണത്തിന്റെ സംഭവത്തെക്കുറിച്ച് സ്ത്രീകൾ മറ്റുള്ളവരെ പ്രകോപിപ്പിക്കുന്ന വസ്ത്രധാരണം നടത്തുന്നതാണ് പ്രശ്നമെന്നനിലയിലാണ് ഇദ്ദേഹം പ്രതികരിച്ചത്.

സ്ത്രീകളെ സംരക്ഷിക്കാൻ ഉത്തരവാദപ്പെട്ട ഒരു സംവിധാനത്തിന്റെ മേധാവിയെന്ന നിലയിലാണ് ഛത്തീസ്ഗഡിലെ വനിതാ കമ്മീഷൻ അധ്യക്ഷയുടെ കണ്ടെത്തൽ കൂടുതൽ എതിർക്കപ്പെടേണ്ടത്. സ്ത്രീകൾക്കെതിരായ കുറ്റങ്ങൾക്ക് സ്ത്രീകളും ഒരുപോലെ ഉത്തരവാദികളാണെന്ന് പ്രസ്താവിച്ച വനിതാ കമ്മീഷൻ അധ്യക്ഷ വിഭറാവുവിനോട്

ഒരു വിശദീകരണം ചോദിക്കാനുള്ള ആർജവംപോലും ബി ജെ പി ദേശീയ നേതൃത്വം ഇതുവരെ കാണിച്ചില്ല. രാഷ്ട്രപതിയുടെ മകനും ബംഗാളിൽനിന്നുള്ള കോൺഗ്രസ് എം പിയുമായ അഭിജിത് മുഖർജി ഡൽഹിയിലെ പ്രതിഷേധത്തിൽ പങ്കെടുത്ത സ്ത്രീകളെയെല്ലാം മോശക്കാരെന്നു ആക്ഷേപിക്കുകയാണ് ചെയ്തത്. ആന്ധ്രയിലെ കോൺഗ്രസ് പ്രസിഡന്റ് സ്ത്രീ സ്വാതന്ത്ര്യമെന്നാൽ രാത്രിയിൽ ഇറങ്ങി നടക്കാനുള്ളതല്ല എന്നാണ് ഉപദേശിച്ചത്. ഏറ്റവും ഒടുവിൽ ഉത്തരാഖണ്ഡ് കോൺഗ്രസ് സർക്കാരിന്റെ തിട്ടൂരവും ഇറങ്ങി, സ്ത്രീകളെ വൈകുന്നേരം ആറുമണിക്കുശേഷം ജോലിക്ക് നിയോഗിച്ചു കൂടാ എന്ന്. ഡൽഹി പൊലീസ് പറയുന്നത്, ക്ലാസ് കഴിഞ്ഞാൽപെൺകുട്ടികൾ നേരെ വീട്ടിൽ പോകണമെന്നാണ്. സ്ത്രീകൾക്കുനേരെയുള്ള അതിക്രമങ്ങൾ തടയാൻ ഇനി സ്ത്രീകളാരും വീടിനു പുറത്ത് ഇറങ്ങുകയേവേണ്ട എന്ന് ഭരണാധികാരികൾ പറഞ്ഞാലും അമ്പരക്കേണ്ട. പക്ഷേ, അപ്പോൾ വീടിനകത്തുള്ള അതിക്രമങ്ങളോ? സ്ത്രീകളുടെ സ്വാതന്ത്ര്യത്തിനും അവകാശത്തിനുംവേണ്ടി ശബ്ദമുയർത്തുന്നവർ മാത്രമല്ല ഇന്ന് രംഗത്ത് സ്ത്രീ സംരക്ഷണത്തിനുവേണ്ടി വാദിക്കുന്നത്. സ്ത്രീകളെ വീടിനകത്ത് നിയന്ത്രിച്ചു നിർത്തുന്നതാണ് കുടുംബത്തിനും സമൂഹത്തിനും നല്ലതെന്നു വിശ്വസിക്കുന്നവരും ഇപ്പോഴത്തെ സാഹചര്യം ഉപയോഗപ്പെടുത്തി സ്ത്രീകളെ തളയ്ക്കാൻ രംഗത്തിറങ്ങിയിട്ടുണ്ട് ജാഗ്രത!! പശ്ചിമ ബംഗാളിലെ മുർഷിദാബാദ് സി പി ഐ (എം) എം എൽ എ മമത ബാനർജിക്കെതിരെ നടത്തിയ പരാമർശം സ്ത്രീ എന്ന നിലയിൽ അവരെ അധിക്ഷേപിക്കുന്നതാണ് എന്നതിനാൽ സി പി എം ബംഗാൾ സംസ്ഥാന കമ്മിറ്റി അദ്ദേഹത്തിനെതിരെ പരസ്യ ശാസന നൽകി മാതൃക കാണിച്ചു. എന്നാൽ ബി ജെ പിയുടെയും കോൺഗ്രസിന്റെയും മന്ത്രിമാരും ജനപ്രതിനിധികളും നേതാക്കന്മാരും സ്ത്രീകളെ അധിക്ഷേപിക്കുന്ന പ്രസ്താവനകൾ നടത്തിയിട്ട് പേരിനു ക്ഷമ ചോദിച്ചു എന്നല്ലാതെ ആ പാർട്ടികളുടെ തലപ്പത്തിരിക്കുന്നവരിൽ നിന്നും ഒരു വാക്കും ഇവർക്കെതിരായി കേട്ടില്ല. ആർ എസ് എസിന്റെയും സ്ത്രീകളെ നികൃഷ്ടമായി അധിക്ഷേപിച്ച ആശാറാം ബാപ്പുജിയെന്ന കള്ളസന്യാസിയുടെയും സ്ത്രീ വിരുദ്ധതയെ ന്യായീകരിക്കാനും ഒരുവിഭാഗം ബി ജെ പിക്കാർ തയാറായി; കോൺഗ്രസ് പ്രസിഡന്റു സോണിയ ഗാന്ധിയാകട്ടെ, സ്വന്തം പാർട്ടിക്കാരുടെ സ്ത്രീ വിരുദ്ധ ജൽപ്പനങ്ങളൊന്നും കേട്ടമട്ടുമില്ല.

രാജ്യത്തെ ഞെട്ടിച്ച കൂട്ടബലാൽസംഗത്തിനുശേഷം പല ദേശീയ മാധ്യമങ്ങളും സ്ത്രീകൾക്കെതിരായ ലൈംഗിക അതിക്രമങ്ങളെ സംബന്ധിച്ച വാർത്തകൾ നിരന്തരം റിപ്പോർട്ട് ചെയ്യുന്നുണ്ട്. ഡൽഹിയിൽ നിന്നും രാജ്യത്തിന്റെ വിവിധ ഭാഗങ്ങളിൽനിന്നും സ്ത്രീകൾക്കുമേലുള്ള അതിക്രമവാർത്തകളുടെ ഘോഷയാത്രയാണ് മാധ്യമങ്ങളിൽ ഇപ്പോഴുള്ളത്. ഇതൊക്കെ എന്തുകൊണ്ടാണ് മാധ്യമങ്ങളുടെയോ പൊതുസമൂഹത്തിന്റെയോ മുഖ്യപ്രശ്നമായി ഇത്രയുംകാലം വരാതിരുന്നത് എന്ന

ചോദ്യം ഉന്നയിക്കേണ്ടതുണ്ട്. ഇന്ന് മാധ്യമങ്ങളിലും പൊതു സമൂഹത്തിലും സ്ത്രീകൾക്കുനേരെ നടക്കുന്ന അതിക്രമങ്ങൾ സംബന്ധിച്ച് സ്വീകരിക്കപ്പെടുന്ന പരിഗണനയും ജാഗ്രതയും സ്ഥായിയായി നിലനിൽക്കുമോ എന്ന ചോദ്യവും പ്രസക്തമാണ്. മാധ്യമങ്ങളിൽ സ്ത്രീകളെ സംബന്ധിച്ച വാർത്തകൾ താരതമ്യേന അപ്രധാനമായും ചിലപ്പോഴൊക്കെ കൗതുക കഥകളുമായി മാത്രം കൈകാര്യം ചെയ്യപ്പെടുന്നതെന്താണെന്നതും ഉന്നയിക്കേണ്ടതുണ്ട്. സ്ത്രീപ്രശ്നങ്ങളിൽ പൊതു സമൂഹത്തിന്റെയും ജനാധിപത്യ പ്രസ്ഥാനങ്ങളുടെയും മാധ്യമങ്ങളുടെയും നിരന്തരമായ ജാഗ്രതയും ഇടപെടലും പരിപൂർണ പിന്തുണയുമാണ് ഏറ്റവും ആവശ്യം.

ഇന്ത്യയിൽ ഒരു സംസ്ഥാനത്തും സ്ത്രീ സുരക്ഷിതയല്ല. സമൂഹത്തിൽ സ്ത്രീകളെക്കുറിച്ചുള്ള മനോഭാവത്തിൽ മാറ്റങ്ങൾ വരാത്തിടത്തോളം തുല്യ അവകാശമുള്ള പൗരരായി സ്ത്രീകളെ അംഗീകരിക്കാത്തിടത്തോളംകാലം സ്ത്രീകൾക്ക് ഈ രാജ്യത്തു സുരക്ഷിതത്വം ഉണ്ടാവുകയുമില്ല. ജൈവ ചോദനകൾ ഒരാളെയും സ്ത്രീകളെ കടന്നാക്രമിക്കാനും പീഡിപ്പിക്കാനും അപമാനിക്കാനും പ്രേരിപ്പിക്കില്ല. സ്ത്രീ നീതിബോധത്തിന്റെ അഭാവവും നീതി നിർവഹണത്തിലെ അലംഭാവവും നിയമങ്ങൾ സംബന്ധിച്ചും നിയമവാഴ്ച സംബന്ധിച്ചും ഉള്ള അങ്ങേയറ്റത്തെ പുച്ഛവും അവഗണനയും പ്രാകൃതവും പിന്തിരിപ്പനുമായ മനോഭാവങ്ങളുമാണ് സ്ത്രീകളോടുള്ള അതിക്രമങ്ങൾക്ക് പിന്നിലുള്ളത്. പൊതു ഇടങ്ങൾ സ്ത്രീകൾക്ക് കൂടിയുള്ളതാണെന്നും സ്ത്രീകൾക്ക് പൊതുജീവിതം നയിക്കാൻ പുരുഷന്മാർക്കുള്ളതുപോലെതന്നെ അവകാശമുണ്ടെന്നും സംബന്ധിച്ച ധാരണയുടെ സമ്പൂർണ അഭാവവും ഈ സ്ത്രീവിരുദ്ധ സമീപനങ്ങൾക്ക് പിന്നിലുണ്ട്. സ്ത്രീകൾക്കെതിരെ വർധിച്ചുകൊണ്ടിരിക്കുന്ന അതിക്രമങ്ങൾ ഒറ്റയടിക്ക് പരിഹരിക്കാവുന്നതല്ല എന്നത് വാസ്തവം തന്നെയാണ്. കാരണം സാംസ്കാരികവും സാമ്പത്തികവും സാമൂഹ്യവുമായ നിരവധി കാര്യങ്ങൾ ഇതിനു പിന്നിലുണ്ട്. സമൂഹത്തിൽ ആഴത്തിൽ വേരോടിയിട്ടുള്ള പുരുഷാധിപത്യ മനോഭാവം, ജാതി വിവേചനം, സാമ്പത്തിക അസമത്വങ്ങൾ, വർധിക്കുന്ന മദ്യപാനം, വൻ നഗരങ്ങളിലേക്കുള്ള വർധിച്ച കുടിയേറ്റം ഇവയൊക്കെ അതിക്രമങ്ങൾക്ക് അനുകൂലമായ സാഹചര്യം ഒരുക്കുന്നുണ്ട്. ഒപ്പം കഴിഞ്ഞ ഒരു ദശകത്തിനിടയിൽ മാധ്യമങ്ങളുടെയും ഇന്റർനെറ്റിന്റെയും കമ്പോള സമ്പദ്വ്യവസ്ഥയുടെ സൃഷ്ടിയായ പുതിയ ജീവിതം ശൈലിയുടെയും സ്വാധീനം ഇങ്ങനെ ഒട്ടേറെ കാരണങ്ങൾ വർധിക്കുന്ന ലൈംഗികാതിക്രമങ്ങൾക്ക് പിന്നിലുണ്ട്.

ഡൽഹിയിലെ കൂട്ടബലാൽസംഗത്തിന്റെ പശ്ചാത്തലത്തിൽ ലൈംഗിക അതിക്രമങ്ങൾ തടയുന്ന നിയമം കർക്കശമാക്കണമെന്ന ആവശ്യം ശക്തമായി ഉയർന്നിരുന്നു. ലോകസഭയിൽ അവതരിപ്പിച്ച ക്രിമിനൽ ലോ അമന്റ്മെന്റ് ബിൽ 2012 എത്രയും പെട്ടെന്ന് നിയമമാ

ക്കുകയെന്ന ലക്ഷ്യത്തോടെയാണ് ജസ്റ്റിസ് വർമാ കമ്മിറ്റിയെ കേന്ദ്ര സർക്കാർ നിയോഗിച്ചത്. സ്ത്രീകൾക്കെതിരെ വർധിക്കുന്ന അതിക്രമങ്ങൾക്കുകാരണം ഭരണ വീഴ്ചയാണെന്ന വർമ കമ്മിറ്റിയുടെ വിമർശനം രാജ്യത്തെ നീതിന്യായ നിർവഹണത്തിൽ സംഭവിക്കുന്ന വീഴ്ചകൾക്കും ഇരകൾക്കും അവരുടെ കുടുംബങ്ങൾക്കുനേരെ കടുത്ത അവഗണന കാണിക്കുന്ന ഭരണത്തിനും നേരെയുള്ളതാണ്. സ്ത്രീകൾക്ക് സംരക്ഷണം നൽകാൻ ഉത്തരവാദപ്പെട്ടവർ അതിൽ വീഴ്ച വരുത്തിയാൽ അവർക്കെതിരെ നടപടി വേണമെന്ന മഹിളാ അസോസിയേഷൻ അടക്കമുള്ള സ്ത്രീസംഘടനകളുടെ ആവശ്യം വർമ കമ്മിറ്റിയും ശരി വെച്ചിരിക്കുകയാണ്. അക്രമികൾക്ക് വധശിക്ഷ നൽകമെന്ന ആവശ്യം സംബന്ധിച്ചും ശരിയായ നിലപാട് തന്നെയാണ് വർമ കമ്മിറ്റി സ്വീകരിച്ചിരിക്കുന്നത്. ഇപ്പോൾത്തന്നെ ബലാൽസംഗക്കേസുകളിൽ നാലിലൊന്ന് മാത്രം ശിക്ഷിക്കപ്പെടുന്ന സാഹചര്യങ്ങളിൽ വധശിക്ഷ ഏർപ്പെടുത്തിയതുകൊണ്ട് മാത്രം ബലാൽസംഗത്തെ നേരിടാനാകില്ല. മാത്രമല്ല, തെളിവുകൾ അവശേഷിക്കാതിരിക്കാൻ ഇരയെ കൊന്നു കളയാനും അക്രമികൾ തയാറാകുന്ന നിലവരും. ഡൽഹിയിലെ അക്രമികളടക്കമുള്ള അതിക്രൂരമായ കുറ്റവാളികൾക്ക് വധശിക്ഷപോലെ ഏറ്റവും കടുത്ത ശിക്ഷ തന്നെയാണ് നൽകേണ്ടത്. എന്നാൽ ബലാൽസംഗത്തിന് വധശിക്ഷ എന്നത് ഇന്ന് നിയമത്തിനു മുന്നിൽ എത്തുന്ന അത്രയുംപോലും കേസുകൾ എത്താതിരിക്കുകയും കുറ്റവാളികൾ രക്ഷപ്പെടുകയും ചെയ്യുന്ന സാഹചര്യം സൃഷ്ടിക്കുമെന്ന ആശങ്കയും നിലനിൽക്കുന്നുണ്ട്. ബലാൽസംഗക്കുറ്റങ്ങൾക്ക് ജീവപര്യന്തം തടവ് തന്നെ നൽകണം. പക്ഷേ, ഇത് നൽകുമ്പോൾ അത് കുറ്റവാളിയുടെ മരണംവരെയുണ്ടാവണം. ബലാൽസംഗക്കുറ്റവാളികൾക്ക് പരോൾ അനുവദിക്കാതിരിക്കുന്ന തരത്തിൽ മാറ്റങ്ങൾ നിലവിലുള്ള നിയമത്തിൽ കൊണ്ടു വരേണ്ടതുണ്ട്. കാര്യക്ഷമമായ അന്വേഷണം നടത്താനും അതിവേഗം വിചാരണ പൂർത്തിയാക്കി ഇരകൾക്ക് നീതി ലഭിക്കുവാനും പറ്റുന്ന സംവിധാനങ്ങളുണ്ടാവുകയാണ് ഏറ്റവും പ്രധാനം. പ്രത്യേക അന്വേഷണ സംവിധാനങ്ങളും ഫാസ്റ്റ് ട്രാക്ക് കോടതികളും സ്ഥാപിക്കണം. അന്വേഷണഘട്ടത്തിൽ ഇരകളായ സ്ത്രീകളും അവരുടെ കുടുംബങ്ങളും വീണ്ടും അപമാനിക്കപ്പെടില്ലെന്ന് ഉറപ്പ് വരുത്തണം.

സുരക്ഷിതത്വത്തിനും അഭിമാനത്തിനും തുല്യ അവകാശങ്ങൾക്കുമായുള്ള സ്ത്രീകളുടെ പോരാട്ടങ്ങളെ പിന്തുണയ്ക്കുന്നതിനുള്ള മനോഭാവം ഓരോ പൗരനിലും ഉണ്ടാക്കിയെടുക്കേണ്ടതുണ്ട്. ഇന്ത്യൻ ഭരണഘടന ഉറപ്പു നൽകിയിട്ടുള്ള ലിംഗ തുല്യതയാണ് സ്ത്രീകൾ ആവശ്യപ്പെടുന്നത്, ഇതാരുടെയെങ്കിലും സൗജന്യമല്ല. സ്ത്രീകളുടെ അവകാശമാണ്. എന്നാൽ പ്രാകൃത യുഗത്തിലെ മൂല്യബോധത്തെ അടിസ്ഥാനപ്പെടുത്തി സ്ത്രീജീവിതത്തെ നിയന്ത്രിക്കാൻ പുറപ്പെടുന്നവർ വർധിക്കുന്ന സ്ത്രീപീഡനങ്ങൾ തങ്ങളുടെ സ്ത്രീവിരുദ്ധ ആശയങ്ങൾ അടി

ച്ചേൽപ്പിക്കാൻ പറ്റിയ ഒരു അവസരമായിട്ട് ഉപയോഗിക്കും എന്നത് നാം തിരിച്ചറിയണം. മതത്തിന്റെയും സമുദായത്തിന്റെയും വിശ്വാസത്തിന്റെയും സംസ്കാരത്തിന്റെയും ഒക്കെ പേരിൽ അവർ ഒരുക്കുന്ന കെണിയിൽപ്പെടാതിരിക്കുന്നതിനുള്ള ജാഗ്രത ആധുനിക സമൂഹം പ്രകടിപ്പിക്കേണ്ടതുണ്ട്.

ഇന്ത്യൻ സമൂഹത്തിലെ സങ്കീർണമായ വിവേചനത്തിന്റെ അടരുകൾ ലക്ഷ്യമാക്കിക്കൊണ്ടാണ് ഭരണഘടന എല്ലാത്തരത്തിലും ഉള്ള തുല്യത സംബന്ധിച്ച അവകാശം പൗരന്മാർക്ക് ഉറപ്പു നൽകിയിരിക്കുന്നത്. *മനുസ്മൃതി*യെപ്പോലുള്ള പുരാതന നിയമാവലികൾ സ്ത്രീകൾക്കും ജാതിവ്യവസ്ഥയിലെ കീഴാളർക്കും അടിച്ചേൽപ്പിച്ച അധമത്വത്തിന്റെ ആഴം അറിഞ്ഞുതന്നെയാണ് ഇന്ത്യൻ ഭരണഘടനയുടെ രൂപീകരണത്തിന് നേതൃത്വം കൊടുത്ത ഡോ. അംബേദ്കർ *മനുസ്മൃതി* കത്തിച്ച് പ്രതീകാത്മകമായി വിവേചനത്തിന്റെ മാമൂലുകൾക്കെതിരെ പ്രതികരിച്ചത്. എന്നാൽ സ്ത്രീകളുടെ മാത്രമല്ല, ദളിതരുടെയും പുരോഗതിയെ തടയാൻ *മനുസ്മൃതി*യെ കൂട്ടുപിടിക്കുന്നവർ ഇന്ത്യയുടെ ഭരണഘടനയെത്തന്നെ ചോദ്യം ചെയ്യുകയാണ്. ജാതിമേധാവിത്വത്തിന്റെയും ജന്മിത്വത്തിന്റെയും പുരുഷാധിപത്യത്തിന്റെയും സവിശേഷ അധികാരങ്ങൾ കൈവിടാൻ തയാറാകാതെ പ്രാകൃത അടിമത്തകാലത്തെ പുനഃസ്ഥാപിക്കാൻ ഒരുകൂട്ടം ആളുകൾ ഈ ആധുനികകാലത്ത് തയാറാകുമ്പോൾ സ്ത്രീകളുടെ മാത്രമല്ല, സമൂഹത്തിന്റെ ശത്രുക്കളായി അവരെ കാണണം. സ്ത്രീകളെയല്ല വീടിനകത്തേക്ക് തിരിച്ചു വിളിക്കേണ്ടത്, സ്ത്രീകളുടെ സ്വാതന്ത്ര്യത്തിനു തടസം നിൽക്കുന്ന പുരുഷാധിപത്യക്കോമരങ്ങളെ നിലയ്ക്ക് നിർത്തുകയാണ് വേണ്ടത്.

“അത്ഭുതലോകത്തിലെ” ബലാൽസംഗം മറ്റൊരു യക്ഷിക്കഥയല്ല

സയൻ ഭട്ടാചാര്യ

ഉന്നതർ പങ്കെടുത്ത പുസ്തകപ്രകാശനച്ചടങ്ങായിരുന്നു അത്. നഗരത്തിലെ ദീപ്ത വ്യക്തിത്വങ്ങൾ തിങ്ങിനിറഞ്ഞിരുന്നു. പുസ്തകശാലക്കാർ പരസ്യരംഗത്തെ പ്രൊഫഷണലുകൾ, സംരംഭകർ, പൊതുസമ്പർക്ക വിദഗ്ധർ, ഫാഷൻ ഡിസൈനർമാർ എഴുത്തുകാർ... പ്രത്യേകിച്ചും ശോഭാ ദേയുടെ സേത്ത്ജി (Sethji) എന്ന പ്രകാശിതമാകുന്ന നോവലിനെക്കുറിച്ച് കേൾക്കാൻ എത്തിച്ചേർന്ന നഗരവനിതകൾ. ബലാൽസംഗം, ഉക്രേനിയൻ മോഡലുകൾ, രാഷ്ട്രീയക്കാർ, കൂട്ടിക്കൊടുപ്പുകാർ, അഗമ്യഗമനം, ലൈംഗികകളിപ്പാട്ടം, ഷുദ്രഗൂഢാലോചനകൾ എന്നിവയുടെ മിശ്രിതമായ ആ നോവൽ അവരിൽ താൽപ്പര്യം ജനിപ്പിച്ചിരുന്നു. ഇടിമുഴക്കംപോലുള്ള കൈയടികളുടെ അകമ്പടിയോടെ പുസ്തകം പ്രകാശിതമായി. അതുകഴിഞ്ഞ് ചോദ്യോത്തരങ്ങൾക്കുള്ള അവസരം വന്നു.

ഒരുപെൺകുട്ടി ചോദിച്ചു:

> ബസ് ഡ്രൈവർമാരായി സ്ത്രീകൾ ഉണ്ടായിരുന്നെങ്കിൽ ബലാൽക്കാരങ്ങൾ കുറയുമായിരുന്നില്ലേ.

മറ്റൊരുചോദ്യം:

> ബലാൽക്കാരെ കോടതിയിലേക്കു കൊണ്ടുപോകുമ്പോൾ ധരിച്ചിരുന്ന മുഖാവരണം എടുത്തു മാറ്റാൻ സമയമായില്ലേ? ഒരു ബലാൽസംഗക്കാരൻ എങ്ങനെയിരിക്കുമെന്ന് ആളുകൾ കാണട്ടെ!

ബലാൽക്കാരത്തെ ചുറ്റിപ്പറ്റിയുണ്ടാകുന്ന വിവരണങ്ങളുടെ കാതലിലേക്ക് വിരൽ ചൂണ്ടുന്ന ചോദ്യം. ഇതൊരു ഉദാത്തമായ ചോദ്യമാണോ? ഒരു ബലാൽക്കാരക്കാരന് ആ മാതൃകാ രൂപമുണ്ടോ? അയാൾ നിര

ക്ഷരനും മദ്യപനും നഗരപാർശ്വങ്ങളിൽ വസിക്കുന്നവനും കുറഞ്ഞകൂലിക്ക് പണിയെടുക്കുന്നവനും അവൻ പങ്കാളിയല്ലാത്ത വികസന മന്ത്രത്തിന്റെ പൊരുളറിയാത്തവനുമാണോ? അയാളുടെ പരാജയബോധവും അസംതൃപ്തിയുമാണോ ഇത്തരം ഹീനകൃത്യംചെയ്യാൻ പ്രേരിപ്പിക്കുന്നത്. ദില്ലി സംഭവം അടിയുറച്ചുപോയ ചില മനോഭാവങ്ങളുടെയും മുൻവിധികളുടെയും പൻഡോറപ്പെട്ടി തുറന്നു. പല നിരീക്ഷണങ്ങളും അവരുടെ ഉള്ളിൽ കെട്ടിക്കിടക്കുന്ന ചലം പുറത്തുകൊണ്ടുവരുന്നതായി. ഉദാഹരണത്തിന് ദി ഗാർഡിയനിൽ ജെയ്സൺ ബ്രൂക്ക് എഴുതിയത് കാണുക.

> കുറ്റാരോപിതരായ ആറ് ബലാൽസംഗക്കാരും തീർച്ചയായും ഇടയ്ക്കുള്ളലോകത്ത് വസിക്കുന്നവരാണ്. എല്ലാരുംതന്നെ ദാരിദ്ര്യത്തിൽ വളർന്നവരും ഏറെ പിന്നോക്കവും അക്രമാസക്തവും സാമൂഹ്യമായി യാഥാസ്ഥിതികനുമായ ഗ്രാമീണ മേഖലകളിൽ നിന്നും എത്തുന്നവരുമാണ്. ഇടയ്ക്കിടെ അവർ സ്വദേശങ്ങളിലേക്ക് മടങ്ങിപ്പോകുകയും ചെയ്യും. ഈ സംഭവത്തിന് നേതൃത്വം നൽകിയ 35 കാരനായ രാംസിംഗും (ബസ് ഡ്രൈവർ) അയാളുടെ ഇളയ സഹോദരൻ മുകേഷും രാജസ്ഥാനിലെ കരൗലിയിൽ നിന്നും വന്നവരാണ്. ഇവിടേക്ക് താജ്മഹലിൽനിന്നും ഏതാനും മണിക്കൂർ നേരത്തെ ഡ്രൈവിങ് മതിയാവുമെങ്കിലും ദുരഭിമാന ഹത്യയും കൊള്ളക്കാരും ജാതിസംഘട്ടനങ്ങളും നൂറ്റാണ്ടുകളുടെ പഴക്കമുള്ള ശ്രേണീബദ്ധമായ സാമൂഹ്യവ്യവസ്ഥയും കൊടികുത്തിവാഴുന്ന ഇടമാണിത്. ഇതര കുറ്റവാളികൾ ഇന്ത്യയിലെ മറ്റെവിടെയും പോലെതന്നെ നിയമവാഴ്ചയില്ലാത്ത ബീഹാറിൽ നിന്നാണ്.

ഈ ഇടയ്ക്കുള്ള ലോകം എന്നതുകൊണ്ട് അർഥമാക്കുന്നത് നിത്യേന വികസിച്ചുകൊണ്ടിരിക്കുന്ന ദില്ലിയിൽ ഗ്രാമീണ മേഖലയിൽ നിന്നും ഫ്യൂഡൽ മനോഘടനയുമായി എത്തുന്നവർ വസിക്കുന്ന ഇടത്തിനും നാഗരികവും 'ഉദാര' മനസ്കരുമായവർ വസിക്കുന്ന ഗുർഗാവ്, ഗാസിയബാദ്, ദില്ലിയിലെ എൻ സി ആർ മേഖല, കൊൽക്കത്തെയിലെ രജർഹട്ട് പോലുള്ള പ്രദേശങ്ങൾക്കും ഇടയ്ക്കുള്ള സ്ഥലങ്ങൾ എന്നാണ്. സാമ്പത്തികഘടന പരിവർത്തനോന്മുഖമാകുകയും അസമത്വം തീവ്രമാകുകയും ചെയ്യുന്ന ഈ ഘട്ടത്തിൽ അക്രമവും ക്രൂരതയും ഇനിയും ഉയരുമെന്നാണ് അഷിഷ് നന്ദി പ്രവചിക്കുന്നത്. അത്തരമൊരു വിവാദത്തിന്റെ അപകടം സ്ഥിതി ചെയ്യുന്നത് റിപ്പോർട്ട് ചെയ്യപ്പെടുന്നതും അതിന്റെ എത്രയോ ഇരട്ടി റിപ്പോർട്ടുചെയ്യപ്പെടാത്തതുമായ ഇത്തരം സംഭവങ്ങൾക്ക് വികസനവുമായി വിദൂരബന്ധംപോലും ഇല്ല എന്നിടത്താണ്.

ഈ പ്രശ്നം ഉയർത്തിക്കാട്ടാൻ നമുക്ക് രണ്ട് 'ചലച്ചിത്രകമിതാക്ക' ളുടെ വാക്കുകൾ ചെവികൊടുക്കാം:

> നീനാവർമ്മയോട് വിവാഹസമ്മതം പ്രകടിപ്പിക്കുന്ന വേളയിൽ ബുദ്ധദേവ് ഗുപ്ത അവളോട് കാര്യമാത്രപ്രസക്തമായി പറയുന്നത് വിവാഹം എന്നാൽ പുരുഷൻ ലൈംഗികതയ്ക്കായി സ്ത്രീക്കു നൽകുന്ന വിലയും ലൈംഗികതയെന്നാൽ സ്ത്രീവിവാഹത്തിനു നൽകുന്ന വിലയുമാണെന്നാണ്. സ്വതന്ത്രയും സംസാരപ്രിയയുമായ നീന പക്ഷേ അപ്പോൾ തർക്കുത്തരത്തിന് മുതിരുന്നില്ല.

യഥാർഥത്തിൽ ഇതൊരു തമാശയാണോ? യാഥാർഥ്യത്തിന്റെ മുഖം വെളിപ്പെടുത്താൻ ബാൽക്കിയെന്ന സംവിധായകൻ *ചീനികം* എന്ന സിനിമയിലൂടെ നടത്തുന്ന ശ്രമമോ? ലൈംഗികത പുരുഷനോളം സ്ത്രീ ആസ്വദിക്കുന്നില്ലെന്നും അവൾ സൗഹൃദവും സംരക്ഷണവുമാണ് കാംക്ഷിക്കുന്നതെന്നും മാതൃത്വമെന്ന ഉറപ്പിന് അവൾ നൽകുന്ന വിലയാണ് സെക്സ് എന്നും മുൻവിധിയുണ്ട്. വൈവാഹിക ബലാൽസംഗത്തിനുള്ള മറയായി ഈ മുൻവിധിയെ കണക്കാക്കിക്കൂടേ? ബലാൽസംഗം മനസിലുറച്ചുപോയതും (ആണിനും പെണ്ണിനും) ജീവിതത്തിന്റെ നിസ്സാരതകളിലൊന്നുമാണോ?

സുധീർ കാക്കർ *The Indians: Portrait of People* എന്ന കൃതിയിൽ ഇങ്ങനെ എഴുതി:

> ചെറുതും ബോധപൂർവമല്ലാത്തതും അവഗണിക്കാവുന്നതുമാണെങ്കിൽപ്പോലും അക്രമം സങ്കൽപ്പിക്കാതെ മിക്ക ഇന്ത്യൻ പുരുഷന്മാർക്കും ശക്തമായ ലൈംഗികാഹ്ലാദം ഉണ്ടാവുകയില്ല. സ്ത്രീയോടുള്ള അനുരാഗംപോലെതന്നെ അക്രമോത്സുകതയും ലൈംഗികോത്തേജന ഘടകമായി വർത്തിക്കുന്നു. എളുപ്പത്തിൽ ലഭിക്കാത്തതിനെ ബലപ്രയോഗത്തിലൂടെ കൈയടക്കുന്നതിലെ ഭ്രമാത്മകത അവരിൽ വർത്തിക്കുന്നു. ചിലർ കരുതുന്നത് സ്ത്രീകൾക്ക് ലൈംഗികത ആസ്വദിക്കാൻ താൽപ്പര്യമില്ലെന്നും അതിനാൽ അവളുടെ എതിർപ്പിനെ മറികടന്ന് പുരുഷന്റെ നിർബന്ധത്തോടെ അവളിൽ താൽപ്പര്യം ജനിപ്പിക്കാമെന്നുമാണ്. ഇന്നത്തെ സദാചാരാനന്തര ലോകത്തിൽ തണുത്തുറഞ്ഞ സദാചാരത്തെക്കാൾ അപകടം കുറഞ്ഞതാണ് കാമോദ്ദീപകമായ ആനന്ദവും ക്ഷണികമായ തീക്ഷ്ണാഭിലാഷത്തിന്റെ പൂർത്തീകരണവും. കാമസൂത്രത്തിന്റെ പ്രധാനമായ ഉൾക്കാഴ്ച കുടികൊള്ളുന്നത് പ്രകൃതി സംസ്കാരം ആവശ്യപ്പെടുന്നപോലെ രതിയുടെ സാമ്രാജ്യത്തിൽ അനുഭൂതി വിതച്ചുകൊയ്യണമെന്ന പരികൽപ്പനയിലാണ്.

ഇതിഹാസം മുതൽ ഇപ്പോഴത്തെ രതിസാഹിത്യത്തിൽ വരെ സ്ത്രീയുടെ അനുഭൂതി അഭിലാഷത്തിന്റെയും ഭയത്തിന്റെയും മിശ്രിതമായാണ് അവതരിപ്പിച്ചുകാണുന്നത്. അവൾ എന്തുകൊണ്ട് നിർവികാരയായ ഒരു ദാതാവായി കണക്കാക്കപ്പെടുന്നു? സുധീർ കാക്കർ തുടർന്ന് ഇങ്ങനെ എഴുതുന്നു:

> ഭയം, നാണക്കേട്, കുറ്റബോധം തുടങ്ങിയവ പേറുന്ന സംസ്കാരത്തിന്റെ ഭാരത്താൽ പരമ്പരാഗത ഇന്ത്യൻ ദാമ്പത്യങ്ങളിലെ മൈഥുനം ലൈംഗികോർജത്തിന്റെ പാരമ്യതയിൽ എത്താത്ത കാമപൂരണങ്ങളായി അധഃപതിക്കുന്നു. ദില്ലിയിലെ താണജാതിക്കാരായ ദരിദ്രസ്ത്രീകളുമായി നടത്തി/ അഭിമുഖത്തിൽനിന്നും മനസിലാക്കാൻ കഴിഞ്ഞത് ലൈംഗികത ശത്രുഭാവവും താൽപ്പര്യമില്ലായ്മയുമായി അധഃപതിച്ചിരിക്കുന്നു എന്നാണ്. അവിടെ സ്നേഹവും മശ്യണതയും ഇല്ലെന്നും അവർ സാക്ഷ്യപ്പെടുത്തുന്നു. ഒട്ടുമിക്ക സ്ത്രീകളും ലൈംഗികബന്ധത്തെ ആളുകൾ തിങ്ങിനിറഞ്ഞ മുറിയിലെ നിഗൂഢമായതും ഏതാനും നിമിഷങ്ങൾമാത്രം നീണ്ടുനിൽക്കുന്നതുമായ വൈകാരികതയോ സ്നേഹപരിചരണമോ ഇല്ലാത്ത ഏർപ്പാടായാണ് കാണുന്നത്. മിക്ക സ്ത്രീകൾക്കും അതു വേദനാജനകമോ ആസ്വാദ്യതയില്ലാത്തതോ ആണ്. തല്ലു കിട്ടുമെന്നു ഭയന്നത്രെ പലതും വഴങ്ങിക്കൊടുക്കുന്നത്.

Rapere(റാപ്പെയർ) എന്ന ലാറ്റിൻ വാക്കിൽ നിന്നാണ് റേപ്പ് (ബലാൽസംഗം) എന്ന പദം പിറന്നത്. പിടിച്ചെടുക്കുകയെന്നോ ബലം പ്രയോഗിച്ച് എടുക്കുകയും ചെയ്യുകയെന്നാണതിനർഥം. വസ്തുക്കൾ പിടിച്ചെടുക്കുന്നു എന്നു കേട്ടിട്ടില്ലേ? ചരിത്രപരമായും സാംസ്കാരികമായും സാമൂഹ്യശാസ്ത്രപരമായും സുരക്ഷിതമായി കരുതേണ്ടതും സംരക്ഷണം നൽകേണ്ടതും, ആവശ്യം വരുമ്പോൾ ഉപയോഗിക്കേണ്ടതുമായ വസ്തുവായിത്തന്നെയാണല്ലോ നാം സ്ത്രീയെ പരിഗണിച്ചുവന്നിരുന്നത്. വിവാഹത്തിന്റെ ഹൈന്ദവമായ നിർവചനം സ്ത്രീക്ക് ആഹാരവും വസ്ത്രവും പാർപ്പിടവും സംരക്ഷണവും നൽകുകയും പകരമായി സ്ത്രീയുടെ ശരീരത്തിനുമേൽ ദാമ്പത്യാധികാരം സ്ഥാപിക്കുകയും ചെയ്യുന്ന സാമൂഹ്യ കരാർ എന്നാണല്ലോ. 2012 ൽ കൊണ്ടുവന്ന ക്രിമിനൽ നിയമഭേദഗതി ബില്ലിൽപ്പോലും വിവാഹവുമായി ബന്ധപ്പെട്ട ലൈംഗികാതിക്രമങ്ങൾ പരിഗണിക്കപ്പെട്ടില്ല. വൈവാഹിക ബലാൽക്കാരം ശിക്ഷാർഹമായ കുറ്റമായി ഇനിയും കണക്കാക്കിയിട്ടില്ല. എങ്ങനെയാണ് ഒരുവൻ സ്വന്തം സ്വത്തുതന്നെ കൊള്ളയടിക്കുന്നത്? അവൾ ഭാര്യയാവട്ടെ, അമ്മയാവട്ടെ, മകളാകട്ടെ, സഹോദരിയാകട്ടെ സംരക്ഷണമർഹിക്കുന്നവളാണ്. എന്നാൽ നിങ്ങളുടെ അനുമതിയില്ലാതെ നിങ്ങളുടെ സ്വത്ത് കവരുന്നവരുണ്ട്. സ്വത്തിനുമേൽ നിങ്ങൾക്കുള്ള അവകാശം ചോദ്യം ചെയ്യുന്നവരുണ്ട്. സമുദായത്തെ നിൽക്കേണ്ടിടത്ത് നിർത്താൻ ചിലപ്പോൾ ഒരു ബിൽക്സ്

ബാനു വേണ്ടിവരും. നിങ്ങളുടെ ഭൂമിക്കുമേൽ നിങ്ങൾക്കുള്ള അവകാശം ചോദ്യം ചെയ്യപ്പെട്ടാൽ ഒരു സർക്കാരിനു നിങ്ങൾക്കെതിരെ എന്തു ചെയ്യാമെന്നു കാണിക്കാൻ ഒരു സോണി സോറി വേണ്ടിവരും.

മാന്യമായ വസ്ത്രം ധരിച്ച ഒരു ഇടത്തരം വസ്തുവാണ് നിങ്ങളെങ്കിൽ വീട്ടിലെത്താൻ വൈകുമ്പോൾ ഉടമസ്ഥൻ നിങ്ങളെ കൂട്ടിക്കൊണ്ടുപോകാൻ തെരുവുവരെ എത്തും. അവൾ രാത്രി ഒമ്പതുമണിക്കുപകരം വെളുപ്പാൻ കാലത്ത് ഒന്നു മുപ്പതിനാണെത്തുന്നതെങ്കിലോ? അവൾ മദ്യപിച്ചിട്ടുകൂടിയുണ്ടെങ്കിലോ? ഷോർട്ട്സാണ് ധരിച്ചിരിക്കുന്നതെങ്കിലോ? നഗരത്തിലെ ചേരിയിൽനിന്നോ ചത്തീസ്ഗഡിൽ നിന്നെത്തിയ നിരക്ഷരയോ? ആണെങ്കിലോ? അവളുടെ കൈയിൽ കഞ്ചാവു കണ്ടെത്തിയാലോ? അവൾ വടക്കുകിഴക്കൻ പ്രദേശത്തുകാരിയാണെങ്കിലോ? അവൾ ഒരു ദളിതയോ സ്വവർഗപ്രണയിനിയോ ആണെങ്കിലോ? അവൾ ഒരു ലൈംഗികത്തൊഴിലാളിയാണെങ്കിലോ?

ഒരു നല്ല വസ്തുവാകാൻ സ്ത്രീ പഠിക്കേണ്ടതുണ്ട്. വസ്ത്രത്തിൽ ചുവന്ന കറ വീഴുന്ന ആദ്യവർഷത്തിൽത്തന്നെ ഒരു പാഠം പഠിപ്പിക്കാറുണ്ട്. പാഠം ശരിക്കുപഠിക്കുന്നുവെങ്കിൽ കള്ളന്മാരിൽനിന്നും കൊള്ളക്കാരിൽനിന്നും സംരക്ഷിക്കാൻ ഉടമസ്ഥനുണ്ടാവും. പശ്ചിമബംഗാൾ മുഖ്യമന്ത്രി ക്ലബ്ബുകളോടു തങ്ങളുടെ സോദരിമാരുടെ സംരക്ഷണം ഉറപ്പാക്കണമെന്നുപറഞ്ഞപ്പോഴും അവരറിയാതെ ഒരു ചരിത്രയാഥാർഥ്യത്തിന്റെ പ്രതിധ്വനി മുഴക്കുക മാത്രമായിരുന്നു.

ശ്യാം ബനഗൽ ഒരു അഭിമുഖത്തിൽ പറഞ്ഞപോലെ, "സമത്വം ഒരു ആധുനിക ആശയമെങ്കിൽ പിതൃകേന്ദ്രീകൃത സമൂഹം ആയിരക്കണക്കിനു വർഷങ്ങൾ വഴക്കമുള്ള നിർമിതിയാണ്."

ഇതെല്ലാം ഒറ്റപ്പെടുത്തി കാണാൻ കഴിയുന്ന ഒരു പൊതു മാധ്യമമല്ല സിനിമ. അതിനാൽ സിനിമയിൽ സ്ത്രീസംരക്ഷകരായ പുരുഷന്മാരെ അല്ലെങ്കിൽ ബലാൽസംഗക്കാരെയായിരിക്കും കാണാൻ കഴിയുക.

'ചീനകം' ലെ സംഭാഷണത്തിലേക്ക് മടങ്ങിയെത്താം. സ്ത്രീകൾ അടിസ്ഥാനപരമായി ലൈംഗികതാൽപ്പര്യമില്ലാത്തവരോ തീർത്തും വിമുഖരോ ആണോ? അല്ല എന്ന് ഉറപ്പിച്ചുപറായം. പുരുഷന്റെ ആവശ്യത്തോട് സഹകരിക്കാനാകാത്ത വിധമാണ് സ്ത്രീപ്രകൃതമെന്നതിന് ശാസ്ത്രീയമായ തെളിവുകളൊന്നുമില്ല. എന്നിട്ടും ആയിരക്കണക്കിനു വർഷങ്ങളായുള്ള സാമൂഹ്യ-സാംസ്കാരിക പൊരുത്തപ്പെടൽവഴി ലൈംഗികമായ തൃഷ്ണ പ്രകടിപ്പിക്കുന്ന സ്ത്രീകളെ അഴിഞ്ഞാട്ടക്കാരിയായും വേശ്യയായും ചിത്രീകരിക്കുന്നു. വേശ്യയെന്ന പദത്തിനു തുല്യപുല്ലിംഗമുണ്ടോ? തുല്യകുറ്റം ചെയ്യുന്നവനെ എന്തുവിളിക്കും? നല്ല ഭാര്യയാവുക. നല്ല വസ്തുവാകുക. നിന്റെ ഭർത്താവിനെ തൃപ്തിപ്പെടുത്തുക! ഈ കാഴ്ചപ്പാട് എല്ലാവർഗങ്ങളിലും നിലനിൽക്കുന്നുണ്ട്. പ്രമുഖമായ ഒരു ഇംഗ്ലീഷ്

പത്രം അടുത്തകാലത്ത് അതിന്റെ എഡിറ്റോറിയലിൽ ഗർഭനിരോധന ഗുളികകൾ സൃഷ്ടിക്കുന്ന വനിതാവിമോചന ആഘോഷത്തെപ്പറ്റി എഴുതിയിരുന്നു. അത്തരം ഗുളികകൾ ഇപ്പോൾ കൗണ്ടറുകളിൽനിന്നും ലഭിക്കുന്നു. പെൺകുട്ടികൾക്ക് ഇനി ഗർഭഭയം കൂടാതെ ടെൻഷനില്ലാതെ ലൈംഗികത ആസ്വദിക്കാം. വേഴ്ച കഴിഞ്ഞ് 72 മണിക്കൂറിനകം അതു പയോഗിക്കണമെന്നുമാത്രം. അത്രയും നല്ലത്. പുരുഷന്മാർ തന്റെ യാത്രാകിറ്റിൽ ഗുളിക കരുതുകയും തന്റെ പങ്കാളിയോട് നിശ്ചയസമയത്തിനുള്ളിൽ അത് കഴിക്കാൻ പറയുകയും ചെയ്യണമെന്ന് ആ എഡിറ്റോറിയൽ നിർദേശിക്കുന്നു. ഗർഭനിരോധന ഗുളികകൾ സുലഭമായി ലഭിക്കുന്നതുകാരണം അയാൾക്ക് പലരുമായി ബന്ധപ്പെടാം. ലൈംഗികപ്രക്രിയ തടസമില്ലാത്തതാവും. ഇവിടെ മൂല്യങ്ങളെപ്പറ്റിയുള്ള വ്യാകുലതകളൊന്നും ഇല്ലെന്ന കാര്യം ശ്രദ്ധിക്കുക. എന്നിരുന്നാലും ചില ചോദ്യങ്ങൾ ചോദിക്കപ്പെടണം. എന്തുകൊണ്ട് അയാൾ ഗർഭനിരോധന ഉറകൾ കരുതുന്നില്ല? റബ്ബർ ഉറ ഉപയോഗിച്ചാൽ ആനന്ദം കുറയുമോ? അതേയെങ്കിൽ ആരുടെ ആനന്ദം? പുരുഷന്റെയോ സ്ത്രീയുടെയോ? പുരുഷന്റെ ആനന്ദം കുറയുന്നതാണ് പ്രശ്നമെങ്കിൽ സ്ത്രീ അവളുടെമേൽ ഗുളികകൾ സൃഷ്ടിച്ചേക്കാവുന്ന പാർശ്വഫലങ്ങളെയും ലൈംഗിക പ്രവർത്തിയിലൂടെ പകരുന്ന രോഗങ്ങളെയും അവഗണിച്ച് അയാളോട് സഹകരിക്കുന്നില്ലേ?

വർഷംതോറുമെന്നോണം നമ്മുടെ പ്രമുഖ വാരികകൾ സംഘടിപ്പിക്കുന്ന സെക്സ് സർവെകൾ നമ്മെ വിശ്വസിപ്പിക്കുന്നത് ഇന്ത്യയിലെ ഒരു ലൈംഗിക വിപ്ലവം അരങ്ങേറിക്കൊണ്ടിരിക്കുന്നു എന്നത്രെ! ആളുകൾ വ്യത്യസ്തരീതികൾ പരീക്ഷിക്കുന്നു, വിവാഹ ബാഹ്യലൈംഗികതയിൽ ഏർപ്പെടുന്നു. ഭാര്യമാരെ കൈമാറ്റം ചെയ്യുന്നു. എന്തുകൊണ്ട് ഈ സർവെകൾ ഭർത്താക്കന്മാരെ കൈമാറ്റം ചെയ്യുന്നു എന്നു പറയുന്നില്ല? ഇത്തരം സർവെകളുടെ ഉപരിപ്ലവത വ്യക്തമാണ്. ലൈംഗികതയെ എന്തുകൊണ്ട് ഒറ്റപ്പെടുത്തിക്കാണണം. കന്യകാത്വത്തെപ്പറ്റിയും പരസ്യചുംബനത്തെപ്പറ്റിയുമുള്ള വിഡ്ഢിചോദ്യങ്ങൾ നാം ഇനിയും എത്രകാലം ചോദിക്കും. ദേശീയ ക്രൈം റെക്കോഡ്സ് ബ്യൂറോ കണക്കുപ്രകാരം റിപ്പോർട്ടു ചെയ്യപ്പെട്ട ബലാൽക്കാരങ്ങൾ 2001 ൽ 16,075 ഉം 2001 ൽ 24,400 ഉം ആയിരിക്കുമ്പോൾ എന്തുകൊണ്ട് അതിനെപ്പറ്റി ഒരു ചോദ്യവും ചോദിക്കപ്പെടുന്നില്ല. വൈവാഹിക ജീവിതത്തിലുണ്ടാകുന്ന പതിനായിരക്കണക്കിന് ലൈംകഗികാതിക്രമങ്ങൾ കുറ്റമാണെന്നുപോലും പരിഗണിക്കാതിരിക്കുന്നതിനെക്കുറിച്ച് ഇവർക്കെന്താണ് അഭിപ്രായമില്ലാത്തത്? കുട്ടികൾക്കുനേരെയുള്ള ലൈംഗികാതിക്രമങ്ങളെപ്പറ്റി എന്താണു മിണ്ടാത്തത്? എന്റെയും നിങ്ങളുടെയും വീടുകളിൽ അക്രമങ്ങൾ പെരുകിവരികയല്ലേ? ഇതിനെക്കുറിച്ചുള്ള സർവെകളും കണക്കുകളും നമുക്ക് ആവ

ശ്യമില്ലേ? എന്തുകൊണ്ട് ഇപ്രകാരമുള്ള ചോദ്യങ്ങൾ ഉണ്ടാകുന്നില്ല: ആരെയെങ്കിലും ബലാൽസംഗം ചെയ്യുന്നതായി നിങ്ങൾ സങ്കൽപ്പിക്കാറുണ്ടോ? ഉണ്ടെങ്കിൽ അതിൽ എത്ര ലൈംഗികാകർഷണമുണ്ട്? എത്ര അധികാരത്തള്ളൽ മൂലം സംഭവിക്കുന്നു. നിങ്ങളുടെ കുട്ടിക്കാലത്ത് നിങ്ങൾ ലൈംഗിക ബലാൽസംഗങ്ങൾ കണ്ടിട്ടുണ്ടോ? കുട്ടികൾക്കു നേരെ നിങ്ങൾക്ക് ലൈംഗികോത്തേജനം ജനിക്കാറുണ്ടോ? വീഡിയോ ഗയിമുകളിലെ ബലാൽക്കാരങ്ങൾ നിങ്ങളെ ആഹ്ലാദിപ്പിക്കാറുണ്ടോ?

മെട്രോ നഗരങ്ങളിലുള്ളവർക്കായി കാര്യകാരണമില്ലാത്ത എഡിറ്റോറിയലുകൾ എഴുതി സമയം കൊല്ലുന്നവർ എന്തുകൊണ്ട് ഇത്തരം സർവെകൾ ചെറുപട്ടണങ്ങളിലും ഗ്രാമങ്ങളിലും നടത്തുന്നില്ല?

മിക്കപ്പോഴും സത്യം കഥയെക്കാൾ അവിശ്വസനീയമായിരിക്കും; പ്രത്യേകിച്ചും ഈ അത്ഭുതലോകത്തിൽ. അതുകൊണ്ടാണല്ലോ സ്ത്രീകളുമായി ബന്ധപ്പെട്ട നിയമങ്ങൾ പുനഃപരിശോധനയ്ക്കു വിധേയമാകാൻ നിയമിക്കപ്പെട്ട വർമ്മാ കമ്മീഷൻ ജനകീയ പ്രതികരണങ്ങൾ ഇ–മെയിൽ/ ഫാക്സ് വഴി മാത്രമേ പാടുള്ളൂ എന്ന് നിഷ്കർഷിച്ചത്. അതെ, ഒന്നുകിൽ ഖയിർലാഞ്ചിയിലോ നന്ദിഗ്രാമിലോ ദണ്ഡവാദെയിലോ കാശ്മീരിലോ ഇംഫാലിലോ ഒരിക്കലും ബലാൽക്കാരങ്ങൾ നടന്നിട്ടുണ്ടാവില്ല. അല്ലെങ്കിൽ രാജ്യം മുഴുവൻ ഇന്റർനെറ്റ് ഉണ്ടായിരിക്കും! വികസനം വിജയിക്കട്ടെ!

ഇതിൽ അൽഭുതപ്പെടേണ്ടതായി ഒന്നുമില്ല. അവയിൽ, നഗര–ഗ്രാമ സംവാദം, വർഗഘടന, സാമ്പത്തിക അന്തരം എന്നിവ സംബന്ധിച്ച ചോദ്യങ്ങൾ അസ്ഥാനത്താവില്ല. എന്നിട്ടും വാർത്താവിനിമയ സംവിധാനങ്ങൾ വഴി അതിക്രമങ്ങളുടെ കണക്കുകൾ പുറംലോകത്തേക്ക് ഇറ്റു വീഴാറുണ്ട്; ഇത്തരം ആഖ്യാനങ്ങളിലെ ഹ്രസ്വദൃഷ്ടി വ്യക്തമാക്കപ്പെടുന്നുണ്ടെങ്കിലും യുദ്ധരംഗമാകട്ടെ കലാപഭൂമിയാകട്ടെ, രാത്രികൊലപാതകങ്ങളാകട്ടെ, എപ്പോഴും സ്ത്രീകൾ, എളുപ്പത്തിൽ കടന്നാക്രമിക്കപ്പെടാവുന്ന വിഭാഗമായി തുടരുന്നു. അടുത്ത ഒരു 'വസ്തു' ബലാൽക്കാരത്തിന് വിധേയമാകുന്നതുവരെ മാത്രമേ ഇപ്പോഴത്തെ വാദകോലാഹലങ്ങൾക്ക് ആയുസ്സുള്ളൂ. അതുവരെ ലൈംഗികതയെ നാം എങ്ങനെ നിരീക്ഷിക്കുന്നു എന്നതിനെക്കുറിച്ചുള്ള രണ്ടുവീക്ഷണങ്ങൾ നിലനിൽക്കും.

ഒന്ന്

പ്രസ് കൗൺസിൽ ഓഫ് ഇന്ത്യയുടെ ചെയർമാനായ മാർക്കണ്ഡേയകട്ജു വാക്കുകൾക്ക് പിശുക്ക് കാണിക്കാത്തയാളാണ്. അദ്ദേഹം വാചികാതിസാരത്തിന് വിധേയരാകാറുണ്ടെന്നാണ് ഞാൻ കരുതുന്നത്. പത്രപ്രവർത്തകനായ നൂപുർ തൽവാറുമായി അദ്ദേഹം ഈയിടെ കൊമ്പുകോർത്തു. ദില്ലി ബലാൽക്കാരത്തെ തുടർന്നുണ്ടായ പ്രതിഷേധമായിരുന്നു വിഷയം. കട്ജു നൂപുരിനെ അലീസായയാണ് കണ്ടത്.

അലീസ് തന്റെ സ്വപ്നാടനത്തിൽ പ്രത്യക്ഷപ്പെട്ട ദ്വാരം വഴി അത്ഭുത ലോകത്തേക്ക് എത്തിപ്പെടുന്നു. അവിടെ വിശന്നു വലയുന്ന ദരിദ്രരെ കാണുന്നു. കൂടുതൽ ഭക്ഷണത്തിനായി കേഴുന്ന സ്ത്രീകളെയും കുട്ടികളെയും കാണുന്നു. അവിടെ ഒരു പെൺകുട്ടി ബലാൽസംഗത്തിനു വിധേയമാകുമ്പോൾ ഈ മനുഷ്യർ എന്തുകൊണ്ട് ഷണ്ഡീകരണത്തിനായി ആവശ്യപ്പെടാതെ പോഷകാഹാരത്തിനായി മുറവിളി കൂട്ടുന്നു എന്നവർ അത്ഭുതപ്പെടുന്നു. ഷണ്ഡീകരണത്തിനായല്ല നീതിക്കുവേണ്ടിയും മുറവിളി കൂട്ടുന്നവർ രംഗത്തുണ്ടെന്ന് നൂപുർ തിരിച്ചടിച്ചു. കട്ജു ചുവന്ന റൈഡിങ് ഹുഡ് കഥയുമായി രംഗത്തെത്തി. എന്തായാലും ഇവിടെയും ദാരിദ്ര്യത്തിനും പോഷകാഹാരത്തിനുമായുള്ള പ്രതിഷേധങ്ങൾ ബലാൽക്കാരത്തിനെതിരായ പ്രയോഗങ്ങളിൽ നിഴൽ വീഴ്ത്തി. കട്ജു ഇതുവഴി എന്താണ് അർഥമാക്കുന്നത് എന്ന ചോദ്യം പ്രസക്തമാണ്. രാജ്യം നൽകേണ്ട മുൻഗണനകളിൽ സ്ത്രീകൾക്കെതിരായ കുറ്റകൃത്യങ്ങൾക്ക് താഴെ മാത്രമായിരിക്കണമോ സ്ഥാനം? ബഹുഭൂരിപക്ഷംപേരും ദരിദ്രരായിരിക്കുന്ന ഇന്ത്യയെപ്പോലൊരു രാജ്യത്ത് ജന്തർമന്തറിൽ ഇടത്തരക്കാർ നടത്തിയ പ്രക്ഷോഭങ്ങൾ പോലുള്ളവയ്ക്ക് പ്രസക്തിയില്ലെന്നാണോ അദ്ദേഹം ഉദ്ദേശിക്കുന്നത്. ഈ വാദവും 'മുഖത്തു ചായം തേച്ച പെണ്ണുങ്ങളുടെ പ്രതിഷേധം' എന്ന വാദവും തമ്മിൽ എന്തെങ്കിലും വ്യത്യാസമുണ്ടോ? വിഷയങ്ങളെ നമ്മൾ എന്തിന് തീ പിടിപ്പിക്കണം? അടിസ്ഥാന ആവശ്യങ്ങൾക്കായുള്ള വാദവും തുല്യതയ്ക്കായുള്ള വാദവും പരസ്പരവിരുദ്ധമാകുന്നതെങ്ങനെ? അതോ, സ്ത്രീകൾക്കെതിരായ അതിക്രമങ്ങൾ ആന്തരവൽക്കരിക്കപ്പെടുകയോ സ്ഥാപനവൽക്കരിക്കപ്പെടുകയോ ചെയ്യുന്നതിന്റെ പ്രവണതയിലേക്കാകുമോ ഇതു വിരൽ ചൂണ്ടുന്നത്? അതുകൊണ്ട് കുറച്ചുമാത്രം ശബ്ദം കേൾപ്പിക്കുന്നതാണോ ഇപ്പോൾ ഉചിതം?

രണ്ട്

ഇയാൻ കൊയോട്ടിന്റെ *ബിക്കിനിയില്ലാതെ (No bikini)* എന്നൊരു ചെറുകഥയുണ്ട്. അടുത്തകാലത്ത് ആ കഥയെ ആസ്പദമാക്കിയുള്ള ഒരു ലഘുചിത്രം കാണാനിടയായി. നീന്തൽ പാഠങ്ങൾ പഠിക്കുന്ന 7 വയസുകാരിയായ റോബിന്റെ കഥയാണത്. അവൾ ബിക്കിനി ധരിക്കാൻ ശ്രമിക്കുകയാണ്. എന്നാൽ അതിന്റെ ടോപ്പ് അവൾക്ക് ഉൾക്കൊള്ളാവുന്നതിനപ്പുറം ഇറുക്കമുള്ളതായിരുന്നതിനാൽ അതുപേക്ഷിച്ച് ഷോർട്ട്സ് ധരിക്കാൻ അമ്മ അവളോട് ആവശ്യപ്പെട്ടു. ആറ് ആഴ്ചകൾ കടന്നുപോകുന്നു. ഒരു കുഞ്ഞിനെ സംബന്ധിച്ച് ദൈർഘ്യമേറിയ കാലം... ഭയത്തെ അതിജീവിച്ച് അവൾ നീന്തൽക്കുളത്തിൽ നീന്തി തിമിർക്കുന്നു. ഒരു മത്സരത്തിന്റെയൊടുവിൽ അവൾ മറ്റുള്ളവരെയെല്ലാം പരാജയപ്പെടുത്തി സ്വർണമെഡൽ നേടി. അവൾക്കുലഭിച്ച സർട്ടിഫിക്കറ്റ് കണ്ട അമ്മ ഞെട്ടി.

റോബിൻ ആൺകുട്ടിയാണെന്നു രേഖപ്പെടുത്തിയിരിക്കുന്നു. 'അവനെ' ഉയർന്ന നീന്തൽ ക്ലാസുകളിലേക്ക് വിടണമെന്ന ശുപാർശയും അതിലുണ്ട്. ആദ്യദിവസത്തിലേതുപോലെ എന്നും ഷോർട്ട്സ് ധരിച്ചാണോ നീന്തൽ ക്ലാസിൽ പോയിരുന്നതെന്ന് അമ്മ റോബിനോട് ചോദിച്ചു. റോബിൻ നീന്തുമ്പോൾ വസ്ത്രമൊന്നും ധരിച്ചിരുന്നില്ലെന്ന് അമ്മ കണ്ടുപിടിച്ചു. പക്ഷേ, റോബിൻ ഇതൊന്നും കരുതിക്കൂട്ടി ചെയ്തതല്ല. അവൾ ഒരിക്കലും അവളുടെ ലിംഗാവസ്ഥയെപ്പറ്റി കള്ളം പറഞ്ഞില്ല. ആരും ചോദിച്ചതുമില്ല. നഗ്നയാണെന്നവൾക്കു തോന്നിയതുമില്ല.

ഇനി മുതൽ സ്ത്രീകൾ രണ്ടാംതരക്കാരല്ല

കാവേരി ബാംസായി, ജയന്ത് ശ്രീറാം

രണ്ടായിരത്തി പന്ത്രണ്ട് ഡിസംബർ 23. മുദ്രാവാക്യമുഖരിതമായ ഇന്ത്യാഗേറ്റിൽ 2000 ൽപ്പരം പേർ തടിച്ചുകൂടിയിരിക്കുന്നു. കൂട്ടംകൂടി നിന്ന വിദ്യാർഥികൾക്കിടയിലേക്ക് ആൾ ഇന്ത്യാ സ്റ്റുഡന്റ്സ് അസോസിയേഷന്റെ (AISA) മുൻ പ്രസിഡന്റ് കവിതാ കൃഷ്ണൻ എത്തി. ദില്ലി മുഖ്യമന്ത്രി ഷീലാദീക്ഷിതിന്റെ വസതിക്കുമുമ്പിൽ അവൾ നടത്തിയ പ്രസംഗത്തിന്റെ പ്രതിധ്വനി അവിടെ മുഴങ്ങി.

> രാഷ്ട്രീയത്തെ അപ്രസക്തമായി തള്ളിക്കളയാൻ ഞങ്ങൾക്കാവില്ല. നമ്മൾ രാഷ്ട്രീയം പറയേണ്ടിയിരിക്കുന്നു. നമ്മുടെ നാട്ടിൽ ബലാൽസംഗത്തെ ന്യായീകരിക്കുന്ന ഒരു സംസ്കാരമുണ്ട്. അത് നമ്മുടെ പ്രവർത്തനങ്ങളെ പ്രതിരോധിക്കുന്നുണ്ട്. ഇതിനെ മാറ്റി മറിക്കണമെങ്കിൽ നമ്മൾ പ്രശ്നത്തെ രാഷ്ട്രീയവൽക്കരിക്കണം. സർക്കാർ ശ്രദ്ധിക്കണം.

കൈയടി ഉയർന്നു. ചില വിദ്യാർഥികൾ ഉച്ചത്തിൽ വിളിച്ചുപറഞ്ഞു.

"ഷീലാദീക്ഷിത്തിനെതിരെ ശബ്ദമുയർത്തുക."

"സ്ത്രീകളുടെ സ്വാതന്ത്ര്യത്തിനായി പൊരുതുക."

കവിത ഇപ്പോൾ ആൾ ഇന്ത്യാ പ്രോഗ്രസീവ് വുമൺസ് അസോസിയേഷൻ (AIPWA) സെക്രട്ടറിയാണ്. ദില്ലിയിൽ രൂപപ്പെടുന്ന കൊടുങ്കാറ്റിനെപ്പറ്റി ആദ്യം മനസിലാക്കിയ ലോക്സഭാ സ്പീക്കർ മീരാകുമാർ ഇരയായ പെൺകുട്ടിയുടെ വീട്ടിലെത്തി. അവർ സഫ്ദർജംഗ് ആശുപത്രിയിലുമെത്തിയിരുന്നു. പെൺകുട്ടിയുടെ അമ്മ പറഞ്ഞത് അനുസ്മരിക്കുമ്പോൾ മീരയുടെ സ്വരമിടറി.

"ഞങ്ങൾക്ക് എന്ത് ധനസ്ഥിതിയാണുള്ളത്? മക്കൾ പഠിക്കാൻ

വേണ്ടി വെറും ചപ്പാത്തി ഉപ്പു ചേർത്താണ് കഴിക്കുന്നത്."

ഈ ഡിസംബറിൽ ചിലതൊക്കെ മാറിക്കഴിഞ്ഞതായി അവർക്ക് അറിയാം. സ്ത്രീപ്രശ്നങ്ങൾ സ്ത്രീകൾക്കുമാത്രമായി കൈകാര്യംചെയ്യാനായി ഇനി മാറ്റിവയ്ക്കാനാവില്ല. അവർ അരങ്ങിനു നടുവിലെത്തിക്കഴിഞ്ഞു. അവിടെ തുടരുകയും ചെയ്യും. നിലയ്ക്കാത്ത ഈ രോഷം കൂട്ടബലാൽസംഗത്തിനെതിരെയോ ലൈംഗികപരാമർശങ്ങൾ നടത്തുന്ന രാഷ്ട്രീയക്കാർക്കെതിരെയോ അക്രമത്തിനു പ്രേരിപ്പിക്കുന്ന വിനോദപരിപാടികൾക്കെതിരെയോ ആവാം. വ്യക്തിപരമായതൊക്കെ ഇനിമേൽ സ്വകാര്യമായിരിക്കില്ല എന്നു സ്ത്രീകൾ തീരുമാനമെടുത്തുകഴിഞ്ഞു. ഇത് പൊതുവും രാഷ്ട്രീയവുമാണ്. 2013 ൽ സ്ത്രീനിയമങ്ങൾ മാറ്റിയെഴുതാതെ സർക്കാരിന് രക്ഷപ്പെടാനാവില്ലതന്നെ.

ദില്ലി കൂട്ടബലാൽസംഗത്തിനെതിരെ ഉയർന്ന പ്രതിഷേധങ്ങളെല്ലാം സ്ത്രീസംഘടനകൾ മാത്രം നടത്തിയതല്ല. എന്നാൽ അവരായിരുന്നു വലിയൊരു വിഭാഗം. തീർച്ചയായും പ്രതിഷേധങ്ങൾ രാഷ്ട്രീയവൽക്കരിക്കപ്പെടണം. സ്ത്രീകളുടെ വോട്ട് ചെയ്യൽ കുറഞ്ഞിരിക്കുന്നു. 2009 ൽ വോട്ടു ചെയ്ത 58 ശതമാനത്തിൽ സ്ത്രീകൾ 45 ശതമാനം സ്ത്രീകളായിരുന്നു. 2004 ൽ അത് 58 ശതമാനത്തിൽ 53 ശതമാനം ആയിരുന്നു. എന്നിട്ടും തിരഞ്ഞെടുക്കപ്പെടുന്ന സ്ത്രീകളുടെ എണ്ണത്തിൽ വർധനയുണ്ട്. 15-ാം ലോകസഭയിൽ ആണ് ഏറ്റവും കൂടുതൽ വനിതകൾ 11 ശതമാനം.

സ്ത്രീകൾ ഇതിനു മുമ്പും തങ്ങളുടെ ശക്തി പ്രകടിപ്പിച്ചിട്ടുണ്ട്; ദില്ലിയിൽ സ്ത്രീധനമരണങ്ങൾക്കെതിരെ. ഇതിന്റെ ഫലമായി ഇന്ത്യൻ ശിക്ഷാനിയമത്തിൽ (304 ബി 498 എ) ഭേദഗതി വരുത്തി ഭർത്താക്കന്മാരുടെയും ബന്ധുക്കളുടെയും പീഡനം ശിക്ഷാർഹമാക്കി.

ഇപ്പോൾ ബലാൽക്കാരത്തിനെതിരെയുള്ള നിയമഭേദഗതിയില്ല ആവശ്യപ്പെടുന്നത്; സ്ത്രീസുരക്ഷ എന്ന സാമൂഹ്യ ഉത്തരവാദിത്വം പാലിക്കപ്പെടണമെന്നാണ്.

ഡിസംബറിലെ തണുത്ത രാത്രികളിൽ തെരുവുകളിൽ നിന്നുയർന്ന കൂട്ടമുദ്രാവാക്യം:

"എങ്ങനെ വസ്ത്രം ധരിക്കണമെന്ന് ഞങ്ങളോട് പറയരുത്,
നിങ്ങളുടെ ആൺമക്കളോട് ബലാൽസംഗം ചെയ്യരുതെന്നു പറയൂ."

തങ്ങൾക്കുനേരെ ഉയരുന്ന ആക്രമണങ്ങൾക്ക് തുല്യ അളവിൽ തിരിച്ചടി നൽകാൻ വനിതാപ്രസ്ഥാനങ്ങൾ കരുത്തുനേടിയിരിക്കുന്നു. അഭിജിത് മുഖർജിയുടെ കുപ്രസിദ്ധമായ "ചുളിവു വീണതും ചായം പൂശിയതും" എന്ന കമന്റിനെ അപ്രകാരംതന്നെ ചിത്രീകരിച്ചുകൊണ്ടാണ് നേരിട്ടത്. അശ്ലീല ഗായകൻ ഹണി സിംഗിന്റെ പുതുവത്സരപരിപാടി നിർത്തലാക്കിക്കാനും അവർക്കു കഴിഞ്ഞു.

'സ്ത്രീയെ രക്ഷിക്കൂ, ഇന്ത്യയെ രക്ഷിക്കൂ.' എന്ന ആവശ്യം വേഗത്തിൽ ഉയർന്നു. ഇതൊരു താൽക്കാലിക പ്രതിഭാസമായിരിക്കും എന്നു

കരുതിയവരുണ്ട്. ബി ബി സിയിൽ അരുന്ധതിറോയി പറഞ്ഞത്, "പച്ചക്കറി വ്യാപാരി, ജിംനേഷ്യം പരിശീലകൻ, ബസ് ഡ്രൈവർ തുടങ്ങിയ ദരിദ്രർ ഒരു ഇടത്തരക്കാരിയായ പെൺകുട്ടിയെ ആക്രമിച്ചതുകൊണ്ടാണ് ഈ രോഷം ഉയർന്നത്" എന്നായിരുന്നു (ശരിയായ അർഥത്തിൽ അതു ശരിയായിരുന്നില്ല). "ഇന്ത്യയുടെ ഇതരഭാഗങ്ങളിൽ ബലാൽക്കാരം ഒരു തരം ഫ്യൂഡൽ ബഹുമതിയാണെന്ന് അവർ കൂട്ടിച്ചേർത്തു. അത് ശരിയമായിരുന്നു. ഇന്ത്യയിൽ സ്ത്രീകൾക്കുനേരെയുള്ള മനോഭാവത്തിൽ മാറ്റം വരേണ്ടതുണ്ട്" എന്ന് അരുന്ധതി റോയി പറഞ്ഞു. കാരണം നിയമത്തിൽ മാത്രം വരുത്തുന്ന മാറ്റങ്ങൾ ഇടത്തരക്കാരായ സ്ത്രീകളെ മാത്രമേ പരിരക്ഷിക്കൂ. മറ്റ് പാവപ്പെട്ട സ്ത്രീകളുടെ രക്ഷയ്ക്ക് അതെത്തുകയില്ല.

സ്ത്രീസുരക്ഷ ഒരു ദീർഘകാല ലക്ഷ്യം തന്നെയാണ്. ദില്ലിയിൽ പ്രതിരോധിച്ച കുട്ടികൾ കേവലം ബലാൽസംഗങ്ങൾക്കെതിരെ മാത്രമല്ല വർധിച്ചുവരുന്ന അതിക്രമങ്ങൾക്കുനേരെ സമൂഹം കാണിക്കുന്ന കുറ്റകരമായ നിശ്ശബ്ദതയ്ക്ക് എതിരെകൂടിയാണ്.

സത്വരമാറ്റങ്ങൾക്കായുള്ള ഇത്തരം ആവശ്യങ്ങൾ ഭരണത്തിനു മുന്നിലുള്ള വെല്ലുവിളിയാണ്. പ്രശ്നങ്ങളെ അഭിമുഖീകരിക്കലല്ല, വോട്ടുബാങ്കുകൾ സൃഷ്ടിക്കലാണ് സർക്കാരിന്റെ ലക്ഷ്യം. സ്ത്രീകൾതന്നെ വോട്ടുബാങ്കായാലോ? അതുസംഭവിക്കുകയില്ലെന്നാണ് ബി ജെ പി നേതാവ് നിർമല സീതാറാമിന്റെ അഭിപ്രായം. കാരണം സ്ത്രീ വിവിധ ജാതികളിലും മതങ്ങളിലും പെട്ടവരാണ്. സ്ത്രീയെന്ന മറ്റു പദവിക്കുമുന്നിൽ എല്ലാവരും സംഘടിക്കുക എന്ന കാര്യം ഇനിയും സംഭവിക്കേണ്ടിയിരിക്കുന്നു. അവരുടെ ജന്മ മുദ്രകൾ ഭേദിച്ച് ഇക്കാര്യം സംഭവിക്കുമോ?

ചിലപ്പോൾ സംഭവിച്ചേക്കാം. ഇതുവരെ ചർച്ച ചെയ്യാൻ അറച്ചിരുന്ന കാര്യങ്ങൾ ഇപ്പോൾ ചർച്ച ചെയ്തു തുടങ്ങിയല്ലോ; സ്ത്രീക്കു അവളുടെ ശരീരത്തിന്മേലുള്ള അവകാശം, പൊതു ഇടങ്ങളിലെ സുരക്ഷ, തങ്ങളുടെ സ്വപ്നങ്ങളിലെ ലോകം എത്തിപ്പിടിക്കാനുള്ള യുവജനങ്ങളുടെ അവകാശം ഇതെല്ലാം ഇപ്പോൾ ചർച്ച ചെയ്യപ്പെടുന്നു. ദില്ലിയിൽ പീഡനത്തിന് ഇരയായ കുട്ടിയുടെ കുടുംബത്തിന്റെ ഹൃദയഭേദകമായ ജീവിതകഥ ഇതിനിടെ പുറത്തുവന്നു. അവളുടെ അച്ഛൻ അവരുടെ ഗ്രാമത്തിൽ ഉണ്ടായിരുന്ന ഒരു തുണ്ടു ഭൂമി വിറ്റത് അവളെ പഠിപ്പിക്കാനായിരുന്നു; വിവാഹം ചെയ്തുകൊടുക്കാനായിരുന്നില്ല. ഇത്തരം കുടുംബപരിഷ്കാരങ്ങളാണ് മാറ്റം കൊണ്ടുവരുന്നത്; പ്രത്യേകിച്ചും 94 ശതമാനം ബലാൽസംഗക്കാരും ഇരകൾക്ക് അറിയാവുന്നവരായിരിക്കുമ്പോൾ.

സർക്കാരുകൾക്ക് ഒരുപരിധിക്കപ്പുറം സ്ത്രീഭ്രൂണഹത്യയും സ്ത്രീധനത്തിനും എതിരെയുള്ള മനോഘടന മാറ്റിക്കാനാവില്ല. സ്ത്രീകൾക്കനുകൂലമായി പുരോഗമന നിലപാടെടുക്കുവാൻ ഇടതുപാർട്ടികൾ ശ്രദ്ധിച്ചു. ശക്തരായ വനിതാ നേതാക്കളുള്ള ഇടതു വിദ്യാർഥിസംഘടനകൾ ഈ പ്രസ്ഥാനം ദുർബലപ്പെട്ടുപോകാതിരിക്കാൻ ശ്രമിച്ചു. പുതുവർഷ

രാത്രിയിൽ AISA യുടെ നേതൃത്വത്തിൽ ദില്ലിയിലെ കൊനാട്ട് പ്ലേസിൽ സ്ത്രീകൾക്കായി ഇടങ്ങൾ പ്രതീകാത്മകമായി തിരിച്ചുപിടിച്ചു. 2013 ൽ ഇത്തരത്തിൽ പ്രക്ഷോഭങ്ങൾക്കുവരുന്ന രൂപമാറ്റം സാധാരണ പൊലീസ് നടപടികൾ അസാധ്യമാകും. സ്ത്രീകൾ പൊതുരംഗത്തുവരുന്നത് നിലവിലുള്ള രാഷ്ട്രീയ സാഹചര്യത്തിൽ ആണുങ്ങൾക്ക് ദഹിക്കുന്ന കാര്യമായിരിക്കുകയില്ല. ഇതിനനുസരിച്ച് സ്ത്രീകൾ ഒരുങ്ങിക്കൊടുത്താൽ അവർ ഉയർത്തിക്കൊണ്ടുവന്ന പ്രശ്നങ്ങൾ വീണ്ടും ഒതുക്കപ്പെടും. സ്ത്രീസംവരണബില്ലിന് ഏറ്റവും ശക്തിയായ രാഷ്ട്രീയ നേതാവിന്റെ പിന്തുണ ഉണ്ടായിട്ടും 16 കൊല്ലക്കാലം കോൾഡ് സ്റ്റേജിൽ ഇരിക്കേണ്ടി വന്നു എന്ന കാര്യം നാം വിസ്മരിച്ചുകൂടാ. 2012 ലെ സംഭവങ്ങൾ കുറെക്കൂടി ശക്തരായ പൗരന്മാരെ സൃഷ്ടിച്ചിട്ടുണ്ട്.

പുതിയ ലോകവുമായി ബന്ധമുള്ളവരും ആധുനിക സാങ്കേതിക വിദ്യയാൽ ശക്തരാക്കപ്പെട്ടവരും പ്രത്യയശാസ്ത്രത്തിലല്ലാതെ അനുഭവത്തിന്റെ അടിസ്ഥാനത്തിൽ സംഘടിക്കപ്പെട്ടവരുമാണ് 2012 ലെ പ്രക്ഷോഭങ്ങളിൽ പങ്കെടുത്തവരിൽ ഏറെയും. ഒരു പ്രകടനം സംഘടിപ്പിക്കുകയെന്നു പറഞ്ഞാൽ ട്രക്ക് വാടക, ഭക്ഷണം എന്നൊക്കെയായിരുന്നെങ്കിൽ ഇപ്പോഴത് ഫേസ് ബുക്ക്, ടിറ്റർ, സന്ദേശങ്ങൾവഴി എളുപ്പത്തിൽ നിർവഹിക്കപ്പെടാവുന്നതായി. ഇന്നത്തെ യുവാക്കൾ 5 വർഷം കൂടുമ്പോഴുള്ള ജനാധിപത്യമല്ല ദൈനംദിന ജനാധിപത്യമാണ് ഇഷ്ടപ്പെടുന്നത്. അമേരിക്കൻ പ്രസിഡന്റ് തിരഞ്ഞെടുപ്പിൽ സ്ത്രീകൾ കേന്ദ്രബിന്ദുവായി. അബോർഷനെപ്പറ്റി റോമ്നിയുടെ പ്രതികരണം ഇടുങ്ങിയതായി. കൂടുതൽ അവിവാഹിതകളുടെയും വോട്ട് ഒബാമ നേടി; വിജയവും.

'മുഖം ചുളിഞ്ഞവരെന്നും ചായംപുരട്ടിയവരെന്നും' സ്ത്രീകളെ കളിയാക്കിയ ഇന്ത്യൻ രാഷ്ട്രീയക്കാർ ഇതിൽനിന്നും പാഠം പഠിക്കുമോ? സ്ത്രീകൾക്കു ശബ്ദം മാത്രമല്ല വോട്ടുമുണ്ട്.

ആണധികാരത്തിന്റെ ബലപ്രയോഗങ്ങൾ

ജി പി രാമചന്ദ്രൻ

ബലാൽസംഗവും ലൈംഗികാതിക്രമങ്ങളും കേവലം സ്ത്രീ പ്രശ്നം മാത്രമല്ലെന്നും അത് കടുത്ത രാഷ്ട്രീയ-സാമൂഹിക-സാംസ്കാരിക പ്രതിസന്ധിയാണെന്നും പൗരസമൂഹം തിരിച്ചറിയേണ്ടതുണ്ടെന്ന ഓർമപ്പെടുത്തലാണ് 2012 ഡിസംബർ 16 ന് തെക്കൻ ഡൽഹിയിൽ നടന്ന കൂട്ട ബലാൽസംഗത്തിനെതിരെ ഇന്ത്യാ ഗേറ്റിലും റെയ്സിനാ ഹില്ലിലും രാഷ്ട്രപതിഭവന് തൊട്ടു മുമ്പിലും മറ്റ് ഇന്ത്യൻ നഗരങ്ങളിലും തടിച്ചു കൂടിയ പ്രതിഷേധക്കാർ ധരിപ്പിക്കുന്നത്. ഇതൊരൊറ്റപ്പെട്ട സംഭവമല്ല എന്നെല്ലാവർക്കും അറിയാം. ദളിത്-ആദിവാസി-ന്യൂനപക്ഷ വിഭാഗത്തിൽ പ്പെട്ടവരും അസംഘടിത മേഖലയിൽ തൊഴിലെടുക്കുന്നവരുമായ സ്ത്രീകൾ നിരന്തരം ലൈംഗികാതിക്രമങ്ങൾക്ക് വിധേയരാവുന്നുണ്ട്. ഹിജഡകളെയും ലൈംഗികത്തൊഴിലാളികളെയും ആർക്കും എപ്പോഴും എന്തും ചെയ്യാവുന്ന അവസ്ഥയുമാണ്. വഞ്ചനയിലൂടെയും ലൈംഗികാതിക്രമങ്ങളിലൂടെയുമാണ് മിക്ക പെൺകുട്ടികളും ലൈംഗികത്തൊഴിലിലെത്തിപ്പെടുന്നതുതന്നെ. ഇത്തരത്തിൽപ്പെട്ടവരാണ് പരാതിക്കാരെങ്കിൽ ആ കേസ് എടുക്കുക തന്നെയില്ല. 2012 ഡിസംബറിലെ കൊടുംതണുപ്പിൽ ദില്ലി പിടിച്ചെടുത്ത സ്ത്രീകളും വിദ്യാർഥികളും ഫെമിനിസ്റ്റുകളും രാഷ്ട്രീയ-അരാഷ്ട്രീയ പ്രവർത്തകരും മറ്റും ഉയർത്തിപ്പിടിച്ച സ്വാതന്ത്ര്യ-പ്രതിഷേധ ബോധം; ബസിൽവെച്ച് ക്രൂരമായി പീഡിപ്പിക്കപ്പെട്ട പെൺകുട്ടിയുടെ ജീവൻ രക്ഷിച്ചെടുക്കാനും അവൾക്ക് നീതി ലഭ്യമാക്കുന്നതിന്റെ ഭാഗമായി കുറ്റവാളികളെ വധശിക്ഷ അടക്കമുള്ള കടുത്ത ശിക്ഷകൾകൊണ്ട് മൂടുവാനുംവേണ്ടി മാത്രമുള്ള ഒന്നായി നാം ചുരുക്കിക്കാണരുത്. പത്രമാധ്യമങ്ങളും ഭരണാധികാരികളും ഒരുപക്ഷേ, ഇതിനെ താൽക്കാലിക പ്രതിഭാസമായി ആഘോഷിക്കുന്നതിന്റെ പശ്ചാ

ത്തലത്തിൽ ഈ വെളിപ്പെടുത്തലിനെയും പിടിച്ചെടുക്കലിനെയും കൂടുതൽ സ്വാതന്ത്ര്യത്തിലേക്കും സമാധാന വാഴ്ചയിലേക്കും മുഴുവൻ ഇന്ത്യക്കാരെയും നയിക്കാനുതകുന്നതായിരിക്കണം.

ബലാൽസംഗക്കേസുകളിലെ പ്രതികൾ മിക്കവാറും കുറ്റം തെളിയാതെ രക്ഷപ്പെടാറാണ് പതിവ്. പ്രമാദമായ സൂര്യനെല്ലിക്കേസ് തന്നെ നോക്കുക. കേസിലെ പ്രതികളെല്ലാം സൈ്വരവിഹാരം നടത്തുകയും ഇരയായ പെൺകുട്ടി കൃത്രിമമായി ചമയ്ക്കപ്പെട്ട പണാപഹരണകേസിൽ തടവിലും സസ്പെൻഷനിലും മറ്റുമാണ്. ബലാൽസംഗത്തെ പ്രത്യേകിച്ചും ലൈംഗികതയെ പൊതുവെയും ഇന്ത്യൻ/കേരള സമൂഹം എപ്രകാരമാണ് കാണുന്നത് എന്ന പ്രശ്നവും ഇതോടൊപ്പം ശ്രദ്ധിക്കേണ്ടതാണ്. അഖിലേന്ത്യാ ജനാധിപത്യ മഹിളാ അസോസിയേഷന്റെ പ്രസിഡന്റ് സഖാവ് സുഭാഷിണി അലി ദില്ലിയിലെ സമരസ്ഥലത്ത് നിന്നിരുന്ന ഒരു പൊലീസുകാരൻ പറഞ്ഞതെന്താണെന്ന് താൻ കേട്ടതനുസരിച്ച് *ഹിന്ദു* (ഡിസംബർ 23) വിൽ എഴുതിയ ലേഖനത്തിൽ രേഖപ്പെടുത്തുന്നു: "അവൾ അവളുടെ കൂട്ടുകാരനുമൊത്ത് എന്തോ അരുതാത്തത് ചെയ്യുകയായിരുന്നിരിക്കണം. അത് കണ്ടിട്ടാവും ആ യുവാക്കൾ (അക്രമികൾ) ഉത്തേജിതരായത്." ഭീതി, സങ്കടം, രോഷം എന്നീ വികാരങ്ങളെല്ലാം നിറഞ്ഞുനിന്ന ആ പ്രതിഷേധക്കടലിനിടയിലും ഈ വാർപ്പു നിരീക്ഷണം സങ്കോചമില്ലാതെ പുറപ്പെടുവിക്കപ്പെടുന്നു. എന്നാൽ സ്ത്രീകൾ ആക്രമിക്കപ്പെടുന്നതിന് സാമൂഹികമായ മൗനസമ്മതം കൊടുക്കുന്നതിന് തുല്യമാണ്. സ്ത്രീകളുടെ വസ്ത്രധാരണം മൊബൈൽ ഫോൺ, അവരുടെ സംസാരങ്ങൾ, ചിരി, കണ്ണിന്റെ ചലനങ്ങൾ, അവരുടെ ജീവിതത്തിലെ മുൻ ചെയ്തികൾ എന്നിങ്ങനെ സ്ത്രീ അക്രമിക്കപ്പെടുന്നതിന്റെ കാരണം അവൾക്കുമേൽ തന്നെ കെട്ടിവെക്കുന്നതിനുള്ള പ്രേരണ എല്ലായ്പ്പോഴും സ്വരൂപിക്കപ്പെടുന്നതു പതിവാണ്. കോടതിപോലും ഇത്തരം പരാമർശങ്ങൾ നടത്തുന്നത് അത്ര അസാധാരണമല്ല. മന്ത്രിമാർ, രാഷ്ട്രീയക്കാർ, സാഹിത്യക്കാരന്മാർ, സിനിമാ പ്രവർത്തകർ, ഉദ്യോഗസ്ഥാധികാരികൾ, പൊലീസും പട്ടാളവും എന്നിവരും ഇത്തരം അഭിപ്രായങ്ങൾ വെച്ചു പുലർത്തുന്നവരാണെന്നു കാണാം. പാരമ്പര്യവിശ്വാസങ്ങൾ, നാടുവാഴിത്ത-യാഥാസ്ഥിതിക സാമൂഹ്യ കാഴ്ചപ്പാടുകൾ എന്നിവയുടെ പശ്ചാത്തലത്തിലാണ് സ്ത്രീ കുറ്റത്തിന്റെ വാഹകയാണെന്ന വിശ്വസത്യാവസ്ഥയെ ഉറപ്പിച്ചെടുത്തത്. ആഗോളവൽക്കരണ കാലത്താകട്ടെ കമ്പോളമാണ് എല്ലാം തീരുമാനിക്കുന്നതെന്ന യുക്തിയും ന്യായവും നിലവിൽ വന്നു കഴിഞ്ഞു. കമ്പോളത്തിന്റെയും മൂലധനത്തിന്റെയും ലാഭാർത്തിയുടെയും തെണ്ടലും വ്യാപനവുമാണ് ഇന്നത്തെ പ്രതിഭാസം. ഇതിന് കീഴ്പ്പെട്ടുകൊണ്ടു മാത്രമാണ് എല്ലാ കാര്യങ്ങളും ചലിക്കുന്നത്. സ്ത്രീശരീരത്തെ ചരക്കുവൽക്കരിക്കുകയും അവളുടെ ആത്മാഭിമാനത്തെ ഇടിച്ചുതാഴ്ത്തുകയും ചെയ്യുന്ന പരസ്യങ്ങൾ, സീരിയലുകൾ, വാർത്താവിതരണങ്ങൾ, സിനിമകൾ എന്നിവ അതിസാധാരണമെന്നോണം നാം സ്വീക

രിച്ചു കൊണ്ടേ ഇരിക്കുന്നു. ദില്ലി പ്രതിഷേധത്തിന്റെ ബുള്ളറ്റിൻ കാണിക്കുന്നതിനിടയിൽ ദേശീയ ചാനലുകളിൽപ്പോലും ബാത്ത്റൂം ഫിറ്റിങ്സിന്റെയും മറ്റും കാമോത്തേജന പരസ്യങ്ങൾ നിറയുന്നതു കാണാം. കുളി ഒരു കാമോത്തേജന പ്രവൃത്തിയായാണ് സോപ്പിന്റെയെന്നതുപോലെ ബാത്ത്റൂം ഫിറ്റിങ്സിന്റെ പരസ്യക്കാരും അവതരിപ്പിക്കുന്നത്. ഈ ബുള്ളറ്റിനുകൾതന്നെ ഇത്തരം സ്ത്രീശരീര-ചരക്കുവൽക്കരണക്കാരായിരിക്കും. സ്പോൺസർ ചെയ്യുന്നത് അത്യന്തം മനുഷ്യവിരുദ്ധവും സ്ത്രീവിരുദ്ധവുമായ പൈതൃക പിന്തുടർച്ചാ നിയമങ്ങളും ആണധികാര വ്യവസ്ഥകളും പുതിയരീതിയിൽ പുനരാവർത്തിക്കുകയും പുനഃപ്രക്ഷേപിക്കുകയും ചെയ്യുകയാണ്. നാടുവാഴിത്തത്തോടും മുതലാളിത്തത്തോടും കറ കളഞ്ഞ കൂറു പുലർത്തുന്ന ആനുകാലികങ്ങളും ദിനപത്രങ്ങളും ചെയ്തുകൊണ്ടിരിക്കുന്നത് തെഹൽക്ക അടുത്തകാലത്ത് പ്രസിദ്ധീകരിച്ച ഒരു സർവെ റിപ്പോർട്ട് സുഭാഷിണി അലി ഉദ്ധരിക്കുന്നുണ്ട്. നാഷണൽ കാപ്പിറ്റൽ റീജിയണിൽ (ദില്ലി മഹാനഗരവും അതിനു ചുറ്റുമായി ഉത്തർ പ്രദേശിലും ഹരിയാനയിലുമായി പരന്നു കിടക്കുന്ന ദ്രുതഗതിയിൽ നഗരവൽക്കരിക്കപ്പെട്ടുകൊണ്ടിരിക്കുന്ന പ്രദേശവും-ഗുഡ്ഗാവ്, നോയിഡ, ഫരീദാബാദ്, ഗാസിയാബാദ്) പല തട്ടിലുള്ള പൊലീസുകാരോടാണ് ചോദ്യങ്ങൾ ചോദിച്ചത്. ഒന്നോ രണ്ടോ പേരൊഴിച്ച് എല്ലാവരും പറഞ്ഞ സമാനമായ ഒരുകാര്യം അസാന്മാർഗിക ജീവിതം നയിച്ചു വന്നവരും സ്വയം കുറ്റം ചെയ്തവരും പിടിക്കപ്പെട്ടപ്പോൾ മാറ്റിപ്പറഞ്ഞവരും അച്ചടക്കമില്ലാത്തവരും ബ്ലാക്ക് മെയിൽ ചെയ്യുന്നവരും പിന്നെ വേശ്യകളുമാണ് സ്ത്രീ പീഡനത്തെ സംബന്ധിച്ച പരാതികൾ സമർപ്പിക്കുന്നവരെന്നാണ്. നാഷണൽ കാപ്പിറ്റൽ റീജിയൺ ഇപ്പോൾ നാഷണൽ റേപ്പ് കാപ്പിറ്റൽ റീജിയൺ ആയി മാറിയിരിക്കുന്നുവെന്നാണ് സുഭാഷിണി പറയുന്നത്. 2012 ൽത്തന്നെ അറുനൂറിലധികം ബലാൽസംഗക്കേസുകളാണ് രജിസ്റ്റർ ചെയ്തിരിക്കുന്നത്. രാഷ്ട്രത്തെ പിടിച്ചു കുലുക്കിയ ദില്ലി – ബസ് കൂട്ട ബലാൽസംഗത്തിനുശേഷവും കാര്യങ്ങളിൽ വലിയ മാറ്റമൊന്നുമില്ല. രണ്ടു കൂട്ട ബലാൽസംഗങ്ങളും മെട്രോ സ്റ്റേഷനിൽ സ്ത്രീക്കു നേരെ പ്രായപൂർത്തിയെത്താത്ത ആൺകുട്ടികളുടെ കടന്നാക്രമണവും ആറു വയസുകാരിയായ മകളെ മദ്യപാനിയായ അച്ഛൻതന്നെ ബലാൽസംഗം ചെയ്തതും ബസിലെ കൂട്ട ബലാൽസംഗത്തിനുശേഷം റിപ്പോർട്ട് ചെയ്യപ്പെട്ടു.

പ്രായപൂർത്തിയാകാത്ത പെൺകുട്ടികൾ, ദിവസക്കൂലിക്കാരായ സ്ത്രീകൾ, വീട്ടുവേലക്കാരികൾ എന്നിവരെല്ലായ്പ്പോഴും ലൈംഗികാതിക്രമങ്ങൾക്ക് വിധേയരാവുന്നു. ഇപ്പോൾ നടക്കുന്ന സമരവും അതിന്മേൽപതിച്ചിട്ടുള്ള ശ്രദ്ധയും ഈ കാര്യത്തിൽ എന്തെങ്കിലും ആശ്വാസം ഉണ്ടാക്കുമെന്ന് ആരും പ്രതീക്ഷിക്കുന്നില്ല. സ്ത്രീകൾതന്നെയാണ് അവരുടെ മേലുള്ള അക്രമങ്ങൾക്ക് മൂലകാരണം എന്ന സാമൂഹിക അവബോധം അതിശക്തമായി നിലനിൽക്കുന്നുവെന്നതാണ് ഏറ്റവും

ഗുരുതരമായ പ്രശ്നം. ഈ അവസ്ഥ അവരുടെ അരക്ഷിതത്വവും അവർക്കു മേലുള്ള അക്രമവും ഒരുപോലെ വർധിപ്പിക്കുന്നു എന്നതാണ് വാസ്തവം. തൊഴിലിടങ്ങളിലെ ലൈംഗികാതിക്രമങ്ങൾക്കെതിരെ എന്നതുപോലെ വീടിനകത്തും കുടുംബത്തിനകത്തുമുള്ള ആക്രമണങ്ങൾക്കുമെതിരെ (ഡൊമസ്റ്റിക് വയലൻസ്) ഇന്ത്യൻ പാർലമെന്റ് നിയമങ്ങൾ പാസാക്കിയിട്ടുണ്ട്. അധികാരപദവികളിലും നിയമ-ഭരണ ഉത്തരവാദിത്വങ്ങളിലും ഇരിപ്പുറപ്പിച്ചവർക്ക് ഇത്തരം കേസുകളോട് എന്തു മനോഭാവമാണ് ഉള്ളത് എന്നു പരിശോധിച്ചാൽ തികച്ചും തെറ്റായ സമീപനങ്ങളാണ് നിലനിൽക്കുന്നതും സജീവവുമെന്ന് ബോധ്യപ്പെടും.

അശ്ലീലമായ പരാമർശങ്ങളും നോട്ടങ്ങളും, ബോധപൂർവം നടത്തുന്ന ശരീര സ്പർശനങ്ങൾ, കമന്റടി, കൂവിവിളികൾ എന്നിവയും നമ്മുടെ രാജ്യത്ത് സർവസാധാരണമായി പൊതു സ്ഥലങ്ങളിൽ സ്ത്രീകളും പെൺകുട്ടികളും നേരിട്ടു വരുന്നു. ഇതൊന്നു പരാമർശിക്കുകയോ ചർച്ച ചെയ്യുകയോ ചെയ്യേണ്ടതില്ലാത്തവിധം നാം അംഗീകരിച്ചു കഴിഞ്ഞു. ലൈംഗികാതിക്രമങ്ങൾക്കുനേരെ പുലർത്തുന്ന നിശ്ശബ്ദതയും സഹിഷ്ണുതയും ലൈംഗികാതിക്രമികൾക്ക് വീരപരിവേഷം അണിയിക്കലുമാണ് നമ്മുടെ രീതികൾ. സുരക്ഷയുടെ പേരിൽ, സ്ത്രീകൾ വീടുകളിലും ഹോസ്റ്റലുകളിലും പെൺ സംവരണ സീറ്റുകളിലും കമ്പാർട്ടുമെന്റുകളിലും തടവിലാക്കപ്പെട്ടിരിക്കുകയുമാണ്. സ്ത്രീകളെയും പെൺകുട്ടികളെയും കടുത്ത തോതിലാണ് നാം നിയന്ത്രിച്ചു നിർത്തിയിരിക്കുന്നത്. പെണ്ണിന്റെ ചിരി മച്ചകം കേൾക്കരുതെന്ന പഴമൊഴി തന്നെയാണിന്നും പ്രബലം. ആറു മണിക്ക് വീടെത്തിക്കൊള്ളണം. ഹോസ്റ്റൽ വാതിലടയ്ക്കും. ബസിലെ പൊതു സീറ്റിലിരിക്കരുത്, ജനറൽ കമ്പാർട്ടുമെന്റിൽ കയറരുത്. ഷെയർ ഓട്ടോയിൽ കയറരുത് എന്നീ വിലക്കുകളും നിർബന്ധങ്ങളും വ്യാപകമായി സ്വീകരിക്കപ്പെട്ടിരിക്കുന്നു. ജനിച്ച ഉടനെ തന്നെ പെണ്ണിനെയും ആണിനെയും വേർതിരിച്ചശേഷം വ്യത്യസ്ത മനോഭാവത്തോടെയാണ് വളർത്തിവരുന്നത്. സ്വാഭാവികമായ സൗഹൃദങ്ങളും സ്നേഹങ്ങളും വിലക്കപ്പെട്ടിരിക്കുന്നു. ഇതുകാരണം പ്രാകൃതമായ ചോദനകളും വിചാരങ്ങളും തികച്ചും തെറ്റാണെന്ന അബോധമാണ് സ്ഥാപിക്കപ്പെടുന്നത്. ഈ അബോധം, പെൺകുട്ടികളിൽ അരക്ഷിതത്വവും ലൈംഗികത എന്നാൽ കുറ്റം മാത്രമാണെന്ന ധാരണയും പ്രബലമായി ഉറപ്പിച്ചെടുക്കുന്നു. ആൺകുട്ടികളിലാകട്ടെ, വിലക്കപ്പെട്ട കനി എന്ന നിലയ്ക്ക് ഏത് വിധേനയും നേടിയെടുക്കാനുള്ള ആന്തരിക ത്വരയും സജീവമാകുന്നു. ലൈംഗിക വിദ്യാഭ്യാസം ആണെങ്കിൽ നിരോധിക്കപ്പെട്ടിരിക്കുകയുമാണ്. ആരോഗ്യകരമായ ലൈംഗികത എന്നത് നമ്മുടെ ലക്ഷ്യങ്ങളിൽപ്പോലും എവിടെയും കാണാനില്ല. ദില്ലി കൂട്ട മാനഭംഗക്കേസിലെ പ്രതികൾക്ക് വധശിക്ഷ ഉറപ്പാക്കിയാൽ എല്ലാമായി എന്ന വിധേനയാണ് ഉന്നത ന്യായാധിപന്മാരടക്കം പ്രതികരിക്കുന്നത്. കാര്യങ്ങളെ എത്ര എളുപ്പത്തിലാണ് നാം സമീപിക്കുന്നത് എന്നതിന് കൂടു

തൽ തെളിവുകളാവശ്യമില്ല. സ്ത്രീകൾക്ക് സാമൂഹിക തുല്യത ഇല്ലാതാക്കുന്നതിൽ, ഇത്തരം നിയന്ത്രണങ്ങളും പേടികളും അരക്ഷിതത്വബോധ–അബോധങ്ങളും മുഖ്യ പങ്കു വഹിക്കുന്നുവെന്നതാണ് വാസ്തവം.

ഈ സംഭവങ്ങളുടെ മറവിൽ, വധശിക്ഷയെ സാമൂഹികമായി സാധൂകരിക്കാനും ന്യായീകരിക്കാനുമുള്ള പ്രവണതയാകട്ടെ, അത്യന്തം അപലപനീയവുമാണ്. ക്രിസ്റ്റോഫ് കീസ്ലോവ്സ്കിയുടെ പ്രസിദ്ധമായ *എ ഷോർട്ട് ഫിലിം എബൗട്ട് കില്ലിങ്* (കൊലപാതകത്തെ സംബന്ധിച്ച് ഒരു ഹ്രസ്വ ചിത്രം) ൽ ആവിഷ്കരിക്കുന്നതുപോലെ, ഒരു പൗരനെ മനുഷ്യനെ കൊല്ലാൻ ഭരണകൂടത്തിനോ നിയമവ്യവസ്ഥയ്ക്കോ അധികാരം ഉണ്ടെന്ന് കരുതുന്നത് തികച്ചും അസംബന്ധമാണ്. ജീവപര്യന്തം തടവിലിട്ടാൽ നാളെ പ്രതി പുറത്തു വരുമെന്നാണ് പലരും കരുതുന്നത്. നാളെ നിയമവ്യവസ്ഥ നിലനിൽക്കില്ല എന്ന അവിശ്വാസമാണ് ഈ ധാരണയിലേക്ക് നയിക്കുന്നത്. അത് കൂടുതൽ അപകടകരമാണ്. ഇന്നത്തെക്കാൾ മികച്ച നിയമവ്യവസ്ഥ വരും നാളുകളിൽ നടപ്പിലാവും എന്ന ധാരണയായിരിക്കണം നമ്മെ നയിക്കേണ്ടത്.

രാജ്യത്തെ തൊണ്ണൂറു ശതമാനം ബലാൽസംഗങ്ങളും ഇരകളുടെ അടുത്ത ബന്ധുക്കളും സുഹൃത്തുക്കളും പരിചയക്കാരും തന്നെയാണ് ചെയ്യുന്നത് എന്നാണ് പഠനങ്ങൾ തെളിയിക്കുന്നത്. ബലാൽസംഗത്തിന് വധശിക്ഷ എന്ന മുദ്രാവാക്യം ഉയർത്തുന്നവർ, അമ്മാമന്മാരും അച്ഛന്മാരും സഹോദരന്മാരും ഭർത്താക്കന്മാരും അയൽക്കാരുമാണ് കുറ്റവാളികൾ എന്നറിയുമ്പോൾ വിട്ടുവീഴ്ചയ്ക്ക് തയാറാകുമെന്ന വാസ്തവം കണക്കിലെടുക്കുന്നില്ല. ഇത്തരം അവസരങ്ങളിൽ ബലാൽസംഗം റിപ്പോർട്ട് ചെയ്യപ്പെടുക തന്നെയില്ല. അപൂർവങ്ങളിൽ അപൂർവം കേസിനാണ് വധശിക്ഷ എന്ന വ്യവസ്ഥ നിലനിൽക്കുന്നതിനാൽ മിക്കപ്പോഴും വധശിക്ഷ വിധിക്കപ്പെടാതിരിക്കാനാണ് സാധ്യത. അങ്ങനെ വരുമ്പോൾ ബലാൽസംഗക്കേസുകളിൽ ഒരു ശിക്ഷയും വിധിക്കപ്പെടുന്നില്ല എന്ന സ്ഥിതിയും സംജാതമായിക്കൂടായ്കയില്ല.

ഇതിലും പ്രധാനപ്പെട്ട ഒരു പ്രശ്നം നിലനിൽക്കുന്നു. വളരെയധികം ബലാൽസംഗങ്ങൾ നടക്കുന്നത് പൊലീസ് കസ്റ്റഡിയിലാണ്. മധുരയെയും റമീസാബിയെയും സുമൻ റാണിയെയും പൊലീസുകാരാണ് നിഷ്ഠുരമായി മാനഭംഗപ്പെടുത്തിയത്. എണ്ണമറ്റ അനവധി കേസുകൾ വേറെയുമുണ്ട്. ഇവരെയും തൂക്കിക്കൊല്ലുമോ? തൊണ്ണൂറു ശതമാനം പൊലീസുകാരും സ്ത്രീകൾ മാനഭംഗം ചെയ്യപ്പെടേണ്ടവരാണെന്ന പുരുഷവിശ്വാസത്തിനടിപ്പെട്ടവരാണെന്നതാണ് വാസ്തവം. സ്ത്രീ ശരീരത്തെ പ്രകൃതി നിർമിച്ചിരിക്കുന്നതുതന്നെ പുരുഷന് കേറിക്കളിക്കാനാണെന്ന മനോഭാവമാണ് പ്രബലമായുള്ളത്. ഇതിൽനിന്നും മുക്തരല്ല. ആയിരക്കണക്കിന് മുസ്ലീം സ്ത്രീകളെ ക്രൂരമായി ബലാൽസംഗം ചെയ്യുകയും കൊലപ്പെടുത്തുകയും ചെയ്തവരെയും അവരുടെ വീരനേതാവിനെയും

മൂന്നുതവണ തിരഞ്ഞെടുപ്പിലൂടെ വൻഭൂരിപക്ഷത്തോടെ വിജയിപ്പിക്കുകയും അതേ നേതാവിനെ ഇന്ത്യൻ പ്രധാനമന്ത്രിയായി ഉയർത്തിക്കാണിക്കുകയും ചെയ്യുന്ന സംസ്ഥാനവും ഇന്ത്യയിലാണെന്നതും മറന്നു പോകരുത്. മണിപ്പൂരിലും കാശ്മീരിലും ആർമി, എ എഫ് എസ് പി എ 1958 (കാക്കി ധാരികൾക്കുള്ള പ്രത്യേക നിയമം) ന്റെ മറവിൽ കാട്ടിക്കൂട്ടുന്ന ലൈംഗികാതിക്രമങ്ങൾ, പുറം ലോകത്ത് ആരും ചോദ്യം ചെയ്യുന്നില്ല. കാക്കിധാരികൾ കൂട്ട ബലാൽസംഗത്തിനിരയാക്കിയതിനുശേഷം കൊലപ്പെടുത്തി പൂർണനഗ്നയാക്കി മനോരമാദേവിയുടെ മൃതദേഹം റോഡരികിലെ കുറ്റിക്കാട്ടിൽ ഉപേക്ഷിച്ചത്. ഹോബം പബൻ കുമാറിന്റെ ഡോക്കുമെന്ററിയിൽ രേഖപ്പെടുത്തിയിട്ടുണ്ട്. ഇറോം ശർമിള വർഷങ്ങളായി ഈ ക്രൂരനീതിക്കെതിരെ ഉപവാസസമരത്തിലാണ്. മണിപ്പൂരിലെ പൊലീസ് ആസ്ഥാനത്തിനു മുമ്പിൽ അമ്മമാർ പൂർണ നഗ്നകളായി സമരം നടത്തിയതുതന്നെ 'ഞങ്ങളെയും ബലാൽസംഗം ചെയ്യൂ' എന്ന ബാനർ മുന്നിലുയർത്തിയായിരുന്നു. ദേശീയതയും മറ്റ് ഭ്രാന്തൻ രാഷ്ട്രീയ-വർഗീയ മഹാഖ്യാനങ്ങളും ഇത്തരം അക്രമങ്ങളെ മഹത്വവൽക്കരിച്ചു കൊണ്ടേ ഇരുന്നു. മലയാള സിനിമയിലെ ഏറ്റവും വലിയ അപമാനങ്ങളിലൊന്നായ മേജർ രവിയുടെ കീർത്തിചക്രയിൽ ബലാൽസംഗം മഹത്വവൽക്കരിക്കപ്പെടുന്നതോർക്കുക.

കശ്മീരിലെ കുനാൻ പോഷ് പോരയിൽ അമ്പത്തിമൂന്ന് സ്ത്രീകളെയാണ്, 1991 ഫെബ്രുവരി 23 ന് നാലാം രജപുത്താന റൈഫിൾ പട്ടാളക്കാർ മാനഭംഗപ്പെടുത്തിയത്. ഈ പ്രദേശത്തുള്ളവർ ഇരുപത്തിയൊന്നു വർഷത്തിനുശേഷം ഇപ്പോഴും സാമൂഹ്യമായ ബഹിഷ്കരണം ഏറ്റുവാങ്ങിക്കൊണ്ടിരിക്കുന്നു. കല്യാണാലോചനകൾ മിക്കവാറും മുടങ്ങാറാണ് പതിവ്. ഖൈർലാഞ്ചി എല്ലാവരും മറന്നുപോയോ? ദളിത് വിഭാഗത്തിൽപ്പെട്ട സുരേഖ ഭോട്മാംഗെ എന്ന അമ്മയും മകളും ഒന്നിച്ചാണ് ക്രൂരമായി പിച്ചിച്ചീന്തപ്പെട്ടതും വധിക്കപ്പെട്ടതും. ബലാൽസംഗം ഒറ്റപ്പെട്ട കാര്യമല്ല എന്നാണിതെല്ലാം തെളിയിക്കുന്നത്. ഇന്ത്യൻ സമൂഹ മനസിന്റെ ആഴത്തിൽ നിലനിൽക്കുന്ന അക്രമോത്സുകതയാണ് പ്രധാന പ്രശ്നം. നിശ്ശബ്ദവും ശബ്ദായമാനവുമായ ആക്രമണങ്ങൾക്കാണ് സ്ത്രീകളും പുരുഷന്മാരും ദിനംതോറും വിധേയരായിക്കൊണ്ടിരിക്കുന്നത്. ദില്ലി ബസിൽ ആക്രമിക്കപ്പെട്ടത് പെൺകുട്ടി മാത്രമായിരുന്നില്ല, അവളുടെ കൂട്ടുകാരൻ കൂടിയായിരുന്നു. അയാൾ തലനാരിഴ കൊണ്ടാണ് മരണത്തിൽനിന്ന് രക്ഷപ്പെട്ടത്. നമ്മുടെ പ്രതിഷേധം അയാളെക്കൂടി രക്ഷിക്കാനുതകുന്നതാകണം.

1995 ൽ കോൺഗ്രസ് പ്രവർത്തകയായ നൈനാ സാഹ്നിയെ അവരുടെ ഭർത്താവും കോൺഗ്രസ് നേതാവുമായ സുശീൽ ശർമ തുണ്ടുകളാക്കി തണ്ടൂരി അടുപ്പിലിട്ടാണ് കത്തിച്ചുകരിച്ചത്. പൊലീസ് ഐജിയുടെ മകനായ സന്തോഷ് കുമാർ സിംഗ് ഇരുപത്തഞ്ചുകാരിയായ നിയമവിദ്യാർഥിനി പ്രിയദർശിനി മാട്ടുവിനെ ബലാൽസംഗം ചെയ്തു കൊന്നതും;

ഹരിയാനയിലെ കോൺഗ്രസ് രാജ്യസഭാംഗത്തിന്റെ മകനായ സിദ്ധാർഥ് വസിഷ്ഠ് എന്ന മനുശർമ, മോഡലായ ജസീക്കാലാലിനെ ഒരു പാർട്ടിക്കിടെ വെടിവെച്ചു കൊന്നതും മറ്റും ഡൽഹിയിലും പരിസരപ്രദേശത്തും തന്നെ. ഡൽഹി ഇന്ത്യയുടെ തലസ്ഥാനമാകുന്നത് ഇക്കാര്യം കൊണ്ടു കൂടിയാണെന്നു തോന്നുന്നു. ബലാൽസംഗങ്ങളും അക്രമങ്ങളും നിറഞ്ഞ ഒരു മഹദ് രാഷ്ട്രത്തിന്റെ തലസ്ഥാനം അതിന്റെ 'മേന്മ' നിലനിർത്തണമല്ലോ!

ഇത്തരം നിരവധി വൈരുധ്യങ്ങൾ ആലോചനയിലേക്ക് ഇടിച്ചു കയറുന്നുണ്ടെങ്കിലും ഡൽഹിയിൽ നടന്ന സമരം അസാധാരണം തന്നെയായിരുന്നു എന്നത് വീണ്ടും വീണ്ടും എടുത്തു പറയേണ്ടതാണ്. നേതാവില്ലാത്ത സമരപരിഹാരംപോലും വ്യക്തമല്ലാത്ത, ആഹ്വാനമില്ലാത്ത ആ പന്ത്രണ്ടായിരം പേരുടെ അരാജകത്വ വാഴ്ച ആവേശകരം തന്നെയാണ്. ജനുവരി ഇരുപത്തിയാറിന് ടാങ്കുകളും ടാബ്ലോകളും കടന്നുപോകുന്ന ആ രാജവീഥിയെ സ്വാതന്ത്ര്യത്തിന്റെ റിപ്പബ്ലിക്കാക്കി മാറ്റിയത് ഈ സമരമായിരുന്നു എന്നതാണ് വാസ്തവം. പട്ടാളടാങ്കുകൾ മരണത്തിന്റെ പ്രതീകങ്ങളാണ്. സമരമാകട്ടെ, പ്രത്യാശയുടെയും ഭാവനയുടെയും വിശ്വാസത്തിന്റെയും അതിജീവനത്തിന്റെയും ആവിഷ്കാരവുമാണ്. ഡൽഹിയും രാജ്പഥും റെയ്സിന ഹില്ലും ഇന്ത്യാ ഗേറ്റും എല്ലാവരുടേതുമായിക്കഴിഞ്ഞിരിക്കുന്നു എന്ന തോന്നലാണ് ഈ സമരക്കാഴ്ചകൾ നൽകിയത്. പ്രതിഷേധത്തിനിടെ അക്രമം ആരംഭിച്ചതുപോലും പൊലീസിന്റെ നടപടികളിൽ നിന്നാണ്. പൊലീസിന്റെ കടന്നുകയറ്റത്തിനെതിരായ ചെറുത്തു നിൽപ്പു മാത്രമായിരുന്നു ജനങ്ങളുടെ ഭാഗത്തു നിന്നുണ്ടായ അക്രമങ്ങൾ. അതിൽ ഒരു പൊലീസുകാരൻ മരിക്കുകയും ചെയ്തു. സ്ത്രീകൾക്കെതിരായ അക്രമങ്ങൾ വർധിക്കുമ്പോൾ സമൂഹത്തെയാകെ ഭീതി ഭരിക്കുന്ന കാഴ്ചയാണ് സാധാരണ കാണാറുള്ളത്. എല്ലാവരും അവരവരുടെ സുരക്ഷിത താവളങ്ങളിലേക്ക് ഓടിയൊളിക്കുന്നു. അതിനുപകരം എല്ലാവരും പുറത്തേക്കിറങ്ങിയ കാഴ്ചയാണ് ആവേശകരം. ഇതു തന്നെയാണ് പോംവഴിയും. ജനസംഖ്യയിൽ പൊലീസിന്റെ അനുപാതം കൂട്ടണമെന്ന ആവശ്യമല്ല പ്രധാനം. എല്ലാ പൊതു സ്വകാര്യ ഇടങ്ങളും ജനാധിപത്യ വാദികൾ പിടിച്ചടക്കണമെന്നതാണ് പരിഹാരം. രാത്രികൾ അക്രമികൾക്കു മാത്രമായി വിട്ടുകൊടുക്കേണ്ടതില്ല. അത് എല്ലാവരും വീണ്ടെടുക്കട്ടെ. ബസിലും മെട്രോയിലും പൊതു സ്ഥലങ്ങളിലും തൊഴിലിടങ്ങളിലും ഓഫീസുകളിലും സിനിമാശാലകളിലും മാളുകളിലും മൾട്ടിഫ്ളെക്സുകളിലും വീടുകളിലും മാത്രമല്ല, പബ്ബുകളിലും ബാറുകളിലുംവരെ സ്ത്രീകൾ നിറയട്ടെ. എല്ലാ സ്ഥലവും എല്ലാവരുടേതാണ്. നാം തന്നെ നമ്മുടെ രക്ഷകർ. പിന്തിരിഞ്ഞോടിയാൽ ഇരുപത്തിമൂന്നുകാരിയായ ആ അജ്ഞാതയുവതിയോട് അഞ്ച് അക്രമികൾ – ശർമ, ശർമ, താക്കൂർ, ഗുപ്ത, സിംഗ് – ചോദിച്ച ആ ചോദ്യം സാധൂകരിക്കപ്പെടുകയാണ് ചെയ്യുക. അവർ അവളോട് ചോദിച്ചത് രാത്രി ഒമ്പതു മണിക്ക്

നീ എന്തിനാണ് കൂട്ടുകാരനുമൊത്ത് മുനീർക്കയിൽ ബസ് കാത്തുനിന്നത് എന്നായിരുന്നു. അത്തരം ഒരു ചോദ്യം ഇനിയാരും ചോദിക്കരുത്. സൗഹൃദങ്ങളിലൂടെയും ഐക്യദാർഢ്യങ്ങളിലൂടെയും നമുക്കിന്ത്യയെ വീണ്ടെടുക്കാം. രാഷ്ട്രത്തിന്റെയും ദില്ലിയുടെയും പരിഹാസ്യതയെ ഈ ഐതിഹാസിക സമരം മായ്ച്ചുകളഞ്ഞിരിക്കുന്നു.

കടുത്ത ആക്രമണം നേരിട്ടിട്ടും ജീവിതത്തിന്റെ പ്രത്യാശ വിട്ടുകൊടുക്കാതെ ധീരയായി തുടരുന്ന ആ ഇരുപത്തിമൂന്നുകാരി യുവതിയെ സംബന്ധിച്ച് ബി ജെ പി നേതാവ് സുഷമാ സ്വരാജ് നടത്തിയ പ്രസ്താവന – ഉസ്ക്കി സിന്ദഗി മൗത്ത് സേ ബദ്ത്താർ ഹോ ചുക്കി ഹൈ/അവളുടെ ജീവിതം മരണത്തേക്കാൾ കഷ്ടമാണ് അത്യന്തം അപലപനീയമാണെന്നു മാത്രമല്ല പുരുഷാധികാരവ്യവസ്ഥയുടെ സദാചാര ധർമ സംഹിതകളെ ഉൾവഹിക്കുന്നതുമാണ്. *നീലക്കുയിൽ* മുതൽക്കുള്ള മലയാള സിനിമകളിലും മറ്റിന്ത്യൻ സിനിമകളിലും 'പിഴച്ചതും' മാനഭംഗം ചെയ്യപ്പെട്ടതും അവിഹിത ഗർഭം പേറിയവരുമായ സ്ത്രീകൾ കഥാന്ത്യത്തിനുമുമ്പ് മരണപ്പെട്ടു പോകുന്നതായി തിരക്കഥാ മഹാഖ്യാനത്തിൽ നിർബന്ധിക്കപ്പെട്ടിരിക്കുന്നു. ബലാൽസംഗവാർത്തകളിലെ സാക്ഷിമൊഴികൾ അവിശ്വസനീയമാണെന്ന് മമത ബാനർജി ഉത്തരവിട്ടതും സമാനമായ പീഡനമുറകൾ തന്നെ. ഇന്ത്യൻ സ്ത്രീ രാഷ്ട്രീയത്തിന്റെ തെറ്റായ മാതൃകകളാണ് ഇത്തരക്കാർ എന്നാണീ പ്രസ്താവനകൾ തെളിയിക്കുന്നത്.

ബലാൽസംഗം ചെയ്യുന്ന പുരുഷന്മാരുടെ ലിംഗം മുറിച്ചു കളഞ്ഞാൽ പരിഹാരമായെന്നു വിശ്വസിക്കുന്ന ശുദ്ധഗതിക്കാരുമുണ്ട്. ആഷിക് അബുവിന്റെ 23 ഫീമെയിൽ കോട്ടയം കണ്ടസ്ഥാളിച്ചവരും ഇക്കൂട്ടത്തിലുണ്ടാവും. ബലാൽസംഗത്തിന് ലൈംഗികാനന്ദവുമായി ബന്ധമില്ല എന്നതാണ് വാസ്തവം. ഇണയുടെ സമ്മതവും ആസക്തിയും സഹകരണവും കൂടിയുണ്ടാകുമ്പോഴേ ലൈംഗികാനന്ദം ലഭിക്കുകയുള്ളൂ. ബലാൽസംഗത്തിലുള്ളത് സ്ത്രീയെ അവഹേളിക്കുകയും മുറിപ്പെടുത്തുകയും ചെയ്യുക എന്ന പ്രക്രികയാണ്. താൻ ലൈംഗികാതിക്രമത്തിന് വിധേയയായിരിക്കുന്നുവെന്നും തന്റെ ചാരിത്ര്യം നഷ്ടമായിരിക്കുന്നു എന്നും ഇനി ജീവിതം നാശമായി എന്നും സ്ത്രീയെക്കൊണ്ട് തോന്നിപ്പിക്കുക എന്ന ലക്ഷ്യമാണ് ബലാൽസംഗത്തിനുള്ളത്. പരപീഡനാത്മകത (സാഡിസം) യാണ് ഇത്തരം അക്രമത്തിലേക്ക് ഒരാളെ/പലരെ നയിക്കുന്നത്. അതിനെ സാധൂകരിക്കലോ ന്യായീകരിക്കലോ നിർവഹിക്കലോ ആയിരിക്കും ബലാൽസംഗം ചെയ്യപ്പെട്ടവളുടെ ജീവിതം നാശമായി എന്ന പൊതുപ്രസ്താവവും പൊതുബോധനിർമിതിയും. ബലാൽസംഗത്തിനെതിരായ അവബോധം ഇത്തരം സാമൂഹിക ബോധാബോധങ്ങൾക്കുമെതിരായിരിക്കണം. ആരുടെ ജീവനും മറ്റൊരാളുടേതിനെക്കാൾ പ്രധാനമോ ചെറുതോ അല്ല. എല്ലാവരും മനുഷ്യജീവിതത്തിന്റെ മനോഹര പ്രതീകങ്ങൾതന്നെ. മാധവിക്കുട്ടി പറഞ്ഞതുപോലെ, ഡെറ്റോളിട്ട് കഴുകിക്കളഞ്ഞതിനുശേഷം സാധാരണ ജീവിതം തുടരാൻ പെൺകുട്ടികളെ പ്രാപ്ത

രാക്കുകയും വേണം. എങ്കിലേ പൂർവാധികം ശക്തിയോടെ, അക്രമികൾക്കെതിരായ പ്രതിരോധം ഫലവത്താക്കാൻ കഴിയുകയുള്ളൂ. സിതാര എസിന്റെ *അഗ്നി* എന്ന കഥയിലെ നായിക ഇത്തരത്തിൽ ധൈര്യം വീണ്ടെടുക്കുന്നതു കാണാം. അതല്ലാതെ ഋതുപർണാഘോഷിന്റെ *ദഹനിൽ,* കടന്നാക്രമണത്തിനു വിധേയയാവൾ ചെറുത്തുനിൽപ്പിന് തയാറാകുമ്പോൾ അവളെ പിന്തിരിപ്പിക്കുന്നതുപോലുള്ള ചീഞ്ഞ സമൂഹമല്ല നമുക്കിനി വേണ്ടത്.

സ്ത്രീകൾ രാഷ്ട്രീയാധികാരമടക്കമുള്ള സാമൂഹിക ജീവിതത്തിന്റെ മുഖ്യധാരയിലേക്ക് ധാരാളമായി കടന്നു വരുന്നതിനെ ചെറുക്കുന്ന അബോധമാണ് ബലാൽസംഗത്തിലൂടെ വീണ്ടും വ്യവസ്ഥാപനപ്പെടുന്നത്. പുറത്തിറങ്ങുന്ന സ്ത്രീകളുടെ വേഷധാരണം ശരിയല്ല എന്നും അവർ മൂർധാവിൽ സിന്ദൂരം തൊട്ടില്ല എന്നും ആരോപിച്ച് അറസ്റ്റ് ചെയ്യുന്ന പൊലീസ് സ്ത്രീകളെ വീടുകളിലൊതുക്കാനുള്ള മർദനപദ്ധതിയുടെ പ്രയോക്താക്കൾ തന്നെ. നിയോ ലിബറലിസം, സൈനികവൽക്കരണം, ദേശീയത, വളർച്ചയും വികസനവും എന്നീ മർദകയാഥാർഥ്യങ്ങൾക്കൊപ്പമാണ് സ്ത്രീയെ കേവലം ലൈംഗികശരീരം അഥവാ ചരക്ക് മാത്രമാക്കി സങ്കോചിപ്പിക്കുന്ന അതി യാഥാർഥ്യപദ്ധതിയും നടപ്പിലാവുന്നത് എന്നത് ശ്രദ്ധിക്കേണ്ടതാണ്. ബലാൽസംഗങ്ങളോട് കാണിക്കുന്ന വിട്ടുവീഴ്ചാ മനോഭാവവും ആഘോഷരീതിയുമാണ് ബലാൽസംഗങ്ങൾ വീണ്ടും വീണ്ടും ആവർത്തിക്കാനിടയാക്കുന്നത്. പീഡിപ്പിക്കപ്പെട്ട പെൺകുട്ടികളെ നിശ്ശബ്ദരാക്കുന്ന പൊലീസുകാർ, പട്ടാളക്കാർ, മാധ്യമങ്ങൾ, രാഷ്ട്രീയക്കാർ, ആസൂത്രണവിദഗ്ധർ എന്നിവർക്കെതിരായ സാമൂഹ്യ പ്രതിരോധം വളർത്തിയെടുക്കേണ്ടതുണ്ട്. ദില്ലി സമരം സാമൂഹിക രീതിയിലേക്കല്ല സാമൂഹിക ഭീതിരാഹിത്യത്തിലേക്കായിരിക്കണം നമ്മെ നയിക്കേണ്ടത്.

ബലാൽസംഗങ്ങൾ ഉണ്ടാകുന്നത്

ഉർവശി ബൂട്ടാലിയ

ഇതെഴുതുന്നയവസരത്തിൽ ദില്ലി കൂട്ടബലാൽസംഗത്തിനെതിരായ പ്രക്ഷോഭങ്ങൾ രാജ്യത്തെങ്ങും തുടരുകയായിരുന്നു. തെരുവുകൾ പ്രക്ഷോഭകരാൽ നിറഞ്ഞു. ബലാൽസംഗക്കാരെ പിടികൂടണമെന്നും, ഒരു പാഠം പഠിപ്പിക്കണമെന്നും, ഷണ്ഡീകരിക്കണമെന്നും, തൂക്കിലിടണമെന്നും, സർക്കാർ ഫലപ്രദമായ നിയമനിർമാണം നടത്തണമെന്നും, അതിവേഗ കോടതികൾ സ്ഥാപിക്കണമെന്നും, പൊലീസ് നടപടിക്രമങ്ങൾ പരിഷ്കരിക്കണമെന്നും മറ്റും അവർ ആവശ്യപ്പെട്ടുകൊണ്ടിരുന്നു. മധുര ബലാൽക്കാര കേസിനുശേഷം ഇത്രയേറെ രോഷമുയരുന്നത് ആദ്യമായാണ്. പ്രധാന വ്യത്യാസം അന്ന് പ്രക്ഷോഭക്കാർ വനിതകളായിരുന്നു. ഇന്ന് വളരെ വ്യത്യസ്തമാണ്. ബലാൽസംഗങ്ങളും സ്ത്രീകൾക്കെതിരായ അതിക്രമങ്ങളും സ്ത്രീകൾമാത്രം കൈകാര്യംചെയ്യേണ്ട വിഷയമല്ലെന്നും സ്ത്രീകളും മറ്റ് ഒതുക്കപ്പെട്ട ജനവിഭാഗങ്ങളും ദൈനംദിനസമൂഹത്തിൽ അനുഭവിക്കുന്ന പ്രശ്നമായതിനാൽ സമൂഹത്തിന്റെ യാകെ ശ്രദ്ധ ഉണരേണ്ടതാണെന്നുമുള്ള ധാരണ ഇപ്പോൾവ്യാപകമായി.

അപരിചിതരാലല്ല...

രാഷ്ട്രീയക്കാരും നീതിപീഠങ്ങളും നിയമപാലകരും അഭിഭാഷകരും അറിയേണ്ട വസ്തുതകളുണ്ട്.

(1) 90 ശതമാനം ബലാൽക്കാരക്കാരും ഇരയ്ക്കു നേരിട്ടറിയാവുന്നവരോ ബന്ധുക്കളോ ആണ്. അതിനാൽ മരണശിക്ഷ ആവശ്യപ്പെടുമ്പോൾ നാം അച്ഛന്മാരെ, സഹോദരന്മാരെ, അമ്മാവന്മാരെ, ഭർത്താക്കന്മാരെ, അയൽക്കാരെയാണ് കൊല്ലണമെന്നാവശ്യപ്പെടുന്നത്. അപ്പോൾ നമ്മിൽ എത്രപേർ സംഭവം റിപ്പോർട്ടു ചെയ്യും? ഇപ്പോൾ റിപ്പോർട്ട് ചെയ്യ

പ്പെടുന്ന കേസുകൾപോലും അപ്രത്യക്ഷമാകുമോ?

(2) വധശിക്ഷ ഒന്നും തടയാൻ പര്യാപ്തമല്ല. വധശിക്ഷ ഏർപ്പെടുത്തിയതുവഴി കൊലപാതകങ്ങൾ കുറഞ്ഞിട്ടില്ല. വധശിക്ഷവഴി ഒരാളുടെ ജീവൻ എടുക്കാൻ ഭരണകൂടത്തിന് അവകാശമില്ല.

(3) ബലാൽസംഗങ്ങളിൽ വലിയൊരു ശതമാനം പൊലീസുകാർ നടത്തുന്നതോ കസ്റ്റഡിയിൽ സംഭവിക്കുന്നതോ ആണ്. ഈ പൊലീസുകാരെ നാം തൂക്കിക്കൊല്ലുമോ? അങ്ങനെയെങ്കിൽ ഒരുപാടുപേരെ തൂക്കിക്കൊല്ലേണ്ടിവരും.

പൊലീസ് നടപടിയുണ്ടാകണമെന്നതാണ് ഉയർന്നുകേൾക്കുന്ന ഒരാവശ്യം. എന്നാൽ ഒരുയർന്ന പൊലീസുദ്യോഗസ്ഥൻ ചൂണ്ടിക്കാട്ടിയ പോലെ കൂട്ടബലാൽക്കാരം നടത്തിയവരുടെ മനോഘടനയുള്ള പൊലീസുകാർ ഒരു സുപ്രഭാതത്തിൽ മനം മാറ്റം വന്ന് രക്ഷകരായിത്തരുമെന്ന് നാമെങ്ങനെ പ്രതീക്ഷിക്കും. ബലാൽക്കാരത്തെപ്പറ്റി ഉയർന്ന പൊലീസ് ഉദ്യോഗസ്ഥരുടെ അഭിപ്രായം എന്താണെന്ന് ദില്ലിയിലെ ഒരു പ്രാദേശിക പ്രസിദ്ധീകരണം ഒരുറിപ്പോർട്ട് നൽകിയിരുന്നു. 90 ശതമാനം പേരും സ്ത്രീകൾ അതിനർഹരാണെന്നാണ് അഭിപ്രായപ്പെട്ടത്. അവർ ഇത് ചോദിച്ചുവാങ്ങിയതാണ്. എന്തിനവൾ ഒറ്റയ്ക്ക് പുറത്തിറങ്ങി? മാന്യമായി വസ്ത്രം ധരിക്കാൻ പാടില്ലായിരുന്നോ? തുടങ്ങിയ ചോദ്യങ്ങൾ അവർ ഉന്നയിക്കുന്നു. സ്ത്രീശരീരത്തിനു നേരെയാണ് അക്രമണങ്ങളും ആരോപണങ്ങളും ഉണ്ടാവുന്നത്. കാണുന്നവർക്ക് കുഴപ്പമൊന്നും ഇല്ലെന്നുണ്ടോ? പകൽ സമയത്ത് സ്ത്രീകൾ ഇറങ്ങി നടക്കുന്നത് നിയമവിധേയവും രാത്രി നിയമവിരുദ്ധവുമാകുന്നത് എന്തുകൊണ്ടാണ്?

ജഡ്ജിമാർ നൽകുന്ന സൗജന്യങ്ങൾ

ജഡ്ജിമാരും അഭിഭാഷകരും പ്രതിഷേധകരിലുണ്ടായിരുന്നു. അതു നല്ലതാണ്. അതിന്റെ പ്രതിഫലം മികച്ചതാവുമെന്ന് കരുതാം. എന്നാൽ നിയമപഴുതുകളിലൂടെ കുറ്റക്കാർക്ക് രക്ഷപ്പെടാൻ വഴിയൊരുക്കുന്നത് അവരാണ്. കുറ്റക്കാർ ചെറുപ്പക്കാരാണെന്നും അവരുടെ മുന്നിൽ ഒരു ജീവിതകാലം മുഴുവനുണ്ടെന്നും മറ്റും കാണുന്നതാരാണ്? അപ്പോൾ പെൺജീവിതങ്ങൾക്ക് ഒരു വിലയും ഇല്ലേ?

ഇനി നമ്മുടെ രാഷ്ട്രീയക്കാർ. അവരിൽ എത്രപേർ ഇത്തരംകേസുകളിൽപ്പെട്ടവരാണ്? എന്തുകൊണ്ട് ഈ ചോദ്യം ആരും ചോദിക്കുന്നില്ല. മുസ്ലീം സ്ത്രീകളെ കൂട്ടത്തോടെ ബലാൽക്കാരം ചെയ്തു കൊന്നപ്പോൾ (അടുത്തപ്രധാനമന്ത്രിയാകാൻ കച്ചകെട്ടിയയാൾ) ഗുജറാത്ത് മുഖ്യമന്ത്രിയായിരുന്നു! അത്തരമൊരാളെ പ്രകീർത്തിക്കാനും കഴിയുന്നു! നമ്മുടെ രാഷ്ട്രീയക്കാർ ഈ വിഷയത്തെ. ചുരുങ്ങിയപക്ഷം ഗൗരവത്തോടെ, കാണുന്നെങ്കിലുമുണ്ടോ? എന്തുകൊണ്ടവർ പ്രക്ഷോകർക്കൊപ്പം ചേർന്നില്ല? അണ്ണാ ഹസാരെ ഉപവസിച്ച അവസരത്തിൽ ഇവരെല്ലാപേരും അവിടെയുണ്ടായിരുന്നല്ലോ? അവരെല്ലാം ഇപ്പോഴെവിടെപ്പോയി?

സ്ത്രീകൾക്കുനേരെയുള്ള വെറുപ്പ്

ബലാൽക്കാരങ്ങൾ എല്ലായിടങ്ങളിലും സംഭവിക്കുന്നു. വീട്ടിൽ അയൽപക്കങ്ങളിൽ, പൊലീസ് സ്റ്റേഷനുകളിൽ, നഗരങ്ങളിൽ, നാട്ടിൻപുറങ്ങളിൽ. അതിന്റെ തോത് ഉയരുകയും ചെയ്യുന്നു. പണത്തിന്റെ മൂല്യം കുറയുമ്പോഴും സമ്പദ്ഘടന മൂക്കുകുത്തുമ്പോഴും സമൂഹം മാറുമ്പോഴും, സമൂഹത്തിൽ സ്ത്രീകളുടെ പങ്ക് മാറുമ്പോഴും, എല്ലാം ബലാൽക്കാരങ്ങൾ മാറ്റം കൂടാതെ സംഭവിച്ചുകൊണ്ടിരിക്കുന്നു. പെൺഭ്രൂണങ്ങളെ നശിപ്പിക്കുന്നതിൽ നിന്നുതന്നെ വ്യക്തമാകുന്നത് സ്ത്രീകൾക്ക് എതിരായ അവഗണനയും വെറുപ്പും നമ്മുടെ സമൂഹത്തിൽ ആന്തരികമായും മൗലികമായും കുടികൊള്ളുന്നുവെന്നാണ്.

പ്രതിഷേധങ്ങൾ അത് സമൂഹത്തിന്റെ മനസ്സാക്ഷിയെ പിടിച്ചുകുലുക്കും. മാറ്റങ്ങൾക്ക് അത് കാരണമാകും. തങ്ങളും മാറ്റത്തിന്റെ ഭാഗമാണെന്ന വികാരം അവരതിൽ ജനിപ്പിക്കും. അടുത്തകാലത്തുണ്ടായ പ്രക്ഷോഭങ്ങൾക്ക് ചില ഫലങ്ങളെങ്കിലും ഉണ്ടാക്കാൻ കഴിയും– കുറഞ്ഞപക്ഷം അതിവേഗ കോടതികളെങ്കിലും. പക്ഷേ, കാഴ്ചപ്പാടുകളും പ്രധാനപ്പെട്ടതാണ്. ബലാൽക്കാരം ചെയ്തത് മണിപ്പൂരിലെയോ കാശ്മീരിലെയോ പട്ടാളക്കാരിയായിരുന്നെങ്കിൽ നാമിങ്ങനെ പ്രതിഷേധിക്കുമായിരുന്നോ? അവിടെ ദേശീയത രംഗപ്രവേശനം ചെയ്യും. പ്രതിഷേധിക്കാനുള്ള സാധ്യത ചുരുങ്ങും. ദില്ലിക്കരികിലുള്ള ചെറിയൊരു പട്ടണത്തിലായിരിക്കുകയും ഇര ഒരു ദളിതയായിരിക്കുകയും ചെയ്തിരുന്നെങ്കിൽ നമുക്കിത്ര രോഷമുണ്ടാകുമായിരുന്നോ? കൈരളിഞ്ചി ഓർക്കുന്നില്ലേ? എന്തുകൊണ്ട് ഒരമ്മയെയും മകളെയും അതിക്രൂരമായി ബലാൽക്കാരം ചെയ്തു കൊലപ്പെടുത്തിയത് നമ്മുടെ മനസ്സാക്ഷിയെ ഞെട്ടിച്ചില്ല?

ബലാൽസംഗത്തിനെതിരായി കൂട്ടായ ശബ്ദം ഉയരുന്നത് പ്രധാനം തന്നെ. പക്ഷേ ബലാൽക്കാരങ്ങൾ സ്വയമേവ സംഭവിക്കുന്നവയല്ല.

സ്ത്രീകളെ ലക്ഷ്യമാക്കി ദിനംപ്രതി നടക്കുന്ന അക്രമങ്ങൾ സമൂഹത്തിന്റെ പൊതുബോധത്തിൽ അന്തർലീനമായ അക്രമസ്വഭാവത്തെ കുറിക്കുന്നു. ഈ പ്രശ്നങ്ങൾക്കുള്ള പരിഹാരം മറ്റൊരാളിൽ നിന്നാണുണ്ടാകേണ്ടതെന്ന രീതിയിൽ കാണാതെ നമ്മുടെ ഉള്ളിലേക്കു നോക്കാനും ഇതിന് നാം ദൈനംദിനപ്രവർത്തനങ്ങളിലൂടെ സംഭാവന നൽകുന്നുണ്ടോയെന്നു പരിശോധിക്കാനുംകൂടി തയാറാകണം.

നമ്മുടെ സമൂഹം, നമ്മുടെ ആളുകൾ, എങ്ങനെയാണ് ബലാൽക്കാരത്തിന്റെ മനോഘടനയിലേക്ക് എത്തുന്നതെന്നും നിലനിർത്തുന്നതെന്നും നാം നമ്മോടുതന്നെ ചോദ്യങ്ങൾ ചോദിക്കണം. നമ്മുടെ ആണുങ്ങൾ എന്തുകൊണ്ട് അക്രമകാരികളാകുന്നു? എന്തുകൊണ്ടു നാം നമ്മുടെ സ്ത്രീകളെ ഇങ്ങനെ സ്ഥിരമായി ഉപദ്രവിക്കുന്നു? പ്രത്യേക പരിഗണനകൾ എങ്ങനെ അക്രമത്തിലേക്കു നയിക്കുന്നു എന്നും നമുക്ക് നമ്മോടു ചോദിക്കാം.

സ്ത്രീകൾക്കെതിരായ അതിക്രമങ്ങൾക്കെതിരെ കൂട്ടായ പ്രതിഷേധം ഉയരുന്നതിനൊപ്പംതന്നെ അത് ഏതുതരം സ്ത്രീകൾക്ക് എതിരായ അതിക്രമങ്ങൾക്കും എതിരെ ഉണ്ടാകുന്നു എന്നുറപ്പുവരുത്തണം. അവൾ പാവപ്പെട്ടവളാണെന്നോ പണക്കാരിയാണെന്നോ ഗ്രാമീണയാണെന്നോ നഗരത്തിലുള്ളതാണെന്നോ ഈ ജാതിയിലോ ആ ജാതിയിലോ ഈ മതത്തിലോ ആ മതത്തിലോ ഉള്ളതാണെന്നതൊന്നും പരിഗണനാവിഷയമാവരുത്. ആളുകളുടെ മനോഘടനയുടെ പേരിലോ സാമൂഹ വീക്ഷണവൈകല്യം മൂലമോ ഒരാളും കുറ്റം ചെയ്തിട്ട് രക്ഷപ്പെടാനും പാടില്ല. അക്രമങ്ങൾക്ക് ഇരയാകുന്ന പുരുഷന്മാർക്കുവേണ്ടിയും നമ്മുടെ പ്രതിഷേധം ഉയരണം. ദില്ലിയിൽ ബലാൽക്കാരത്തിനിരയായ പെൺകുട്ടിക്കൊപ്പം ഉണ്ടായിരുന്ന യുവാവും ആക്രമണത്തിനിരയായി എന്ന കാര്യം നാം വിസ്മരിച്ചുകൂടാ. അവനെപ്പറ്റിക്കൂടി നാം സംസാരിക്കുക.

ബലാൽസംഗങ്ങൾ തുടരുമ്പോൾ നാം എന്തു ചെയ്യുന്നു?

അതിഥി സാക്സൻ, സുനൈനകുമാർ

വാക്കുകൾക്ക് ഇപ്പോൾ അർഥം നഷ്ടപ്പെട്ടിരിക്കുന്നു. ദില്ലിയിലെ കൂട്ടബലാൽസംഗത്തെ തുടർന്ന് പൊതുവിൽ ഉയർന്നുകേട്ട വാക്കുകൾ ഇങ്ങനെ: ബലാൽസംഗം ഭീതിജനകവും ഹൃദയഭേദകവുമാണ്. ഇതു ചെയ്തവർ പിശാചുക്കളാണ്. മൃഗങ്ങളാണ്. ഭരണകൂടം അപര്യാപ്തവും നിർവികാരവുമാണ്. കുറ്റവാളികളെ ഷണ്ഡീകരിക്കുകയാണു വേണ്ടത്.

23 വയസുകാരിയായ ഒരു പെൺകുട്ടി. പാരാ മെഡിക്കൽ വിദ്യാർഥിനി. ആറുപേരാൽ ബലാൽസംഗം ചെയ്യപ്പെടുമ്പോൾ, ഇരുമ്പു ദണ്ഡ് തിരുകിക്കയറ്റി ആന്തരികാവയവങ്ങൾ തകർത്ത് മരണത്തിന്റെ പാതയിലേക്ക് വലിച്ചെറിയപ്പെട്ടതറിയുമ്പോൾ നമ്മുടെയുള്ളിൽ കനപ്പെടുന്ന രോഷത്തെ സാമൂഹ്യഘടനയുടെ ചിലന്തിവലയിൽ കുരുക്കി ഒരിക്കലും അഴിച്ചെടുക്കാനാവാത്തവിധത്തിൽ നാം നഷ്ടപ്പെടുത്തുകയാണോ?

നമ്മുടെ സമൂഹത്തിലെ നിയമജ്ഞർ, രാഷ്ട്രീയ പ്രവർത്തകർ, നയരൂപീകരണത്തിൽ ഏർപ്പെട്ടിരിക്കുന്നവർ, എഴുത്തുകാർ, ചിന്തകർ തുടങ്ങിയവരുമായി ഇക്കാര്യത്തെക്കുറിച്ചു സംസാരിച്ചു. ബലാൽസംഗത്തിന്റെ ഹിംസാത്മകരൂപങ്ങളും ഗൂഢപദ്ധതികളും ചുരുളഴിക്കുകയായിരുന്നു ഞങ്ങളുടെ ലക്ഷ്യം.

സ്ത്രീവിരുദ്ധതയുടെ ആവർത്തിക്കപ്പെടുന്ന നിശ്ശബ്ദതയ്ക്കെതിരെ പ്രതിഷേധമുയർത്താൻ നമ്മുടെ രോഷങ്ങൾക്കാകുമെന്ന പ്രതീക്ഷയോടെ ഞങ്ങളുടെ അന്വേഷണം ആരംഭിക്കുന്നു.

ബലാൽക്കാരങ്ങൾ അവസാനിക്കുവാൻ പോകുന്നില്ല. അതിനുള്ള അഞ്ചു കാരണങ്ങൾ

1. സ്ത്രീകളെ വെറുക്കുന്ന പുരുഷന്മാർ

ദുരഭിമാനഹത്യ, സ്ത്രീ ഭ്രൂണഹത്യ, സ്ത്രീധനമരണങ്ങൾ ആസിഡ് ആക്രമണങ്ങൾ, പരസ്യമായ വസ്ത്രാക്ഷേപങ്ങൾ, പൂവാല ശല്യങ്ങൾ, ലൈംഗികാതിക്രമങ്ങൾ...

നമ്മുടെ നാട്ടിലെ പുരുഷന്മാർ സ്ത്രീകൾക്കെതിരായ വെറുപ്പ് പ്രകടിപ്പിക്കുന്ന ചില ഉദാഹരണങ്ങൾ മാത്രമാണിവ. സ്ത്രീവിരുദ്ധതയുടെ ചില രൂപങ്ങൾ ഓരോ രാജ്യത്തിന്റെയും സവിശേഷതയനുസരിച്ച് നിലനിൽക്കുന്നുണ്ടാവും. എന്നാൽ ഇന്ത്യയിൽ, സ്ത്രീയെ പീഡിപ്പിക്കുകയോ അപമാനിക്കുകയോ ബലാൽക്കാരം ചെയ്യുകയോ ചെയ്തിട്ട് അയാൾക്ക് ഒരു വിജയിയെപ്പോലെ ആണത്വം ആഘോഷിച്ച് കടന്നുപോകാനാകുന്നു. ആക്ടിവിസ്റ്റായ ഗൗതം ഭാൻ (Gautam Bhan) ചൂണ്ടിക്കാട്ടിയപോലെ സ്ത്രീ തനിക്കവകാശപ്പെട്ടതാണെന്ന ധിക്കാരത്തിന്റെയും, ഒരിക്കലും ശിക്ഷിക്കപ്പെടില്ല എന്ന അഹങ്കാരത്തിന്റെയും സംയുക്തഭാവത്തിലാണ്, ഇന്ത്യൻ സംസ്കാരത്തിൽ, സമകാലിക ആണത്ത പ്രകടനത്തിന്റെ അടിവേര് കുടികൊള്ളുന്നത്. ജീവശാസ്ത്രപരമായി നോക്കിയാൽ പുരുഷൻ അക്രമിയായല്ല ജനിക്കുന്നത്. നാമവരെ അങ്ങനെയാക്കിത്തീർക്കുകയാണ്. ഞങ്ങൾ ആവശ്യപ്പെടും, ഞങ്ങൾ എടുക്കും, ഞങ്ങൾ ജയിക്കും, ഞങ്ങൾ കീഴടക്കും എന്നു ചിന്തിക്കാൻ പ്രേരിപ്പിക്കുന്ന രീതിയിലാണ് ആൺകുട്ടികൾ നമ്മുടെ സമൂഹത്തിൽ വളർത്തപ്പെടുന്നത്. സ്ത്രീകൾക്കെതിരായ അക്രമം അഴിച്ചുവിടുന്നവനെതിരെയല്ല സ്ത്രീയുടെ സ്വഭാവത്തെപ്പറ്റിയായിരിക്കും അവർക്കെതിരായ അക്രമത്തെപ്പറ്റിയുള്ള എല്ലാ ചർച്ചകളും ചെന്നെത്തുന്നത്. അവൾ ആവശ്യപ്പെട്ടതനുസരിച്ചാണ് എല്ലാം നടന്നതെന്നുള്ള വിശദീകരണം എപ്പോഴും ഈ ചർച്ചകളിൽ ഉയർന്നു വരാറുണ്ട്. സ്ത്രീകൾക്കായുള്ള ദേശീയ കമ്മീഷൻപോലും ഉപദേശിക്കുന്നത് സ്ത്രീ, വസ്ത്രം ധരിക്കുന്ന കാര്യത്തിൽ ജാഗ്രത പുലർത്തണമെന്നാണ്. അക്രമികൾക്ക് എപ്പോഴും കുടുംബത്തിന്റെയോ കുലത്തിന്റെയോ ജാതിപഞ്ചായത്തിന്റെയോ പിന്തുണ ലഭിക്കും. കൽപ്പിച്ചു നൽകിയിട്ടുള്ള നാലതിരുകൾക്കു പുറത്ത് സ്ത്രീ വ്യാപരിക്കുമ്പോൾ പുരുഷ കേന്ദ്രീകൃത സമൂഹം പ്രതികരിക്കുന്ന രീതിയിലേക്കാണ് നഗരങ്ങളിൽനിന്നും റിപ്പോർട്ട് ചെയ്യപ്പെടുന്ന ബലാൽക്കാരകേസുകൾ വിരൽചൂണ്ടുന്നത്. അഭിഭാഷികയായ റബേക്കാ ജോൺ ഇപ്രകാരം പറയുന്നു:

> സ്ത്രീക്കുമേൽ അധികാരം സ്ഥാപിക്കാൻ വെമ്പുന്ന ഒരു അടിസ്ഥാന പുരുഷഘടകം ബലാൽക്കാരത്തിനു പിന്നിൽ പ്രവർത്തിക്കുന്നുണ്ട്. ഇതുവഴി ഈ പ്രപഞ്ചത്തിന്റെയാകെ അധികാരി താനാണെന്ന് പുരുഷൻ സ്ത്രീയെ സദാ ഓർമപ്പെടുത്തുകയാണ്.

> സ്ത്രീയെ എല്ലായ്പ്പോഴും രണ്ടാംതരക്കാരിയാക്കിക്കൊണ്ട്, വീട്ടിലും തെരുവിലും പൊതു ഇടങ്ങളിലും പുരുഷകോയ്മ സ്ഥാപിക്കപ്പെട്ടിരിക്കുകയാണ്. വൈവാഹിക പീഡനം, കുഞ്ഞുങ്ങളെ ലൈംഗികമായി ചൂഷണം ചെയ്യൽ, ലൈംഗികാതിക്രമങ്ങൾ എല്ലാം ഒളിച്ചുവയ്ക്കപ്പെട്ട വിഷയങ്ങളായി തുടരുന്നു. എന്നാൽ കണക്കുകൾ സൂചിപ്പിക്കുന്നത് ഇന്ത്യയിൽ നടക്കുന്ന ബലാൽസംഗങ്ങളിൽ 80 ശതമാനവും പരിചയക്കാർ തന്നെയാണ് ചെയ്യുന്നത് എന്നാണ്.

2. ഭരണസംവിധാനത്തിന്റെ പരാജയം

ഭരണസംവിധാനത്തിന്റെ പരാജയം വ്യക്തമാക്കുന്ന സംഭവമായിരുന്നു ഗുവഹാട്ടിയിലെ തെരുവ് മാനഭംഗം. ഇരയെ സമൂഹം പൂർണമായി കൈയൊഴിയുകയായിരുന്നു. ലോക്കൽ പൊലീസ് സ്റ്റേഷനിലേക്കു വിളിച്ചപ്പോൾ പ്രതികരിച്ചില്ല. ജനരോഷമുയർന്നിട്ടും വീഡിയോദൃശ്യങ്ങളുണ്ടായിട്ടും പൊലീസിന് അന്വേഷണമാരംഭിക്കാൻ രണ്ടുദിവസം വേണ്ടിവന്നു. പിന്നീട് വന്ന പൊലീസ് മൊഴികൾ പരിഹാസ്യമാംവിധം അലംഭാവം നിറഞ്ഞതായിരുന്നു. മുഖ്യമന്ത്രി ഇത് തന്റെ രാഷ്ട്രീയ വിരോധികൾക്കു മുന്നിൽ മേൽക്കൈനേടാൻ ഉപയോഗപ്പെടുത്തി. ഇതിനെല്ലാം പുറമേ ദേശീയ വനിതാകമ്മീഷൻ ഇരയുടെ പേരുവിവരങ്ങൾ മാധ്യമങ്ങൾക്കു നൽകുകയും ചെയ്തു.

സെന്റർ ഫോർ അഡ്വക്കസി ആന്റ് റിസർച്ചിലെ അഖിലാ ശിവദാസ് ഇങ്ങനെ പറയുന്നു:

> സ്ത്രീ സുരക്ഷ ഉറപ്പ് വരുത്താൻ മതിയായ നിയമ പരിരക്ഷയില്ല. ദില്ലി സംഭവത്തിന്റെ പശ്ചാത്തലത്തിൽ നിയമത്തിലെ പഴുതുകൾ അടയ്ക്കപ്പെടണം. ഭരണകൂടം ഇപ്പോഴും നിസ്സംഗമാണ്. ദില്ലിയിലെ മുഖ്യമന്ത്രി സ്ത്രീകൾക്ക് കർഫ്യൂ സമ്മാനിച്ചിരിക്കുന്നു. ഒരു നിശ്ചിത സമയത്തിനുള്ളിൽ സ്ത്രീകൾ വീട്ടിലെത്തിയിരിക്കണം. തെരുവ് സുരക്ഷിതമാക്കാൻ അവർക്ക് കഴിയില്ലത്രെ! നിരന്തര ഭീഷണിയുടെയും അരക്ഷിതാവസ്ഥയുടെയും നടുവിൽ വേണം സ്ത്രീകൾ ജീവിക്കുവാൻ. പുറത്തുപോകണോ? എവിടെ പോകണം? എങ്ങനെ വസ്ത്രം ധരിക്കണം? അവളുടെ ഉൾക്കണ്ഠകൾ അവസാനിക്കുന്നില്ല!

എഴുത്തുകാരിയായ നീലാഞ്ജന റോയിക്കു പറയാനുള്ളത് ഇങ്ങനെ:

> ബഹുഭൂരിപക്ഷം ഇന്ത്യൻ സ്ത്രീകൾക്കും സുരക്ഷയില്ല. നിങ്ങൾ വീട്ടിൽ സുരക്ഷിതയല്ല. തെരുവിൽ സുരക്ഷിതയല്ല. എവിടെയാണ് നിങ്ങൾക്ക് സുരക്ഷ? ഇന്നാട്ടിലെ സ്ത്രീകൾക്ക് അപാരമായ എതി

രിടൽശേഷിയുണ്ട്. പക്ഷേ, ദിനവും നമ്മൾ എതിർക്കാതെ കഴിഞ്ഞു കൂടാൻ ഇഷ്ടപ്പെടുന്നു!

3. വൈകിയതും നിഷേധിക്കപ്പെട്ടതുമായ നീതി

ദില്ലി സംഭവത്തിൽ സത്വര നീതി ലഭിക്കണമെന്ന ആവശ്യം ഉയർന്ന തിനു പിന്നിൽ രാഷ്ട്രീയ ഇച്ഛാശക്തി പ്രകടമാണ്. ഇതൊരു സവിശേഷ സാഹചര്യമത്രെ. ദേശീയ ക്രൈം റെക്കോഡ് ബ്യൂറോയുടെ കണക്കു കൾ പ്രകാരം 2011 ലെ ബലാൽക്കാര കേസുവിധികളിലെ ശിക്ഷ 26 ശതമാനം മാത്രം. ഇതിൽനിന്നും മനസിലാക്കാവുന്നത് ഭൂരിപക്ഷം ഇര കൾക്കും നീതി നിഷേധിക്കപ്പെടുന്നുവെന്നും നമ്മുടെ നിയമ നീതി നിർവ ഹണ സംവിധാനങ്ങളെപ്പറ്റി ഒരു പുനഃപരിശോധന ആവശ്യമുണ്ടെന്നു മാണ്. ശിക്ഷയുടെ തോതു കുറയുന്നതാവാം ഇരകൾ കോടതികളിൽ പോകാൻ മടിക്കുന്നതിനും വേട്ടക്കാർ സധൈര്യം വിഹരിക്കുന്നതിനും പ്രധാന കാരണം.

അഭിഭാഷകയായ റബേക്ക ജോൺ പറയുന്നു:

> നമുക്ക് ദില്ലിയിൽ മാത്രം അഴിമതിക്കെതിരെ 26 പ്രത്യേക കോട തികൾ പ്രവർത്തിക്കുന്നുണ്ട്. അമിത ജോലിഭാരമുള്ള ക്രിമിനൽ കുറ്റനീതി നിർവഹണ വ്യവസ്ഥയിന്മേൽ ഇത് കൂടുതൽ ഭാരം അടിച്ചേൽപ്പിക്കുന്നു. സാധാരണ ക്രിമിനൽ കോടതികൾ ദിനം പ്രതി 30-40 കേസുകൾ കൈകാര്യം ചെയ്യേണ്ടി വരുന്നു. ഏതൊരു ഘട്ടത്തിലും കോടതികളിൽ പലപല തട്ടുകളിലായി നൂറു ബലാൽക്കാരക്കേസുകളെങ്കിലുമുണ്ടാവും. അഴിമതി പ്രധാനം തന്നെ. എന്നാൽ അത് ബലാൽക്കാരംപോലെ ജീവിതത്തെ നേരിട്ട് ബാധിക്കുന്നതല്ല.

ലിംഗനീതിയും അതുമായി ബന്ധപ്പെട്ട കുറ്റങ്ങളും കൃത്യതയോടെ കൈകാര്യം ചെയ്യപ്പെടുന്നില്ല. സാംസ്കാരിക യാഥാർഥ്യങ്ങളോട് ഉത്ത രവാദിത്വത്തോടെ പ്രതികരിക്കാൻ ഇന്നത്തെ നീതിനിർവഹണ സംവി ധാനം തികച്ചും അപര്യാപ്തമാണ്.

നിയമജ്ഞനായ മധു മെഹ്റ ഒരു പ്രത്യേക സംഭവം എടുത്തുകാ ട്ടുന്നു.

സ്ത്രീകളെ പൊതുസ്ഥലത്തുവച്ച് വിവസ്ത്രരാക്കി പരേഡ് ചെയ്യിച്ച സംഭവം.

> സ്ത്രീയുടെ അന്തസ്സിനു നേരെയുള്ള നിഷ്ഠുരമായ കുറ്റകൃത്യ മായി ഇതിനെ പരിഗണിക്കാറില്ല. ലൈംഗികാതിക്രമങ്ങളെ തരം തിരിക്കേണ്ടിവരുമ്പോൾ കുറ്റകൃത്യങ്ങളുമായി ബന്ധപ്പെടുത്തുക യാണ് പതിവ്. അതുമായി ബന്ധപ്പെടുത്തി മാത്രം ശിക്ഷ വിധി ക്കുന്നു. ഇതെല്ലാം ഇങ്ങനെ ഭാവനയ്ക്കുവിടാവുന്ന കാര്യമല്ല.

4. സ്ത്രീയുടെ വാർപ്പു മാതൃകകൾ

സ്ത്രീകൾക്കെതിരായ അതിക്രമങ്ങൾ ഒറ്റപ്പെട്ട സാഹചര്യങ്ങളിലല്ല സംഭവിക്കുന്നത്. നിയമവാഴ്ചയുടെയും ഭരണ സംവിധാനത്തിന്റെയും തകർച്ചയെ അടിവരയിടുമ്പോൾത്തന്നെ മാധ്യമങ്ങൾ സൃഷ്ടിച്ചെടുക്കുന്ന ജനപ്രിയ സംസ്കാരം സ്ത്രീയെ വസ്തുവൽക്കരിച്ച് അവൾക്കെതിരായി ലിംഗപരമായ മുൻവിധി ഉൽപ്പാദിപ്പിക്കുന്നു എന്ന വസ്തുത വിസ്മരിക്കാൻ പാടില്ല. ആൺകുട്ടികൾ സ്ത്രീകളെപ്പറ്റി അവരുടെ അവയവം തിരിച്ച് സംസാരിക്കുമ്പോൾ അവൻ കുട്ടികളല്ലേ എന്ന ഒഴുക്കൻ ന്യായം പറഞ്ഞ് നാം അതിനെ അവഗണിക്കുന്നു. ചലച്ചിത്രങ്ങളിൽ സ്ത്രീകളെ കളിയാക്കലിന്റെ പേരിൽ അപമാനിക്കുമ്പോൾ നാം അത് കേവല വിനോദമെന്നനിലയിൽ സ്വീകരിക്കുന്നു. ടി വി പരിപാടികളും പരസ്യങ്ങളും സ്ത്രീകളെ സംബന്ധിച്ച വാർപ്പുമാതൃകകൾ പ്രചരിപ്പിക്കുമ്പോൾ നമ്മൾ അതിനെ ചോദ്യം ചെയ്യുന്നു പോലുമില്ല.

മനശ്ശാസ്ത്രജ്ഞനായ സുധീർ കാക്കർ പറയുന്നു:

> ശരീരത്തെ ഒരു വിനോദ മേഖലയായി മാധ്യമങ്ങൾ കൊണ്ടാടുന്നത് വഷളത്തരം തന്നെയാണ്.

അടുത്തകാലത്ത് പൊലീസ് ഒരു പരസ്യചിത്രം ചെയ്തു. അതിൽ സ്ത്രീകളെ സംരക്ഷിക്കാൻ 'ഒരു പുരുഷനാകൂ' എന്ന് ആഹ്വാനം ചെയ്യുകയാണ്! 'സ്ത്രീകൾക്ക് പുരുഷന്മാരുടെ സംരക്ഷണം വേണ്ട. സ്ത്രീകളെ അപമാനിക്കുന്ന ആശയങ്ങൾക്കെതിരെ പോരാടുകയാണ് വേണ്ടത്." "ആൾ ഇന്ത്യാ പ്രോഗ്രസീസ് വുമൺസ് അസോസിയേഷൻ നേതാവ് കവിതാ കൃഷ്ണൻ പറഞ്ഞു:

> മസ്തിഷ്ക പ്രക്ഷാളനം വ്യാപകമാവുകയാണ്. സ്ത്രീകളെ അപമാനിക്കലാണ് വിനോദമെന്ന് അവർ പറയുന്നു. നിങ്ങളവളെ മോശക്കാരിയായി ചിത്രീകരിക്കുന്നു. അവളെ അപമാനിക്കുന്നു. പക്ഷേ, ദിനാന്ത്യത്തിൽ നിങ്ങൾ അവൾക്ക് ഒപ്പം ചേരുന്നു! ബോളിവുഡ് ചലച്ചിത്രങ്ങളിലെ കഥാപാത്രങ്ങളെപ്പറ്റി ചലച്ചിത്രകാരനായ ഒണിർ പറഞ്ഞു.

5. ഞാൻ ഞാൻ മാത്രം

> നഗരവൽക്കരണവും സമൂഹത്തെപ്പറ്റിയും സംസ്കാരത്തെപ്പറ്റിയുമുള്ള ധാരണകൾ ദുർബലപ്പെടുന്നതും വർധിച്ചു വരുന്ന സ്ത്രീപീഡനങ്ങൾക്ക് ഇടവരുത്തുന്നുണ്ട്. മുംബൈയും ബംഗളൂരുവും പോലുള്ള മെട്രോ നഗരങ്ങൾ പ്രധാന വ്യവസായ കേന്ദ്രങ്ങൾ കൂടിയാണ്. ഇവിടെ വ്യത്യസ്ത സാമൂഹ്യ-സാംസ്കാരിക-സാമ്പ

> ത്തിക സാഹചര്യങ്ങളിൽപ്പെട്ട ലക്ഷക്കണക്കിന് കുടിയേറ്റക്കാരുണ്ട്.

അഖിലാ ശിവദാസ് തുടർന്നു:

> നഗരങ്ങൾ സന്തുലിതാവസ്ഥ നഷ്ടപ്പെട്ട് ചിതറുന്നു. ഒരു സമൂഹമാണെന്ന ബോധം നഷ്ടപ്പെടുന്നു. ഓരോ മനുഷ്യനും ഇവിടെ ഏകനാണ്. അജ്ഞാതനാണ്. ഞാനെന്ന പ്രതിഭാസം അടക്കിവാഴുന്നു. വർധിച്ചുവരുന്ന സാമ്പത്തിക അസമത്വം വലിയൊരു വിഭാഗത്തിന്റെ രോഷത്തിലേക്കും ഈ രോഷം പലപ്പോഴും സ്ത്രീകൾക്ക് എതിരായ ലൈംഗികാതിക്രമങ്ങളായി പരിണമിക്കുന്നതിലേക്കും നയിക്കുന്നതായി കാണാം. എരിതീയിൽ എണ്ണയൊഴിക്കും പോലെയാണ് പാശ്ചാത്യ നാടുകളുടെ വികൃതാനുകരണമായ നമ്മുടെ നഗരവൽക്കരണ സങ്കൽപ്പങ്ങൾ.

സാമൂഹ്യശാസ്ത്രജ്ഞനായ സുധീർ കാക്കർ ഇങ്ങനെ ചൂണ്ടിക്കാട്ടുന്നു:

> സ്ത്രീയുടെ തുല്യതയും വിമോചനവും (പ്രത്യേകിച്ച് അശ്ലീല പരിസരങ്ങളിൽ നിന്നുമുള്ള) സ്വാഗതം ചെയ്യപ്പെടുകയും ശക്തിയോടെ മുന്നോട്ടു കൊണ്ടുപോകുകയും വേണം. എന്നാൽ ഈ ആശയം വികൃതമായി ഫാഷൻ, സൗന്ദര്യം, ലൈംഗികത തുടങ്ങിയ പാശ്ചാത്യ വഴക്കങ്ങൾക്കടിപ്പെട്ട് നടപ്പാക്കാൻ നോക്കിയാൽ ആ ആശയങ്ങളുടെ കരുത്തുതന്നെ ചോർന്നു പോകുകയും അത് ഉപരിപ്ലവവും വിലകുറഞ്ഞതും പരിഹാസ്യവുമായി മാറുകയും ചെയ്യും.

സ്ത്രീസുരക്ഷയ്ക്കുവേണ്ടി നാം ഉറപ്പാക്കേണ്ട 5 കാര്യങ്ങൾ

1. മുദ്രകുത്തി മാറ്റാതെ സൂക്ഷ്മസംവേദനം ഉറപ്പാക്കുക.

സമൂഹത്തിന്റെ മുന്നണികളിലുള്ളവർക്ക്-ആശുപത്രികൾ പൊലീസ് സ്റ്റേഷനുകൾ, ചെറുകിട ഉദ്യോഗസ്ഥർ, അഭയസങ്കേതങ്ങളിലെ സഹായികൾ, കൗൺസിലിംഗ് സെന്ററുകൾ തുടങ്ങിയവർക്കും/സ്ഥാപനങ്ങൾക്കും മികച്ച പരിശീലനം നൽകണമെന്ന ആവശ്യം സമൂഹത്തിൽ ഉയരുന്നു.

കോടതി മുറികളിൽ നേരിട്ടനുഭവമുള്ള അഭിഭാഷകൻ ത്രിദീപ് പയിസ് പറയുന്നത് ഇങ്ങനെ:

> കോടതി ജീവനക്കാരും ടൈപ്പിസ്റ്റുമാരും ഡിഫൻസ് കൗൺസിലും ബലാൽസംഗ കേസുകൾ കാമോദ്ദീപകമായ കിംവദന്തികളായാണ് കണക്കാക്കുന്നത്. ചില ആളുകൾ ഇനി പഠിപ്പിക്കാനാകാത്തവിധം

> മാറിപ്പോയിരിക്കുന്നു എന്ന മനോഭാവം തിരുത്തപ്പെടണം. കുടുംബങ്ങളിലെ ഇടുങ്ങിയ മനോഭാവവും സാഹചര്യവും ഇതിനനുയോജ്യമല്ലെങ്കിൽ ഒരു ക്ലാസ്റൂം, പൊലീസ് സ്റ്റേഷൻ, ടെലിവിഷൻ എന്നീ സംവിധാനങ്ങൾ ഉപയോഗപ്പെടുത്താം.

അഭിഭാഷകനായ കരുണാനന്ദിയുടെ അഭിപ്രായത്തിൽ

> നാം ക്ലാസിന്റെ മൂലയിലിരിക്കുന്ന ഒരു ദളിത് വിദ്യാർഥിയെ വിഭാവനം ചെയ്യുക. അവൻ വിവേചനപരമായ ഒരു കാർട്ടൂൺ കാണുന്നു.

തന്റെ ചരിത്രപുസ്തകത്തിൽ റാണി ലക്ഷ്മിഭായിയെയും സരോജിനി നായിഡുവിനെയും മാത്രം കാണുന്ന ഒരു പെൺകുട്ടിയെപ്പറ്റിയും ചിന്തിക്കൂ. ലിംഗ തുല്യതയെ ഉയർത്തിപ്പിടിക്കുന്ന ആശയങ്ങൾ ഉൾക്കൊള്ളുന്ന പാഠ്യപദ്ധതി വളരെയേറെ നല്ല ആയുധമായിരിക്കും. പുരുഷന്മാർ സംരക്ഷകരാകണം എന്ന ആശയത്തെ എതിർക്കുന്നു എന്നതുകൊണ്ട് അവരുമായി സഹകരിക്കാനേ ആവില്ലെന്ന് അർഥമില്ല. സ്ത്രീകൾക്കെതിരായ അക്രമം നടത്തുന്നവനെന്ന നിലയ്ക്കല്ല സ്ത്രീകൾ വീട്ടിലും പൊതു ഇടങ്ങളിലും അനുഭവിക്കുന്ന രണ്ടാംതരം പൗരത്വം എന്ന വെല്ലുവിളിക്കുള്ള പരിഹാരമെന്ന നിലയ്ക്കായിരിക്കണം ആ സഹകരണം.

2. സ്ത്രീകൾ ഹവ്വമാരല്ല. ഇത് കളിയാക്കലുമല്ല.

അഭിഭാഷകയായ മധു മെഹ്റ നിലവിലുള്ള നിയമത്തെപ്പറ്റി വിമർശനമുള്ളവളാണ്.

> ലിംഗപ്രവേശനം ഉണ്ടായാൽ മാത്രമേ ബലാൽക്കാരം നടന്നു എന്ന് പറയാനാവൂ (ദില്ലി പെൺകുട്ടിക്കുസംഭവിച്ചതുപോലെ മറ്റുവിധത്തിലുള്ള അതിക്രമമാണ് നടക്കുന്നതെങ്കിൽ പരമാവധി ലഭിക്കാവുന്ന ശിക്ഷ സ്ത്രീത്വത്തിനു നേരെയുള്ള കടന്നുകയറ്റത്തിലുള്ള രണ്ടു വർഷത്തെ തടവാണ്). എങ്കിൽ ആ നിയമം നീതി ലഭിക്കുന്നതിനുള്ള തടസമാണ്. മറച്ചു പിടിച്ച നാണഭാവേന സ്ത്രീകളുടെ 'അന്തസെ'ന്നും 'ചാരിത്ര്യ'മെന്നും പറഞ്ഞ് സ്ത്രീയെ അനിശ്ചിതമായ മഹത്വങ്ങൾ പേറുന്ന വെറും പാത്രങ്ങളാക്കുന്നു. മറ്റുള്ളവരുടെ സദാചാര താളത്തിനനുസരിച്ച് അവളെ നൃത്തം ചെയ്യുന്നു.

ബലാൽക്കാരം സംബന്ധിച്ച പദങ്ങൾ സ്പഷ്ടമാവണം, അത്രെ ആഴത്തിൽ അസ്വസ്ഥജനകമാണെങ്കിലും. കാരണം ഔചിത്യത്തിന്റെ മറപറ്റിയെത്തുന്നത് ലൈംഗികതയുടെ മറ്റൊരട്ടികൂടിയാവും. ആത്മബോധമുള്ള എഴുത്തുകാരിയും ബ്ലോഗെഴുത്തുകാരിയുമായ മീനാക്ഷി റെഡ്ഡി മാധവൻ കണ്ടെത്തിയത് ദില്ലിയിലെ യുവാക്കൾ കാറിലെ ഹോൺ മുഴക്കുന്നത് ഒരു കോഡുഭാഷയിലാണെന്നാണ്. അവരുടെ ഹോൺ ഡീ

കോഡ് ചെയ്യുമ്പോൾ സിദ്ധിച്ചതിപ്രകാരമത്രെ. "പക്കഡ് പക്കഡെ... ഛോഡ് ദോ.. (അവരെ പിടിക്കൂ. ഉപയോഗിക്കൂ.. വലിച്ചെറിയൂ)" മീനാക്ഷിയെപ്പോലൊരാൾക്കു പോലും അതിന്റെ പൊരുൾ പിടികിട്ടാൻ വൈകി, ഇത് സ്ത്രീക്കെതിരായ വെറുപ്പിന്റെയും അക്രമത്തിന്റെയും പ്രയോഗമാണെന്ന്. അത്തരം പ്രകടനങ്ങൾക്ക് സമൂഹം ആവശ്യത്തിലധികം സൗജന്യം അനുവദിക്കുകയാണ് (റാപ്പ് സംഗീതജ്ഞനായ ഹണി സിംഹത്തിന്റേത് ഇപ്രകാരമൊന്നാണ്.) ഈ പ്രവണതകളെ സ്പഷ്ടമായ ഭാഷയിലേ നേരിടാനാവൂ. സ്ത്രീകളെ ശല്യം ചെയ്യുന്നത് ലൈംഗികാതിക്രമമാണ്. അപമാനിക്കലാണ്. ഈവ്ടീസിങ് എന്നതിന് *ബൈബിൾ* സന്ദർഭങ്ങളുമായി വിദൂര ബന്ധംപോലുമില്ല. ഇതിൽ ഒരു തമാശയുമില്ല. ഇത് ഈവ്ടീസിങ്ങല്ല. സ്ത്രീകൾ ഹവ്വമാരുമല്ല.

3. വേണ്ടത് ശരിയായ ചോദ്യവും ശരിയായ ഉത്തരവും

തീരുമാനമെടുക്കാൻ അധികാരപ്പെടുന്നവരുടെ "ആവശ്യമായിവരുന്ന നടപടികൾ" "സാർവത്രിക അപലിക്കൽ" തുടങ്ങിയ പറച്ചിലുകളടങ്ങിയ ഐക്യദാർഢ്യപ്രകടനങ്ങൾ അവരുടെ ഹൃദയത്തിൽ നിന്നാണു വരുന്നതെന്ന് തോന്നിക്കും; അവർ നടപടിയൊന്നുമെടുക്കുകയില്ലെങ്കിലും. ദില്ലി സംഭവത്തിൽ ഉൾപ്പെട്ട ചാർട്ടേഡ് ബസ് പൊലീസ് കസ്റ്റഡിയിലെടുത്ത് അന്വേഷണത്തിനായി കസ്റ്റഡിയിൽ എടുക്കൽ ഒരു സ്വാഭാവിക നടപടി മാത്രമാണ്. എന്നാൽ ഷീലാ ദീക്ഷിത് ചാർട്ടേഡ് ബസുകൾക്കെല്ലാം നിരോധനമേർപ്പെടുത്തിയത്, വലിയ കാര്യങ്ങൾ ചെയ്യുന്നു എന്നു തോന്നിക്കാനായിട്ടാണ്. സാമ്പത്തിക, സാമൂഹ്യ ഘടകങ്ങളുടെ പ്രവർത്തനം സസൂക്ഷ്മം നിരീക്ഷിച്ചാൽ മെട്രോ നഗരങ്ങളിലെ സാമൂഹ്യ ജീവിതം എപ്രകാരം തകർക്കപ്പെട്ടിരുന്നു എന്നു കാണാം.

ഗ്രാമങ്ങളിൽ നടക്കുന്ന ബലാൽക്കാരങ്ങൾ റിപ്പോർട്ടു ചെയ്യപ്പെടാതിരിക്കാനായി പ്രവർത്തിക്കുന്ന ശക്തികൾ ഏതെന്നു വിശകലനം ചെയ്യുമ്പോൾ, കിരൺബേഡി തുടങ്ങിവച്ച സിറ്റിസൻ വാർഡന്മാരുടെ പ്രവർത്തനക്ഷമത പരിശോധനയ്ക്കുവിധേയമാക്കുമ്പോൾ, യഥാർഥ കാരണങ്ങൾ കണ്ടെത്താനാവും. നീലാഞ്ജന റോയിയെപ്പോലുള്ള ഗവേഷകർ പറയുന്നത് അസന്തുലിതമായ സ്ത്രീ-പുരുഷ അനുപാതം അക്രമത്തിലേക്കു നയിക്കുമെന്നാണ്. സ്ത്രീകൾക്കെതിരായ അതിക്രമങ്ങൾ കുറഞ്ഞുവരുന്നതായി കാണുന്ന പ്രദേശങ്ങൾ അടയാളപ്പെടുത്തണം. വ്യത്യസ്തത കാണിക്കുന്ന ഇടങ്ങൾ പ്രത്യേകം ശ്രദ്ധിച്ച് അവിടെ ശക്തമായ പ്രചാരണ പരിപാടികൾ സംഘടിപ്പിക്കണം. ആസൂത്രിതമായ സുരക്ഷാപദ്ധതികൾ അവിടെ നടപ്പിലാക്കണം.

4. നിങ്ങളുടെ വായ എവിടെയോ അവിടെ പണമിടുക

2011 ൽ ദേശീയ വനിതാ കമ്മീഷന്റെ ഒരു റിപ്പോർട്ടിലെ ലിംഗനീതി നടപ്പിലാക്കുന്നതു സംബന്ധിച്ച് പരിശീലന മോഡ്യൂളുകൾ തയാറാക്ക

ണമെന്ന നിർദേശവും ദില്ലിയിലെ മുപ്പത് ഉയർന്ന പൊലീസ് ഉദ്യോഗസ്ഥർക്കിടയിൽ തെഹൽക്ക നടത്തിയ സ്റ്റിങ് ഓപ്പറേഷൻ ഫലവും തമ്മിൽ വലിയ അന്തരമില്ല. എന്നാൽ ഇതിനായി ചെലവാക്കിയ പണം കമഴ്ത്തിവച്ച കുടത്തിൽ വെള്ളമൊഴിച്ചപോലെയായി. ഇതിനായി മാറ്റിവച്ചതുക ലിംഗ ഭീകരതയ്ക്കെതിരായി വിനിയോഗിക്കപ്പെടണമെന്നാണ് അഭിഭാഷികയായ മധു മെഹ്റയുടെ അഭിപ്രായം. ഏതെല്ലാംതരം പെരുമാറ്റങ്ങളാണ് റിപ്പോർട്ട് ചെയ്യപ്പെടേണ്ടതെന്ന് മുൻകൂട്ടി പ്രഖ്യാപിക്കുക. സുവ്യക്തമായ പ്രചാരണങ്ങൾ പൊതു ഇടങ്ങളിലും മാധ്യമങ്ങളിലും വരുത്തണം. ആവശ്യമുള്ള പണം സിവിൽ കോടതികളിലേക്ക് തിരിച്ചുവിടണം. അവിടെനിന്നും സ്ത്രീകൾ നേരിടുന്ന മാനസികവും ശാരീരികവുമായ അതിക്രമങ്ങൾക്ക് നഷ്ടപരിഹാരം നൽകാൻ വ്യവസ്ഥയുണ്ടാവണം. അതിനായി ഒരു ഫോറത്തിന് രൂപം നൽകണം. ദളിതർ, സ്ത്രീകൾ, സ്വവർഗരതിക്കാരികൾ എന്നിവർക്കെതിരെയുള്ള ക്രിമിനൽ നീതിനിർവഹണത്തിൽ ഉണ്ടാകുന്ന ആരോഗ്യകരമായ പ്രവണതകൾക്ക് സർക്കാർ പ്രോത്സാഹന സമ്മാനങ്ങൾ നൽകണം.

5. പ്രതികരണം ശ്രദ്ധിക്കുക

ബലാൽക്കാരത്തിനും കൊലപാതകശ്രമത്തിനുമെതിരായ പല പ്രതികരണങ്ങളും പ്രചോദനകരമാണ്. വേദനിപ്പിച്ച് ആനന്ദം കണ്ടെത്തുന്ന രീതിയിലാണ് ചിലത്. യുക്തിരഹിതരും അതിവൈകാരികവുമായിരിക്കും മറ്റു ചിലത്. ബലാൽക്കാരം ചെയ്യുന്നവരെ തല്ലിക്കൊല്ലണമെന്നും ചുട്ടുകൊല്ലണമെന്ന ലിംഗഛേദം വരുത്തണമെന്നും ആസിഡ് ഒഴിച്ചു ക്രമേണ കൊല്ലണമെന്നുമൊക്കെയുള്ള പ്രതികരണങ്ങൾ ഉണ്ടാകാറുണ്ട്. ഇതിനിടയിൽ തൂക്കിക്കൊലപോലുള്ള ശിക്ഷാരീതികൾക്ക് യുക്തിഭദ്രമായി തോന്നും. പലരും ചൂണ്ടിക്കാട്ടിയപോലെ ബലാൽക്കാരത്തിന് മരണശിക്ഷ ഉറപ്പാണെങ്കിൽ ബലാൽസംഗക്കാരൻ കൊലപാതകിയാകാനുള്ള സാധ്യത കൂടുതലാണ്. കടുത്ത ശിക്ഷയുണ്ടെന്ന തോന്നൽ ഇതിൽ നിന്നും പിൻമാറാനുള്ള പ്രേരണ നൽകുന്നില്ലെന്നും ഇവർചൂണ്ടിക്കാട്ടുന്നു. നിയമപ്രകാരമുള്ള ശിക്ഷയ്ക്കായി പലരും വാദിച്ചു കണ്ടില്ല. പ്രതികരണകോലാഹലങ്ങൾക്കെതിരെ അഭിഭാഷകനായ അവ്നിന്ദർ സിംഹ് മുന്നറിയിപ്പു നൽകുന്നു. കുറച്ചുമുമ്പ് സൈബർ കുറ്റങ്ങളിലേർപ്പെട്ടവരെ അറസ്റ്റു ചെയ്ത പൊലീസുകാരെ മാറ്റിനിർത്തണമെന്ന് നാം ആവശ്യപ്പെടുന്നു. ഇപ്പോൾ അവർക്ക് കൂടുതൽ അധികാരങ്ങൾ നൽകണമെന്ന് നാം വാദിക്കുന്നു. ഇന്ന്, ബലാൽക്കാരത്തിന് ശിക്ഷിക്കപ്പെട്ട ഒരുവന് അവന്റെ അച്ഛന്റെ മരണാനന്തര ചടങ്ങിൽ പങ്കെടുക്കാൻ താൽക്കാലിക അനുമതി നൽകിയില്ല. കഴിഞ്ഞ ആഴ്ച അവനത് നൽകപ്പെട്ടിരുന്നു താനും.

ബലാൽസംഗത്തിന്റെ നിയമങ്ങളെ അഭിമുഖീകരിക്കുമ്പോൾ

ശുദ്ധബ്രത സെൻഗുപ്ത

ഓരോ പെണ്ണിനും ഓരോ പേരുണ്ട്. ചിലരുടെ പേരുകൾ കുറിച്ചിടപ്പെടുന്നത് ഓർമകളിൽനിന്നും ചരിത്രത്തിലേക്കത്രെ. ദില്ലിയിൽ ഫിസിയോതെറാപ്പി പഠിച്ചിരുന്ന പെൺകുട്ടി ഡിസംബർ 16ന് ഓടിക്കൊണ്ടിരുന്ന ബസിൽവച്ച് ആറുപേരാൽ ക്രൂരമായി ബലാൽസംഗം ചെയ്യപ്പെട്ടു. ഗുരുതരമായ പരിക്കുകളേറ്റ അവൾ 13 ദിവസങ്ങൾക്കപ്പുറം സിംഗപ്പൂരിലെ ഒരാശുപത്രിയിൽവച്ച് മരണമടഞ്ഞു. ചുരുങ്ങിയകാല ജീവിതത്തിനുള്ളിൽ പല പേരുകൾ അവൾക്കുമേൽ അടിച്ചേൽപ്പിക്കപ്പെട്ടു. അവൾക്ക് നാം നൽകുന്ന പലപേരുകൾ വാസ്തവത്തിൽ അവളുടെ യഥാർഥ വ്യക്തിത്വത്തെ അറിയാനുള്ള ശ്രമത്തെക്കാൾ അവളുടെ വിധിയെ ചുരുളഴിപ്പിക്കാനുള്ള ശ്രമത്തിൽ പങ്കെടുക്കാനുള്ള നമ്മുടെ ആഗ്രഹത്തെക്കുറിച്ചാണ് പറയുന്നത്.

നമുക്ക് അവളുടെ യഥാർഥ നാമം അറിയുകയോ അറിയാതിരിക്കുകയോ ചെയ്യട്ടെ. എന്നാൽ അവളുടെ വളരെ ചുരുങ്ങിയതും പരസ്യവുമായ അജ്ഞാതത്വത്തെക്കുറിച്ച് ഓർമിക്കണമെന്ന് തോന്നുന്നത് ബലാൽസംഗം ചെയ്യപ്പെടുകയോ. പീഡിപ്പിക്കപ്പെടുകയോ ചെയ്പ്പെട്ട എല്ലാ സ്ത്രീകളുടെയും പ്രതിബിംബം അവളിൽ പ്രതിഫലിക്കുന്നതുകൊണ്ടാണ്. ഈ കുറ്റകൃത്യം നടന്ന സ്ഥലത്ത് സൈന്യത്തിന്റെ പ്രത്യേകാധികാരത്താൽ അന്ധകാരത്തിലാണ്ട ഇന്ത്യയിലെ കാശ്മീരിലും മണിപ്പൂരിലും ചത്തീസ്ഗഢിലും നരേദ പാട്യയിലും ഗുവാഹട്ടിയിലും ഖൈരലാഞ്ജിയിലും നടന്ന ബലാൽക്കാരങ്ങളുടെ നിഴൽ നമുക്കിപ്പോൾ കാണാൻ കഴിയുന്നു. ആ ബസിനെ ഒരു ഇന്ത്യൻ സൈനിക ട്രക്കായി, പൊലീസ് ലോക്കപ്പായി, തീ കൊടുക്കാനായി ലക്ഷ്യമിട്ട ഒരു ദളിത്–മുസ്ലീം ഭവനമായി, ഒരു വിവാഹക്കിടക്കയായി, നമുക്ക് സങ്കൽപ്പിക്കാനാവും.

അവളുടെ അജ്ഞാതത്വം കൂരിരുട്ടത്തായ അജ്ഞാത പൗരയെന്നു പറഞ്ഞാലെന്താണെന്ന് കണക്കാക്കാൻ നമുക്ക് ഇട നൽകുന്നു; അവളെ എന്തു പേരിട്ടു വിളിച്ചാലും.

രാത്രിയെ സ്വന്തമാക്കാൻ, അതിന്റെ വാഗ്ദാനത്തിൽ സ്വയം വെളിപ്പെടുത്താൻ, ആഹ്ലാദിക്കാൻ, സുരക്ഷിതത്വം തേടാൻ ഒരു സ്ത്രീ പുറത്തേക്കിറങ്ങുകയാണെങ്കിൽ നാം അവളെ അധിക്ഷേപിക്കും. അധിക്ഷേപങ്ങളെല്ലാം അവഹേളനമായിക്കൊള്ളണമെന്നില്ല. സംസ്കൃത സംഹിതകളിൽ അവൾ ഒരു അഭിസാരികയോ അലഞ്ഞുതിരിയുന്നവളോ പുഴക്കരയിലോ വനത്തിലോ പൂന്തോട്ടത്തിലോ കാമുകനെകാണാൻ പോകുന്നവളോ ആയിരിക്കാം. തീർച്ചയായും അവളെ പ്രകാശത്തിന്റെ ഒരു കീറായി നമുക്ക് കാണാം. അവളുടെ ആഗ്രഹങ്ങൾ തീജ്വാലയായി അവൾക്കു ചുറ്റുമുള്ളതൊക്കെയും ജ്വലിപ്പിക്കും. പഞ്ചാബി നാടോടിക്കഥയിൽ അവൾ ഒരു അസ്വസ്ഥമായ മിന്നാമിനുങ്ങാണ്. തെരുവുകളിൽ നിറയുകയും രാത്രിയുടെ ഓരോ യാമങ്ങളും സ്വന്തമാക്കുകയും ചെയ്താൽ നഗര ഗാന്ധാരമാകെ പ്രകാശപൂരിതമാകും; തീ പിടിച്ചപോലെ.

പകൽ മുഴുവൻ സ്ത്രീകളെ വീട്ടിനുള്ളിൽ തളച്ചിടുന്ന പാരമ്പര്യബോധം അവൾ രാത്രിയൊന്നു പുറത്തിറങ്ങിയാൽ ഉടൻ ശപിക്കുന്നു. ഒരു യുവതി ഭർത്താവോ സഹോദരനോ അല്ലാത്ത ഒരു യുവാവിനൊപ്പം രാത്രിയിൽ ബസിൽ കയറിയാൽ അവൾ ബലാൽക്കാരം ചെയ്യപ്പെടാനായി ക്ഷണിക്കുന്നുവെന്നത്രെ നമ്മുടെ പുണ്യ പുരോഹിതന്മാർ മൊഴിയുന്നത്. ഉള്ളടക്കത്തിൽ ഹണിസിംഗും ആശാറാം ബാപ്പുവും പാടുന്നത് ഒരു പാട്ടുതന്നെയാണ്; സ്വന്തം ആഗ്രഹങ്ങൾ വച്ചുപുലർത്തുന്നവരും അത് പൂർത്തീകരിക്കാൻ ശ്രമിക്കുന്നവരും.

ആ ശിക്ഷ എന്തായിരിക്കുമെന്നതിന്റെ സൂചന 'ആഗോളഗ്രാമക്കാരനായ ഹണി സിംഹ് അയാളുടെ 'യൂത്ത് വോളിയംI'ലെ ഗാനത്തിൽ വ്യക്തമാക്കുന്നു. അനുസരണയില്ലാത്തവളും ദുർനടത്തക്കാരിയുമായവളുടെ കാമാവേശം ശമിപ്പിക്കാൻ അവളുടെ യോനിയെ ആക്രമിക്കണം, അതിനുള്ളിൽ പ്രവേശിച്ച് കീറിപ്പറിക്കണം. ബ്രഹദാരണ്യോപനിഷത്തിന്റെ 6–ാം അധ്യായത്തിൽ ഇന്നത്തെ ബലാൽക്കാരങ്ങൾക്ക് ഒരു പുരാതന ന്യായീകരണം കാണാം. ഒരു സ്ത്രീയുടെ ഉടമയായ പുരുഷന് ലൈംഗികബന്ധം നിഷേധിക്കുകയാണെങ്കിൽ അവളെ അടിച്ചു സമ്മതിപ്പിക്കാം ("സമ്മതിച്ചില്ലെങ്കിൽ പ്രലോഭിപ്പിക്കണം. എന്നിട്ടും വിസമ്മതിക്കുന്നുവെങ്കിൽ ഒരു വടികൊണ്ടോ ചുരുട്ടിയ മുഷ്ടികൊണ്ടോ അവളെ ആക്രമിച്ചു കീഴടക്കണം"). സ്ത്രീശരീരം പുരുഷനവകാശപ്പെട്ടതാണെന്ന രീതിയിലുള്ള പ്രസ്താവനകൾ മിക്ക മതഗ്രന്ഥങ്ങളിലും കാണാം.

കാമാതുരനായ ഒരു പുരുഷന് സ്വന്തം ജംഗമവസ്തുവിനെപ്പോലെ കൈകാര്യംചെയ്യാമെന്ന ആശയത്തിന്റെ സാധൂകരണമാണ് എല്ലാ അടിച്ചമർത്തലുകൾക്കും ആധാരം. ഏതുതരം ശക്തിനിർധാരണത്തിന്റെയും മാതൃകയായി കാണുന്നത് സ്ത്രീശരീരത്തെയാണ്. പിതൃ കേന്ദ്രീകൃത

വ്യവസ്ഥയിൽ ഒരു സ്ത്രീയെ വിവരിക്കുവാൻ ഉപയോഗിക്കുന്ന ഹീനമായ ഭാഷ ഒരു കുഞ്ഞിനും വൃദ്ധനും നിരാലംബനും തടവുകാരനും അടിമയ്ക്കും കീഴാളനും മുറിവേറ്റവനുംകൂടി ബാധകമാണ്! അതിനാലാണ് പിതൃകേന്ദ്രീകൃത വ്യവസ്ഥിതി ജാതീയതയ്ക്കും വംശീയതയ്ക്കും വർഗവിദ്വേഷത്തിനും അടിത്തറയാകുന്നു എന്ന് പറയുന്നത്. ദില്ലിയിലെ തെരുവുകളിൽ പ്രതിഷേധിച്ച യുവതയ്ക്ക് ഇത് തിരിച്ചറിയാൻ കഴിയുന്നുവെന്ന് അവർ വിളിച്ച "നാരി മുക്തി സബ്കി മുക്തി" എന്ന മുദ്രാവാക്യം വ്യക്തമാക്കുന്നു. അന്ത:പ്രേരണയാൽത്തന്നെ അവർ തിരിച്ചറിയുന്നു; പിതൃകേന്ദ്രീകൃതവ്യവസ്ഥ അധ്വാനത്തിൽനിന്നും അന്യവൽക്കരിക്കപ്പെട്ടതാണെന്നും വംശീയതയും തൊട്ടുകൂടായ്മയും ശുദ്ധാശുദ്ധബോധവും ജാതി ശ്രേണികളും നിലനിർത്താനുള്ള ഉപകരണമാണെന്നും. തൊഴിൽ സേനയിലെ ആദ്യത്തെയാൾ സ്ത്രീയാണ്. എന്നാൽ ആർത്തവകാലത്ത് തൊട്ടുകൂടാത്തവളും ആദ്യത്തെ ബഹിഷ്കൃതയും അവൾ തന്നെയായിരിക്കും.

ഈ അധികാരവ്യവസ്ഥയുടെ കേന്ദ്രം ലൈംഗികതയ്ക്കും സ്വാതന്ത്ര്യത്തിനുംനേരെയുള്ള ബലപ്രയോഗമാണ്. സ്ത്രീയുടെ ലൈംഗികാവയവങ്ങൾക്കുമേലുള്ള നിയന്ത്രണം അവളുടെ പ്രത്യുൽപ്പാദന വീര്യത്തിനുനേരെയുള്ള നിയന്ത്രണമായി വീക്ഷിക്കാം. പിതൃകേന്ദ്രീകൃത വ്യവസ്ഥ ലൈംഗികതയെപ്പറ്റി ഉൽക്കണ്ഠപ്പെടുന്നത് അതിലന്തർഭവിച്ച ഭോഗേച്ഛകൊണ്ടല്ല അതുവഴിയുണ്ടാകുന്ന പുരുഷ സന്താനങ്ങളുടെ ലബ്ധിയിലാണ്. തങ്ങളുടെ അവകാശവാദങ്ങൾ തലമുറകളിലേക്ക് സംക്രമിപ്പിച്ചുകൊണ്ടാണ് പിതൃകേന്ദ്രവ്യവസ്ഥ നിലനിൽക്കുന്നത്. ഈ വ്യവസ്ഥയുടെ മേൽക്കോയ്മ നിലനിൽക്കുന്നത് പിതാക്കന്മാരും പുത്രന്മാരും തമ്മിലുള്ള ആശയവിനിമയത്തിലൂടെയാണ്. നിയന്ത്രിതമായ പുരുഷാധിപത്യ വ്യവസ്ഥയിൽ സ്ത്രീശരീരം പുത്രന്മാരെ ലഭിക്കാനുള്ള ഉപകരണം മാത്രമാണ്. അതിനാൽ ഈ വ്യവസ്ഥയിൽസ്ത്രീശരീരത്തിന്മേലും ലൈംഗികതയ്ക്കുമേലുമുള്ള അധികാരം എല്ലാ രൂപങ്ങളിലും നിലനിർത്തേണ്ടത് ആവശ്യമായി വരുന്നു.

അമ്മമാർ, സഹോദരിമാർ, മക്കൾ തുടങ്ങിയവരെ സാധാരണഗതിയിൽ ഒരാൾ ബലാൽക്കാരങ്ങളിൽനിന്നും ഒഴിവാക്കാറുണ്ട്. സ്വന്തം അമ്മമാരിലും സഹോദരിമാരിലും മക്കളിലും സന്താനോൽപ്പാദനം നടത്തുന്നതു നിഷിദ്ധമായി കരുതുന്നതുകൊണ്ടുമാത്രമാണിത്. അതുകൊണ്ടാണ് പിതൃകേന്ദ്രീകൃത സംസ്കാരത്തിൽ അമ്മമാരെ പൂജിക്കുന്നതും സഹോദരിമാരെയും പെൺമക്കളെയും വിൽക്കുന്നതും. മറ്റുള്ള സ്ത്രീകൾക്കു മേൽ എന്തുമാകാം! ബന്ധുക്കളല്ലാത്ത എല്ലാ സ്ത്രീകളെയും അമ്മമാരും സഹോദരിമാരുമായി കരുതണം എന്ന അഭ്യർഥന എല്ലാ സ്ത്രീകളെയും അപമാനിക്കുന്നതാണ്. അതിനപ്പുറവും ചില സ്ത്രീകൾ ഉണ്ടെന്നും അവർക്കുനേരെ എന്തുമാകാമെന്നുമുള്ള ധ്വനി ഇതിനു പുറകിലുണ്ട്. ഒരു പുരുഷൻ മറ്റൊരു പുരുഷനെ 'മാതൃഭോഗി'യെന്നോ 'സോഹ

ദരി ഭോഗിയെന്നോ ഇന്തോ-യൂറോപ്യൻ ഭാഷകളിൽ വിളിക്കുന്നത് സർവ സാധാരണവും അത് അയാൾക്ക് അപമാനമായി കരുതുന്നതുമാണ്. ഇതിനർഥം അങ്ങനെ വിളിക്കപ്പെട്ടവൻ ആണത്തമില്ലാത്തവനും സ്വന്തം കുടുംബത്തിനകത്തുള്ളവരെമാത്രം ബലാൽസംഗം ചെയ്യാൻ സ്ത്രീകളെ കിട്ടിയവനും അതുവഴി ബലാൽക്കാര നിയമത്തെ ലംഘിച്ചവനുമാണ് എന്നത്രെ!

ബലാൽക്കാരം അപമാനകരമായി കരുതുന്നതിനു കാരണം അത് കവർന്നെടുത്തത് സ്ത്രീയുടെ അഭിമാനമാണെന്നതല്ല അവളുടെ ലൈംഗികതയുടെ ഉടമയായ പുരുഷന്റെ അഭിമാനത്തെയാണ് എന്നതുകൊണ്ടാണ്. വൈവാഹിക ജീവിതത്തിലും നടമാടുന്ന ബലാൽക്കാരത്തെക്കുറിച്ച് ഇന്ത്യൻ നിയമങ്ങൾക്ക് വ്യക്തതയില്ല. ഒരു ഭർത്താവ് എങ്ങനെ സ്വന്തം ഭാര്യയെ ബലാൽക്കാരം ചെയ്യും? സ്വന്തം വസ്തുക്കൾ ഒരാൾ സ്വയമെങ്ങനെ കവർന്നെടുക്കും? വിവാഹബന്ധങ്ങൾക്കപ്പുറത്തേക്ക് വ്യാപരിക്കുന്ന സ്ത്രീലൈംഗികത സ്വാഗതം ചെയ്യപ്പെടാൻ കാരണം? അങ്ങനെ ചെയ്യുമ്പോൾ അവൾ ഒരുവന്റെ മാത്രം സ്വത്തല്ലാതാകുകയും അതുവഴി എല്ലാവരുടെയും സ്വത്താവുകയും ചെയ്യും എന്ന പരിഗണനയിലാണ്.

അടുത്തകാലംവരെ ബോളിവുഡിൽ 'ബലാൽക്കാര നിയമങ്ങൾ' ശരിയായി പാലിക്കപ്പെട്ടിരുന്നു. വിവാഹത്തിൽ അവസാനിക്കുന്ന പ്രണയമാണ് ഇവിടെ മുഖ്യപ്രമേയം. കാരണം വിവാഹിത മാത്രമേ ലൈംഗികാനുഭവമുള്ളവളാകുകയുള്ളൂ! സ്ത്രീ പുരുഷന്റെ ലൈംഗിക ഉടമസ്ഥതയിലുള്ളതു കാരണം വിവാഹിതയ്ക്കുമാത്രമേ സെക്സ് പാടുള്ളൂ. വിവാഹം കഥയുടെ അവസാനമാകയാൽ നായികാനായകന്മാരുടെ ലൈംഗികബന്ധം ഉദിക്കുന്നുമില്ല. അതിനുശേഷം അവർ സുഖമായി ജീവിച്ചു എന്ന രീതിയിൽ കഥ അവസാനിക്കും. ഇതിനർഥം ലൈംഗികതയുണർത്തുന്ന രംഗങ്ങൾ ഉണ്ടാവില്ല എന്നല്ല. യഥാർഥ ലൈംഗികബന്ധത്തിനു മാത്രമേ കുറവുണ്ടാവുകയുള്ളൂ. ഇക്കിളിപ്പെടുത്തുന്ന രംഗങ്ങൾ കുത്തിനിറച്ച ഗാനസദ്യ ആവോളമുണ്ടാവും. സഭാസകരമായി ലൈംഗികത കാണിക്കാവുന്നത് ബലാൽക്കാര രംഗങ്ങളിൽ മാത്രമാണ്. അതിനാൽ കുലീനകളായ സ്ത്രീകൾക്ക് വിവാഹബന്ധത്തിനു പുറത്ത് ലൈംഗികബന്ധം ഉണ്ടാവാൻ പാടില്ല. അങ്ങനെ ഏതെങ്കിലും നായികകഥാപാത്രം ലൈംഗിക ബന്ധത്തിൽ ഏർപ്പെടുന്നതായി കാണിച്ചാൽ അത് അവളുടെ എതിർപ്പിനെ അവഗണിച്ചായിരിക്കും നടക്കുന്നത്. അതിനാലാണ് എഴുപതുകളിലെയും എൺപതുകളിലെയും ഹിന്ദിചിത്രങ്ങൾ ബലാൽക്കാരരംഗങ്ങളാൽ നിറഞ്ഞത്. ചിത്രങ്ങളിൽ സെക്സ് വേണം. കാരണം പ്രേക്ഷകർ അതു കാണാനാണാഗ്രഹിക്കുന്നത്. പക്ഷേ, സെക്സ് കാണിക്കുന്നത് ബലാൽക്കാരരംഗ ചിത്രീകരണം വഴിയേ ആകാവൂ. കാരണം നായിക ഇതിനകം വിവാഹം കഴിച്ചിട്ടില്ല. അതുകൊണ്ട് അവൾക്ക് ലൈംഗികബന്ധവും പാടില്ല.

ടെലിവിഷൻ ന്യൂസുകളിൽ ബലാൽസംഗക്കാരനെ തൂക്കിലിടണ

മെന്നും ഷണ്ഡീകരിക്കണമെന്നും ഉച്ചത്തിൽ വാദിക്കുന്നവർ ബോളിവുഡ് ചിത്രങ്ങളിലെ ബലാൽക്കാര പ്രതികാര മനോഘടനയുള്ളവരാണ്. ഇന്ത്യൻ രാഷ്ട്രീയക്കാരിൽ നല്ലൊരു പങ്ക് ചുളിവു വീണ് 'പെയിന്റടിച്ച പെണ്ണുങ്ങൾ! ഭാരതവും ഇന്ത്യയും!' തുടങ്ങിയ കമന്റുകളെ മനസ്സാപേറുന്നവരും സ്ത്രീകളെ പർദയ്ക്കുള്ളിൽ കാണാൻ ആഗ്രഹിക്കുന്നവരുമാണ്. പുരുഷാധിപത്യ വാദികളുടെ പെട്ടെന്നുള്ള പ്രതികരണമായി ഇതിനെ ചുരുക്കി കാണേണ്ടതില്ല. യുവതീ-യുവാക്കളുടെ പ്രതികരണം തങ്ങളുടെ സ്ത്രീവിരുദ്ധ മനോഭാവത്തിനെതിരായതിനാൽ കണക്കുകൂട്ടി നടത്തുന്ന പ്രയോഗങ്ങൾ തന്നെയാണ്.

പുതുവത്സരരാവിൽ നടന്ന പ്രകടനങ്ങളിലൊന്നിന്റെ പേര് രാത്രി തിരിച്ചു പിടിക്കൽ എന്നായിരുന്നു. ഇതിന് മുൻകാലങ്ങളിൽ നടന്ന ഫെമിനിസ്റ്റ് പ്രക്ഷോഭങ്ങളുടെ ഛായയുണ്ടായിരുന്നു. ഇവർ നേതൃത്വമില്ലാത്ത പുത്തൻ തലമുറയിലെ കൂട്ടായ്മകളായിരുന്നു. അവരുടെ സ്വാതന്ത്ര്യം ഒരുതരത്തിലും അടിയറവെയ്ക്കാൻ അവർ ഒരുക്കമായിരുന്നില്ല. ഭരണകൂടത്തിന്റെ ക്രൂരതയ്ക്കെതിരെ ഉയർന്ന ഒരു പ്രത്യേകതരം രാഷ്ട്രീയമായിരുന്നു അവരെ നയിച്ചത്. മെഴുകുതിരികളുമായി പതിനായിരക്കണക്കിനുപേർ തെരുവുകളിലിറങ്ങിയപ്പോൾ കൂരിരുട്ടിൽ തിളങ്ങുന്ന മിന്നാമിനുങ്ങുകളായി.

ഹണിസിങ് സ്ത്രീവിരുദ്ധത ചീറ്റുമ്പോൾ പഞ്ചാബിൽത്തന്നെ .. താളത്തിൽ നൃത്തം ചെയ്യുന്ന ജനപ്രിയ ഗായകസംഘങ്ങളുമുണ്ട്. ഉദാഹരണത്തിന് 'ജുഗ്നി' ഗാനങ്ങൾ. ജുഗ്നിക്ക് ജുഗ്നു (മിന്നാമിനുങ്ങുകൾ) വുമായി സാമ്യമുണ്ട്. പ്രാചീന പഞ്ചാബിൽ പാട്ടുപാടി അലിഞ്ഞിരുന്ന യോഗിനിമാരിൽ നിന്നാണ് ജുഗ്നി നിഷ്പതിച്ചതെന്നും അഭിപ്രായമുണ്ട്. സ്ത്രീകളുടെയും പുരുഷന്മാരുടെയും ആത്മാവിന്റെയും ശരീരത്തിന്റെയും ആഗ്രഹങ്ങളുടെയും മോചനത്തിനായി പാടിനടന്നവരായിരുന്നു യോഗിനിമാർ. ജുഗ്നി ഗാനങ്ങളിൽ സ്ത്രീസ്വത്വം അവൾക്കുതന്നെ സ്വന്തമായിരുന്നു. അവൾ അവളുടെ ആഗ്രഹങ്ങൾ ആഘോഷിച്ചു. പുതിയ ഭാഷകൾ പഠിച്ചു. ലോകം മുഴുവൻ അലഞ്ഞുനടന്നു; രാത്രിയുടെ വിരിമാറിലൂടെ.

ജുഗ്നികൾ പലഭാഷകളിൽ പാടുന്നത് ഞാൻ കേട്ടിട്ടുണ്ട്. വിവിധ ദേശങ്ങളിൽ. ബോളിവുഡിലേക്കും ഈ ഗാനങ്ങൾ ചേക്കേറിയിട്ടുണ്ട്. ഇക്കാലത്തെ പുതിയ ചിത്രങ്ങളിലും ആ ഗാനങ്ങളുടെ സാന്നിധ്യമുണ്ട്. ഇത് ഹണിസിങ്ങിന്റെ ആഭാസഗാനങ്ങളല്ല. ഉദാത്ത സംഗീതവും സംസ്കാരവുമാണ്.

റാബി ഷെർഗില്ലിന്റെ പാട്ടുകൾ ധീരമാംവിധം രാഷ്ട്രീയമാണ്. 1984 ലെ ദില്ലികലാപവും കാശ്മീരിലെ ഭരണകൂട ഭീകരതയും അവളുടെ ഗാനങ്ങളിൽ കടന്നുവരുന്നു. ആശാസിങ്ങും മസ്താന ടെന്നീസ് കളിക്കുന്നതും ഇംഗ്ലീഷ് പഠിക്കുന്നതും പാട്ടുപാടുന്നതും കാണുകയും കേൾക്കുകയും ചെയ്യുമ്പോൾ അവൾ വളരെ മോഡേണാണ് എന്നു നമുക്കു ബോധ്യമാ

വും. അവൾ കാമാതുരയാണ്. എന്നാലും കടന്നുകയറ്റക്കാരായ ആണുങ്ങളോടു കടന്നുപോകാൻ അവൾ പറയുന്നു; ജുഗ്നി ഫ്ളൈസ് എന്ന മ്യൂസിക് ആൽബത്തിൽ.

ഹണിസിങ്ങിന് യോ. യോ. കളിക്കാൻ പറ്റാത്ത സ്ത്രീയാണ് ജുഗ്നി. ആശാറാം ബാപ്പുവിന്റെ കരണത്തടിക്കാനും മോഹൻ ഭഗവത്തിനെ പരിഹസിക്കാനും കരുത്തുള്ളവളാണ് ജുഗ്നി. പൊലീസ് കമ്മിഷണറുടെ രാജി ആവശ്യപ്പെടാനും പൊലീസ് സ്റ്റേഷനിലെ ലോക്കപ്പിൽ കിടന്ന് റ്റ്വീറ്റ് ചെയ്യാനും കഴിയുന്നവളാണവൾ. അവൾക്ക് ജലപീരങ്കികളെ അതിജീവിക്കാനും കണ്ണീർവാതകത്തെ നിർവീര്യമാക്കാനും വിളക്കുകാലിൽ പിടിച്ചുകയറാനും ബാരിക്കേഡുകൾ ചാടിക്കടക്കാനും കഴിയും. അവൾക്ക് അഭിജിത് മുഖർജിക്ക് തഴമ്പേൽപ്പിക്കാനും നഗരം മുഴുവൻ ചുവന്ന ചായം പൂശാനും കഴിയും. ജുഗ്നിക്ക് മമതയോ സുഷമയോ സോണിയയോ, ഷീലയോ വേണ്ട അവർക്കായി തേങ്ങാൻ. അവർക്കായി അവൾ തേങ്ങുകയുമില്ല. ജുഗ്നി രോഷവതിയാണ്. അവൾ സജീവതയാണ്.

കഴിഞ്ഞ ചില ആഴ്ചകളായി ദില്ലിയിൽ നൂറുകണക്കിന് സ്ത്രീകൾ, 'അഭിസാരികകൾ' – രാത്രികാലങ്ങളിൽ അലഞ്ഞു നടക്കുന്നു. പകൽ നേരങ്ങളിൽ നടന്ന് ചോദ്യങ്ങൾ ചോദിക്കുന്നു. പാട്ടുകൾ പാടുന്നു. ദുഃഖിക്കുന്നു. ചിന്തിക്കുന്നു. അവർ അവരുടെ ചങ്ങാതിമാർക്കും സഖാക്കൾക്കും പ്രണയികൾക്കും സഹോദരിമാർക്കുമൊപ്പം നടക്കുന്നു. നഗരത്തിലെ ഓരോ ഇഞ്ചും പേരില്ലാത്ത ആ പെൺകുട്ടിയുടെ പേരിൽ തിരിച്ചുപിടിക്കുന്നു. അവളുടെ പേരിൽ അവർ ജാഗ്രതപ്പെടുന്നു. ഓരോരുത്തരും ജുഗ്നിമാരാകുന്നു. രാത്രികളിൽ നഗരത്തിൽ നിറയുന്ന മിന്നാമിനുങ്ങുകൾ.

ലേഖകർ

ശശികുമാർ	:	പ്രശസ്ത മാധ്യമപ്രവർത്തകൻ, ചിന്തകൻ ചലച്ചിത്രകാരൻ. ഏഷ്യൻ കോളേജ് ഓഫ് ജേർണലിസം ചെയർമാൻ. ഏഷ്യാനെറ്റ് ടെലിവിഷൻ ശൃംഖലയുടെ സ്ഥാപകരിൽ ഒരാൾ. *ലേഖനം കടപ്പാട്: Front Line 2013, Feb 22*
സാഗ്നിക് ദത്ത	:	പ്രിൻസിപ്പൽ കറസ്പോണ്ടന്റ് ഫ്രണ്ട് ലൈൻ *ലേഖനം കടപ്പാട്: Frontline, Jan. 25, 2013*
സുഭാഷിണി അലി	:	ജനാധിപത്യ മഹിളാ അസോസിയേഷൻ അഖിലേന്ത്യാ പ്രസിഡന്റ്. *ലേഖനം കടപ്പാട്: ചിന്ത വാരിക 2013 ജനു. 4.*
ഡോ. ടി ടി ശ്രീകുമാർ	:	അസിസ്റ്റന്റ് പ്രൊഫസർ, ഡിപ്പാർട്ടുമെന്റ് ഓഫ് കമ്യൂണിക്കേഷൻസ്, ന്യൂ മീഡിയ നാഷണൽ യൂണിവേഴ്സിറ്റി ഓഫ് സിങ്കപ്പൂർ. *ലേഖനം കടപ്പാട്: മാതൃഭൂമി ആഴ്ചപ്പതിപ്പ്, 2013 ജനു. 13–19.*
വി ജയിൻ	:	ബ്യൂറോ ചീഫ്, ദേശാഭിമാനി, ന്യൂഡൽഹി. *ലേഖനം കടപ്പാട്: ചിന്ത വാരിക 2013 ജനു. 4.*
ശ്രീനന്ദി ബാനർജി	:	ഫ്രാൻസ് ഫാനൻ ബ്ലോഗ്. *ലേഖനം കടപ്പാട്: Fanzfanon Blog 2013 Feb. 4*

സസ്വത് പട്ടനായ്ക് : ന്യൂയോർക്ക് കേന്ദ്രമായി പ്രവർത്തിക്കുന്ന പത്രപ്രവർത്തകനും ഫോട്ടോഗ്രാഫറും.
ലേഖനം കടപ്പാട്: KINDLE മാഗസിൻ.

കെ പി സേതുനാഥ് : ബ്യൂറോ ചീഫ്, ഡക്കാൻ ക്രോണിക്കിൾ, കോഴിക്കോട്.
ലേഖനം കടപ്പാട്: മാതൃഭൂമി ആഴ്ചപ്പതിപ്പ് 2013 ജനു. 13–19.

റ്റി കെ രാജലക്ഷ്മി : ലേഖിക, ഫ്രണ്ട്ലൈൻ.
ലേഖനം കടപ്പാട്: Front Line 2013, Feb 22

അനൂപ് സുരേന്ദ്രനാഥ് : ന്യൂഡൽഹി നാഷണൽ ലാ യൂണിവേഴ്സിറ്റിയിലെ അസിസ്റ്റന്റ് പ്രൊഫസർ.
ലേഖനം കടപ്പാട്: The Hindu 24th Dec. 2012

ജീവൻ ജോബ് തോമസ് : ഭൗതികശാസ്ത്രഗവേഷകൻ, സ്കൂൾ ഓഫ് പ്യൂർ & അപ്ലൈഡ് സയൻസ്, മഹാത്മാ ഗാന്ധി യൂണിവേഴ്സിറ്റി. ശാസ്ത്രവിഷയങ്ങളിൽ എഴുത്തുകാരൻ.
ലേഖനം കടപ്പാട്: മാതൃഭൂമി ആഴ്ചപ്പതിപ്പ് 2013 ജനു. 13–19.

പി കൃഷ്ണനുണ്ണി : അസിസ്റ്റന്റ് പ്രൊഫസർ, ഡൽഹി യൂണിവേഴ്സിറ്റി.
ലേഖനം കടപ്പാട്: മലയാളം വാരിക 2013 ജനു. 11.

ജെ ദേവിക : എഴുത്തുകാരി. തിരുവനന്തപുരത്തെ സെന്റർ ഫോർ ഡവലപ്പ്മെന്റ് സ്റ്റഡീസിലെ അധ്യാപിക.
ലേഖനം കടപ്പാട്: മാതൃഭൂമി ആഴ്ചപ്പതിപ്പ് 2013 ജനു. 20–26.

അഡ്വ. സ്വപ്ന ജോർജ് : അഭിഭാഷക. കേരള പ്രദേശ് മഹിളാ കോൺഗ്രസ് സംസ്ഥാന സെക്രട്ടറി.
ലേഖനം കടപ്പാട്: മലയാളം വാരിക 2013 മാർച്ച് 15.

ബൃന്ദാ കാരാട്ട് : സി പി ഐ എം പോളിറ്റ് ബ്യൂറോ അംഗം.
ലേഖനം കടപ്പാട്: ഇന്ത്യാ ടുഡേ 2013 ജനു. 9.

എ ജി ഒലീന : അധ്യാപിക എൻ എസ് എസ് കോളേജ്. കരമന.
ലേഖനം കടപ്പാട്: ചിന്ത വാരിക 2013 ജനു. 4.

ഷോമ ചൗധരി : 'തെഹൽക്ക' മാനേജിങ് എഡിറ്റർ.
ലേഖനം കടപ്പാട്: Tehelka 19 Jan. 2013

രത്നകപൂർ	:	ജിണ്ടാൾ ഗ്ലോബൽ ലാ സ്കൂളിലെ ഗ്ലോബൽ ലാ പ്രൊഫസർ. *ലേഖനം കടപ്പാട്: The Hindu, Dec. 19, 2012*
ഡോ. ടി എൻ സീമ	:	ജനാധിപത്യമഹിളാ അസോസിയേഷൻ കേരള സംസ്ഥാന പ്രസിഡന്റ്, രാജ്യസഭാ അംഗം. *ലേഖനം കടപ്പാട്: സെക്രട്ടറിയേറ്റ് സർവീസ് 2013 ഫെബ്രുവരി.*
സയൻ ഭട്ടാചാര്യ	:	'കിന്റിൽ' മാഗസിൻ അസിസ്റ്റന്റ് എഡിറ്റർ. *ലേഖനം കടപ്പാട്: KINDLE Feb. 2013.*
കാവേരി ബാംസായ്	:	എഡിറ്റർ, ഇന്ത്യ ടുഡേ. *ലേഖനം കടപ്പാട്: ഇന്ത്യാ ടുഡെ 2013 ജനുവരി 14.*
ജയന്ത് ശ്രീറാം	:	കോളമിസ്റ്റ്, ന്യൂ ഇന്ത്യൻ എക്സ്പ്രസ്. *ലേഖനം കടപ്പാട്: ഇന്ത്യാ ടുഡെ 2013 ജനുവരി 14.*
ജി പി രാമചന്ദ്രൻ	:	ചലച്ചിത്രനിരൂപകൻ, സാമൂഹ്യ വിമർശകൻ. *ലേഖനം കടപ്പാട്: ദേശാഭിമാനി വാരിക, ജനു. 6 2013.*
ഉർവശി ബുട്ടാലിയ	:	കാളി ഫോർ വുമൺ എന്ന സ്ഥാപനത്തിന്റെ ഡയറക്ടർ. ഇന്ത്യയിലെ ആദ്യത്തെ സ്ത്രീപക്ഷ പ്രസാധസ്ഥാപനത്തിന്റെ ഉടമ. *ലേഖനം കടപ്പാട് : The Hindu 2012 Dec. 24*
അതിഥി സാക്സ്റ്റൻ	:	തെഹൽക്കയിൽ ഫീച്ചർ എഡിറ്റർ. *ലേഖനം കടപ്പാട്: Tehelka 29 December 2012.*
സുനൈന കുമാർ	:	തെഹൽക്കയിൽ സ്പെഷ്യൽ കറസ്പോണ്ടന്റ്. *ലേഖനം കടപ്പാട്: Tehelka 29 December 2012.*
ശുദ്ധബ്രത സെൻഗുപ്ത	:	മാധ്യമപ്രവർത്തകൻ. സാരായി റീഡർ. *ലേഖനം കടപ്പാട്: The Caravan. Feb. 2013.*

www.ingramcontent.com/pod-product-compliance
Lightning Source LLC
LaVergne TN
LVHW100806051026
849519LV00006B/1988